నాలుగు తరాలు

D9900507

notionpress
.com

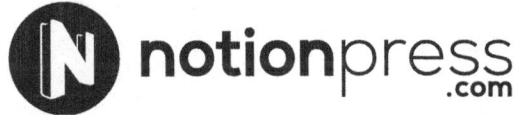

నాలుగు తరాలు

విశ్వాసం తో దేన్నైనా సాధించగలం

ప్రసాద్ మైలవరపు

notionpress.com

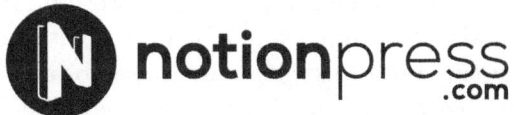

Notion Press

Old No. 38, New No. 6
McNichols Road, Chetpet
Chennai - 600 031

First Published by Notion Press 2017
Copyright © ప్రసాద్ మైలవరపు 2017
All Rights Reserved.

ISBN 978-1-946556-48-6

నాలుగు తరాలు

నవల

దీనిలోని పాత్రలన్నీ పూర్తిగా కల్పితం. దీనిలోని అభిప్రాయాలన్నీ రచయిత స్వంతం.

ఇందులోని అభిప్రాయాలతో కూడా పొట్టిశ్రీరాములు తెలుగు యూనివర్సిటీ వారికి ఎట్టి సంబంధములేదు.

కవర్ డిజైన్: కుమారి ఎం. దీపిక బి.టెక్

ముద్రణ: ప్రాప్తిస్తానం:

1) ఎం. సుగుణశ్రీ ప్రవీణ్, 301 శ్రేయా మాన్షన్, హోటెల్ కత్రియా వెనుక, రూట్స్ కాలేజ్ ప్రక్కన, సోమాజిగుడ, హైదరాబాద్ 500082.

2) Notion Press, Chennai.

దీనిలోని భాగాలని గాని, సంఘటనలని గాని, మాటలని గాని, ఇతరులు తమ రచనల్లో గాని, వ్యాసాల్లో గాని ఉదహరించ దలిస్తే, దయచేసి రచయిత నుంచి అంగీకారాన్ని పొందండి

పొట్టిశ్రీరాములు తెలుగు విశ్వవిద్యాలయం, హైదరాబాదు, వారి ఆర్థిక సహాయం తో ముద్రితం.

పుస్తకం లోని అభిప్రాయాలతో విశ్వవిద్యాలయానికి ఎటువంటి భాధ్యత లేదు.

కోడల్లాగా అధికారంతో హక్కుగా వచ్చి, కూతుర్లాగా అభిమానాన్నీ, చనువుని సంపాదించుకున్న
నా కోడలు సుగుణ శ్రీ కి...

పై లోకం నుండే నా అభివృద్ధిని కాంక్షిస్తూ, నన్ను దీవిస్తున్న నా తల్లితండ్రులు
మైలవరపు వేంకటేశ్వర్లు, లక్ష్మి నరసమ్మ గార్లకి...

అంకితం.

డా. కె బి లక్ష్మి గారి ముందుమాట

లైఫ్ ఈజ్ బ్యూటిఫుల్ అనే విధంగా సాగిన ఈ నవలకి ముందు వాక్యాలని రాయడం అన్నది నా కొచ్చిన సదవకాశం గా భావిస్తాను.

ఒక పరంపరను కొనసాగించడం అంటే, చుట్టూ పరిమళ భరిత పారిజాత పుష్పాలను పరచుకోవడమే! విలువల విరి తావులు తరతరాల విభిన్నతను పరివ్యాప్తం చేస్తాయి.

'తరము' అంటే ఒక జీవితకాలం. తరతరాలు అంటే అనేక జీవిత కాలాలు. తరము అంటే సమానము, శ్రేష్టము, దాటుట, ఇద్దరు మోయు బరువు, శక్యము...అని కూడా అర్థం. ఈ అర్థాలకు సమానార్థకాలతో కూడిన తాత్పర్యాన్నిచ్చే కథనాల కల్పనాయుక్త వాస్తవాలను అక్షర చిత్రాలుగా అందిస్తుందీ నవల.

ఇంచుమించు 1964 నుంచీ 2060 వరకు సాగిన నాలుగు తరాల జీవనగీతను మృదు గంభీరంగా వినిపిస్తాయి నవలలోని పాత్రలు.

కించిత్ రాగ ద్వేషాలకు అతీతంగా ఉండగలిగి, సమిష్టి కుటుంబం లోని సానుకూలతను పొందుపరచుకుంటూ, చేయీ చేయీ కలిపి, మమతానుబంధాల్ని కూడగట్టుకుంటే, ఒక గొప్ప ఆనంద శిఖరాన్ని అందుకోవడం అత్యంత సుసాధ్యం అని చెబుతుంది ఈ నవల.

అయితే, విలువల్ని ప్రోది చేసుకుంటూ, వ్యక్తిగత క్రమ శిక్షణతో తనని తాను తీర్చి దిద్దుకుంటూ, భావస్వరూప్యత ఉన్న వారిని దరిచేర్చుకుని, వికాస దిశగా మార్గదర్శకత్వం వహించి, విజేతగా నిలచి, విజయాలనందించే సానుకూల ఆలోచనా పరులు అరుదుగా ఉంటారు. కుటుంబ సభ్యుల ప్రోత్సాహం దుర్లభమై, డబ్బుల్లేని, తినడానికి సరైన తిండి లేని సందర్భాల్లో కూడా నీతి తప్పకుండా, నిజాయితీగా, నిబద్ధతతో లక్ష్యాన్ని మార్గాన్ని సుగమం చేసుకోవడం ఎలాగో, దానికి కావాల్సిన వాతావరణం ఏమిటో, ఎటువంటి దార్శనికత అవసరమో, విప్పి చెబుతుందీ నవల.

బొంగరం గిర్రున తిరగడానికి, దాని సమర్థత అంతా, దానికి దారం చుట్టి విడిచే ఒడుపులోనే ఉంటుంది. ఆ ఒడుపుని ఒడిసి పట్టి, 'పట్టి విడువరాదన్న' త్యాగరాజ స్వామి మాటను గట్టిగా పట్టుకుని, 'కృషితో నాస్తి దుర్భిక్షం' అన్న పలుకే వేదంగా, శిరోధార్యంగా భావించి, అనుకున్నది సాధించిన కార్య సాధకుడు ఈ నవలా నాయకుడు. ఈ విశేషణాలన్నింటినీ అతనికి ఆపాదించడంలో ఇసుమంతైనా అతిశయోక్తికి తావివ్వకుండా, చుట్టూ పలు ప్రతికూల, సానుకూల భావాలున్న పాత్రలను సృష్టించి, నాలుగు తరాల జీవన వైవిధ్యాలను ఆహ్లాదకరంగా ఆవిష్కరించిన నవలా రచయిత శ్రీ ప్రసాద్.

వెసులుబాటు కోసం 54 చిన్నా పెద్దా అధ్యాయాలుగా విభజించుకున్న కథనం, 05.05.2060 నాడు హైదరాబాద్ లో మొదలై, యాభై నాలుగో భాగంలో కూడా అదే తేదీ తో ముగియడం విశేషం.

అన్నదమ్ముల పిల్లలు, కజిన్స్, ఇతర బంధువులు, స్నేహితులు, ఇరుగు పొరుగు చప్పన్న చుట్టరికాలు, విజయనగరం, తిరుపతి, న్యూయార్క్, హైదరాబాద్ లాంటి పలు ప్రదేశాలు, విడతలు విడతలుగా ఫ్లాష్ బాక్ లు, భూత భవిష్యత్ వర్తమానాల మోహరింపులు...అన్నీ కారబ్బుంది కరకరలు, పూతరేకుల మడతలే! రచయిత ఎన్నుకున్న గొప్ప టెక్నిక్ నవలలోని పాత్రల మధ్య డ్రాయింగ్ రూం చాట్లతో కథ నడపడం.

అవన్నీ వినడానికీ, బతుకుబాటలో పయనించే తరాల అంతర్గత అనుభవాలు తెలుసుకోడానికీ, చదువుతున్న మనం చటుక్కున వెళ్ళి వాళ్ళ మధ్య కూర్చుండి పోతాం. ఆయా ప్రాంతాల సమకాలీన చరిత్ర, సంఘ జీవనం గొప్పగా నమోదయ్యింది ఈ నవలలో.

వ్యక్తి ప్రవర్తనా రీతుల నిర్దేశం కుటుంబం నుంచే ప్రారంభమౌతుంది. 'అలాకాదు. ఇలా ఉండాలి' అని పెద్దవాళ్ళు ఎవరు చెప్పినా తర్వాతి తరం వాళ్ళకి అది సుతరామూ నచ్చదు. పైగా అవి నీతిపాఠాలు గా తోస్తాయి. కాలం చెల్లిన ధర్మ సూత్రాలనిపిస్తాయి. అయినా ముందు తరం వాళ్ళు తాము నమ్మిన విలువల్ని, విశ్వాసాల్ని, తర్వాత తరానికి అందజేసే ప్రయత్నం మానరు. కారణం సరిగ్గా అర్థం చేసుకుంటే, నవలారంభం లో ప్రశాంతి చేత "జీవించే విధానాల్లో మార్పులొచ్చాయేమో గాని, మన పురాణాలూ, పెద్దలూ ప్రవచించిన నీతుల్లోనూ, ధర్మాచరణలోనూ, ఎక్కడా మార్పులు రాలేదు. రాదు కూడా" అని స్పష్టం చేయిస్తాడు ఈ కథకుడు. సీరియస్ మేటర్స్ ని సరదాగా చెప్పడంలోని సంభాషణా వేగం, శైలీ, ఈ రచయిత ప్రత్యేకత.

"మా ముత్తాత గారేమో ట్వెంటీయత్ సెంచరీ. మాతాత గార్లు ట్వెంటీ అండ్ ట్వెంటీ పస్ట్ సెంచరిస్. మా నాన్నది ట్వెంటీ ఫస్ట్. మనం అప్పుడే ట్వెంటీ ఫస్ట్ లో లాస్ట్ కి వచ్చేస్తున్నాం. ఇప్పుడు 2060 లో ఉన్నాం. ఇంకా అవే కాలం చెల్లినధర్మాలు వల్లె వేస్తూ కూర్చుంటే ఎలా?" అన్న శ్రావణి ధర్మ సందేహానికి, 'వాళ్ళు ఏ విధంగా జీవించి, జీవితంలో పైకొచ్చి, అదే విధంగా జీవించమని ఉపదేశించారో' అన్నదాన్ని ఆసక్తిదాయకంగా Narrate చేస్తుందీ నవల.

ప్రతి పాత్రా పాఠకులతో ముచ్చట్లు పెడుతుంది. జీవిత అస్తిత్వ పోరాటంలో కులం కూడా ప్రాధాన్యతని సంతరించుకుంటుంది. అయితే అది ఎంతవరకో, అంతవరకే ఉండాలని సూచిస్తుందీ నవల.

ఒక ప్రాజెక్ట్ చేపట్టినా, ఒక ఫౌండేషన్ స్థాపించినా, దాని మనుగడలో మానవాళి అభ్యుదయం ఉండాలన్న విషయాన్ని, విధివిధానాల రూపాంతర ప్రవర్తనలు, పరావర్తనాల ద్వారా ఎలివేట్ చేసిందీ నవల. దేశవాళీ ప్రతిభా పాటవాలతో, విదేశంలో ఫౌండేషన్ స్థాపించి, శాఖోపశాఖలుగా విస్తరింపజేస్తూ, కొత్తవాటిని కలుపుకుంటూ, దేనికి దాన్నే సర్వ సత్తాకంగా నిలబెట్ట గలగడం అన్నది మాటలు కాదు. తనవారిని, ఇతరులను కలుపుకుంటూ, ఐక్యంగా విజయం సాధించాలంటే మాంచి టీం ఉండాలి. సాంకేతికంగా ఎంత అభివృద్ధి సాధించినా, ముందున్నా, వాటితోపాటు వీటినీ...

To have an Effective Team, Create a Climate Where everybody can feel at ease, expressing their opinions... పాటించాలి. మానవ సంబంధాలు ఎంత ముఖ్యమో, వాటిని నిలబెట్టుకోవడం కూడా అంతే ప్రధానం అన్నదాన్ని సూచిస్తుందీ నవల.

విద్యావంతులైన యువతకు కరదీపిక వంటి ఈ కథనాలు వైద్య విజ్ఞాన, సామాజిక ఆర్థిక రాజకీయ కుటుంబ సాంకేతిక, వ్యాపార వాణిజ్య రంగాలకు సంబంధించిన హైటెక్ మెలకువలతో, అవగాహన తో కూడిన వ్యక్తిత్వ వికాసాన్ని పుష్కలంగా అందిస్తుందీ 'నాలుగు తరాలు.'

విస్తృత నవలా ప్రపంచం లో ఇప్పటిదాకా వచ్చిన నవలల కంటే, పూర్తిగా భిన్నమైనదీ నవల. ఒక భవన నిర్మాణంలో ఇంటిరియర్ డెకరేషన్ కేవలం ఒక భాగం మాత్రమే. కానీ భవన పటిష్టత పునాది మీదా, పైకి లేచిన గోడలమీదా, పై కప్పు పైనా, నిర్మాణ దశలో చేపట్టే 'క్యూరింగ్' పైనా, వాటిల్లో వాడిన సరుకు పైనా ఆధార పడి ఉంటుంది!

నవలా నిర్మాణం కూడా అంతే.

కధ, కధనాలు, సంభాషణలు, ఇతివృత్తానికనుపైన వాతావరణ కల్పన, పాత్ర ఔచిత్యం, చెప్పదలుచుకున్న విషయాన్ని పక్క దారి పట్టించకుండా, సూటిగా స్పష్టంగా, ఆసక్తిదాయకంగా చెప్పడం లోనే ఉంటుంది. ఇది రచయిత తొలి నవలే అయినా, అన్ని విధాలా పఠనానందాన్ని అందిస్తుంది. ఆద్యంతం గొప్ప 'రీడబులిటీ' ఉన్న నవల. ఒక జీవిత చరిత్ర చదువుతున్న, ఒక మంచి సినిమా చూస్తున్నట్లుండే, నవ్య రీతిలో సాగిన 'ఫీల్ గుడ్' కధనం.

"ఇందులోని సంఘటనలు చాలామట్టుకు నా జీవితంలో జరిగినవే. కొన్ని సంఘటనలు 'ఇలా జరిగితే బాగుణ్ణు' అని నేను ఉహించుకున్నవి. మిగతావి కేవలం కల్పితం. నా ఉహా మాత్రమే..." అన్నారు రచయిత. అందుకే అంత సహజంగా అమరింది రచయిత ఆదర్శం.

వాస్తవ కల్పనల సమాహారమే ఫిక్షన్. 2010 లో అనుకున్న ఆ భావన, అక్షర రూపం దాల్చి, పాఠకుల వద్దకు చేరే సరికి ఇన్నేళ్ళు పట్టింది.

ఒక మెగా సీరియల్ కి సరిపడ్డ స్క్రీన్ ప్లే ఈ నవల. ఎక్కడా విసుగనిపించని జీవితానుభవాలు, కమనీయ కల్పనాలు, అనుసరణీయ ఆదర్శ బాటలోవిరిసిన ఆశల సుమాలనందించే 'నాలుగు తరాలు' నిరంతరం ఇంటి గ్రంధాలయం లో ఉండి తీరాల్సిన నవలారాజం. రచయిత ప్రసాద్ కి ప్రత్యేక అభినందనలు. మరిన్ని రచనలు చేయాలని ఆశిస్తూ, శుభాకాంక్షలందిస్తున్నాను.

డా. కె బి లక్ష్మి.
హైదరాబాదు 02.12.2016

Acknowledgements

నేను కృతజ్ఞతలు చెప్పుకోవలసిన వారు చాలా మంది ఉన్నారు. అందరి పేర్లూ ఉదహరిస్తే చాలా పెద్ద గ్రంధమౌతుంది. కాబట్టి మచ్చుకి కొన్ని....

ముందుగా ఈ నవలని ప్రచురించడంలో తమ సహాయ సహకారాలందించిన 'నోషన్ ప్రెస్ Notion Press' వారికి. ముఖ్యంగా ఈ పుస్తక ముద్రణ వివిధ దశల్లో సహకరించిన శ్రీ నవీన్ వల్సకుమార్, శ్రీ ఎస్.జార్జ్ స్టీఫెన్, ప్రీతీ కేబా, దీపికా విక్రం, యామినీ శేఖర్ గార్లకీ... తరువాత శ్రీ పొట్టిశ్రీరాములు విశ్వవిద్యాలయం వారికి.

ఎంతో శ్రమ తీసుకుని, నా గ్రంధాన్ని చదివి, తన ముందుమాట రాసిచ్చిన డా. కె బి లక్ష్మి గారికీ, వారిని సూచించిన తెలుగు విశ్వ విద్యాలయ మాజీ విస్తరణాధికారి శ్రీ చెన్నయ్య గారికీ,

జడ భరతుడు రహూగణుడితో తెల్పినట్టుగా, నా స్ఫూర్తి ప్రదాతలకీ.... వారి వల్ల నేను స్ఫూర్తి పొంది నట్లు వారికే తెలియదు. అయినా నేను కృతఘ్నుడిని కాలేను. అందుకే, అక్షరాల్లో నా భావాల్ని పెడతాను.

ముందుగా నా పిల్లలు బాబీ, బుజ్జీ, నా కోడలు సుగుణ శ్రీ, (వీళ్ళకి తెలుగు చదవడం నామోషీ) ఇంకా నా శ్రీమతి విజయగార్లకి (ఈవిడకి టీ వి సీరియల్స్ తప్ప మిగతా వాటిని చూడలేని దృష్టి దోషం). ఈ నవల చిత్తు ప్రతి సందర్భం లో గాని, శుద్ధ ప్రతి సందర్భం లో గాని నన్ను పట్టించుకోకుండా, "ఈయన్ని అలా రాసుకోనిస్తేనే మనకి సుఖం. మన జోలికి రాడు" అనుకుంటూ, మరింత స్వేచ్ఛా వాయువులు పీల్చుకున్న పైవారికి నేనే కృతజ్ఞుడిని. వాళ్ళు నన్ను డిస్టర్బ్ చెయ్యలేదు కదా! ఆవిధంగా వారు నాకు సహాయ పడ్డారు!

అలాగే మా చిన్నన్నయ్య చంద్ర శేఖర్ (మాజీ స్క్వాడ్రన్ లీడర్ ఇండియన్ ఎయిర్ ఫోర్స్), వాళ్ళ పిల్లలు శంకర్, రవీలకీ, మా చెల్లెలు లక్ష్మీ శకుంతలా, వాళ్ళ పిల్లలు శ్రీధర్, (ప్రస్తుతం సింగపూర్ లో జాబ్ చేస్తున్నాడులెండి.) మాధవీ లకీ. మా తమ్ముడు రామక్రిష్ణ ఉరఫ్ రాంబాబు, వాడి భార్య మాధవి, వారి పిల్లలు సాయి, దీపికలకీ కూడా! వారు నాకు స్ఫూర్తి ప్రదాత లని వారికే తెలియదు.!

ఆలాగే నా రచనలన్నిటికీ ప్రధమ శ్రోతా, విమర్శకురాలూ అయిన శ్రీమతి ఆచంట రాజేశ్వరికి కూడా. 25వ చాప్టర్ లోని విషయాలు చాలామట్టుకు తను చెప్పినవే! థాంక్యూ రాజేశ్వరీ!

అలాగే నా చిన్నప్పటినుంచీ ఇప్పటివరకూ మిత్రులుగానే కొనసాగుతున్న, పెమ్మరాజు మురలీధర్, పేరి శ్రీనివాస్, నాదెళ్ల ప్రభాకర్, ఆండుగుల సుధాకర్, ఎన్నార్ శర్మ, వెలమకన్ని రమణమూర్తి, ఆందోలు శంకర్రావ్, సి. రామకృష్ణ, ఎస్వీ, ఎస్సెల్ లకి కూడా! వాళ్ళని దృష్టిలో పెట్టుకునే, వాళ్ళనుండి పొందిన ఆ స్ఫూర్తితోనే, ఈ నవల రాశాను.

మరో ముఖ్య వ్యక్తి ఎవరంటే మా వదిన గారి పెద్ద కూతురు లక్ష్మి. దానికి ఇహ సౌఖ్యాలు అన్నీ పుష్కలంగా ఉన్నా, స్థిరాస్థులూ, చరాస్థులూ కూడా చాలినంత ఉన్నా సరే, తన సాధారణ జీవన శైలి తోటీ, తన మాటల తోటీ ఇతరులని ఆకట్టుకుంటుంది. అది నా కూతురుగానే ఎందుకు పుట్టలేదనీ, వచ్చే జన్మ లో అయినా ఆ తప్పు జరక్కుండా చూడమనీ, భగవంతుడిని ప్రార్ధించిన సందర్భాలెన్నో ఉన్నాయి.

52 వ చాప్టర్ లో ప్రకాష్ అంటాడు "వీళ్ళందరికీ ఇంతటి సింప్లిసిటీ...ఇంతటి మంచితనం...ఎలా వచ్చాయా అని నేను ఆశ్చర్యపడిన సందర్భాలూ ఉన్నాయ్." ఆమాట కి మా లక్ష్మే ఉదాహరణ. ఆ సర్వాంతర్యామి వచ్చే జన్మలోనైనా నా కోరిక తీరుస్తాడని ఆశిస్తాను.

ఆఖరుగా, నా ప్రయత్నాని ఆశీర్వదించి, సఫలం చేసే నా పాఠక లోకానికి, మరిన్ని కృతజ్ఞతలు!

-ప్రసాద్.

02.02.2016

01

05.05.2060, హైదరాబాదు

"అమ్మా.... చూడు. మళ్ళీ మొదలెట్టారు డాడీ. మళ్ళీ అదే లెసన్." ప్రమోద్ కోపంగా అరిచాడు తల్లిమీద.

లోపల్నుంచి తువ్వాలుతో చేతులు తుడుచుకుంటూ హాల్లోకి వచ్చింది ప్రశాంతి. "డాడీ చెబుతున్నదేమిటో నాకూ తెలుసు. కావాలనే మీకు మళ్ళీమళ్ళీ చెబుతున్నారు. డాడీని ఇద్దరం కలిసి ఏడిపించే విషయంలో నేను నీకు సపోర్ట్ చేస్తాను. కానీ, ఈ విషయంలో మాత్రం సారీ. డాడీ చెబుతున్నది విని, అర్ధం చేసుకో. అండర్ స్టాండ్?"

"ఇట్జ్ నాట్ పాజిబుల్ మమ్మీ" అంది శ్రావణి అన్నగారిని వెనకేసుకువస్తూ.

"వాట్ ఈజ్ నాట్ పాజిబుల్? అర్ధంచేసుకోవడమా? ఆచరించడమా?"

"ఆచరించడమే. ఎప్పటివో పురాణాల్లోంచి కధలూ, కబుర్లూ తీసుకొచ్చి, అవి మామీద పడేసి, అప్పటిలాగే ఇప్పుడూ బతకండీ అంటే, ఎలా కుదురుతుంది? అప్పట్లో ఈ బిజీలైఫ్ ఏది? బ్రాహ్మలంతా ఏ మంత్రాలు చదువుకోవడమో, లేక బ్రాహ్మణార్థాలు చేసుకోవడమో...అంతే కదా? ఇప్పుడు నిజంగా 'బ్రాహ్మలు' అన్నవారు ఎంతమంది మిగిలారు? మనల్ని మనం 'బ్రాహ్మలు'గా అనుకోవడమే తప్ప, ఈ విషయాన్ని రికార్డ్స్ లో కూడా రాయడంలేదే? ఎస్సీ, ఎస్టీ లు తప్ప, మిగిలినవారంతా ఓసీలే!" శ్రావణి చాలా ఉక్రోషంగా అంది.

"ప్రపంచం మారుతోంది మమ్మీ. నువ్వు కూడా మారాలి. డాడీ కూడా. లేకపోతే... ఈ రేస్ లో మనం చాలా వెనకబడిపోతాం." ప్రమోద్ గో...ప్ప తెలుసున్న వాడిలా చెప్పాడు.

"డాడీ చెబుతున్న దాంట్లో నాకేమీ తప్పు కనబడడంలేదు. అది ఆచరించలేము- అన్నది వదిలేద్దాం. వై నాట్ వుయ్ ట్రై? మీ తాతగారు ఆచరించారు. మీ ముత్తాతగారు కూడా... మీరూ వాళ్ళ బ్లడ్డే! మీరూ అలా ఆచరించి, మీ తరువాత తరాల వారికి ఆదర్శంగా నిలవండి. డాడీ మిమ్మల్నేమీ లక్షలు లక్షలు సంపాదించి పెట్టమని అడగడం లేదే?

ఏం చేసినా ఏం సంపాదించినా, దట్ షుడ్ బీ మోరల్, లీగల్ అండ్ ఎథికల్... ధర్మానికీ, చట్టానికీ, నైతికతకీ, విరుద్ధం కానట్టుగా నీ సంపాదనా, జీవన విధానం, ఉండాలన్నారు. ఇందులో తప్పేం ఉంది? వై డోంట్ యూ ట్రై?" ప్రశాంతి ఇంకా ఆవేశంగా అంది.

"మమ్మీ మా ముత్తాత గారేమో ట్వెంటీయత్ సెంచరీ...మా తాతగారు ట్వెంటీ అండ్ ట్వెంటీఫస్ట్ సెంచరీస్. మా నాన్నది ట్వెంటీ ఫస్ట్. మనం అప్పుడే ట్వెంటీ ఫస్ట్ లో లాస్ట్ కి వచ్చేస్తున్నాం.ఇప్పుడు 2060 లో ఉన్నాం. ఇంకా అవే...కాలంచెల్లిన ధర్మాలు వల్లెవేస్తూ కూర్చుంటే ఎలా?" అంది శ్రావణి.

"సారీ. మీరు జీవించే విధానాల్లో మార్పులొచ్చాయేమో గానీ, మన పురాణాలూ, పెద్దలూ ప్రవచించిన నీతుల్లోనూ, ధర్మాచరణలోనూ, ఎక్కడా మార్పు రాలేదు, రాదు కూడా. మీ తాతగారూ అలాగే జీవించారు. మా తాతగారు కూడా! మరి మీరెందుకు అలా జీవించలేరు? మీ ఇద్దరిదీ కూడా ఆ రక్తమే! అంటే ఆ జీన్స్ ఇప్పటికీ మీ వంట్లో ఉన్నాయన్నమాట. మాలోనూ ఆ రక్తం ఉంది అని నిరూపించుకోడానికైనా, నాన్నగారు చెప్పినట్టు వినండి.

మీ కన్ని విషయాలూ కాలంచెల్లినవే! గాంధీగారూ అబ్సో లీటే! అలాగే మీ తాతా ముత్తాతా కూడా అబ్సో లీట్! పురాణాలూ దేవుళ్ళూ కూడా పాతకాలంనాటివి కాబట్టి, అవీ వదిలెయ్యాలి, లేకపోతే మార్చెయ్యాలి. కానీ, వీటన్నిటీ కూడా ఏదో ఒక మూలకారణం అంటూ ఒకటి ఉండాలికదా? లైక్, మీరు మీ తాతా ముత్తాతల నుంచి వచ్చినట్టుగా, ఈగ్రహాల చివరగానీ, లేక ఆ పైనుండి గానీ, ఒక ఆధారం, ఒక బేసిస్...అదే మీ బిగ్ బాంగ్ థియరీ లాంటిది ఉండాలి కదా? అదే.... ఆ విషయమే, మన వేదాలూ, పురాణాలూ, ఉపనిషత్తులూ, పూర్తిగా చెబుతాయి. అర్థం అయ్యిందా?" అంది ప్రశాంతి.

ప్రణవ్ మళ్ళీ కలగ జేసుకున్నాడు. "చూడండి...మీరెంత వాదించినా సరే, మీరలా జీవించి తీరాలనే నేను చెబుతాను. ఎలాగోలా జీవించడం, సంపాదించడం ...కాదు. అది ధర్మబద్ధంగా.... న్యాయంగా సంపాదించండి. అలాగే జీవించండి. అదే నేను చెప్పేది. నా పిల్లలైనందుకు మీరు ఇది చేసి తీరాలి. కనీసం నేను జీవించి ఉన్నంతవరకూ, మిమ్మల్ని ఈ దారి తప్పనివ్వను."

శ్రావణీ, ప్రమోద్ లిద్దరూ ఒకల్నొకళ్ళు చూసుకున్నారు.

"ఓకే డాడ్... నువ్వు చెప్పినట్టే వింటాం. మేమింకా పూర్తి స్థాయి లో మన కంపెనీల్లో బాధ్యతలు తీసుకోడానికి, ఇంకా టైముంది కదా? నా ఐ ఏ ఎస్ హోదా ని పక్కకి పెట్టు. వచ్చే నెలలో శ్రావణి ఇంజినీరింగ్ రిజల్ట్స్ వచ్చాక అప్పటినుంచీ మొదలెడతాం. ఈ లోపులో మా 'ఫుడ్ బీ' లని కూడా ఒప్పించగలం. అదేమంత పే...ద్ధ కష్టం కాదులే. వాళ్ళదీ ఈ రక్తమేగా! కానీ ఒఖ్ఖ మాట చెప్పు. మీ తాతగారూ, మా తాతగారూ కూడా, ఎప్పుడూ ఈ రూల్ కి కట్టుబడే జీవించారా?" తండ్రిని రెచ్చగొడుతూ అడిగాడు ప్రమోద్.

"యస్. వారు అలాగే జీవించారని నేను గొప్పగా, గర్వంగా చెప్పగలను. మీక్కూడా వినాలనుంటే చెప్పండి. మొత్తం మన వంశవృక్షం గురించి అంతా చెబుతాను. ఆర్ యూ రెడీ?"

"బాబూ...ముందు ఈ బ్రేక్ ఫాస్ట్ కార్యక్రమం అయిపోయాక అప్పుడు మొదలెట్టండి. తీరుబడిగా నేనూ వింటాను. మధ్యాహ్నం లంచ్ బయటనుంచి తెప్పించుకుందాం." అంది ప్రశాంతి.

"డన్." ఈ ప్రొపోజల్ కి పిల్లలిద్దరూ ఎగిరి గంతేశారు.

బ్రేక్ ఫాస్ట్ అయ్యాక అందరూ హాల్లో, తమ తమ సోఫాల్లో సెటిల్ అయిపోయారు. "డాడీ ...నువ్వు తొందరగా కంప్లీట్ చేసెయ్. నేను రేపట్నుంచీ వన్ వీక్ మీతో గడపడానికే లీవ్ పెట్టినా, మన 'ఫొర్సెప్స్' తో కూడా గడపాలికదా? పిల్లలమంతా కలిసి నార్త్ కి టూర్ వేసుకున్నాం. శ్రీ లక్ష్మి ఆ ఏర్పాట్లు చూస్తోంది. కాబట్టి, ఇంకొన్ని గంటలే మేం మీతో గడిపేది. అది తెలుసుకోండి.

మోర్ ఓవర్ ఈవెనింగ్ 4 pm నుంచీ ఇంటర్ ప్లానెటరీ క్రికెట్ మాచ్ లైవ్ టెలికాస్ట్ వస్తుంది. ఐ డోంట్ వాంట్ టూ మిస్ ఇట్." అన్నాడు ప్రమోద్.

"నో డూ ఐ ప్రమోద్!" అంది వాళ్ళమ్మ ప్రశాంతి.

"సరే, ఇక మొదలెడతాను. వినండి." ప్రణవ్ చెప్పసాగాడు...

"మా డాడీ ప్రవీణ్ గురించి మీకు తెలుసు కదా? అలాగే మా పెద్దత్త అపర్ణ, చిన్నత్త వైదేహి, చిన్నాన్న ప్రశాంత్... ఈ నలుగురూ మా తాత గారు ప్రసాద్ గారి పిల్లలు. వీరు ఏ విధంగా జీవించి, జీవితంలో పైకొచ్చి, మనల్ని అదే విధంగా జీవించమని ఉపదేశించారో... అట్టి కథాక్రమం బెట్టిదనిన......" కూనిరాగం తీస్తున్నాడు ప్రణవ్.

02

05.12.2004, హైదరాబాదు

NIMS కార్డియాలజీ చీఫ్ డాక్టర్ సుధాకర్ టేబిల్ మీద టెలిఫోన్ మోగింది. "హలో సుధాకర్... నేను బద్రీ ని... ఆర్థో చీఫ్ ని మాట్లాడుతున్నాను. నీ దగ్గరికి దివాకర్ అనే పేషెంట్ వచ్చాడు. ప్రస్తుతం ICU లో ఉన్నాడు. ఆయన మన వాడే... నా ఫ్రెండ్ మోహన్ ఫాదర్. కొంచెం పర్సనల్ ఇంట్రెస్ట్ తీసుకో. ప్లీజ్."

"ష్యూర్ బద్రీ... నేను పేషెంట్ ని అటెండ్ అయ్యాక నీకు ఇన్ఫార్మ్ చేస్తాను. మీ ఫ్రెండ్ మోహన్ కి చెప్పు. ఆయన ఫాదర్ మన దగ్గర సేఫ్ అని" ఫోన్ పెట్టేసి, ICU వైపు నడిచాడు సుధాకర్.

"హౌ ఈజ్ ది పేషెంట్?" ICU లో బిజి గా ఉన్న డాక్టర్ వైదేహిని అడిగాడు సుధాకర్.

"ఎర్రిథ్మియా సర్. బీటా బ్లాకర్స్ ఇచ్చాం. ప్రస్తుతానికి ఏం భయంలేదు. హోల్టర్ కూడా పెడుతున్నాం. రేపు ఈవెనింగ్ కల్లా మనకి ఫుల్ పిక్చర్ వచ్చేస్తుంది" అంది డాక్టర్ వైదేహి.

"వైదీ... ఇది ఇన్ఫార్క్షన్ వల్ల కూడా కావచ్చు... ఒకవేళ మైల్డ్ బ్లాక్ కూడా ఉండి ఉండొచ్చు. ఎనీవే, మన బద్రీ ఫ్రెండ్ ఫాదర్ ఈయన. నో బద్రీ పర్సనల్ రిక్వెస్ట్ చేశాడు. టేక్ గుడ్ కేర్ ఆఫ్ హిం" అని కేస్ షీట్ చూశాడు.

"హలో వైదీ... ఈయనది మీ ఇంటి పేరే! సరిగ్గా గమనించావా?"

"లేదంకుల్. అసలు పేషెంట్ పేరు కూడా చెక్ చేసుకో లేదు. ఎమర్జెన్సీ నుంచి డాక్టర్ శ్రీలత ఫోన్ చేసి కేసు వివరాలు చెప్పి, పేషెంట్ ని ICU కి పంపిస్తున్నాం అని చెప్పింది. అంతే. ఇక్కడే మొత్తం కేస్ హిస్టరీ చూస్తున్నాను. ఇంతవరకూ పేరు కూడా గమనించలేదు. కేవలం ట్రీట్మెంట్ తోనే సరిపోయింది." అంది వైదేహి.

"ఒకే. ఈ పేషెంట్ గురించి ఇంకొంచెం శ్రద్ధ తీసుకో. బద్రీ విల్ ఆస్క్ మీ" అని చెప్పేసి వెళ్లిపోయాడు డా. సుధాకర్.

కాస్సేపటికి డా. వైదేహి బయటకి వచ్చి, ఆత్రంగా ఎదురు చూస్తున్న మోహన్ తో అంది. "మీ ఫాదర్ ఒకే. మైల్డ్ అటాక్. హోల్టర్ పెడుతున్నాం. రేపు సాయంత్రానికి అన్ని రిపోర్ట్స్ వచ్చేస్తాయి. మైల్డ్ సెడెటివ్స్ కూడా ఇచ్చాం. ఆయన హాయిగా నిద్ర పోతారు. ఇంకో గంటలో రూం లోకి కూడా షిఫ్ట్ చేస్తున్నాం. డోంట్ వర్రీ."

"థాంక్యూ డాక్టర్... ఏపైనా సర్జరీ లాంటిది చెయ్యాలా?"

“నో. ఇప్పుడు కాదు. అన్నీ రేపటి తరువాతే. ఇప్పుడు ఆయన అబ్జర్వేషన్ లో ఉన్నారు. డోంట్ డిస్టర్బ్ హిమ్. ఆయన్ని రూం లోకి షిఫ్ట్ చేశాక, డ్యూటీ నర్స్ మిగతా విషయాలు చెబుతుంది.” అంటూ పేషెంట్ కి హోల్టర్ అటాచ్ మెంట్ చెక్ చెయ్యడానికి వెళ్ళిపోయింది డా. వైదేహి.

పేషెంట్ ని రూమ్ లోకి షిఫ్ట్ చెయ్యడం. ఆ తరువాత మూడు రోజులు గడిచి పోవడం కూడా జరిగిపోయాయి. ఈ లోపులో పేషెంట్ భార్యా, పిల్లలూ, మనవలూ, అందరూ వంతుల వారీగా పేషెంట్ ని అటెండ్ అవుతూ డాక్టర్ల దగ్గరనుంచి వీలైనంత ఇన్ఫర్మేషన్ తీసుకుంటున్నారు. పేషెంట్ ఇంకా మగత గానే ఉన్నాడు.

రూమ్ బయట మోహన్ గారు తన భార్యతోనూ, తమ్ముడి తోనూ చెబుతున్నారు. “నేను ఆల్రెడీ డా. బద్రీ తో మాట్లాడాను. అతనికీ మన ఫైనాన్షియల్ పొజిషన్ తెలుసు. వీలైనంత కన్సెషన్ ఇప్పిస్తానన్నాడు. ఐ విల్ మానేజ్.” “హమ్మయ్య” అనుకున్నాడు ఆ తమ్ముడు.

ఈ లోగా డా. బద్రీ డా. సుధాకర్ ని కలిశాడు. “దట్ పేషెంట్ ఈజ్ ఓకే బద్రీ. మైల్డ్ ఎర్రిథ్మియా. హార్ట్ లో బ్లాక్స్ క్లియర్ చేసేశాం. ఇప్పుడేమీ లేవు. నో ఫర్దర్ సర్జరీ ఈజ్ నీడెడ్. ది పేషెంట్ ఈజ్ టూ ఓల్డ్. మెడిసిన్స్ తోనే కంట్రోల్ చెయ్యచ్చు. కోర్స్ ఆఫ్ ట్రీట్ మెంట్ వైదేహి తో డిస్కస్ చేసి చెబుతాను. యువర్ ఫ్రెండ్స్ ఫాదర్ విల్ బీ డిశ్చార్జ్ డ్ సేఫ్ లీ” డా.సుధాకర్ తన హామీ ఇచ్చాడు.

డా. బద్రీ ఈ విషయాన్నే తన ఫ్రెండ్ మోహన్ కి చెప్పడానికి వెళ్ళిపోయాడు.

ఈలోగా డా. వైదేహి సుధాకర్ దగ్గరికి వచ్చింది.

“బాబాయ్. ఆ పేషెంట్ మాటల్ని బట్టీ, ఆయన్ని అటెండ్ అవుతున్న పిల్లల్ని బట్టీ చూస్తూంటే, ఒకవేళ వీళ్ళు మాకు కావల్సివాళ్ళేనేమో అనిపిస్తోంది. ఏంచెయ్యను?”

“అనిపించడం ఏమిటి నీబొంద? హీ ఈజ్ యువర్ గ్రాండ్ ఫాదర్. కేథ్ లాబ్ లో నిన్న AL గాడు మీ గ్రాండ్ ఫాదర్ ని చూడడం, ఆయన్ని చెక్ చెయ్యడం... ఆ తరవాత ఫోన్ చేసి మీ నాన్నకి చెప్పడం, అది కన్ఫర్మ్ అవడం కూడా జరిగి పోయాయి. మీ నాన్నే నాకు ఫోన్ చేసి చెప్పాడు. హీ ఈజ్ ఎ ప్రెషస్ పేషెంట్ ఫర్ యూ. అందుకే నేను రాకుండా నిన్నే పంపుతున్నాను పేషెంట్ దగ్గరికి. నీ గురించి పూర్తిగా ఇన్ఫర్మేషన్ ఇవ్వద్దు అని మాత్రం మీ నాన్న నాకు ఫోన్ లో చెప్పాడు” అన్నాడు సుధాకర్.

“ఓకే అంకుల్. రాత్రి మా నాన్న తో కూడా మాట్లాడుతాను. వాళ్ళ ఫాదర్ ని నేనే ట్రీట్ చేస్తున్నానంటే, ఎంతో గొప్పగా ఫీల్ అవుతారు కూడా! సో లీవ్ ది పేషెంట్ టూ మీ.” అంది వైదేహి. “ష్యూర్. డన్.”

03

అక్కడ పేషెంట్ రూమ్ లో అంతా హడావుడిగా ఉంది. మోహన్ వచ్చి వైదేహి చేతులు పట్టుకుని, “డాక్టర్! చిన్నపిల్లవైనా, చాలా చక్కని ట్రీట్ మెంట్ ఇచ్చావు. మా ఫాదర్ ని మళ్ళీ ఇలా నవ్వుతూ చూస్తాననుకోలేదు. నీకు అభ్యంతరం లేకపోతే, మా ఇంటికి వచ్చి ఓ రోజు గడిపి వెళ్ళాలి. నువ్వు ఎప్పుడొస్తావో చెబితే, అప్పుడు నిన్ను పికప్ చేసుకుంటాను” అన్నాడు.

“మరీ అంత రిక్వెస్ట్ చేసెయ్యక్కరలేదు అంకుల్. నేనూ మా అక్కా కూడా వస్తాం. దానికి సండే అయితేనే కుదురుతుంది. మీ ఎయిర్ ఫోర్స్ క్వార్టర్స్ కి కాకుండా, తాతగారి ఇంటికే వస్తాం. బేగంపేట మాకు దగ్గరే కదా? నెక్స్ట్ సండే వస్తాం.”

“మరి మీకు ఎడ్రెస్ అదీ తెలియదు కదా? మా అబ్బాయిని పంపేదా?”

“ఏం అక్ఖరలేదు. మామ్మగారూ, ఆంటీ అన్నీ చెప్పేశారు. రూట్ మాప్ కూడా ఉంది. ఈ సండే పొద్దున్నే పది గంటలకల్లా మీ ఇంట్లో ఉంటాము. సరేనా?”

“థాంక్ యూ డాక్టర్... థాంక్ యూ.”

“అదేం? రెండు థాంక్స్ ఎందుకు?”

“ఒకటి... మినిమమ్ ఛార్జెస్ తో మా ఫాదర్ ని డిశ్చార్జ్ చేస్తున్నందుకు. రెండోది నువ్వు మా డాడీని చక్కగా ట్రీట్ చేసినందుకు.”

“రెండూ కూడా అన్ వాంటెడ్ అంకుల్. పేషెంట్ ని అటెండ్ అవడం నా డ్యూటీ. బిల్ అన్నది డా. సుధాకర్ ఇష్టం.”

“ఓకే...ఎనీవే మనం నెక్స్ట సండే కలుద్దాం. సరేనా? బై.”

04

19.12.2004, హైదరాబాదు

ఆదివారం పొద్దున్న దివాకర్ గారి ఇంట్లో హడావిడిగా ఉంది. మోహన్ గారు భార్యా పిల్లలతో సహా వచ్చేశారు. ఇంకో తమ్ముడూ చెల్లెలూ కూడా పిల్లలతోసహా వచ్చేశారు. వైదేహికి స్వాగతం చెప్పడం కోసం ఎదురుచూస్తున్నారు.

"నాన్నగారూ. నేను డాక్టర్ బద్రీ తో ఇన్ఫ్లుయెన్స్ చేయించిన మాట వాస్తవమే. కానీ ఈ వైదేహీ, చిన్నపిల్ల అయినా కూడా, మిమ్మల్ని చాలా శ్రద్ధగా, భాధ్యతగా ట్రీట్ చేసింది. డాక్టర్ సుధాకర్ కూడా ఇకముందు మిమ్మల్ని ఈ వైదేహీయే చూస్తుందని చెప్పారు కూడా. మనం ఆ అమ్మాయికి ఏమిచ్చి ఋణంతీర్చుకోగలం? ఈవాళ మనింటికి రావడానికి ఒప్పుకుందంటే, ఇది మనకి భగవంతుడిచ్చిన అవకాశం అనుకోవాలి. ఆ అమ్మాయి మన మీద చక్కని ఇంప్రెషన్ తెచ్చుకునేలా ప్రవర్తిద్దాం" అన్నాడు పెద్దకొడుకు మోహన్, కొంచెం హెచ్చరికగా.

"ఆ అమ్మాయిని చూస్తూంటే నిజంగానే ఏదో ఆనందం కలుగుతోందిరా. అందుకే మనింటికి రమ్మన్నాను. 'తాతగారూ' అని పిలుస్తూంటే, నిజంగా నా స్వంత మనవరాలే పిలిచినట్టు అనిపించింది" అన్నారు ఇంటి పెద్ద దివాకర్ గారు.

"డాడీ... ఆ అమ్మాయికి మన ఎడ్రెస్, రూట్ మాప్, ఫోన్ నంబర్ ఇచ్చింది నేను. నాతో చాలా బాగా కలిసి పోయింది. ఆంటీ...ఆంటీ...అని పిలుస్తూంటే, నేనే చెప్పాను 'అత్తా' అని పిలవమని. వైదేహిని నేను చూసుకుంటా లెండి" అంది కూతురు సుహాసిని.

ఇంతలో ఫోన్ మోగింది. మోహన్ కొడుకు దీపక్ ఫోన్ తీసుకున్నాడు. "అత్తా. వైదేహీ, వాళ్ళక్కా, ఇద్దరూ ఆటోలో బయలుదేరారుట. బేగంపేట రైల్వే స్టేషన్ కి రాగానే మళ్ళీ ఫోన్ చేస్తా మన్నారు" అన్నాడు దీపక్.

"ఆ అమ్మాయీ, వాళ్ళక్కా కూడా వస్తున్నారంటే... నాకు గాభరాగా ఉంది. వైదేహిని చూశాంకానీ, వాళ్ళక్క ఎలాంటిదో తెలియదు కదా? ఈ అక్కాచెల్లెళ్లిద్దరినీ మనం సరిగ్గా చూసుకోవాలన్న మాట" అన్నారు దివాకర్ గారి భార్య లక్ష్మిగారు.

ఇంతలో మళ్ళీ ఫోన్ మోగింది. ఈసారి సుహాసిని రిసీవ్ చేసుకుంది. "ఆ...ఆ బేగంపేట రైల్వే స్టేషన్ కి వచ్చేశారా? మన దీపక్ ని పంపిస్తున్నాను. మీరక్కడే ఉండండి."

"అఖ్ఖర్లేదు ఆంటీ. మేమిద్దరం నోట్లో నాలుక ఉన్నవాళ్ళమే. ఏమీ తప్పిపోము. ఎంక్వైర్ చేసుకుంటూ మీ ఇంటికి వచ్చేస్తాం. ఇంకో అయిదు నిముషాల్లో మీ ఇంట్లో ఉంటాం. కాకపోతే, అప్పుడే ఫోన్ చేస్తాం. సరేనా?" అంది వైదేహి.

"నాన్నగారూ...వాళ్ళిద్దరూ నడుచుకుంటూ వచ్చేస్తున్నారు. సరిగ్గా ఎంక్వైర్ చేస్తే రెండు నిమిషాల్లో ఇక్కడ ఉంటారు. అందరూ బీ రెడీ. దీపక్, నువ్వు స్టేషన్ వైపు నడిచి వెళ్ళి వాళ్ళని రిసీవ్ చేసుకుని రా" ఆర్డర్ వేసేసింది సుహాసిని.

ఆ ఆర్డర్ ఇంకా అమలు కాకుండానే, ఇంట్లో డోర్ బెల్ మోగింది. మోహన్ గారు తలుపు తీశారు. "వెల్ కమ్. వెల్ కమ్. అన్నమాట నిలబెట్టుకున్నావు వైదేహీ. థాంక్ యూ" అందరూ లోపలికి వచ్చారు.

అక్కాచెల్లెల్లిద్దరూ వెంటనే తాతగారికీ, మామ్మగారికీ, పెదనాన్నకీ, చిన్నాన్నకీ, పిన్నికీ, అత్తకీ పాదాభివందనం చేశారు.

"అరె...నువ్వు డాక్టర్ వి. ఇలా మాకు మొక్కడం ఏమిటి? మా ప్రాణాలు నిలబెట్టావు. మేమే మీకు నమస్కారం పెట్టాలి" పిల్లలిద్దరినీ లేవదీస్తూ అన్నారు తాతగారు.

"నేను డాక్టర్ గా రాలేదు తాతగారూ. జస్ట్ మా తాతగారింటికి వచ్చాను... అంతే! నాకో తాతగారు దొరికారని చెప్పగానే, మా అక్క కూడా తాతగారిని చూస్తాను అని పట్టుబట్టింది. ఇద్దరికీ కలిపి ఆదివారమే కుదురుతుంది. అందుకని దాన్ని కూడా తీసుకువచ్చాను. ఇదే మా అక్క అపర్ణ. సెక్రెటేరియట్ లో పనిచేస్తోంది" అక్కని పరిచయం చేసింది వైదేహి.

"ఇద్దరూ చూడ ముచ్చటగా ఉన్నారమ్మా. సెక్రెటేరియట్ లో ఎప్పుడు జాయిన్ అయ్యావు? ఏ సెక్షన్?" అడిగారు తాతగారు.

"ఆరేళ్ళవుతోంది తాతగారూ. మేజర్ ఇండస్ట్రీస్ డిపార్ట్ మెంట్. పెద్దగా పనీపాటా ఉండదు లెండి" అంది అపర్ణ.

"మావాడు ఒకడు జీ ఏ డీ లో సూపర్నెంట్ గా పనిచేస్తున్నాడమ్మా" అన్నారు మామ్మగారు.

"అమ్మో జీఏడీ వాళ్ళు సీయం డైరెక్ట్ కంట్రోల్ లో ఉంటారు. వాళ్ళు మా మీద తెగ పోజ్ కొట్టేస్తారు. మేము కూడా వాళ్ల జోలికి వెళ్ళం అమ్మో... జీఏడీనే?" అంది అపర్ణ.

ఈ లోపులో సుహాసిని కాఫీలు తీసుకొచ్చి, "వైదేహీ ఇదిగో కాఫీ... ఇంకో గంటలో లంచ్ చేసేసి, ఆ తరువాత అందరం మాట్నీ షో కి చెక్కేద్దాం. మా అన్నయ్య దగ్గర కారు ఉందిలే. దీపక్ టికెట్స్ బుక్ చేస్తాడు" అంది గొప్పగా.

"వద్దత్తా... భోజనాలయ్యాక హాయిగా అష్టాచెమ్మా ఆడుకుందాం. లేదంటే ఏ వైకుంఠ పాళీయో ఆడుకుందాం. మేము కూడా మధ్యాహ్నాన్ని కల్లా ఇంటికి వెళ్ళిపోవాలి. రేపటి వర్క్ కి ప్రిపేర్ అవ్వాలి కదా?" అంది వైదేహి.

"అదేమిటి? ఎం డీ చేస్తున్నావు, అష్టాచెమ్మా ఆడుతావా?" ఆశ్చర్యంగా అడిగింది సుహాసిని.

"అదోక రౌడీ పీనుగ అత్తా... అది మెడిసిన్ లో తప్ప ఇతర అన్ని విషయాల్లోనూ ఇంట్రెస్ట్ చూపిస్తుంది. అష్టాచెమ్మా ఏమిటి, చింతపిక్కలూ, పేకాటా కూడా ఆడేస్తుంది. కంపెనీ కావాలి. అంతే" అంది అపర్ణ.

అందరూ కబుర్లలో పడ్డారు. తాతగారు అడిగారు. "అవును వైదేహీ. మీ ఇంటి పేరు కూడా సోమయాజుల వారే అని అన్నావుకదా?"

"అవును తాతగారూ"

"మరి మీ నాన్న పేరేమిటి? ఎక్కడ ఉంటాడు?"

"మా నాన్న పేరు ప్రసాద్. సిటీ బాంక్ లో పనిచేస్తున్నారు. ఇక్కడ కాదు. ఇక్కడ నేనూ అక్కా మాత్రమే ఉంటున్నాం."

తాతగారికి ఏదో స్ఫురించింది.

"అలాక్కాదు. మీ తాతగారి పేరు, అమ్మపేరు చెప్తావా? నాకు తెలియని 'సోమయాజుల' వారు ఎవరా అని ఆలోచిస్తున్నాను."

"మాది తిరుపతి సైడు తాతగారూ. మావయ్యావాళ్ళు కూడా అక్కడివాళ్లే. అమ్మపేరు రాజేశ్వరి. వాళ్ళ పుట్టింటిపేరు తంజావూరు."

"అహా అలాగా...తమిళియన్ కుటుంబాలతో మాకు అంతగా సంబంధం లేదనుకో. అయినా మీ నాన్నతండ్రి... ఆ తాతగారి గురించి చెప్పు. ఆయన పేరేమిటి? ఎక్కడివారు?"

"మా తాతగారిని మేము చూడలేదు తాతగారూ. మా నాన్నగారి చిన్నతనంలోనే పోయారు ఆయన. ఆయన పేరు విశ్వేశ్వర్రావు. మిమ్మల్ని చూస్తే మా తాతగారు కూడా బతికుంటే, ఇలాగే ఉంటారని అనిపించింది... అందుకే మీరు రమ్మనగానే ఇక్కడికి వచ్చాను" అంది వైదేహి.

"బలే చిత్రంగా ఉందే? ఇంటిపేర్లు ఒక్కటే! కానీ మీరు అక్కడి రాయలసీమ వారు, మేమేమో కోనసీమవాళ్ళం. ఎలా? ఎక్కడో ఏదో లింక్ ఉండుండాలి...అది అర్థం కావడంలేదు" అన్నారు తాతగారు. అప్పటికే ఆయనకి అర్థం అయినా, అంత త్వరగా బయటపడ దలచుకోలేదు. మళ్లీ తాతగారే,

"అది కాదు కానీ, మీ అమ్మగారి గురించి చెబితే మాకేమీ తెలియడంలేదు. మీ నాన్నగారూ, తాతగారూ, వీలైతే మీ ముత్తాత గారూ...వీళ్ళగురించి ఇంకొంచెం చెప్పు. నాకూ ఓ ఐడియా వస్తుంది" అన్నారు.

"నన్నడగండి తాతగారూ. నేను చెబుతాను కదా? మా ముత్తాతగారూ వాళ్ళది అమలాపురం దగ్గర ఏదో ఊరు. మా అసలు తాతగారి గురించి ఎక్కువ తెలియదు. మా నాన్నగారు పదిహేనేళ్ళ వయస్సులో మా చిన తాత గారికీ, మామ్మకీ చెప్పకుండా ఇంట్లోంచి వచ్చేశారు. అప్పటినుంచీ మాకూ వాళ్ళకీ కంటాక్ట్స్ కూడా లేవు. అయితే నాన్నగారు కొంచెం కష్టపడి చదువుకుని పైకొచ్చారు. అదీ కథ" అంది అపర్ణ.

తాతగారికీ మామ్మగారికీ కూడా ఈసారి ఏదో స్ట్రైక్ అయ్యింది.

"ఎక్కడనుంచి పారిపోయాడు? ఏ వూర్లోంచి? ఎప్పుడు?"

"తన హైస్కూల్ ఎక్జామ్స్ రాయగానే పారిపోయారుట. అప్పుడు మా నాన్నగారు వాళ్ళూ విజయనగరం లో ఉండేవాళ్ళు. చిన తాతగారు ఇంకెక్కడో ఉండేవాళ్ళుట. చిన్నప్పటినుంచీ, ఈ చిన తాత గారిదగ్గరే పెరగడంతో, వాళ్లనే అమ్మా నాన్నాని అనేవారుట. మా తాతగారూ వాళ్ళ ఫొటోలు కూడా మావద్ద లేవు" అంది అపర్ణ.

అంతే, మిగతా అందరి మొహాలూ ఆనందంతో మెరిశాయ్.

"అయితే వాడు మావాడే అయ్యుండచ్చు. మావాడే చాన్నాళ్ళక్రితం ఇంట్లోంచి వెళ్ళిపోయాడు. వాడిని మెడిసిన్ చదివించనన్నానని కోపంవచ్చింది. కానీ వాడితోపాటు వాడి ఫ్రెండ్స్ కూడా ఓ

నలుగురు పారిపోయారు. అందులో ఇద్దరు రిటర్న్ వచ్చినట్టుగా కూడా తెలుసు. వీడే రిటర్న్ రాలేదు. వీడిమీద ఆశలు వదిలేసుకున్నాం. వీడిని చిన్నాడు అని పిలిచేవాళ్ళం. మీ నాన్నకి అలాంటి నిక్ నేమ్స్ ఏవైనా ఉన్నాయా?" అడిగారు తాతగారు.

"ఓ భేషుగ్గా! చిన్నాడు అనే నిక్ నేమ్ కూడా ఉందని మానాన్నగారు చెప్పారు. అయితే మీరే మా తాతగారు అన్నమాట. ఓహ్...వుయ్ ఆర్ సో హాపీ. ఇప్పుడే మా నాన్నగారికి ఈ విషయం చెబుతాను" అంది అపర్ణ.

"ఆగు. అప్పుడే కాదు. పూర్తిగా కన్ఫర్మ్ కానీ. మీ అమ్మా వాళ్ళ ఇంటి పేరు తంజావూరు అంటున్నావు కదా? మరి ఆ తాతగారి పేరు?"

"ఆయన పేరు మాధవన్. సర్వే డిపార్ట్మెంట్ లో పనిచేశారు. అర్ధాంతరంగా పోయారు. మా అమ్మమ్మే, మా మావయ్యనీ, మా అమ్మనీ పెంచి పెద్దచేసింది."

"అయితే సరిపోయింది. ఆ మాధవన్ నాతోపాటే పనిచేశాడు. వాళ్ళు బ్రాహ్మలు కాదు. నేను సర్వే డిపార్ట్మెంట్ లో అసిస్టెంట్ డైరెక్టర్ గా చేసి రిటైర్ అయ్యాను. కానీ మావాడు స్కూల్ ఫైనల్ లోకి వచ్చేసరికే మీ అమ్మావాళ్ళూ మద్రాస్ వైపు వెళ్ళిపోయారే? వీళ్ళెలా కలుసుకున్నారు? అసలు మావాడు ఎక్కడ ఉంటున్నాడు?" అనుమానం వచ్చింది తాతగారికి.

"అవును తాతగారూ. మానాన్నా, తన ఫ్రెండ్సూ కలిసి ముందు కలకత్తా వెళ్ళిపోయారు. అక్కడ వారం రోజులు గడిపేసరికి, తిండీ, ఇల్లూ, వీటి వాల్యూ, తెలిసొచ్చింది మిగతా వాళ్లకి. అయితే మా నాన్నా, ఇంకో ఇద్దరూ మాత్రం అక్కడే ఉండి పోయారు. మా నాన్నతో పాటే ఉండిపోయిన వాళ్ళు లక్ష్మణ్, శ్రీనాథ్. వాళ్ళు మీకు తెలుసా?"

"తెలియక పోవడమేమిటి?ఈ లక్ష్మణ్ అన్నయ్య నా క్లాస్ మేటూ, ఇప్పటికీ నా ఫ్రెండూ కూడా. వీడిని A L అనేవాళ్లం. నువ్వు శ్రీనాద్ అని అంటున్న వాడిని ఎస్ వీ అని పిలిచే వాళ్ళం. వీడు కూడా రిటర్న్ రాకపోవడంతో, వీడిమీదా ఆశ వదిలేసుకున్నారు వాళ్ళింట్లో వాళ్ళు" అందుకున్నాడు మోహన్.

"అయితే సరిపోయింది. ఈరోజే మా నాన్నకి ఫోన్ చేసి చెబుతాను" అంది వైదేహి.

"అసలు మీనాన్న ఎక్కడ ఉన్నాడు అన్నదానికి నువ్వు ఇంతవరకూ సమాధానం చెప్పలేదు" తమ్ముడి గురించి ఉత్సాహాన్ని అణుచుకోలేక పోతున్నాడు మోహన్.

"మానాన్న లండన్ లో ఉంటున్నాడు. నేనూ అక్కా ఇక్కడ ఉంటున్నాం. మా అక్క సెక్రెటేరియట్ లో జాబ్ చేస్తోంది కదా?"

"అరే...ప్రసాద్ లండన్ లో ఉంటున్నాడా? మీరిక్కడా? అదేం?"

"నాకు మెడిసిన్ పీజీ సీటు ఇక్కడ వచ్చింది. అక్క కూడా ఇక్కడే ఉంది కదా అని, ఇక్కడే జాయిన్ అయిపోయాను. మా డాడీ మీ అందరి గురించీ కూడా చెప్పారు." అంది వైదేహి.

"ఏం చెప్పాడేమిటి?" కుతూహలంగా అడిగింది సుహాసిని.

"తన చెల్లెలి ముద్దుపేరు నీరూ అని చెప్పాడు. అది మాచ్ అవడం లేదు. అలాగే అన్నయ్యని 'కన్నయ్యా' అని పిలిచే వారని కూడా చెప్పారు. మరి ఈ పెదనాన్నగారి నిక్ నేమ్ మాకు తెలియదు. అప్పట్లోనే మా పెదనాన్నగారు డిగ్రీ చదివారని కూడా చెప్పారు. ఇవన్నీ కూడా సరిపోతున్నాయో లేవో, మీరే చెప్పాలి." అంది అపర్ణ.

అవన్నీ కరెక్టే. నా పేరు నీరజా సుహాసిని. నీరూ అని మా నాన్నగారు పిలుస్తారు. నాకూ ఈ అన్న గురించి కొద్దికొద్దిగా తెలుసు. అయితే మా అన్నయ్య నిక్ నేమ్ కన్నయ్యే. కానీ మా అమ్మే ఇలా పిలుస్తుంది." అంది సుహాసిని.

"పోనీలెండి ఈ సందర్భంలోనైనా అందరం కలుసుకున్నాం. ముందు భోజనాలకి రండి." అన్నారు మామ్మగారు.

"మామ్మా... ఇంక మమ్మల్ని గౌరవించక్కరలేదు. మీ మనవలమే కదా? మేమే వడ్డించేసుకుంటాం. నువ్వూ తాతగారూ ముందు మీ భోజనాలు కానిచ్చెయ్యండి. మాది పిల్లల బాచ్" అంది అపర్ణ.

"అక్కా. మీ ఇద్దరినీ నా సిస్టర్స్ గా చెప్పుకోడానికి చాలా సంతోషిస్తున్నాను. వుయ్ ఆర్ టుగెదర్ ఎగైన్. లెట్ అజ్ సెలబ్రేట్." అన్నాడు దీపక్.

"ఏదైనా నెక్స్ట సండే కి పోస్ట్ పోన్ చెయ్యి దీపక్. మాకు ఈ ఒక్కరోజే ఖాళీ. మాక్కూడా ఈవాళే చేసుకోవలిసిన కొన్ని పనులు ఉన్నాయి. అందుకని మమ్మల్ని ఈవాల్టికి వదిలెయ్." అంది వైదేహి.

"వుయ్ టూ ఆర్ హాపీ దీపక్. వుయ్ హావ్ గాట్ అనదర్ బ్రదర్" అంది అపర్ణ.

"ఇలాంటి అన్నగారు ఒక్కడుంటే చాలు నాకు. వాడూ ఉన్నాడు...యూజ్ లెస్ ఫెలో" అంది వైదేహి.

"దీపక్... దాని మాటల్లో పడిపోకు. ఇది అసలే రౌడీ పీనుగ. దీని తమ్ముడి మీద ఇప్పటికే దాష్టీకం చేస్తుంది. దీని అన్నగారూ ఇదంటే భయపడి చస్తాడు" అంది అపర్ణ.

"అరే! మీకు ఇంకా అన్నదమ్ములు కూడా ఉన్నారా?" అడిగేసింది సుహాసిని.

"అవును అత్తా. మేమంతా కవలలం. ముందుగా అక్కా, ఇంకో గంట తరువాత మా అన్నా పుట్టారు. ఇంకో రెండేళ్ళకి, నేనూ మా తమ్ముడూ పుట్టాం ఓ గంట తేడాతో. మేం రెండు కవల జంటలం అన్నమాట" అంది వైదేహి.

"భలే ఇంట్రెస్టింగ్ గా ఉందే? అయితే నాకు నలుగురు మనవలు ఎక్స్ట్రాగా చేరారన్నమాట. సరే... వాళ్ళేం చేస్తున్నారు?" అడిగారు తాతగారు.

"మా అన్నయ్య ప్రవీణ్. అదే దీనికంటా ఓ గంట తరువాత పుట్టాడన్నానే, వాడు అన్నమాట. డిల్లీలో ఎయిర్ ఫోర్స్ లో, స్క్వాడ్రన్ లీడర్ గా చేస్తున్నాడు. ఇంకా లైఫ్ లో సెటిల్ కాలేదు. మా తమ్ముడు ప్రశాంత్, న్యూయార్క్ లో ఏదో చిన్న జాబ్ చేస్తున్నాడు. వాడూ సెటిల్ కాలేదు.

నేనొక్కదాన్నే ఇలా స్టైపండ్ తెచ్చుకుంటూ, అప్పుడప్పుడు అమ్మావాళ్ళకి పంపుతూ, వాళ్లకి సహాయం చేస్తున్నాను." అంది వైదేహి, అక్కడున్నవాళ్ళందరికీ జాలిగొలిపేలా.

"దాని మాటలు నమ్మకండి తాతా. అందులో ఆఖరి మాట అసలే తప్పు. దాని పైసలు ఆ బ్రహ్మదేవుడికి కూడా ఇయ్యదు. వాటిని దాచుకుని ఏంచేస్తుందో తెలియదు. మా అమ్మావాళ్లకి ఇది డబ్బు ఇవ్వడం అన్నది ఉత్తిమాట." అడ్డు తగిలింది అపర్ణ.

"అందుకే నిన్నెక్కడికీ తీసుకురాను. మెడిసిన్ చేస్తోందే చెల్లెలు...అని ఎక్కడా ఎవ్వరితోనూ గొప్పగా చెప్పుకోవు. ఇంత కుళ్ళుతనం, ఓర్వలేనితనం ఉండకూడదు బాబూ. అసలు అందుకే నీకు సెక్రెటేరియట్ లో ప్రమోషన్స్ రావడం లేదు" అంది వైదేహి కళ్ళమ్మట నీళ్ళొక్కటే తక్కువ అన్నట్టుగా.

"నాకు ప్రమోషన్స్ రాకపోతే నష్టం లేదుగానీ, ముందు నువ్వా దొంగ ఏడుపులు ఆపు. మనం తాతగారి దగ్గరికి వచ్చాం ...అది జ్ఞాపకం పెట్టుకో." అంది అపర్ణ.

"అందుకేనమ్మా...దానికి అన్ని హక్కులూ ఉన్నాయి. ఇక్కడ మీ ఇష్టం వచ్చినట్టు ఉండండి." అభయం ఇచ్చేశారు మామ్మగారు.

"మా మామ్మ గ్రేట్." అని గాల్లో ఓముద్దు పారేసింది వైదేహి.

"సరే, భోజనాలు చేస్తూ ఖబుర్లు చెప్పుకుందాం రండి. ఇంక మన బాచే మిగిలింది." అన్నాడు దీపక్.

❀❀❀

భోజనాలయ్యాక అపర్ణా, వైదేహీ ఇద్దరూ కలిసి అన్నారు.

"తాతగారూ. ఇంక మేము వెళ్ళొస్తాం. మా డాడీకి కూడా చెబుతాం. ఆయన కూడా కన్ ఫర్మ్ చేసేస్తే, ఇక మీరు మా సొంత తాతగారే! ఇది మా ఇల్లే! లేకపోతే...కేవలం తాతగారు గానే ఉంటారు. ఏది ఏమైనా మేమిద్దరం ఇక్కడికి వస్తూనే ఉంటాం. సరేనా?"

"చాలమ్మా...ఆ మాట చాలు. మీ ఇద్దరూ మాత్రం తరచూ వస్తూ ఉండండి." అన్నారు తాతగారు.

"మిమ్మల్ని బస్ స్టాప్ దాకా డ్రాప్ చేసేదా అక్కా" అడిగాడు దీపక్.

"వద్దు దీపక్. మాకు ఆటో దొరుకుతుందిలే. ఈ హైదరాబాద్ మాకు కొత్తేమీ కాదు." అంది అపర్ణ.

అక్కా చెల్లెల్లిద్దరూ వెళ్ళిపోయారు!

కాస్సేపటికి తాతగారు హాల్లో పిల్లలందరితో సమావేశం అయ్యారు.

"వాళ్ళని చూస్తూంటే ముచ్చటేస్తోంది. వాళ్ళల్లో మా అన్నయ్య పోలికలు చాలా కనిపిస్తున్నాయి. వాళ్ళు కనక నిజంగా మా అన్నయ్య మనవలే అయితే, ఆ చిన్నాడి పిల్లలే అయితే, అంతకన్నా సంతోషం వేరేదీ ఉండదు. నువ్వు ఆ రోజు చిన్నాడిని వెళ్ళగొట్టకుండా ఉన్నట్టయితే...ఇప్పుడు మనల్ని వాళ్ళు తాతా అని ధైర్యంగానే పిలిచేవారుకదా?" తాతగారు అన్నారు మామ్మగారితో.

"బాగుంది సంబడం. అదేదో నా ఒక్కర్తిదే తప్పన్నట్టుగా మాట్టాడుతారేమిటి? మీరు చెప్పిన సలహా ప్రకారమేగా నేను నడుచుకున్నాను? వాడు వెళ్ళిపోయాక కూడా, వాడిని వెతికే ప్రయత్నం ఏదీ చెయ్యకుండా, తిరిగి వాడొచ్చేస్తాడేమో నని, తొందరగా ఈ హైదరాబాద్ కి మకాం మార్చేశాం కదా? ఇందులో నా ఒక్కర్తి దే తప్పేం ఉంది?" ఘాటుగా సమాధానం ఇచ్చారు మామ్మగారు.

"అంటే అప్పట్లో మనింట్లో మన పెదనాన్నగారి అబ్బాయి ప్రసాద్ అని ఉండేవాడు చూడు... వాడి గురించేనా మీరు చెప్పేది? వాడే వెళ్ళిపోయాడు అని మీరు మాకు చెప్పారు కదా? మరి ఇప్పుడేమిటి వెళ్లగొట్టేశాం అంటున్నారు?" అడిగాడు మోహన్...

"ఆ అన్నయ్య గురించి నాక్కూడా జ్ఞాపకం ఉంది. మీ మాటల బట్టి, పెదనాన్నగారూ పెద్దమ్మా, గోదావరిలో కొట్టుకు పోయాక, వీడిని తెచ్చి మీ దగ్గర పెట్టుకున్నారు. కానీ అప్పుడు వీడు మన వసారాలో ఓ మూల గా పడుకునేవాడని జ్ఞాపకం." అంది సుహాసిని.

"మరీ ఏం తెలియనట్టు, నంగనాచి లా మాట్టాడకు." మామ్మగారికి ఆవేశం వచ్చింది. మీ పెద నాన్నగారూ పెద్దమ్మా కోటిపల్లి దగ్గర గోదార్లో సుడిగుండాల్లో కొట్టుకుపోయారని, మన బంధువులు ఖబురు చేస్తే, నేనూ మీ నాన్నా వెళ్ళి వీడిని తీసుకొచ్చి మనింట్లోనే పెంచాం. అప్పటికి వీడిపేర ఓ పదెకరాల భూమి ఉంది. మీ నాన్నగారికీ అంతే వచ్చింది. మనదేమో చుట్టాలూ పక్కాలూ అందరూ వచ్చీ పోయే ఇల్లు. వీడేమో మీ పెద నాన్నకి బాగా లేటు వయసులో కలిగిన గుంట వెధవ. అమలాపురం లో మూడోక్లాసు చదువుతున్నాడు అప్పుడు. మీ తాతగారు ముందే పోయారాయె. ఆయన మందులకీ, కర్మలకీ, అంతా నాన్నగారే ఖర్చు పెట్టారు.

మరి, తాతగారి ఆస్తి మనవలందరికీ సమానంగా రావాలి కదా? వీడొక్కడికీ పదెకరాలూ, మీ అందరికీ కలిపి పదెకరాలూ రావడం ఏంన్యాయం? అప్పటికీ మీ పెదనాన్నగారు చెప్పేవారు. నాకు పిల్లలు లేరు కాబట్టి, ఇవన్నీ నీ పిల్లలకే ఖర్చు పెడుతాను అని. ఇదిగో, మధ్యలో వీడు పుట్టాడు."

తాతగారు అందుకున్నారు...

"అప్పట్లో మా ఊరు మొత్తానికి నేనూ మీ మావయ్యే స్కూల్ ఫైనల్ దాకా చదువుకున్నది. మా అన్నయ్య నాన్నగారితో కలిసి బ్రాహ్మణార్థాలు చేసేవాడు. మా నాన్నగారికి కాలు విరిగి నప్పుడు నేనే ఖర్చు పెట్టాను. మా నాన్నగారు పోయాక, మా ఇద్దరికీ తలో పది ఎకరాలూ వచ్చింది. పైగా మా వదినకి కూడా పుట్టింటి వారిచ్చిన ఐదు ఎకరాలు ఉంది. మా వాడికి పిల్లలు లేకపోవడం తో, అది కూడా నా పిల్లలకే, అంటే మీకే ఇస్తాననే వాడు. అనుకోకుండా లేటువయసులో వీడికి ఈ చిన్నాడు పుట్టాడు. ఆ తరువాత ఏడెనిమిదేళ్ళకి మా అన్నయ్యా వదినా కూడా గోదాట్లో కొట్టుకు పోయారు."

కొంచెంసేపు ఆగి మళ్ళీ అన్నారు తాతగారు. "వీడు పుట్టకుండా ఉంటే, ఆ పదిహేను ఎకరాలూ కూడా మనకే వచ్చేవి. అప్పట్లో 'వీడు మా అన్నయ్యకి పుట్టలేదని' ఓ పుకారు కూడా ఉండేది. అయినా మా అన్నయ్య వీడిని వదలలేదు. చచ్చేవరకూ, మా అన్నయ్యా వదినా కూడా, వీడిని గారంగానే పెంచారు.

నేను కూడా నెల జీతగాడినే. నెలకొచ్చే జీతం మీదే బతకాలి. ఒక్కసారిగా ఒచ్చి పడిన ఖర్చు, మా అన్నయ్యా వదినల ఆఖరు కర్మలూ, ఆ తరువాత వీడి చదువూ, బట్టలూ, తిండీ వగైరాలకి, వాడికి రావలసిన ఆస్థి కంటే ఎక్కువే ఖర్చు చేసినట్టుగా మీ మావయ్యా, మా బంధువులూ కూడా ఒప్పుకున్నారు. అందుకనే, ముందు వాడి వాటా ఆస్థి అమ్మేసి ఖర్చులు గడుపుకొచ్చాం. కొన్నాళ్ళకి మీకో తమ్ముడు పుట్టాడు. ఇద్దరు కొడుకుల్నీ, ఓ కూతురునీ పెంచి పెద్దచేసి, పెళ్ళిళ్లూ అవీ చెయ్యాలంటే, నాలాంటి చిరుద్యోగి కి సాధ్యమా? అదే ఆలోచిస్తూంటే అమ్మ నా అభిప్రాయం అర్థం చేసుకుంది."

మామ్మగారు అందుకున్నారు. "అప్పుడు నేను చెప్పాను. మీ మనస్సులో భావాలు నాకు అర్థం అయ్యాయి. ఇప్పటివరకూ వాడిని మనం బాగానే చూసుకున్నట్టు లెఖ్ఖ. మనకి ఎలాగూ హైదరాబాద్ ట్రాన్స్ఫర్ అయింది కాబట్టి, వాడిని ఇక్కడే వదిలేద్దాం. ఇంట్లో మనం ఎంత చీదరించుకుంటున్నా, వాడు అవేమీ పట్టించుకోకుండా, చదువులో ఫస్ట్ వస్తున్నాడు. ఇంతవరకూ ఎక్కడా తప్పలేదు.

వాడే వాడి బతుకు తెరువు చూసుకుంటాడు. నేను వాడి విషయం చూసుకుంటా లెండి. ముందు మీరు హైద్రాబాద్ లో మనకో ఇల్లూ అదీ చూసి పెట్టి ఖబురు చెయ్యండి" అన్నాను.

లెఖ్ఖ ప్రకారం నలుగురు మనవల్లకీ ఇరవైఅయిదు ఎకరాలు పంచితే, ఒక్కొక్కడికీ ఆరు ఎకరాలు వస్తుంది. మీ తాతగారి కోసం అయిన ఖర్చులూ, మీ పెదనాన్నగారికి అయిన ఖర్చులకీ మూడెకరాలు

పోతే, ఇంకో మూడెకరాలు మిగులుతుంది వీడి వాటాకి. మరి నాలుగో క్లాస్ నుంచీ, స్కూల్ ఫైనల్ వరకూ వాడిని పోషించలేదా? అది సరి పోయింది. ఇంకా హైదరాబాద్ కూడా తీసుకెళ్ళి అక్కడ వాడికీ పెద్ద చదువులు చెప్పించి, మీ అందరికీ కూడా అలాగే చదువులూ పెళ్లిళ్లూ పేరంటాలూ చెయ్యాలంటే. మనకి డబ్బెక్కడొస్తుంది? అందుకే అంత్యనిష్ఠూరం కంటే ఆది నిష్ఠూరం మేలను కున్నాను.

అందుకే వాడిని పిలిచి, మేము ఇంక నిన్ను చదివించలేమనీ, ఇప్పటిదాకా చదివింది చాలనీ, మళ్లీ అమలాపురం వెళ్ళిపోతే, వాడి బంధువులు మళ్లీ వాడికి పౌరోహిత్యం వృత్తి చూపించకపోరనీ చెప్పాను. తప్పేముంది?" తనని తాను సమర్ధించుకున్నారు మామ్మగారు.

"ఆగండి. ఇప్పుడు పోట్లాట ఎందుకు? ఇది జరిగి అప్పుడే దాదాపు నలబై ఏళ్ళవుతోంది. వీళ్ళు చిన్నాడి పిల్లలేమోనని మీకు అనుమానం. అంతేకదా? ఒకవేళ వాడి పిల్లలే అయినా, వాడిని నేను కన్విన్స్ చెయ్యగలను. వాడు నాకు తమ్ముడే కదా?" అన్నాడు మోహన్.

"సరే, ఒక వేళ వాడి పిల్లలే అని తేలితే, అప్పుడేం చెయ్యాలో కూడా ఆలోచించండి. ఈ లోపులో వాడొకవేళ మనల్ని చూడ్డానికి వస్తే, ఆ రోజులూ, ఆ సంఘటనలూ... గుర్తుకొచ్చేలా మాత్రం మాట్లాడకండి. సరేనా?" అన్నారు తాతగారు.

"అవన్నీ నేనూ, దీపక్ చూసుకుంటాం. వాడి గురించీ, వీళ్లగురించీ కూడా పూర్తిగా ఎంక్వైర్ చేసి, మీకు ఎప్పటికప్పుడు విషయాలు చెపుతాంకదా? ఆ పని మాకు వదిలెయ్యండి. మీ అన్నగారి పిల్లలూ, మనవలూ, అలాగే మీ పిల్లలూ మనవలూ...వీళ్ల మధ్య తేడాని మీరు గుర్తించండి. వాళ్ళు ఎప్పటికీ మీ మనవలు కాలేరని వాళ్ళకి తెలియజెప్పండి" అన్నాడు మోహన్.

అందరూ తలాడించారు.

05

అపర్ణా, వైదేహీ, ఇద్దరూ కలిసి బేగంపేట రైల్వే స్టేషన్ వద్ద వైట్ చేస్తున్న తమ కారులో ఇంటికి వెళుతున్నారు. "నాన్నగారు చెప్పింది నిజమే అక్కా. వాళ్ళల్లో ఏమీ మార్పు లేదు. అవే దొంగ భేషజాలూ, నకరాలూ. వాళ్ళే చాలా గొప్పవాళ్ళు అయినట్టూ, మిగతా వాళ్ళంతా పనికి రాని వాళ్ళన్నట్టూ, మాటలు. నువ్వు సెక్రెటేరియట్ లో పనిచేస్తున్నావంటే, ఏదో క్లెరికల్ కేడర్ లో ఉన్నావు అనుకుంటున్నారు. అంతే కానీ నువ్వు జాయింట్ సెక్రెటరీ లెవెల్ లో ఉన్నావని తెలుసుకోలేకపోతున్నారు. వాళ్ళకి ఆ ఆలోచన కూడా రాదు. సెక్రెటేరియట్ లో ఏ పోస్ట్ లో ఉన్నావని కూడా అడగలేదు. వాళ్ళవాడు జీఏడీ లో సూపర్నెంటా?

అమ్మా, అన్నయ్యా... వీళ్లగురించి పట్టించుకోనేలేదు. వాళ్ళని శ్రద్ధగా ట్రీట్ చేశాను కాబట్టి, మనకి ఓ పార్టీ ఇచ్చేసి, చేతులు దులుపుకున్నారన్న మాట" కోపంగా అంది వైదేహి.

"అంతెందుకు వైదీ? మన దగ్గర ఫొటోలు లేవు, సరే? వాళ్ల దగ్గర డాడీ ఫొటోలు ఉండొచ్చు కదా? డాడీ కూడా చెప్పారు కదా ఉన్నాయని? అవి చూపించినా, కన్ఫర్మ్ అయ్యేది కదా? వాళ్ళకి మన అమ్మా వాళ్ళ నాన్నగారు తెలుసు. ఆ తాతగారు ఈయనకి సబార్డినేట్ కదా? వాళ్ళు బ్రాహ్మలు కాదనీ తెలుసు? మనం తన మనమరాళ్ళమేమో అనే అనుమానం అయితే ఉంది కానీ, అది వెంటనే క్లియర్ చేసుకోరు. కొంచెం టైమ్ తీసుకుంటారన్న మాట. నువ్వు అనవసరంగా లక్ష్మణ్ అని వాగావు. ఇప్పుడు పెదనాన్నగారు ఆ జనార్ధన్ రావుని పట్టుకుని, మన A L అంకుల్ గురించి చెబుతారు. ఇదో ప్రోబ్లెం అవుతుంది. అర్థం అయ్యిందా?" అంది అపర్ణ.

"ఏదో అనుకోకుండా నోరు జారాను. వాళ్ళు అంకుల్ ని పట్టుకుని, మనం అసలు మనవరాళ్ళమే అని తెలుసుకున్నా, ఆ తరువాత ఏంచేస్తారు? అది కదా ఆలోచించాల్సిన పాయింట్? నాన్నగారిని ఎలా ట్రీట్ చేస్తారు? మునపటి నౌకరు గానేనా? థింక్ ఆఫ్ దట్ మై డియర్ సిస్! ఓహ్ సారీ. మీ ఐ ఏ ఎస్సు లకి బుర్రలుండవు కదా? అన్నిటికీ యస్ అనడమే కదా? ఐ విల్ థింక్ ఆఫ్ దట్. యూ డోంట్ వర్రీ." అంది వైదేహి.

అక్కాచెల్లెల్లిద్దరూ నవ్వుకుంటూ జూబ్లీ హిల్స్ లోని తమ ఇంటికి చేరుకున్నారు.

06

అపర్ణా వైదీ కలిసి ఇంట్లోకి వస్తూండగానే శ్రీనాథ్ ఎదురొచ్చాడు. "రండి రండి వైదీ. అంతా సవ్యం గానే జరిగిందా?"

"ఒక్క ఫైవ్ మినిట్స్ మావయ్యా. కొంచెం ఫ్రెష్ అప్ అయి వచ్చేస్తాం. అప్పుడు బోలెడు విషయాలు మాట్లాడుకోవచ్చు" అంది అపర్ణ.

కాస్సేపు పోయాక వైదేహి, అపర్ణా, శ్రీనాథ్, పద్మా శ్రీధర్... హాల్లో కాఫీలు తాగుతూ మాట్లాడు కుంటున్నారు.

"మీరు చెప్పింది చాలావరకూ నిజం. మేము మనవల్లా ఉంటే బాగుంటుంది అనుకుంటున్నారు కానీ, నిజంగా మనవరాళ్ళయితే మాత్రం అక్ఖరలేదు. అదీ నాకొచ్చిన ఇంప్రెషన్" అంది వైదేహి.

"మిమ్మల్ని డ్రాప్ చేసి వచ్చాక మన డ్రైవర్ చెప్పాడు. ఆ ఇల్లూ, ఆ లొకాలిటీ, ఎలా ఉందో. మీ తాతగారూ వాళ్లలో ఏమన్నా మార్పొచ్చిందేమో అని అనుకుంటున్నారు నాన్నగారు. అంతేనా డాడ్?" అన్నాడు శ్రీధర్.

"మీ నాన్న అందుకే ముందుగా హెచ్చరించాడు మిమ్మల్ని... పూర్తిగా ఇన్ఫర్మేషన్ ఇవ్వద్దూ అని. మన గురించి ఏం చెప్పారు?" శ్రీనాథ్ అడిగాడు అపర్ణని.

"ఏమీ లేదు మావయ్యా... వాళ్ళు నా గురించి అస్సలు ఇంట్రెస్ట్ చూపించలేదు. నేను ఏదో సెక్రెటేరియట్ లో మేజర్ ఇండస్ట్రీస్ డిపార్ట్ మెంట్ లో పనిచేస్తున్నాను అంటే, అహ్ అలాగా అన్నారు. వాళ్ళకి వైదీ ఒక్కర్తే కనబడుతోంది. ఎం డీ చేస్తోంది చిన్నపిల్ల అయినా, పెద్ద డాక్టర్ అనుకుంటున్నారు."

"అది మరీ మంచిది. అప్పుడు వాళ్ళు ఎక్కువగా మన జోలికి రారు. అప్పూ, మన పెద్దవాళ్ళ గెస్ ఎప్పుడూ తప్పుకాదు" శ్రీధర్ అన్నాడు అపర్ణతో.

"అయితే నెక్స్ట విజిట్ ఎప్పుడని చెప్పారు?" పద్మ అడిగింది.

"ఫలానా రోజని చెప్పలేదత్తా. ఏదైనా మళ్ళీ నెక్స్ట సండే నాడే. ఈలోపులో వాళ్ళూ ఆలోచించుకుంటారు"

"అయితే ప్రసాద్ కి ఏం చెబుదాం?" పద్మ అడిగింది శ్రీనాథ్ ని.

"వాడితో నేను చెబుతాలే. అపర్ణా ఇంతకీ నువ్వు S V గాడి కోడలివి అని తెలుసా?"

"అదేమీ పట్టించుకోలేదు వాళ్ళు. అక్కకి పెళ్ళయిందా అని కూడా వాళ్ళు తెలుసుకోలేదు. మేమూ చెప్పలేదు" అంది వైదేహి.

"మా నాన్న పారిపోయాడన్నప్పుడూ, మా అమ్మా వాళ్ళు బ్రాహ్మలు కాదని చెప్పినప్పుడూ మాత్రం, వాళ్ళ మొహాల్లో సంతోషం, చాలా స్పష్టంగా కనబడింది" అంది అపర్ణ.

"అందుకే వాళ్ళని చాలా జాగ్రత్తగా డీల్ చెయ్యాలి" అన్నాడు శ్రీనాధ్.

"అది సరే కానీ, వాళ్ళ పిల్లలు ఏం చేస్తున్నారు?" కుతూహలంగా అడిగాడు శ్రీధర్.

"వాళ్ళ పెద్దబ్బాయి మోహన్ ఎయిర్ ఫోర్స్ లో స్క్వాడ్రన్ లీడర్. ఇంకో రెండేళ్ళలో రిటైర్ అవుతారు. రెండో అబ్బాయి మధుసూదన్ ఏదో ప్రైవేట్ కంపెనీ లో మేనేజర్. వాళ్ళమ్మాయి సుహాసిని. వీళ్ళకి దగ్గర్లోనే ఉంటోంది. వాళ్ళ పిల్లాడు శ్రీనివాస్. వీడింకా చిన్నపిల్లాడే. బహుశా టెంత్ చదువుతూండచ్చు. ఆ మోహన్ గారి పిల్లాడు దీపక్. వాడు మాకు అన్న అవుతాడు. వాడికి ఇంకా ఉద్యోగం రాలేదు." అపర్ణ విడమర్చి చెప్పింది భర్తకి.

"నాక్కూడా మీ తాతగారూ, మామ్మా, ఈ మోహన్, సుహాసినీ తెలుసు. ఈ మధుసూదన్ అప్పటికి బొత్తిగా చిన్న పిల్లాడు. అయితే వాళ్ళందరూ ఉన్నత ఉద్యోగాల్లో ఉన్నట్టేనా?" అడిగింది పద్మ.

"నేను గమనించినంత మట్టుకు, వాళ్లెవరూ కూడా పెద్ద పెద్ద ఉద్యోగాల్లో లేరు. తాతగారు సర్వేడిపార్ట్ మెంట్ లో అసిస్టెంట్ డైరెక్టర్ గా రిటైర్ అయ్యారుట. మా అమ్మా వాళ్ళ నాన్నగారు కూడా బతికుంటే అదే స్థాయిలో రిటైర్ అయ్యేవారు.

ఇక మోహన్ గారు స్క్వాడ్రన్ లీడర్. మన ప్రవీణ్ కూడా అప్పుడే వింగ్ కమాండర్ సెలెక్షన్ కి వెళ్ళొచ్చాడు. ఆఖరు వాడు మధుసూదన్. ఏదో ప్రైవేట్ కంపెనీ లో జాబ్ చేస్తున్నాడు. తనకి ఇద్దరు ఆడపిల్లలు. ఇద్దరూ చిన్న వాళ్ళే. ఇదీ వాళ్ళ కుటుంబం యొక్క ఆదాయం ... స్థితి గతులూ..." అపర్ణ చెప్పింది.

"మరి మీ నాన్న వాటా భూములు అమ్మేసి, ఇంకో ఇల్లు కట్టుకో లేదా?" రోషంగా అడిగింది పద్మ.

"ఐ డోంట్ నో. అవన్నీ తెలుసుకునే అవకాశం లేదు. సందర్భం కూడా కాదు. కానీ వాళ్ళది మరీ పెద్ద పెద్ద చదువులూ, పే...ద్ధ పే...ద్ధ ఉద్యోగాలూ, ఆదాయాలూ ఉన్న కుటుంబం మాత్రం కాదు. ఇది మాత్రం ఖచ్చితంగా చెప్పగలను." జవాబిచ్చింది అపర్ణ.

"కష్టపడ్డవాళ్ళకే సరైన ఫలితం వస్తుంది. మోసాలు చేస్తే ఆ ఫలితం నిలవదు. వాళ్ళ పిల్లలు ఎవరూ కూడా చెప్పుకోదగ్గ స్థాయి లో లేరంటేనే తెలుస్తోంది, వాళ్ళ ప్లాన్ లు వికటించాయీ అని. సరేలే, రాత్రి నేను మీ నాన్న తో చెబుతాలే. ఇంక డిన్నర్ ఏర్పాట్లు చూడండి. ఈవాళ త్వరగా పడుకోవాలనుంది." అన్నాడు శ్రీనాధ్.

"అదేం కుదరదు నాన్నా. వైదీ కాస్సేపయాక నిమ్స్ లో తన క్వార్టర్స్ కి వెళ్ళిపోతుంది. రేపట్నుంచీ అందరం ఎవరి జాబ్స్ లో వాళ్ళు బిజీగా ఉంటాం. కాబట్టి, మీరు మరోసారి మాకు మీ గురించీ, ఈ తాతగారి గురించీ, మీ ఫ్లాష్ బాక్ చెబితే, మీ నెక్స్ట జెనరేషన్ వాళ్ళం, మేము ఎలా ప్రవర్తించాలో నేర్చుకుని, మీ మనవళ్ళకి కూడా చెబుతాం" అడిగాడు శ్రీధర్.

"ఆ ఫ్లాష్ బాక్ లోకి... ఆ మైకంలోకి... వెడితే, మళ్లీ ఈ లోకం లోకి రాలేడు శ్రీ..." అంది పద్మ తన భర్త గురించి.

“అవును అది మా జీవితాలకి టర్నింగ్ పాయింట్. ఎలా మరచి పోతాం? మనం ఇప్పుడు ఇలా ఉండడానికి కారణం, మేము అప్పుడు అలా ఉండడమే.” శ్రీనాధ్ ఆవేశంగా అన్నాడు.

“మావయ్యా అప్పుడే మొదలెట్టొద్దు. ఇంకొక రౌండ్ కాఫీ తెస్తున్నాను. అప్పుడు స్టార్ట్ చెయ్యి” అంది వైదేహి.

అందరూ కాఫీలు తాగుతూ...శ్రీనాధ్ చెప్పేది కుతూహలంగా వినడానికి రెడీ అయ్యారు.

07

మే, *1965*

శ్రీనాధ్ చెప్పసాగాడు.

"వైదీ, అయితే వినండి. ఇది అరవైల నాటి మాట. బహుశా 1965 అవ్వచ్చు. అప్పటినుంచీ జరిగిన సంగతులు చెబుతాను.

చిన్నప్పుడు... అప్పుడు మేమందరం మా ఇనీషియల్స్ తోనే పిలుచుకునే వాళ్ళం. అవే మా నిక్ నేమ్స్ అన్న మాట. నేను ఎస్ వీ, అంటే శ్రీపాద వేంకట శ్రీనాధ్. వాడు ఏ ఎల్... అంటే అగ్నిహోత్రం లక్ష్మణ రావ్. మీ నాన్న ఎస్ పీ... అంటే సోమయాజుల ప్రసాద్. అలాగే కే ఎస్ పీ, కే ఆర్, వై ఆర్, కె ఏ, సీ ఏ... ఇలాగ అన్న మాట. టీ పీ అంటే మీ మావయ్య తంజావూర్ ప్రకాష్. టీ ఆర్ అంటే మీ అమ్మ రాజేశ్వరి. విజయనగరం లో, ఐదో క్లాసు నుంచీ ఒకే స్కూల్లో చదువుకున్నాం. ప్రకాష్ మాకు జూనియర్... అలాగే మీ అమ్మ వాడికి జూనియర్. మిగిలిన వాళ్ళమంతా ఒకే బాచ్ మేట్స్. కానీ నేనూ, మీ నాన్నా, ఈ ఏ ఎల్ గాడూ క్లాస్ మేట్సే కాదు బెంచ్ మేట్స్ మి కూడా.

మా నాన్నరమణారావ్ నాగపూర్ లో రైల్వే లో గార్డ్ గా పని చేసేవాడు. నా చిన్నప్పుడే మా అమ్మ పోవడంతో, విజయనగరం లో, మా అమ్మమ్మ గారింట్లోనే పెరిగాను. మా పక్క ఇల్లే ఏఎల్ వాళ్ళది. వాళ్ళఇంట్లో అద్దెకి దిగారు ఎస్ పీ వాళ్ళు. మేమంతా ఒకే ఈడు వాళ్ళం, ఒకే క్లాస్ వాళ్ళం అవడంతో, చాలా తొందరగా కలిసి పోయాం. అయితే అందరమూ కూడా ఒకే పరిస్థితిలోనే ఉన్నాం అని, ఆ తరువాత తెలిసింది.

మా నాన్న నాగపూర్ లో ఉన్నా, నన్ను చూడ్డానికన్నట్టుగా తరచూ విజయనగరం వస్తూండేవాడు. అదంతా నామీద ప్రేమే అనుకునేవాణ్ణి. కానీ, అది కాదు. మా పిన్నిని చూడ్డనికి నా సాకు తో వచ్చేవాడన్న మాట. నేను స్కూల్ ఫైనల్ కి వచ్చే సరికే, మా పిన్నీ మా నాన్నా ఇంట్లోంచి వెళ్ళిపోవడం, మా నాన్న నాగపూర్ లో జాబ్ మానేసి, భిలాయ్ స్టీల్ ప్లాంట్ కి మారిపోవడం కూడా జరిగి పోయాయి.

కొన్నాళ్ళ తరువాత మా పిన్ని వచ్చి ఆస్తంతా తన పేర రాయించుకుని వెళ్ళిపోయింది. నేను ఇంకా స్కూల్ ఫైనల్ పరిక్షలు కూడా రాయకుండానే, మా అమ్మమ్మా తాతా కూడా చనిపోయారు.

మా నాన్న అప్పుడు వచ్చి క్లియర్ గా చెప్పారు...అప్పటినుంచీ నేను ఉద్యోగం చేసుకుని బతకవలసిందే అని. నాతో ఎలాంటి సంబంధమూ పెట్టుకోననీ, తన వద్ద నుంచి ఎటువంటి సహాయమూ ఆశించద్దనీ...స్పష్టంగా చెప్పారు. తను మా పిన్నిని పెళ్ళిచేసుకోక మునుపే, తన సవతి చెల్లెలినీ, సవతి

తల్లినీ కూడా... మా పినమామ్మ అంటే, మా మామ్మకి చెల్లెలు వరసేలే... వాళ్ళ బతుకు వాళ్ళని బతకమనీ, తాతగారు చనిపోయిన తరువాత వచ్చిన పెన్షన్ డబ్బులూ కూడా వాళ్ళే తీసుకుంటున్నారు కాబట్టి, ఆ డబ్బులతో సరిపెట్టుకోమనీ చెప్పారాయె!

మా అత్తా వాళ్ళు కూడా, ఆ వూరులోనే, వేరే వీధిలో ఉంటున్నారు. అప్పట్లో మా అత్తా, మామ్మా... ఇద్దరూ కూడా మా తాతగారి పెన్షన్ తో సెట్టుకొచ్చేసే వారు. తనూ చిన్నపిల్లే అప్పటికి. కానీ తన కొత్త భార్యముందు, ఈ భాధ్యతలేవీ కనబడలేదు మా నాన్నకి. మా పిన్ని తన ఆస్థిని అమ్మెయ్యడానికి కూడా నిశ్చయించుకుంది. నేను త్వరలో ఆ ఇంట్లోంచి వెళ్ళిపోవాలి అన్న మాట.

నేనొక్కడినే ఆ ఇంట్లో ఉండడంతో, ఏ ఎల్ గాడూ, ఎస్ పీ గాడూ కూడా నాతో కలిసి పడుకోడానికి తయారయ్యేవారు. అప్పుడు తెలిసింది ఈ ఎస్ పీ గాడి అసలు కధ. వాడు వాళ్ళ చిన్నాన్న గారి ఇంట్లో ఉంటున్నాడు. వాళ్ళ నాన్నగారి ఆస్థి అంతా...ఈ చిన్నాన్నగారి అజమాయిషీ లోనే ఉంది. అలాగే వాళ్ళ అమ్మ ఇచ్చిన ఆస్థి కూడా. వాడు పొద్దున్నే ఇంటిపనులు అన్నీ చేసి, పిన్నికి వంట సామగ్రి అంతా అమర్చి, అప్పుడు స్కూల్ కి వస్తాడు. సాయంత్రం స్కూల్ నుంచి రాగానే, మళ్ళీ తన చెల్లెల్ని తీసుకుని షికారు కంటూ బయటకి వస్తాడు. అహ్ చెల్లెలంటే ఎంత ప్రేమ వీడికి? అని అనుకునేవాళ్ళం. అది వాడి డ్యూటీ అని మాకు తెలియడానికి చాలా టైం పట్టింది. వీడు కాకపోతే, ఆ అమ్మాయని బయట ఎవరు తిప్పుతారు? రాత్రి వాళ్ళంతా భోజనాలు చేశాక, ఇల్లు సద్దేసి, వీడు ఆ రూం లోనే ఓ వారగా చాపేసుకుని పడుకునేవాడు.

వీడికి కూడా ఇక ముందు చదువుకునే అవకాశం చాలా తక్కువ. ఎందుకంటే, వీడిని ఎలాగైనా వదిలించుకోవాలని వీడి చిన్నాన్నా పిన్నీ మాట్లాడుకోవడం వీడు విన్నాడు. ఆస్తి ఎలాగూ చిన్నాన్న అజమాయిషీలోనే ఉంది కాబట్టి తన చేతికి పైసా రాదు. పైగా చిన్నాన్నకి హైదరాబాద్ ట్రాన్స్ఫర్ కూడా అయిపోయింది. వాళ్ళు ఈ వేసవి సెలవుల్లో హైదరాబాద్ చెక్కేస్తారు. తన పిన్ని కూడా తనని బ్రాహ్మణార్థాలు చేసుకోమని ఈ మధ్యనే సలహా కూడా ఇచ్చిందాయె! వీడి భవిష్యత్తూ అయోమయమే!

అప్పుడు ఏ ఎల్ గాడు చెప్పాడు. "నాకేదో స్వంత ఇల్లూ, ఆస్థీ వచ్చేస్తాయని మీరు ఊహించకండి. మా అన్నయ్యకీ నాకూ పదేళ్ళ తేడా ఉంది. మా నాన్న ఎక్కువగా చదువుకోకపోవడం, ఉన్నవాళ్ళలోకి మా అన్నగారే ఎక్కువ చదువుకున్నవాడు అవడం తో, ఆస్థి వ్యవహారాలన్నీ మా అన్నయ్యే చూసుకుంటున్నాడు. పైగా మా నాన్నగారు అనారోగ్యం తో మంచాన పడడంతో, మా అమ్మానాన్నా ఇద్దరూ కూడా వాడిమీదే పూర్తిగా ఆధార పడుతున్నారు. వాడిని కాదని ఏ పనీ చెయ్యలేరు.

దీనికి తోడు అన్నయ్య మా పెద్దక్క కూతురినే చేసుకోడానికి ఖాయం అయిపోయింది కాబట్టి, మా అక్క కూడా వాడి పక్షమే. మా ఆస్థులన్నీ ముందుగా మా అన్నగారి పేర మీద రాస్తేనే, వాడు తన తల్లితండ్రులని చూసుకుంటాడు. లేకపోతే, తమ్ముడికి కూడా సగం భాద్యత ఇస్తాడు. ఆ తమ్ముడు ఇంకా చిన్నవాడు కదా? అలా మా అమ్మానాన్నా కూడా, వీడి దయాధర్మాలమీద ఆధారపడవలసి వస్తోంది అన్నమాట. పైగా ఈ వేసవిలోనే వాడి పెళ్ళి.

ఎందుకో కానీ, అప్పుడు మా అమ్మ కూడా ఎదురు చెప్పలేదు. తన మనవరాలే కోడలిగా వస్తుంది కదా! ఎప్పటికైనా పరిస్థితులు మారక పోతాయా అని అనుకునుండచ్చు. అయితే, మా అన్నగారు కిందటి నెలలోనే నాతో క్లియర్ గా చెప్పేశాడు. వాడి పెళ్ళయ్యాక అమ్మానాన్నలని తీసుకుని, వైజాగ్

లో కాపరం పెడతాననీ, నేను ఇప్పటివరకూ చదివింది చాలనీ, త్వరలో వేరే ఉద్యోగం చూసుకోమనీ. ఇప్పుడు చెప్పండి. నేను మీకంటే ఎంత బెటర్?"

"ముగ్గురం ఒకేరకమైన పరిస్థిల్లో ఉన్నాం కాబట్టి, కలిసే జీవిద్దాం. కలిసే కష్టసుఖాలు అనుభవిద్దాం. ఇప్పటినుంచీ, ఇంకో నెల్నాళ్ళ వరకూ, వీలైనన్ని డబ్బులు కూడబెడదాం. ఆ తరువాత వాళ్ళు మనల్ని పొమ్మనకుండానే, మనమే వెళ్ళిపోదాం." అన్నాడు ఎస్ పీ.

అలా సలహా అయితే ఇచ్చాడు కానీ, వాడి దగ్గర ఏమాత్రం డబ్బుల్లేవు. వచ్చే అవకాశం కూడా లేదు. చెప్పాలంటే, నా దగ్గరే కొంచెం డబ్బుంది. మా తాతగారూ అమ్మమ్మా నాకప్పుడప్పుడు ఇచ్చిన డబ్బు, నేను పదిలంగా దాచుకున్నది, ఆరేడు వందలదాకా ఉంది. నా దగ్గర ఓ ఉంగరం ఉంది. ఏ ఎల్ గాడి దగ్గర కూడా ఓ ఉంగరం ఉంది. వాళ్ళమ్మ దగ్గరనుంచి ఓ చైన్ కూడా సంపాదిస్తానన్నాడు. ఎస్ పీ గాడి దగ్గర మహా అయితే ఓ పది రూపాయలు ఉండచ్చు. మా ఫ్రెండ్స్ ని అడిగాం సహాయం చెయ్యమని.

ఈ కే ఎస్ పీ, కేపీ, లాంటివాళ్ళు అందరూ కలిసి ఓ వంద దాకా ఇస్తామన్నారు. వాళ్ళవీ మావీ కూడా టెక్స్ట్ బుక్స్ అమ్మేశాం సెకండ్ హాండ్ రేట్ కి. అవి చాలు. ఈ విధంగా మొత్తం వెయ్యిరూపాయలు దాకా పోగయ్యాయి మా వద్ద.

మే నెల లాస్ట్ వీక్ లో పారిపోడానికి ముహూర్తం పెట్టుకున్నాం. ఎందుకంటే, జూన్ ఫస్ట్ వీక్ లో ఎస్ పీ గాడి చిన్నాన్నా వాళ్ళూ హైదరాబాద్ వెళ్ళిపోతున్నారు. అదే ఫస్ట్ వీక్ లో మా ఇల్లూ అమ్మేస్తున్నారు. ఈ ఏ ఎల్ గాడి అన్న గారి పెళ్ళి కూడా దాదాపు అప్పుడే. స్నేహం ...ఫ్రెండ్ షిప్. అంటూ ఇంకో ఇద్దరు తయారయ్యారు మాతో రావడానికి. వాళ్ళే కే ఏ, వై ఆర్ లు అన్నమాట.

కే ఏ అంటే కే అనంతరావు. వీడిని కాంతారావు అని పిలిచే వాళ్ళం. వీడి ఫాదర్ ఆవూర్లో పెద్ద లాయర్. అలాగే ఈ వై ఆర్ అంటే రామకృష్ణ ఫాదర్ ఆ వూర్లో పేరుమోసిన డాక్టర్. అయినా వాళ్ళు స్నేహ ధర్మం కొద్దీ మాతో వస్తామన్నారు.

ఓ రోజు తెల్లవారు ఝామున, ఇంట్లోవాళ్ళకి చెప్పాపెట్టకుండా... చేతి సంచీలతో, రెండు జతల బట్టలతో, విజయనగరం రైల్వే స్టేషన్ కి చేరుకున్నాం. పొద్దున్నే వచ్చిన ఫస్ట్ ట్రైన్ ఎక్కేశాం. అది హౌరా మైల్. మమ్మల్ని ఏ టీటీ కూడా పట్టుకోలేదు. అంతగా అయితే నేను మా ఫాదర్ రిఫరెన్స్ ఇస్తానన్నాను. మా ఫాదర్ కూడా రైల్వేస్ లో గార్డే కదా? అదీ ధైర్యం. కానీ ఎవరూ మమ్మల్ని పట్టుకోలేదు." కాస్త విరామం ఇచ్చాడు శ్రీనాథ్.

"చాలా ఇంట్రెస్టింగ్ గా చెబుతున్నావు. తరవాతేమైంది మావయ్యా?" అడిగింది వైదేహి.

"మధ్యలో డిస్టర్బ్ చెయ్యకు. నేను ఒకవేళ తప్పుగా చెబితే, మీ అత్త సరిచేస్తుంది లే. ఇందులో తనకీ భాగం ఉందిగా?" అన్నాడు శ్రీనాథ్. మళ్ళీ కొనసాగించాడు.

"కలకత్తా లో దిగాం. కానీ అక్కడ అంతా కొత్త. అదో జన సముద్రం. ఎవరిని ఏం అడగాలో తెలియదు. తెచ్చుకున్న డబ్బులు అయిపోతాయని మేము ఏమీ తినలేదు. కేవలం మంచినీళ్ళు మాత్రమే తాగి ఆ రోజు గడిపాం. అప్పుడు ఈ కే ఏ కీ, వై ఆర్ కీ తిండి వాల్యూ తెలిసొచ్చింది. ముందు తిండి పెట్టించక పోతే అక్కడికక్కడే చచ్చిపోతాం అని అన్నారు వాళ్ళు. సరేలే అని అయిదుగురం భోజనం చేశాం. పేవ్ మెంట్ మీద బండి వాడి దగ్గరే అయినా, అందరికీ కలిపి పది రూపాయలు అయ్యింది. ఈ విధంగా

అయితే, రోజు ఇరవై రూపాయల చొప్పున మన దగ్గరున్న డబ్బు రెండు నెలలకి మించి సరిపోదు అని లెక్కేశాడు ఏ ఎల్.

"అసలే మాకు నిద్ర లేదు. తిండీ లేదు. ఎక్కడికి వెడతామో తెలియదు. ఎప్పటికి సెటిల్ అవుతామో కూడా తెలియదు. ఇలా అయితే మేం మీతో ఉండం. మేము వెనక్కి వెళ్ళిపోతాం" అన్నారు కే ఏ గాడూ, వై ఆర్ గాడూ కలిసి.

"సరే. మీరు వెళ్ళండి. మేము కూడా వెనక్కి వచ్చినా, మమ్మల్ని రమ్మని ఆదరించేవారు ఎవరూ లేరు మాకు" అన్నాడు లక్షణ్ కోపంగా.

అంతే! వాళ్ళిద్దరూ మళ్ళీ హౌరా మైల్ లో రిటర్న్ వెళ్ళిపోయారు. అయితే వాళ్ళూ మేమూ కలిసి వెళ్ళినట్టు ఎవరితోనూ చెప్పద్దని వాళ్ళతో ఒట్టు వేయించుకున్నాం."

"ఆ తరువాత?" ఆత్రంగా అడిగాడు శ్రీధర్.

"అప్పుడు ఎస్ పీ గాడు చెప్పాడు అంటే మీ మావయ్య అన్న మాట. "మనం కలకత్తా లో ఉన్నట్టు వీళ్ళు తప్పకుండా చెప్పేస్తారు. కాబట్టి మనం ఇక్కడినుంచి వెళ్ళిపోవడం చాలా అవసరం. ఈ ఊరు కూడా బాగోలేదు. మనకొచ్చిన కొద్దిపాటి ఇంగ్లీషూ, హిందీ కూడా వీళ్ళకి అర్థం కావడం లేదు. కాబట్టి రాత్రి డిల్లీ చెక్కేద్దాం." దీనికి అందరమూ ఒప్పుకున్నాం.

ఆ రాత్రి ఢిల్లీ వెళ్ళే మైల్ ఎక్కేశాం. నేనే చెప్పాను. ఎంతైనా కొంత రైల్వే అనుభవం ఉంది కదా? "మనందరం ఫస్ట్ క్లాస్ బోగీ లోనే కూర్చుందాం. టీటీ మనల్ని ఎక్కడున్నా పట్టుకుంటాడు. మనం చెప్పింది నమ్మితే సరి. లేకపోతే అక్కడే దించేస్తాడు. కానీ మనం ఫైన్ మాత్రం కట్టద్దు" అన్నాను. అందరూ ఒప్పుకున్నారు.

అదే మా అదృష్టం. ఆ రోజు రాత్రి ఫస్ట్ క్లాస్ లో డిల్లీ వెడుతున్న ఒకే ఒక వ్యక్తి... ఇప్పటి బీజేపీ లీడర్... మాజీ ప్రైమ్ మినిస్టర్ అతుల్వాజ్. ఆయన కేబిన్ లో మేం ముగ్గురం కూర్చున్నాం. ఆయన నవ్వుతూ మమ్మల్ని విష్ చేసే సరికి, మాకూ కాస్త ధైర్యం వచ్చింది. మా ఎస్ పీ గాడు హిందీ ఎక్జామ్స్ కూడా పాసయ్యాడు కదా? వాడు తనకి వచ్చిన సగం సగం హిందీ లో, మా పరిస్థితి అంతా చెప్పాడు. మా టీ సీ, సర్టిఫికెట్స్ చూపించాం. అలాగే మా హిందీ సర్టిఫికేట్సూ చూపించాం. మాకు ఏదైనా ఆధారం చూపించమని అడిగాం.

మా సైగలు, భాషా, ఆయనకి అర్థం అయ్యాయి. కేబిన్ లోంచి బయటకి వచ్చి, టీటీ తో చెప్పారు నాలుగు మీల్స్ పంపించమని. ఇంకో అరగంట తరువాత అందరం మొదటి సారిగా రైల్వే మీల్స్ తిన్నాం.

వాజ్ చెప్పారు. "మీ ముగ్గురినీ పోషించడం నాకు సాధ్యం కాని పని. మిమ్మల్ని చూస్తూంటే ఏదైనా హెల్ప్ చెయ్యాలని అనిపిస్తోంది. కాబట్టి ప్రస్తుతానికి జనసంఘ్ ఆఫీస్ లో పని ఇప్పిస్తాను. తలో వందా జీతం వస్తుంది. మా ఆఫీస్ లోనే ఇంకో రూం వుంది. దాన్నే మీ వసతి గా మార్చుకోండి."

చాలు. అదిచాలు మాకు. కొండంత అండ దొరికినట్టయింది.

మర్నాడు ఆయనతో బాటే డిల్లీ స్టేషన్ లో దిగాం. ఆయనతో పాటే టాక్సీలో ఆయన ఇంటికీ... ఆ తరువాత జనసంఘ్ ఆఫీస్ కీ వెళ్ళాం.

కాస్సేపట్లో ఆయన ఇంకో ఇద్దరితో కలిసి నవ్వుతూ మా దగ్గరికి వచ్చారు. "అఛ్ఛా బహుత్ అఛ్ఛా... ఠీక్ కామ్ కరో ఔర్ అఛ్ఛా నౌజవాన్ బనో" అనేసి వెళ్ళిపోయారు వాళ్ళు. వాళ్ళే 'దీన్ దయాల్ ఉపాధ్యాయ, బల్రాజ్ మధోక్' లని ఆ తర్వాత వాజ్ గారే చెప్పారు.

అప్పటినుంచీ మా ముగ్గురి పనీ...ఆఫీసుకి వచ్చే వాళ్ళకి టీలు అందించడం...ఆ ఆఫీసు శుభ్రం చెయ్యడం, టేబిల్స్ తుడవడం. ఈ పనులన్నీ ఆనందంగా చేశాం. మొదటి నెల మేం ముగ్గురం కలిసి మూడువందల రూపాయలు కళ్ళజూశాం. ఓహ్...ఆ ఆనందాన్ని ఇప్పటికీ వర్ణించలేం.

అప్పుడు చెప్పాడు ఎస్ పీ. "ఇది జూలై నెల. ఈ నెలలోనే కాలేజెస్ ఓపెన్ చేస్తారు. కాబట్టి మనం వాజ్ గారితో చెప్పి, నెక్స్ట్ క్లాస్ లో జాయిన్ అవుదాం. ఇప్పటికి నా హిందీ బాగుపడింది కదా? ఆయన్ని అడుగుతాను." అలాగే ఆయన్ని అడిగాం.

"నేనే మీకు ఇది చెబ్దాం అనుకుంటున్నాను. "చిన్న కుర్రాళ్లు మీరు. చదువుకో వలసిన వయస్సులో ఉన్నారు. ఇలా టేబిల్స్ తుడుస్తూ, చప్రాసీల్లా బతక్కూడదు. ఇంకా చదువుకోండి", అని నేనే చెబ్దాం అనుకుంటున్నాను."

మా సర్టిఫికేట్స్ మళ్ళీ చూశారు. "మీరు తెలుగు మీడియం లో చదివారు. ఇక్కడ స్కూల్ ఫైనల్ అనే ఎక్జామ్ లేదు. అంతా సీబీఎస్ యీ సిలబస్సే. అయితే ఇక్కడ మిమ్మల్ని భవన్స్ స్కూల్లో జేర్పిస్తాను. ఆ ప్రిన్సిపాల్ నాకు తెలుసు. అతనే మీ స్కూల్ కి లెటర్ రాసి మీ ఫైనల్ మార్క్స్ మెమో తెప్పిస్తాడు. కానీ ఆ స్కూల్ ఇక్కడికి దూరం. అయిదు కిలోమీటర్లు ఉంటుంది. మరి మీరు అక్కడ చేరుతారా?"

"తప్పకుండా అంకుల్." అన్నాం. అప్పుడప్పుడే వాజ్ గారు జనసంఘ్ లో లీడర్ గా ఎదుగుతున్నారు. జనసంఘ్ వారి ఛాత్ర విభాగానికి మమ్మల్ని అప్పగించారు, మమ్మల్ని భారతీయ విద్యాభవన్ లో 12th క్లాస్ లో చేర్పించమని.

"అయితే ఇంకో విషయం కూడా చెప్పదలచుకున్నాను. మీ రికార్డ్స్ ని బట్టీ, మీ ఇంటిపేర్లని బట్టీ, మీరు బ్రాహ్మలు అని తెలుసుకున్నాను. అలాంటప్పుడు మీకు ఉపనయన సంస్కారం ఇప్పుడు జరిగితేనే బాగుంటుంది. మీకు దగ్గరుండి పూనుకుని ఇవన్నీ జరిపించేవాళ్ళు నా కెవరూ కనబడడం లేదు. మీకు అంగీకారం అయితే, నా మిత్రులకి చెప్పి ప్రయాగ లో ఈ కార్యక్రమానికి ఏర్పాటుచేస్తాను. స్కూల్స్ ఓపెన్ అయ్యే లోగానే, ఈ నెలలోనే ఇది కానిచ్చేస్తే బాగుంటుంది. ఏమంటారు?"

"మీరు చెప్పినట్టే చేస్తాం అంకుల్." అన్నాడు ఎస్ పీ. ఆయన మా విషయం ఎవరితోనో మాట్లాడడం, ఇంకో వారం రోజుల్లో, మాకు ఉపనయనాలు అలహాబాద్ దగ్గర ప్రయాగ తీర్థం లో జరగడం, అన్నీ త్వరత్వరగా జరిగిపోయాయి.

ఆ సామూహిక ఉపనయాల్లో ఏమీ గొప్పలేదు కానీ, మా ముగ్గురికీ, మొదటి బిక్ష వేసిందెవరో తెలుసా? వాజ్ జీ! ఆ తరువాత మనోహర్ జోషీ దంపతులు. ఆ తరువాత పరమాచార్య, బదరీక్షేత్రం వారు. ఓహ్! అవి తలుచుకుంటేనే మాకు చెప్పలేని ఆనందం వస్తుంది.

ఆ విధంగా మూడొందలు సమకూరాయి. అవి వాజ్ గారికే ఇచ్చి మా తరఫున దాచమని చెప్పాం. మాకు స్కూల్లో అడ్మిషన్లూ దొరికాయి! రికార్డ్స్ లో మా గార్డియన్ స్థానం లో ఏ పేరు వుందో తెలుసా? అతుల్ బెనర్జీ! ఎంత అదృష్టం మాది! సాయంత్రం నుంచీ రాత్రి వరకూ ఆఫీసులో పనీ, పొద్దున్న నుంచీ సాయంత్రం వరకూ క్లాస్ రూం. ఇలా గడిచిపోయింది కాలం. పైగా నెలకి రెండువందల చొప్పున వెనకెయ్య గలుగుతున్నాం.

08

19.12.2004, 4.00 PM, హైదరాబాదు

ఇంతలో శ్రీనాధ్ ఇంట్లో డోర్ బెల్ మోగింది. “అది ఏఎల్ గాడే. డెఫినిట్ గా నీ కేదో వార్నింగ్ ఇవ్వడానికే వచ్చుంటాడు. వైదీ జాగ్రత్త” అన్నాడు శ్రీనాధ్. అనుకున్నట్టే లక్ష్మణ్ తన భార్య వాణి తో కలిసి లోపలికి వచ్చాడు.

“ఆదివారం నాడు ఇంట్లో గడపడానికి బోర్ కొడుతోందిరా. నిన్ను చూద్దామని వచ్చాను. వైదీ తో కూడా ఒక్క మాట చెప్పాలి. అందుకని...”

“మేమూ అదే అనుకుంటున్నాం లక్ష్మణ్. వైదీ కి చెప్పాం కూడా. వాడు నీకు లెసన్ తీసుకోడానికే వస్తున్నాడూ అని” అంది పద్మ.

“వదినా, దాంతో ఒక్కమాట చెప్పేశాక, మనం మామూలుగా కబుర్లలో పడిపోవచ్చు. సరే గానీ వైదీ, ముందు మా ముందుకి రా” పిలిచాడు లక్ష్మణ్, అదే ...ఏ ఎల్.

లోపల్నించి ఏదో పని మధ్యలో వదిలేసి వచ్చినట్టుగా, చేతులు తుడుచుకుంటూ హడావిడిగా బయటకి వచ్చింది వైదేహి. “ఇదిగో కాఫీలు తెస్తున్నాను మావయ్యా...ఒఖ్ఖ నిమిషం” అంది.

“ఇప్పుడవేం అక్కరలేదు గానీ, ఒకసారి నేను చెప్పేది విను. నెక్స్ట మంత్ ఫస్ట్ వీక్ లో, యూ ఎస్ లోని మన మెగా హాస్పిటల్స్ లో ఓ సర్జరీ లైవ్ టెలికాస్ట్ అవుతుంది. ఆ సర్జరీ లో నువ్వూ పార్టిసిపేట్ చేస్తున్నావు. సుధాకర్ కూడా ఉంటాడు. మన యూఎస్ బ్రాంచ్ కి ఎలాగూ నువ్వే హెడ్ అవుతావు కాబట్టి, నీ గురించి అక్కడి వాళ్ళకి పరిచయం కూడా అయిపోతుంది.

నెక్స్ట మంత్ ఎండ్ కి ఇక్కడ నీ కంట్రాక్ట్ కూడా అయిపోతుంది. మళ్ళీ బాక్ టూ యూఎస్. బాక్ టూ మెగా హాస్పిటల్స్. అర్థం అయ్యిందా? రోజూలాగా సుధాకర్ దగ్గర గారాలు పోవడం మానేసి, తనతో సర్జరీ టెక్నిక్స్ డిస్కస్ చేసి, మెలకువలు తెలుసుకో. అమెరికన్ ప్రెస్ వాళ్ళు నువ్వు అన్ ఫిట్ అని కామెంట్ చేసే పరిస్థితి తెచ్చుకోకు.

ఇది కీ హోల్ సర్జరీ కూడా కాదు. కేవలం లేసర్ అసిస్టెడ్ సర్జరీ. తగిన మోతాదులో ఆ బ్లూ లేజర్ ని సరియైన ప్రదేశంలో ఫోకస్ చేస్తే, అక్కడ రక్త నాళాల్లోని కొలెస్టరాల్ కరిగించేసి, సర్క్యులేషన్ వ్యవస్థ ని సాధారణ స్థాయికి తీసుకు వస్తుందన్న మాట. దీన్ని మన యూ ఎస్ హాస్పిటల్లోనే మొదటగా యూజ్ చేస్తున్నాం. యూ ఆర్ విత్ మీ. గెట్ రెడీ.” ఆజ్ఞాపించాడు ఏ ఎల్.

వైదేహి కి గాబరా పుట్టుకొచ్చింది.

వాణి కొనసాగించింది. "ఇదిగో వైదీ...ఆ గారాలు మానెయ్. వర్క్ విషయం లో బీ సీరియస్. ఎంతకని నిన్ను ఆ సుధాకర్ వెనకేసుకుని వస్తాడు? నీ ఫెలోషిప్ కోసం, నీ కంటే తనే ఎక్కువ కష్టపడుతున్నాడు. రేపట్నుంచీ నువ్వు ఇదే ప్రాజెక్ట్ మీద ఉండు. సుధాకర్ కూడా నిన్ను వార్డ్ డ్యూటీస్ నుంచి తప్పించి, లాబ్ డ్యూటీ కి మార్చేస్తాడులే.

ఇంకొక విషయం. ఇది మీ నాన్న తోటీ, పద్మత్త తోటీ, డీల్ చెయ్యడం కాదు. మాతో. ఇది జ్ఞాపకం పెట్టుకో. నువ్వు సక్సెస్ ఫుల్ డిమాన్ స్ట్రేషన్ ఇస్తేనే, మా కోడలి వౌతావు. లేకపోతే...నో. అర్థం అయ్యిందా?" అడిగింది డాక్టర్ వాణి.

"యస్ అత్తా. బాగా అర్థం అయ్యింది. ఒకవేళ ఈ ప్రాజెక్ట్ ఒక్కటీ సక్సెస్ ఫుల్ గా కంప్లీట్ చేస్తే, వెంటనే, నాకూ శరత్ కీ పెళ్ళిచేసేస్తారా?"

"అలాగైనా నీవర్క్ ని నువ్వు కాస్త సీరియస్ గా తీసుకుంటావని. ఎలాగా మా కాబోయే కోడలివే. నీ కోసమే కదా అక్కడ యూఎస్ లో మెగా కేర్? మన ఇండియన్స్ కూడా మెడిసిన్ లో నిపుణులే అనీ, పరిశోధనా రంగంలో కూడా రాణించగలరనీ, ప్రూవ్ చెయ్యి. ఎలాగూ మీ సుధాకర్ చిన్నాన్నా, ఈ మావయ్యా, నీ పక్కనే ఉంటారుగా?" అంది వాణి.

"సరే ఏం చేస్తాం? తప్పదు కదా?" అంటూ లోపలికి వెళ్తూ పద్మత్త దగ్గర ఆగింది వైదీ. "ఎవరైనా పెళ్ళి చూపులంటే అమ్మాయి అందంగా ఉందా లేదా? చదువుకుందా? ఉద్యోగం చేస్తుందా లేదా? ఇలాంటివి చూస్తారు. పెళ్ళి ఫిక్స్ చేసుకోవాలనుకుంటే కట్నం సంగతీ, లాంఛనాల సంగతీ, ఇతర ఖర్చులూ అంటూ, మొత్తం ఎంత లాగెయ్యాలో నిర్ణయించుకుంటారు. కానీ అవేం చూడకుండా, ఈ సర్జరీ కీ పెళ్ళికీ ముడిపెట్టడ మేమిటి? అసలు నీకు నవ్వేలా వస్తోంది? అలా నవ్వుతూ నా వైపు చూడక పోతే, మీ చెల్లెల్ని మందలించొచ్చుకదా?" అని కోపంగా లోపలికి వెళ్లిపోయింది.

"ఏరా నేను వచ్చేసరికి ఏదో సీరియస్ గా మాట్లాడుకుంటున్నట్టున్నారు? ఎనీ ప్రోబ్లెం?" అడిగాడు లక్ష్మణ్.

"ఏం లేదు లక్ష్మణ్... ఈ వాళ అపర్ణా వాళ్ళు వాళ్ళ తాతగారింటికి వెళ్ళారు కదా? ఆ మాటల సందర్భం లో మనందరి ఫ్లాష్ బాక్ మళ్ళీ చెబుతున్నాడు శ్రీ. అయితే ఈ సారి శ్రీధర్ కూడా శ్రద్ధగా వింటున్నాడు. అదీ విశేషం" అంది పద్మ.

"ఒరేయ్ శ్రీధర్. నువ్వు ఐ ఏ ఎస్ అయినా, నువ్వు తెలుసుకోవాల్సినవి చాలా ఉన్నాయి. నీ ఐ ఏ ఎస్ కేవలం వృత్తి పరమైనదే... కానీ నిజ జీవితం లో ఆటు పోట్లని ఎదుర్కొని, నిలదొక్కుకోవడం, ఆ తరువాత అనుకున్నది సాధించడం...అన్నదే అసలు మజా ఇస్తుంది. మీరు మాలాగా కష్ట పడకూడదనే మిమ్మల్ని చిన్నప్పటినుంచీ ఒకే ధ్యేయంతో పెంచాడు మీ నాన్న. అయితే దాని వెనక మీ ప్రకాష్ బాబాయ్, మీ అమ్మా, ప్రసాద్ మావయ్యా...వీరంతా ఉన్నారు. ఇన్నాళ్ళ వాళ్ళ కృషి ఫలితాన్నే మీరు ఇప్పుడు అనుభవిస్తున్నారు. కానీ ఇరవై ముప్పై ఏళ్ళక్రితం మే మెక్కడ ఉన్నాం? ఎలా ఉన్నాం? అవి తెలుసా?" లక్ష్మణ్ ఆవేశం తో ఊగిపోతున్నాడు.

"ఊరుకో లక్ష్మణ్. కూల్ డౌన్. శ్రీనాధ్ కరెక్ట్ గానే చెబుతున్నాడు. నీకూ ఛాన్స్ వస్తుంది. జస్ట్ వైట్." అంది పద్మ.

"అయితే కంటిన్యూ చెయ్యరా" అని శ్రీనాధ్ కి పర్మిషన్ ఇచ్చి, "కమాన్ అప్పూ, కమాన్ వైదీ... ముందు ఇది వినేయండి. రేపట్నుంచీ మనం ఎవరి డ్యూటీల్లో వాళ్ళు ఉండాలి కదా? తరువాత ఈ విషయాలన్నీ మీ పిల్లలకీ చెప్పాలి కదా?" అన్నాడు ఏ ఎల్.

"ఒకవేళ మేం చెప్పకపోతే?" అడిగింది వైదీ.

"పిచ్చి పిచ్చి వేషాలు వెయ్యకు. నువ్వు చెప్పి తీరాలి. చెబుతావ్ కూడా. మా పిల్లలు కష్టపడకూడదని మేము ఎలా అనుకున్నామో, అలాగే మీరూ మీ పిల్లల గురించి అనుకుంటారు కదా? అందుకే ఈ విషయాలన్నీ మీరు వాళ్ళకి తప్పకుండా చెబుతారు." వాణి జోక్యం చేసుకుంది.

"సరే మావయ్యా. చెప్పెయ్." సోఫాలో కూర్చుంది వైదేహి. ఈ సారి శ్రీధర్, అపర్ణా పక్కపక్కనే కూర్చుని కుతూహలంగా వినసాగారు.

09

1965–66

శ్రీనాధ్ కొనసాగించాడు...

"సరే...జనసంఘ్ నాయకుల సహకారంతో మాకు స్కూల్లో అడ్మిషన్లూ, ఆఫీసలో వసతి సౌకర్యం ఏర్పడ్డాయికదా? 'హమ్మయ్య ఒక మెట్టెక్కాం' అనుకున్నాం. ఆ తరువాత మేము మా భవిష్యత్ ప్రణాలికలు వేసుకున్నాం. నేను ఇంజినీరింగ్ చదువుతాను. ఎస్ పీ గాడు మెడిసిన్ చదువు తాడు. ఏ ఎల్ గాడు కూడా మెడిసినే... ఈ విషయం వాజ్ గారికి చెప్పాం.

ఆయన మమ్మల్ని చాలా ఎంకరేజ్ చేశారు. "ముందు మంచి మార్కులు తెచ్చుకుని, సీట్ తెచ్చుకోండి. ఆ తరువాతి వ్యవహారాలు నేను చూసుకుంటాను" అన్నారు.

చూస్తూండగానే ఆ ఏడాది గడిచిపోయింది. ఆ తర్వాతి మార్చి లో మేం 12th క్లాస్ ఎక్జామ్స్ రాశాం. మళ్ళీ జూన్ వరకూ సెలవులే కదా? హాయిగా మేం మా మునపటి ఉద్యోగాల్లో కుదిరి పోయాం. అప్పట్లో డిల్లీ మునిసిపల్ కార్పొరేషన్ కౌన్సిలర్స్ ఎక్కువగా వస్తూండే వారు ఆఫీస్ కి. ఎవరొచ్చినా మాకు ఒక్కటే పని. వాళ్ళకి చపాతీలూ రొట్టెలూ తెచ్చిపెట్టడం, టీ లూ పాలూ తెచ్చి ఇవ్వడం. వాళ్ళవద్ద కాఫీ వాడకం చాలా తక్కువ. వాళ్ళు వెళ్ళి పోయాక ఆ టేబిల్సూ రూమూ శుభ్రం చెయ్యడం. వాళ్ళు మాకు బాగానే టిప్స్ ఇచ్చే వాళ్ళు. దాదాపు మా జీతమంత టిప్స్ వచ్చేవి ప్రతీ నెలా. ఆ విధంగా మాకు డబ్బుల బాధ లేకపోయింది.

అప్పట్లో ఈ ఎంట్రెన్స్ ఎక్జామ్స్ లాంటివి లేవు. మా మార్కుల్ని బట్టే సీట్ వచ్చేది. మేం ముగ్గురమూ కూడా ఫస్ట్ క్లాస్ లోనే పాసయ్యాం. నాకు డిల్లీ యూనివర్సిటీ లో సివిల్ ఇంజినీరింగ్ లో సీట్ వచ్చింది.

ఇక ఎస్ పీ, ఏ ఎల్ మిగిలారు. మెడిసిన్ లో ఫస్ట్ లిస్ట్ లో వీళ్ళకి రాలేదు అలాగే సెకండ్ లిస్ట్ లో కూడా. ఇంక హోప్స్ వదిలేసుకుంటున్న టైం లో, ఎయిమ్స్ (AIIMS) లో థర్డ్ లిస్ట్ పెట్టారని తెలిసింది. ఎస్ పీ గాడి ఒక్కడి పేరే ఉంది. ఏ ఎల్ గాడికి రాలేదు.

"పోస్లేరా. నేను బీ ఏ లో జేరి పోతాలే" అన్నాడు ఏ ఎల్.

ఇద్దరూ వెళ్ళి AIIMS ఆఫీస్ లో కనుక్కున్నారు. ఒక్కటే సీట్ మిగిలి ఉంది. ఒకవేళ ఎస్ పీ కనక జాయిన్ అవకపోతే, ఏ ఎల్ గాడి కే నెక్స్ట్ చాన్స్.

ఎస్ పీ గాడు ఆలోచించాడు. "నేను ఆల్రెడీ బీ ఎస్సీ కి ఫీజ్ కట్టేశాను సార్. ఆ సర్టిఫికేట్స్ కూడా ఇప్పుడు నా దగ్గర లేవు. కాపీలు ఉన్నాయి. ఓ వారం రోజులు టైం ఇయ్యండి. జాయిన్ అవుతాను." అన్నాడు.

"రాార్. అదేం కుదరదు. నువ్వు కాకపోతే ఇంకో వందమంది రెడీగా ఉన్నారు తక్షణం జాయిన్ అవ్వడానికి. వెంటనే ఫీజ్ కట్టడం, నీ ఒరిజినల్ సర్టిఫికేట్స్ సబ్మిట్ చెయ్యడం ఈవాళే జరిగి పోవాలి." అన్నాడు ఆ సూపర్నెంట్.

"సారీ సర్. మీరెంత గట్టిగా వార్నింగ్ ఇచ్చినా, నేను నా ఒరిజినల్స్ ఈవాళ తేలేను. రెండ్రోజులు కూడా టైం ఇయ్యక పోతే ఎలా?"

"ఈ లిస్ట్ పెట్టి మూడు రోజులయ్యింది. నువ్వు చూసుకోకపోతే మా తప్పా? ఈవాళే లాస్ట్ డే. మెడిసిన్ సీట్ ని వదులుకునే వాడిని నిన్నే చూస్తున్నాను. నువ్వు జాయిన్ అవ్వక పోతే, మెరిట్ లిస్ట్ లో నెక్స్ట్ వాడికి ఇస్తాం. వాడి పేరు లక్ష్మణ్. అతడు కూడా జాయిన్ అవ్వక పోతే, ఎవరో భట్టాచార్యా అనే బెంగాలీ కుర్రాడు ఉన్నాడు. అతను రోజు తిరిగి పోతున్నాడు సీటు కోసం. ఈ లక్ష్మణ్ కూడా జాయిన్ అవ్వకపోతే, అతను రెడీగా ఉన్నాడు జాయిన్ అవ్వడానికి. ఈ సీట్ వ్యవహారం ఈరోజే తేలిపోవాలి. 4th లిస్ట్ లూ, 5th లిస్ట్ లూ అంటూ ఇంకో నెళ్ళాల్లదాకా దీన్ని సాగదియ్యం. నెక్స్ట్ వీక్ నుంచీ క్లాసెస్ కూడా స్టార్ట్ అవుతున్నాయి. త్వరగా చెప్పు. వేంటనే నోటీస్ బోర్డ్ మీద 4th లిస్ట్ పెట్టేస్తాం."

ఎస్ పీ గాడు ఏ ఎల్ గాడిని ముందుకు తోశాడు.

"సార్. నేనే ఆ లక్ష్మణ్ ని. ఇతను ఇప్పుడు జాయిన్ అవ్వనూ అంటే, నేను వెంటనే ఫీజ్ కట్టేస్తాను. సర్టిఫికేట్స్ రేపు సబ్మిట్ చేస్తాను. నాకు ఎలాగూ రేపటిదాకా టైం ఉంటుంది కదా?" అన్నాడు.

ఆ సూపరింటెండెంట్ ఎస్ పీ వైపు చూసి, "మరి ఇతనికి సీట్ ఇచ్చెయ్యనా?" అని అడిగాడు.

"మీరు నాకు టైం ఇవ్వలేకపోతే, అతనికే సీట్ ఇచ్చెయ్యండి సార్." అన్నాడు ఎస్ పీ.

అంతే! ఇంకో గంటలో, ఏ ఎల్ గాడు మెడికల్ స్టూడెంట్ అయిపోయాడు.

ఇద్దరూ బయటికి వచ్చాక, ఏ ఎల్ గాడు "చాలా థాంక్స్ రా. నీ ఋణం ఎలా తీర్చుకోను? నీకొచ్చిన సీటు నాకిప్పించడంలో వాడితో మాట్లాడిన విధానం చూస్తే... నిజంగా నువ్వు నా కోసం నీ సీట్ వదిలేసుకున్నావని ఎవరూ అనుకోరు. నీకు చాలా రుణపడి ఉన్నానురా! నిజం చెబుతున్నాను. నీకు జీవితాంతం ఇలాగే ఋణపడి ఉంటాను." అన్నాడు.

సాయంత్రం పార్క్ లో ముగ్గురం కూర్చుని ఈ విషయం చర్చించుకున్నాం.

"మీరిద్దరూ, నా కోసం... నా వెంట వచ్చారు. మిగతా ఇద్దరూ అప్పుడే వెనక్కి వెళ్ళిపోయారు. మీరిద్దరూ పైకి రాకపోతే, ఇలాగే ఏదో చిన్నచిన్న జాబ్స్ లో సెటిల్ అవ్వాల్సి వస్తుంది. అప్పుడు మీ వాళ్ళు మిమ్మల్ని చిన్నచూపు చూడచ్చు. నాకు మావాళ్ళంటూ ఎవ్వరూ లేరు. అందుకే ఏ ఎల్ గాడికి సీట్ ఇప్పించాను. మీరిద్దరూ కూడా నా కెరీర్ గురించి పట్టించుకుంటారని, మన ఫ్రెండ్ షిప్ మీద నాకు నమ్మకం ఉంది" అన్నాడు ఎస్ పీ.

మేమిద్దరం నిశ్చేష్టంగా ఉండిపోయాం. "ఒరే ఎస్ పీ... మేము నీ వెంట రావడం ఏమిట్రా? అందరం కలిసే వచ్చాం. అక్కడ మాక్కూడా మావాళ్ళు అంటూ ఎవరూ లేరు. ఎవరు చిన్నచూపు చూసినా మేము పట్టించుకోం. ఎట్టి పరిస్థితుల్లోనూ మన స్నేహం విడిపోదు. నేను ఇంజినీర్ అయినా సరే, కాకపోయినా సరే! హైస్కూల్ నుంచీ ఇప్పటిదాకా మనం కలిసున్నరోజులు ఎలా మర్చిపోతానురా? ఒకవేళ విజయనగరం లోనే ఉన్నా మావాళ్ళు నన్ను ఇంజినీరింగ్ లో చేర్పిస్తారనే నమ్మకం నాకు లేదు. కాబట్టి మేం నిన్ను విడిచి పెట్టేస్తాం అనుకోకు. ఏది ఏమైనా మనం కలిసే ఉంటాం. ఇప్పుడు మనకి

ఇంజినీరింగ్ లోనూ, మెడిసిన్ లోనూ సీట్లు రావడం అన్నది, మనకి భగవంతుడిచ్చిన అవకాశం. దీన్ని సద్వినియోగం చేసుకుని, జీవితంలో పైకి వద్దాం" అన్నాను నేను.

"ఒరే, నాకు మాటలు రావడం లేదు. అసలు నేను మెడిసిన్ చేస్తానని కలలో కూడా ఊహించలేదు. ఎస్ వీ గాడు ఇంజినీరింగ్ అన్నాడు కాబట్టి, నేను మెడిసిన్ అన్నాను. అంతే కానీ, నీ సీట్ నా కిప్పిస్తావనుకోలేదు రా! మన ఫ్రెండ్ షిప్ గురించి ఎటువంటి అనుమానాలూ పెట్టుకోకు. నీ తరువాతే నా కెవరైనా" ఆవేశంగా అన్నాడు ఏ ఎల్.

ఆ తరువాత ముగ్గురమూ స్వీట్స్ కొనుక్కుని జనసంఘ్ ఆఫీస్ కి వెళ్ళాం. వాజ్ గారికి స్వీట్స్ ఇచ్చి విషయం చెప్పాం. ఆఫీసులో అందరికీ తెలిసింది. ఇన్నాళ్ళూ వాళ్ళదగ్గర ఆఫీస్ బాయ్స్ లా పనిచేసిన వాళ్ళు కాబోయే ఇంజినీర్లూ డాక్టర్లూ అని. అందరూ అభినందించారు.

వాజ్ గారు అన్నారు. "మీ ఫ్రెండ్ షిప్ చూస్తూంటే చాలా ముచ్చటేస్తోంది. మీ ఇద్దరికన్నా ఈ ఎస్ పీ గాడు ఇంకా గ్రేట్. వాడి కోసం మీరిద్దరూ ఇల్లు విడిచి వచ్చినందుకు, మీరిద్దరూ కూడా జీవితంలో మంచి స్థితి లోకి వచ్చే అవకాశం కల్పించాడు.

ముందునుంచీ చూస్తున్నాను. రైల్లో కలిసినప్పుడూ వాడే చొరవ తీసుకుని వచ్చీరాని భాషలో మీ గురించి చెప్పాడు. ఈ ఏడాది లోనూ మీకూ ఇక్కడి హిందీ బాగానే వచ్చింది కానీ, ఏ సమస్య అయినా వాడే పరిష్కరిస్తున్నాడు. అందుకే వాడిని అభినందిస్తున్నాను. మీ ఫ్రెండ్ షిప్ ఇలాగే ఉండాలని కోరుకుంటాను.

ఇప్పటినుంచీ మీరు ఆఫీస్ బాయ్స్ లాగా కాఫీలూ, టీ లూ సప్లై చెయ్యకండి. మీ ముగ్గురికీ ఈ ఆఫీస్ లోనే జాబ్ ఇస్తున్నాను. ఇక్కడ కూడా ఎలాగూ సాయంత్రాలే మన సభ్యులు వస్తారు. అప్పుడే సమావేశాలు కూడా జరుగుతాయి. కాబట్టి సాయంత్రం వేళల్లో మీరు వచ్చి, హిందీ లోనూ ఇంగ్లీష్ లోనూ తర్జుమాలూ టైపింగ్ వర్క్కూ కూడా చూడండి. ముగ్గురికీ రెండేసి వందలు చొప్పున జీతం ఇప్పిస్తాను. ప్రస్తుతానికి నేను చెయ్యగలిగింది ఇదే. గుడ్ లక్ మై బాయ్స్." అన్నారు వాజ్పే.

తంతే బూరెల గంపలో పడ్డట్టయ్యింది మా పని."

"ఒరేయ్ నాకూ ఛాన్సియ్యరా...అంతా నువ్వే చెప్పేస్తావా?" అంటూ అడ్డుకున్నాడు లక్ష్మణ్.

"అయితే ఇది కాఫీ బ్రేక్! దీని తరువాత లక్ష్మణ్ బాబాయ్ కంటిన్యూ చేస్తాడు" డిక్లేర్ చేశాడు శ్రీధర్.

10

1966-69

కాఫీలయ్యాక, ఏ ఎల్ కొనసాగించాడు.

“ఎస్ పీ గాడు బీ ఎస్ సీ లో జేరాడు. “ఇదీ మనమంచికే. వాజ్ గారి ప్రాపకం మనకి శాశ్వతం అనుకోవద్దు. త్వరలోనే ఇక్కడినుంచీ బయటపడి మన కాళ్లమీద మనం నిలబడాలి. నా డిగ్రీ అయితే మూడేళ్ళలో పూర్తవుతుంది. ఎస్ వీ గాడిది నాలుగేళ్ళు. ఏ ఎల్ గాడిది దాదాపు ఐదేళ్ళు పట్టేస్తుంది. కాబట్టి మనం ఇప్పటినుంచే జాగ్రత్త పడడం మంచిది. అందుకే నాకు భగవంతుడు బి ఎస్ సీ లో సీటిప్పించాడేమో?” అన్నాడు ఎస్ పీ.

మా ఇద్దరికీ కళ్ళమ్మట నీళ్ళు తిరిగాయి. తను కూడా మెడిసిన్ చెయ్యడం లేదని మేమెక్కడ బాధపడతామో అని, అంతా మనమంచికే అన్నట్టు మాట్లాడుతున్నాడు వీడు, అని అనుకున్నాం. దాంతో మా ఫ్రెండ్ షిప్ ఇంకా గట్టిపడింది.

డిగ్రీ ఫస్ట్ ఇయర్ లో ఎలాంటీ చెప్పుకోదగ్గ మార్పులూ జరగలేదు. జనసంఘ్ ఆఫీసులో మమ్మల్ని పేరుపెట్టి పిలుస్తున్నారు. అప్పుడప్పుడు ‘డాక్టర్ సాబ్’ అనీ ‘ఇంజినీర్ సాబ్’ అనీ పిలుస్తున్నారు కూడా.

ఫస్ట్ ఇయర్ తరువాత వేసవి సెలవుల్లో మళ్ళీ మేము ఫుల్ టైం స్టాఫ్ గా మారేటప్పుడు గమనించాం ... ఎస్ పీ గాడు పుస్తకాల పురుగై పోయాడని. తీరా చూస్తే సైన్స్ బుక్స్ చదువుతున్నాడు.

“ఏంటిరా కథ?” అని అడిగాం.

“మనకి కొత్త టెక్నాలజీ గురించి తెలియదు. అప్పుడే అమెరికాలోనూ యూరప్ లోనూ కూడా కంప్యూటర్ వాడకం మొదలయ్యింది. ఇంకా ఇందులో బీఈ కానీ బీ టెక్ గానీ ఆఫర్ చెయ్యడం లేదు. కాబట్టి బీ ఎస్సీ ఫిజిక్స్ వాళ్ళు కూడా ఇందులో ఇమిడిపోవచ్చు. అదే విషయం ప్రయత్నిస్తున్నాను.”

మేమిద్దరం చాలా ఉత్సాహంగా వింటున్నాం.

“LCOTC లండన్ వాడికి అప్లై చేశాను. వాడి క్వాలిఫైయింగ్ టెస్ట్ కూడా పాసయ్యాను. కానీ నాకు డిగ్రీ ఉంటే వెంటనే అడ్మిషన్ ఇస్తానన్నాడు. ఇంకా రెండేళ్ళకి గానీ ఈ డిగ్రీ పూర్తికాదు.

అందుకని వాడికి మళ్ళీ లెటర్ రాసాను. బీ ఎస్ సీ చదువుతున్నట్టుగా నా కాలేజ్ నుంచి సర్టిఫికేట్ ఇప్పిస్తాననీ, నా డిగ్రీ పూర్తయ్యాకే నాకు వాడి కోర్సులో అడ్మిషన్ ఇమ్మనీ. కాకపోతే ఈ లోపులో నాకు కొంత స్టడీ మెటీరియల్ పంపిస్తే, ఫైనల్ ట్రైనింగ్ నాటికి రెడీ అవుతాననీ, సీటు మాత్రం వదులుకోననీ రాశాను. అక్కడినుంచీ ఇంకా రిప్లై రాలేదు” అన్నాడు ఎస్ పీ.

"ఒకవేళ నువ్వు లండన్ వెడితే ఎంత ఖర్చవుతుంది?" అడిగాను నేను.

"వాడి ఫీజ్ పదివేలు, అక్కడికి వెళ్ళడానికీ ఇంకో ఆర్నెళ్ళు గడపడానికీ మొత్తం పాతికవేలు అవుతుంది. ఇంకో రెండేళ్ళ తరువాత మనకి ఆ స్థోమత తప్పకుండా వస్తుంది." అన్నాడు ఎస్ పీ.

"ఒరేయ్, మనం ఇంతవరకూ ఆఫీస్ బాయ్స్ లాగా కూడబెట్టింది మన ఫీజులు పోగా ఐదువేల దాకా ఉంది. ఇకముందు నుంచీ ఏడాదికి ఏడెనిమిది వేల దాకా కూడబెడితే ఇంకో పదిహేను వేలు అవుతుంది. మనం టిప్స్ తో బతికేస్తాం. నువ్వు మాత్రం ఈ ఛాన్స్ మిస్సవకు" అభయం ఇచ్చాడు ఎస్ వీ.

"మనకి టిప్స్ రావు ఎస్ వీ. టైపింగ్, ట్రాన్స్లేషన్ వర్క్స్ కూడా చేస్తున్నాం కదా? కాబట్టి మనం ఇప్పుడు ఆఫీస్ బాయ్స్ కాదు మనం వేరే వ్యాపకాలు చూసుకోవాలి. ఇక్కడ మనకి వసతి మాత్రం దొరుకుతుంది. మన ఆశయాలు సిద్ధించాలంటే మనం ఇంకా కష్ట పడాలి" అన్నాడు ఎస్ పీ.

"మనం బైట జాబ్స్ కి వెడితే వాజ్ గారికి కోపం రావచ్చు. మన ఉద్యోగాలు పోతాయ్. ఉన్న వసతీ పోతుంది. ఆయన కూడా మన శ్రేయోభిలాషి. మనకి గార్డియన్ లాగా, గాడ్ ఫాదర్ లాగా కూడా ఉంటున్నారు. ఆయన కూడా మనల్ని పైకి తీసుకొచ్చేందుకు కొన్ని ప్లాన్స్ వేసుకుంటూ ఉండచ్చు. అలా బయట పడనంత మాత్రాన ఆయన్ని మనం వదులుకోలేం.

ఆయనే కదా మనల్ని మొదట్లో చేరదీసి తిండి పెట్టింది? ఇప్పటికీ మనల్ని పట్టించుకుంటున్నది? కాబట్టి ఆయన్ని బాధ పెట్టే పనులు మనం చెయ్యకూడదు." ఖచ్చితంగా చెప్పాడు ఎస్ పీ.

"ఒరేయ్, మనకి టిప్స్ రావు. అయినా అదనపు ఆదాయం కావాలి. వాజ్ గారికి కోపం రాకూడదు. కాబట్టి ఉభయతారకంగా ఉండేలా, నువ్వే ఏదైనా ప్లాన్ చెప్పు. మూటలు మొయ్యడానికైనా, రిక్షా తొక్కడానికైనా నేను రెడీ." అన్నాడు ఎస్ వీ.

"మరీ అంత కష్టపడక్కరలేదు రా. ముందుగా ఓ వంద రూపాయలతో మన వ్యాపారం మొదలెడదాం. రోజు వీళ్ళకి టీ లూ, చపాతీలూ, కుర్మాలూ తెచ్చిపెడుతున్నాం కదా? టీ, కాఫీలు నేను తయారు చేస్తాను ఇక్కడే! చపాతీలు కూడా ఇక్కడే చేద్దాం. అలా కాకుండా వేరే ఇతర ఐటెమ్స్ కి ఆర్డర్ వస్తే, ఎప్పటిలాగే బయటనించి తెచ్చిద్దాం. అప్పుడు మనకి టిప్స్ కన్నా ఎక్కువే మిగులుతుంది" అన్నాడు ఎస్ పీ.

"మంచి ఐడియా రా. వంటలో నేను పెర్ఫెక్ట్. దీనివల్ల మనకీ బయట ఫుడ్ కొనుక్కుతినే అవసరం తప్పిపోతుంది. చపాతీలూ కూరా, నేను చేస్తాను" అన్నాను నేను.

"రైస్ ప్రిపరేషన్ నాకు వదిలెయ్. మనకి రైస్ లేనిదే తిండి సయించదు కూడా. కాబట్టి మన ముగ్గురికీ మడిగా వంట నేను చేసేస్తాను." అన్నాడు ఎస్ వీ.

"కానీ ఈ విషయం మనం వాజ్ అంకుల్ కి చెబితే మంచిది. లేకపోతే ఆయన మన ఉద్యోగాలూ, వసతీ కూడా పోగట్టడం ఖాయం" అన్నాను నేను.

"అంకుల్ తో నువ్వే మాట్లాడు. ఆయన హిందీ నాకు అర్థం కాదు" అన్నాడు ఎస్ వీ.

"సరే, నేనే మాట్లాడుతాను." ఒప్పుకున్నాడు ఎస్ పీ.

వాజ్ గారితో మా ఆలోచన గురించి చెప్పాం. దీని అవసరం కూడా చెప్పాం. ఆయన కాస్సేపు ఆలోచించి, "గుడ్ ఐడియా ప్రసాద్. ఇందువల్ల మీకూ స్వావలంబన వస్తుంది. కానీ నా ఐడియా

కూడా వినండి. మా లెజిస్లేటర్లూ, పార్టీ సభ్యులూ ఇక్కడికి వచ్చినప్పుడల్లా, రకరకాల ఫుడ్ ఐటెమ్స్ కోసం బయట ఆర్డర్ ఇవ్వడం, మీరు తీసుకు రావడం జరుగుతోంది. అందుకు చాలా డిలే కూడా అవుతోంది. ఫుడ్ క్వాలిటీ కూడా బాగుండడం లేదు. అందుకే మన ఆఫీస్ లోనే కేంటీన్ ఓపెన్ చెయ్యాలని అనుకుంటున్నాం. మీరు సాహసిస్తామంటే ఆ కంట్రాక్ట్ మీకే ఇప్పిస్తాను.

మన ఆఫీస్ కి వెనకే ఓ చిన్న రూం కూడా ఉంది. అక్కడే మీ కిచెన్ ఏర్పాటు చేసుకోండి. సాయంత్రాలు ఔట్ డోర్ లోనూ, పొద్దున్న పూట ఇండోర్స్ లోనూ మీ కేంటీన్ రన్ అయ్యేలా చూసుకోండి. ఇందుకోసం ఇంకో ఇద్దరు ముగ్గురు పనివాళ్ళని నియమించుకోండి. మీరు ఇంకో ముగ్గురికి ఉపాధి చూపించినట్టవుతుంది. మీ ఆశయమూ నెరవేరుతుంది. ఏమ్ ఐ రైట్?" అన్నారు.

ఓహ్! ఇదంతా ఏదో దొంగతనంగా, గుట్టుచప్పుడు కాకుండా చేద్దామనుకుంటే... రాయల్ గా, పబ్లిక్ గా గౌరవంగా, సంపాదించే అవకాశం కల్పించారు వాజ్. అంతే... ఇంకో పదిరోజుల్లో కేంటీన్ కంట్రాక్ట్ మా చేతికి వచ్చింది. అదే మా మొట్టమొదటి వ్యాపార భాగస్వామ్యం కూడా. **అదే 'శ్రీ పాల్స్.'** మా వ్యాపారం లో వాజ్ గారికి కూడా, ఆయన వద్దంటున్నా వినకుండా, ఆయనకీ వాటా ఇచ్చాం. ఆయన దగ్గర పైసా పుచ్చుకోలేదు.

మా శ్రీపాల్స్ కి అప్పటినుంచీ ఆర్థిక వ్యవహారాలు చక్కబెట్టేది ఎస్ పీ గాడే. ముఖ్యమైన నిర్ణయాలు వాళ్ళిద్దరూ తీసుకుంటూంటే, వాటి అమలు భాధ్యత నాది. ఇంకో నెల్నాళ్ళలో ఫుల్ ఫ్లెడ్జ్ డ్ కేంటీన్ శ్రీపాల్స్ స్టార్ట్ అయ్యింది. వంద రూపాయల పెట్టుబడి అన్నది ఆరువందల దాకా పెరిగింది. ఇంకో ముగ్గురు కుర్రాళ్ళనీ వేసుకున్నాం. అలాగే ఓ వంట వాడిని కూడా వేసుకున్నాం. కిచెన్ అజమాయిషీ నాకు ఇచ్చారు. నాకు తిండి యావ ఎక్కువే అని వీళ్ళిద్దరికీ తెలుసుకదా!.

జనసంఘ్ మెంబర్సూ, విజిటర్సూ అందరూ ఆవిధంగా కేంటీన్ హాల్లోకి వచ్చి కబుర్లు చెప్పుకుంటూ, టీ లూ చపాతీలూ లాగించేస్తూంటే, మా లాభాలూ, అలాగే వాళ్ళతో పరిచయాలూ కూడా, ఎక్కువయ్యాయి. అప్పుడే అద్వానీ కూడా పరిచయం అయ్యారు కానీ, వాజ్ తో ఉన్నంత చనువు ఆయనతో లేదు. రాజ్ మాతా విజయంతీ కూడా తరచుగా వచ్చేవారు. "హలో డాక్టర్, నీ ప్రాక్టీస్ బాగుందా?" అని నన్ను ఆటపట్టించేవారు. అప్పటికి నేను ఇంకా మెడిసిన్ సెకండ్ ఇయర్ లోనే ఉన్నాను. కానీ, నా ప్రాక్టీస్ అంతా కిచెన్ లోనే అని ఆవిడకి తెలుసు.

మా ఆర్థిక పరిస్థితి బాగుపడిందని వేరే చెప్పక్కర లేదుగా? మేం ముగ్గురం కలిసి అశోకా రోడ్ లో, ఓ చిన్న పోర్షన్ అద్దెకి తీసుకున్నాం. అది అన్నిటికీ సెంటర్. ఇప్పుడంటే ఇండియా గేట్ వచ్చింది కానీ, అప్పుడు అదంతా ఓ ఖాళీ జాగా. లోఢీ పార్క్ వరకూ జనసంచారమే ఉండేది కాదు. అక్బర్ రోడ్ లోని జనసంఘ్ ఆఫీస్ మాకు దగ్గరే. అలా ముగ్గురం మా ఉమ్మడి ఆశయం వైపుగా ప్రయాణిస్తున్నాం.

మీకు చెప్పలేదు కదూ? ఎస్ పీ గాడికి LCOTC నుంచి మళ్ళీ ఆఫర్ వచ్చింది. డిగ్రీ పరీక్షలు పూర్తయిన వెంటనే, రిజల్ట్స్ కోసం ఆగకుండా, ట్రైనింగ్ లో జాయిన్ అవ్వమని. ఫీజ్ కూడా పెంచలేదు. మేమందరం కూడా హేపీ. అందరికన్నా వీడు ముందుగా జాబ్ లో సెటిల్ అయిపోతున్నాడు కదా! ఈ లోపులో మేం ముగ్గురమూ పాస్ పోర్ట్ లు సంపాదించుకున్నాం వాజ్ గారి సహాయంతో." ఏ ఎల్ ఇంకా చెబుతున్నాడు.

"సరే. మరి ఇప్పుడు ఇంటర్వల్ ఇద్దామా? మళ్లీ కాఫీలూ, కూల్ డ్రింక్ లూ తెస్తాను" అంది వైదీ.

"నో వైదీ. ఇది మన నాన్నగారి కథే. మన మావయ్యల కథే! ఇవన్నీ ఇప్పుడన్నా తెలుసుకోకపోతే, తరువాత మన పిల్లలకి మనం ఎలా చెబుతాం?" అభ్యంతరం చెప్పింది అపర్ణ.

"కరెక్ట్ అప్పూ. నేనూ అదే చెబుదా మనుకుంటున్నాను. ఇంకో గంట పోయాక బ్రేక్ ఇద్దాం. ఇప్పుడు స్టోరీ మాంఛి ఇంట్రెస్టింగ్ గా ఉంది. ఇంకా అమ్మా వాళ్ళ కేరక్టర్స్ రానేలేదు" అన్నాడు శ్రీధర్.

"బాబూ, అలా అనుకోకు. ఇకముందంతా అమ్మ తోటే కథ నడుస్తుంది. కొద్దిగా ఓపిక పట్టు" అన్నాడు ఎస్ వీ.

11

1969–70

ఈసారి ఎస్ వీ కంటిన్యూ చేశాడు.

శ్రీపాల్స్ కేంటీన్ ఏ ముహూర్తం లో స్టార్ట్ చేశామో కానీ, చాలా బాగా మా బిజినెస్ అభివృద్ధి చెందింది. "ఇక ముగ్గురమూ ఇదే బిజినెస్ లో, బ్రాంచెస్ తెరుచుకొని, సెటిల్ అయ్యిపోదాం" అనేంతగా అభివృద్ధి చెందింది. మర్నాటి కోసం చపాతీలూ కూరా దాచుకునే మాకు, మిగిలిపోయిన కూరలూ రొట్టెలూ, బయట ముష్టివాళ్లకి ఇచ్చేసే స్థాయి వరకూ వచ్చింది. ఇదంతా ఒక్క సంవత్సరం లోనే సాధించాం. అయితే వాజ్ గారు మమ్మల్ని హెచ్చరించారు.

"ఇలాగ హోటల్ నడుపుకుంటూ, చిన్న చిన్న వ్యాపారాలు నడుపుకోడానికి, మీరు ఇంజినీరింగ్ లూ, మెడిసిన్ లూ చదవక్కరలేదు. మీ ఆశయమూ ఇదికాదు. నాకూ లాభాలు ఇవ్వక్కర లేదు. కానీ మీ ఒరిజినల్ ఆశయాన్ని సిద్ధించుకోడానికి ప్రయత్నించండి. మీకింకా చాలా వయసూ, అవకాశం కూడా ఉన్నాయి. తప్పకుండా అభివృద్ధి లోకి వస్తారు.

ఈ రోజుల్లో అందరూ కూడా నా దగ్గరికి ఉద్యోగాలకి సిఫార్స్ చెయ్యమనే వస్తున్నారు. అంతే కానీ, తాము తమ స్వశక్తి తో నిలబడతామనీ, సిఫార్సులు అక్ఖర్లేదనీ ఎవరూ అనడం లేదు. వాళ్ళందరినీ నేను మార్చలేను. ఆ అవసరం కూడా నాకు లేదు. కానీ మీరు మాత్రం ఇంకా పైకి రావాలి. మీరడిగేది, 'ఇల్లీగల్, ఇమ్మోరల్, అనెథికల్' కానంత వరకూ నేను మీకు సహాయం చెయ్యడానికి రెడీ.

ఢిల్లీ మునిసిపల్ కార్పొరేషన్ మా చేతిలోకి వచ్చింది. ఇప్పుడు మా పార్టీని జాతీయ స్థాయి పార్టీగా విస్తరించాలి. నాకూ పని వత్తిడి ఎక్కువౌతోంది. మీరు నాకు సహాయకులుగా పనిచేస్తామంటే చెప్పండి. జీతం గట్రా బాగానే ఉంటుంది. మీరు నా దగ్గరే సెటిల్ అయిపోవచ్చు."

దీనికి మేం ముగ్గురం కూడా ఒక్కసారిగా "నో" అన్నాం.

"మా ఆశయాలు వేరు అంకుల్. మేము ఉన్నత చదువులు చదువుకుని, ఈ దేశానికి మావంతు సేవ చేస్తాం. ఈ సమాజానికి మేం ఋణపడిఉన్నాం. ఆ ఋణం తీర్చుకుంటాం. ఇలా ముగ్గురమూ మూడు హోటల్స్ రన్ చేసుకుంటే, మాకు జీవనోపాధి దొరుకుతుందేమో కానీ, మా ఆశయం మట్టుకు సిద్ధించదు. మేము ఫెయిల్ అవుతున్నాం అనుకున్నప్పుడు, తప్పకుండా మీ పార్టీ కార్యకర్తలు గా జేరిపోతాం. అంతవరకూ మమ్మల్ని ప్రయత్నించనివ్వండి." అన్నాడు ఎస్ పీ.

వాడి మాట మాకు వేదవాక్కు కదా!

మళ్ళీ చదువుల్లో పడ్డాం. ఫైనలియర్ ఎగ్జామ్స్ రాయగానే, ఎస్ పీ గాడు లండన్ చెక్కేశాడు. ఆ సమ్మర్ లో కేంటీన్ మేమిద్దరమే రన్ చేశాం. కొన్నాళ్ళకి వాడు ఎక్సైటింగ్ గా ఫోన్ చేశాడు. వాడి ట్రైనింగ్ పూర్తయిందనీ, అక్కడే గ్రిండ్లేస్ లో జాబ్ కూడా వస్తోందనీ, ముందుగా నెలకి 300 పౌండ్స్ ఇస్తారనీ చెప్పాడు. వాడు COBOL లో ఎక్స్పర్ట్. కానీ వాడు అప్పటికే సిటీ బాంక్ కి అప్లై చేసినట్టు మాకు చెప్పలేదు.

మా కేంటీన్ లో ఇంకో ఇద్దరిని చేర్చుకున్నాం. నేనూ ఏ ఎల్ వంతులవారీగా ఈ కేంటీన్ ని చూసుకుంటున్నాం. ఎస్ పీ గాడికి చెప్పాం. "నువ్వు మాకు డబ్బులు పంపనక్ఖరలేదు. ఇక్కడి కేంటీన్ ఆదాయం మాకు సరిపోతుంది" అని.

వాడు ఇంకో నెల్నాళ్ళ తరువాత మళ్ళీ ఫోన్ చేశాడు. ఇంకో వారం లో ఢిల్లీ వస్తున్నానని.

రాగానే ముందు వాజ్ గారిని కలుసుకున్నాడు. ఆయన చాలా సంతోషించారు. ఓ గంట సేపు మాతో గడిపారు. ఎస్ పీ గాడు వాజ్ గారి తో, "అంకుల్. ఈ శ్రీపాల్స్ ని ఇంకా విస్తరిస్తున్నాం. మీరు చెప్పినట్టుగా ఇది బీదల పాలిటి పెన్నిధి గా మారుతుంది. మాకు చాలా ఐడియాస్ ఉన్నాయ్. మీరు ఎప్పటిలాగే మాపార్ట్నర్ గా కంటిన్యూ అవుతారు. మీరు పెట్టుబడి ఏమీ పెట్టక్కరలేదు. అలాగని మీ పేరు ఉపయోగించుకుని ఇల్లీగల్ ఏక్టివిటీస్ ఏమీ చెయ్యం. యూ ఆర్ అవర్ గాడ్ ఫాదర్. మమ్మల్ని నమ్మండి. మాకు మీ ఆశీస్సులు కావాలి" అన్నాడు.

వాజ్ గారు కూడా ఆవేశంగానే జవాబిచ్చారు. "ప్రసాద్. నాక్కూడా ఇలాంటి ట్రస్ట్ పెట్టాలనే ఆలోచన ఉంది. పార్టీ పరం గా కుదరదు. స్వయంగా ఎస్టాబ్లిష్ చేసినా దాన్ని నడిపే ఓపికా, తీరికా, కూడా నాకు లేవు. నేను చేద్దామనుకుంటున్న పని మీరే చేస్తున్నారు. అందులో నన్నూ భాగస్వామిగా చేస్తున్నారు. మై బహుత్ ఖుష్ హుం."

ముగ్గురం మళ్ళీ మా ఇంటికి వచ్చాం. ఎస్ పీ గాడు మళ్లీ చెప్పాడు.

"ఒరేయ్ ఎస్ వీ... నువ్వు బీటెక్ అయిపోయిన వెంటనే యూ ఎస్ వచ్చెయ్. అక్కడే ఎమ్ ఎస్ చేద్దువుగాని. నాకు ఇప్పుడు సిటీబాంక్ న్యూయార్క్ ఆఫీస్ లో సిస్టం అనలిస్ట్ గా జాబ్ వచ్చింది. నెక్స్ట్ మంత్ జాయిన్ అయిపోతున్నాను. నెలకో 1000 డాలర్స్ వస్తాయి. అందులోంచి 500 దాకా ఈజీగా సేవ్ చెయ్యచ్చు. నీ ఎమ్ ఎస్ కూడా అయిపోతే, ఇద్దరమూ కలిసి ఈ శ్రీపాల్స్ ని ఇంకా ఎక్స్ పాండ్ చెయ్యచ్చు" అన్నాడు.

నిజంగా ఎంత ఆనందకరమైన విషయం చెప్పాడు? స్కూల్ ఫైనల్ తరువాత నాకు చదువే లేదనుకునేవాడిని ఆ రోజుల్లో. ఢిల్లీ యూనివర్సిటీ లో బీటెక్, ఆ తరువాత యూ ఎస్ లో ఎమ్ ఎస్? ఎంత మార్పు? ఇదంతా ఈ ఎస్ పీ గాడి చలవే. ఒకప్పుడు భగవంతుడు వాడి రూపంలో నాకు హెల్ప్ చేస్తున్నాడు అని అనుకునేవాడిని. **ఇప్పుడు వాడే భగవంతుడు అనుకునే స్థాయికి వచ్చేశాను.**

తరవాత ఏఎల్ గాడితో చెప్పాడు.

"ఒరేయ్...నీకు 4th యియర్ అయిపోయాక హౌస్ సర్జన్ గా స్టైపండ్ వస్తుందికదా? ఇంకా మన కేంటీన్ ఉండనే ఉంది. ఆ రెండింటి ఆదాయం తోనూ నువ్వు మైంటైన్ అయిపో. కేంటీన్ ని మాత్రం ఎట్టి పరిస్థితుల్లోనూ క్లోజ్ చెయ్యద్దు.

నీ మెడిసిన్ రిజల్ట్స్ రాగానే, ECFMG, TOFEL టెస్టులు రెండూ రాసెయ్. యూ యస్ లో యూనివర్సిటీస్ కి అప్లై చేసుకో. మళ్ళీ అక్కడ కలుసుకుందాం. ఇంకో ఆర్నెల్లలో ఎస్ పీ గాడు యూ ఎస్ వచ్చేస్తాడు. సరేనా?"

ఏ ఎల్ గాడికి నోట మాట రాలేదు.

"ఎం బీ బీ ఎస్ తరువాత యూ ఎస్ లో పీజీ కూడా చేయిస్తావా? అసలు నిన్ను ఏమని భావించాలిరా? మావాళ్ళ దగ్గరే ఉంటే, ఈ పాటికి పక్కవీధిలోని పిండిమిల్లు లో పనిచేస్తూ ఉండేవాణ్ణి. డాక్టర్ లక్ష్మణ్ ఫ్రం అమెరికా...ఇలా ఊహించుకుంటేనే ఆనందం వచ్చేస్తోందిరా. ఇవేమీ నేను అడక్కుండానే, నా మనసులో కోరికలని తెలుసుకుని మరీ తీర్చేస్తున్నావు.

నిజం ఒరేయ్! నా మీద ఒట్టు. నా కంఠం లో ప్రాణం ఉండగా, మన స్నేహానికి ద్రోహం చెయ్యను. నీ కోసం నేను ప్రాణం ఇచ్చెయ్యడానికైనా రెడీ. నామీద నీకు పూర్తి హక్కు లిచ్చేస్తున్నానురా!" అన్నాడు. వాడిలో అంత ఆవేశం, అనుభూతీ వచ్చేసాయి.

"అంతంత పెద్దమాటలు వద్దురా. ముగ్గురమూ ఒకే పరిస్థితుల్లో ఇల్లు వదిలి వచ్చేశాం. ముగ్గురమూ కూడా ఒకేసారి ఉన్నత స్థాయిని చేరుకోవాలి. అప్పుడే కదా మనవాళ్ళకి కనువిప్పు అయ్యేది?

కాబట్టి మనం ఏంచేసినా అది మన ముగ్గురి శ్రేయస్సునీ దృష్టిలో పెట్టుకుని చేద్దాం. ఇప్పుడు నాకు స్థోమత ఉంది. రేపు మీకు ఉండచ్చు. అప్పుడు కూడా నన్ను మీ ఎస్ పీ గాడిలాగే ఆదరిస్తే చాలు" అన్నాడు ఎస్ పీ.

నాకు ఇంకా ఆవేశం వచ్చేసింది.

"అలాంటి డౌట్స్ పెట్టుకోకురా. మన ముగ్గురం ఒక్కటే. అందులో నీకు ఒక్ఖడికే స్థోమత తగ్గిపోవడం అంటూ ఏమీ ఉండదు. మన శ్రీపాల్స్ కి తగ్గుతుంది సరేనా?" అన్నాను.

ముగ్గురం మా భావావేశాల్లోంచి బయటపడి, మళ్ళీ కబుర్లలో పడ్డాం. రెండ్రోజుల తరువాత ఎస్ పీ గాడు న్యూయార్క్ వెళ్ళిపోయాడు.

"ఓరేయ్. ఇక్కడినుంచీ నాది. నా కొదిలెయ్ ఆ ఛాన్స్." అని లక్ష్మణ్ అలియాస్ ఏఎల్ కంటిన్యూ చేశాడు.

12

1969–1972

"ఎస్ వీ గాడు తన ఫైనల్ యియర్ మార్క్స్ తో యూ ఎస్ లో యూనివర్సిటీస్ కి అప్లై చేశాడు. వీడి మార్క్స్ బాగుండడంతో వెంటనే సీట్ వచ్చింది సెప్టెంబర్ సెమెస్టర్ నుంచీ. వీడికీ న్యూయార్క్ లో నే సీట్ రావడంతో, వీడూ ఎస్ పీ గాడూ మళ్ళీ ఒకే ఫ్లాట్ లో ఉన్నారు. ఎస్ వీ గాడి పోకెట్ మనీ అవసరాలు ఎస్ పీ గాడు చూసేవాడు. అయితే ఇలా కేవలం రెండునెలలు మాత్రమే జరిగింది.

ఎస్ వీ గాడు చెప్పాడు. "ఒరేయ్ ఎస్ పీ, మన శ్రీ పాల్స్ ని ఇక్కడ కూడా స్టార్ట్ చేద్దాం. శ్రీ పాల్స్ విల్ బీ ది హోల్డింగ్ కంపెనీ. నాకు బీ టెక్ నాలెడ్జ్ వుంది. ఇక్కడ ఎమ్ ఎస్ లో కూడా మనలాంటి ఇంకొంత మంది స్టూడెంట్స్ నాతో కలవడానికి రెడీగా ఉన్నారు. ఇప్పుడిప్పుడే గల్ఫ్ ఎకానమీ ఓపెన్ అవుతోంది. మనం కనక ఇప్పుడే ఈ ఫర్మ్ ని స్టార్ట్ చేస్తే, నా ఎమ్ ఎస్ అయిపోయేనాటికి ఓ ప్రోజెక్ట్ కి కంట్రాక్ట్ తెచ్చుకోవచ్చు."

"గుడ్ ఐడియా. మనం వెంటనే శ్రీపాల్స్ ని ఇక్కడ కూడా రిజిస్టర్ చేయిద్దాం. శ్రీ ఇంజినీరింగ్ కన్సల్టెన్సీ అనేది దీని అసోసియేట్. నువ్వు ఎమ్ ఎస్ అయ్యేదాకా ఆగక్కరలేదు. నువ్వు ఎలాగూ బిల్డింగ్ అండ్ బ్రిడ్జ్ డిజైన్స్ లో ఎక్స్పర్ట్ వే. మిగతా ఇంజినీరింగ్ విభాగాల్లోకి కూడా మెరికల్లాంటి కుర్రాళ్ళని తీసుకో. ఇప్పుడో ఐదువేల డాలర్లు పెట్టుబడి పెడతాను. నువ్వు మొదటి ప్రాజెక్ట్ కంట్రాక్ట్ వెంటనే సాధించు. నువ్వు ఎమ్ ఎస్ కంప్లీట్ చేసేసరికి ఈ ఫర్మ్ ఎస్టాబ్లిష్ అయిపోతుంది. అప్పటికి ఏ ఎల్ గాడు కూడా మనల్ని జాయిన్ అవుతాడు. నువ్వు కంపెనీని స్టార్ట్ చేస్తే, మా బాంక్ నుంచి నీకు సీడ్ కాపిటల్ శాంక్షన్ చేయిస్తాను." అన్నాడు ఎస్ పీ.

ఏడాదిలో చేరాల్సిన లక్ష్యాన్ని రెండునెలల్లో అధిగమిస్తున్నాం అన్న మాట. అలాగే శ్రీ ఇంజినీరింగ్ కి మూడు ప్రాజెక్ట్స్ వచ్చాయి. ఒకటి కేవలం డిజైన్ ఇవ్వడానికీ, ఇంకోటి స్ట్రక్చరల్ ఇంజినీరింగ్ కీ, ఇంకోటి ఓ ప్రైవేట్ రెసిడెన్స్ ని 'టర్న్ కీ బేసిస్' లో నిర్మించి ఇవ్వడానికీ.

అనుకున్నట్టుగా బాంక్ లోన్ వచ్చింది. డిజైనింగ్ వింగ్ ఎస్ వీ గాడే చూస్తున్నాడు. కరెక్ట్ గా వన్ మంత్ లో ప్రాజెక్ట్ కంప్లీట్ చేసి, థర్మాకోల్ మోడెల్ కూడా చేసిచ్చాడు. అదో రోడ్ కమ్ రైల్ బ్రిడ్జ్. గవర్నమెంట్ కి ఆ మోడల్, వీడు ప్రెజెంట్ చేసిన విధానం, చాలా నచ్చింది. డిపార్ట్ మెంట్ ఆఫ్ హైవేస్ లో మమ్మల్ని కన్సల్టెంట్స్ గా తీసుకున్నారు.

మొదటి ప్రాజెక్ట్ డబ్బు వచ్చింది. ప్రాఫిట్సూ వచ్చాయి. దాంతో ఈ ప్రైవేట్ రెసిడెన్స్ పనిపూర్తిచెయ్యాలి అని అనుకున్నాం. మూడు నెలల్లో ప్రాజెక్ట్ ని కంప్లీట్ చేసి, మా క్లయంట్ ని పేమెంట్ అడిగాం.

అతను ఇంప్రెస్ అవడమే కాదు. ఇంకో ఇద్దరు ఫ్రెండ్స్ ని కూడా మాకు రిఫర్ చేశాడు. వాళ్ళు తమ గెస్ట్ హౌస్ లని రీ డిజైన్ చెయ్యమన్నారు. ఆవిధంగా మా శ్రీపాల్స్ కి రెగ్యులర్ గా ఆదాయం రాసాగింది.

ఎస్ వీ గాడు ఓ రోజు "ఒరేయ్ ఎస్ పీ. మనం చాలా చవగ్గా ఈ వర్క్ చేసేస్తున్నాం. జనరల్ గా ఇక్కడ డిజైనింగ్ పార్ట్ కి 0.5%-1% తీసుకుంటున్నారు. అలాగే స్ట్రక్చరల్ ఇంజినీరింగ్, ఫాబ్రికేషన్ పనులకి 5–15% దాకా తీసుకుంటున్నారు. ఇక టర్న్ కీ బేసిస్ లో అయితే ప్రాజెక్ట్ కాస్ట్ + 25% దాకా కనీస మార్కెట్ రేట్ ఉంది. మనం అన్ని పనులూ 5000–10000 డాలర్ల లోనే చేసేస్తున్నాం. ఇలా అయితే మిగతా కన్సల్టెంట్స్ మనకి సపోర్ట్ చెయ్యరు. ఎక్కువ సేలరీ ఆశ చూపించి మన దగ్గరున్న టాలెంటెడ్ స్టాఫ్ ని వాళ్లే తీసుకుంటారు. అప్పుడు మనం షట్టర్స్ క్లోజ్ చేసుకోవలసిందే." అన్నాడు.

"నువ్వు చెప్పింది పాయింటే. మనం కూడా మార్కెట్ రేట్స్ ప్రకారమే చేద్దాం. అంతగా అయితే మన ఫేవర్డ్ కస్టమర్స్ అని ఓ 5% తగ్గిద్దాం ఫైనల్ బిల్ లో. మన కంపెనీ నుంచి స్పెషల్ డిస్కౌంట్స్ ఇంకో 5% ఇద్దాం. అయితే ఇవన్నీ మన డిస్క్రిషన్ ని బట్టే అన్నమాట. వీ ఐ పీ లకి రెసిడెన్సెస్ డిజైన్ చేస్తున్నాం కదా? వాళ్ళకి ఇయ్యి ఈ కన్సెషన్స్.

అప్పుడు చూడు, మన ఆర్డర్ బుక్ ఎలా మారుతుందో? ఇకముందు నుంచీ మన దగ్గర ఓ కాస్ట్ అకౌంటెంట్ ని అపాయింట్ చెయ్యి. ఫర్మ్ ఎక్స్పాండ్ అవుతున్నప్పుడు ఇలాంటి ఒడిదుడుకులు తప్పవు. అవసరం అయితే బ్యాంక్ కి చెప్పి లోన్ రీఫేజ్ చేయిస్తాను. ఇంకొన్ని ప్రాజెక్ట్స్ వస్తే, మనం ఇంకొంచెం ఎక్కువ లోన్ తీసుకోవచ్చు. బీ బ్రేవ్." అన్నాడు ఎస్ పీ.

ఆవిధంగా శ్రీ పాల్స్ యూ ఎస్ లో నిలదొక్కుకుంది.

ఏ ఎల్ మధ్యలో ఆపి, "ఇది మన డిన్నర్ బ్రేకా?" అని అడిగాడు.

"యస్ బాబాయ్. మనం భోజనాలు చేస్తూ కూడా ఈ విషయాలు మాట్లాడుకోవచ్చు. అయితే, ఈ 'శ్రీపాల్స్' అనే పేరు ఎవరు పెట్టారు?" కుతూహలంగా అడిగాడు శ్రీధర్.

"ఇంకెవరు మా ఎస్ పీ గాడే... 'శ్రీ' అంటే మీ నాన్న శ్రీనాధ్ అన్నమాట. 'పాల్స్' అంటే మేము, వాడి ఫ్రెండ్స్ మి. ఆవిధంగా 'శ్రీపాల్స్' అయ్యింది. ఇది యూ ఎస్ లో బాగా క్లిక్ అయ్యింది." అన్నాడు ఏఎల్.

"అయితే ఎందులోనూ తన పేరు పెట్టకుండానే, ప్రసాద్ మావయ్య మీతో కలిసి, మిమ్మల్ని పైకి తీసుకొచ్చి, ఇంత అభివృద్ధి సాధించాడన్నమాట. హీ ఈజ్ రియల్లీ గ్రేట్." అన్నాడు శ్రీధర్.

"అవును. వాడప్పటికే ఫైనాన్షియల్ మేనేజ్ మెంట్ లో మాస్టర్స్ చేస్తున్నాడు, అలాగే ప్రోగ్రామింగ్ లాంగ్వేజెస్ అన్నిటినీ కూడా నేర్చుకున్నాడు. వాడి సలహాలూ, నా ఆచరణా కలిసి శ్రీపాల్స్ క్లిక్ అయ్యింది... దటీజ్ వై శ్రీపాల్స్ ఆర్ గ్రేట్. ఆ తరువాత ఈ ఏఎల్ గాడు కూడా జాయిన్ అయ్యాడనుకో..." అన్నాడు శ్రీనాధ్.

"సరే గానీ డిన్నర్ చేద్దాం పద లక్ష్మణ్. మళ్ళీ నువ్వు కూడా రేపు హాస్పిటల్ కి వెళ్ళాలిగా?" అంది పద్మ.

"ఫరవాలేదు వదినా. ఇంకా నేను చెప్పవలసింది కొంత మిగిలిపోయింది. అది చెప్పేశాక రాత్రి వెళతాలే. ఎలాగూ కారుందిగా? లేకపోతే ఇక్కడే పడుకుంటాం. ఏమంటావ్ రా ఎస్ వీ?"

"ఒరేయ్. నువ్వు కబుర్లు చెప్పకపోయినా కూడా ఇక్కడ పడుకోవచ్చు. నీ రూం నీకుంది. లేదంటే అందరం హాల్లో పరుపులు వేసుకుని పడుకుందాం. వైదీ హాల్లో పరుపులు ఎరేంజ్ చెయ్యి." అన్నాడు శ్రీనాధ్.

"ఆగండి చిన్నాన్నా. నేను అపర్ణా కూడా ఇక్కడే పడుకుంటాం. హాయిగా ఎంత రాత్రయినా నువ్వు చెప్పాలనుకున్నది చెప్పేసెయ్. వైదీ, హాల్లో అందరికీ పరుపులు పరిచెయ్." అన్నాడు శ్రీధర్.

13

19.12.2004, 8.00 PM, హైదరాబాదు

రాత్రి భోజనాలయ్యాక, ఏ ఎల్ మళ్ళీ కొనసాగించాడు.

"ఒరేయ్ ఎస్ పీ నన్ను చెప్పనీ. నీ ఛాన్స్ మళ్లీ వస్తుందిలే. ఒరేయ్ శ్రీధర్? నువ్వుకూడా విను. ఈ రోజు నువ్వు ఐ ఏ ఎస్ అవడం వెనుక మా కష్టం ఎంత ఉందో తెలుస్తుంది. మీ నాన్నకానీ, నేను కానీ, ఆ ఎస్ పీ గాడు కానీ, ఐ ఏ ఎస్ లం కాదు. మిమ్మల్ని ఐ ఏ ఎస్ చేయించాం. అదీ నువ్వు గమనించాల్సిన పాయింట్." అన్నాడు ఏ ఎల్.

"సరే చిన్నాన్నా. నాకు అర్ధం అయ్యింది. మీరు అప్పటినుంచీ ఇప్పటిదాకా, అంటే ఇంచుమించు ఓ నలభై ఏళ్ళు ఇలా ఒకే కుటుంబం లాగ కలిసే ఉన్నారంటేనే ఆశ్చర్యం వేస్తోంది. ఒకే కడుపున పుట్టిన అన్నదమ్ములూ అక్కచెల్లెల్లూ కూడా ఈ రోజుల్లో ఇలా కలిసి ఉండడం చాలా అరుదు. మీరంతా కేవలం ఫ్రెండ్స్. మీరే ఓ చిన్న కుటుంబం లా పెరిగి, అందులోనే బంధాలూ అనుబంధాలూ పెంచుకుంటూ, మమ్మల్ని ఇలా పైకి తీసుకురావడం... ఓహ్ చాలా గ్రేట్! నాకైతే మతి పోతోంది" అన్నాడు శ్రీధర్.

"సరే. నన్ను చెప్పనీ. లేకపోతే మీ పిన్నినా ఛాన్స్ తీసుకోడానికి రెడీగా ఉంది. ఇంట్లో ఎలాగూ తన మాటే వింటున్నాను. ఇక్కడ కూడానా? కాబట్టి నేను మొదలెట్టేస్తున్నాను. నువ్వు రెడీనా వైదీ?"

వైదీ నోట్లో రెండు వేళ్ళూ పెట్టుకుని గట్టిగా విజిల్ వేసింది. ఆ క్షణమే అప్పూ, పద్మా, వాణీల చేత మొట్టికాయలూ తింది.

ఏ ఎల్ చెబుతున్నాడు.

"కాంటీన్ లో అదనపు స్టాప్ ని తీసుకున్నాం. సూపర్ విజన్ నాదే అయినా, కేంటీన్ మీద కొంచెం శ్రద్ధ తగ్గించాను. హౌస్ సర్జన్ గా నైట్ డ్యూటీలూ ఎక్కువయ్యాయి. నా ఫైనల్ రిజల్ట్స్ ఎప్పుడొస్తాయా అని వైట్ చేస్తున్నాను.

అక్కడ యూ ఎస్ లో, ఎస్ పీ గాడి ప్రెడిక్షన్ నిజం అయ్యింది. శ్రీపాల్స్ ఆర్డర్ బుక్ నియర్లీ ఫుల్. ఎమ్ ఎస్ స్టూడెంట్స్ చాలామంది అప్రెంటిస్ పోస్ట్స్ లో జాయిన్ అయ్యారు.

ఎస్ పీ గాడు, రిజల్ట్స్ ఇంకా రాకుండానే, శ్రీపాల్స్ ఇంజినీరింగ్ ఛీఫ్ కన్సల్టెంట్ గా విధుల్లో జాయిన్ అయ్యాడు.

వాడి మొదటి ఏడాది లోనే నాలుగు సార్లు గల్ఫ్ కీ, ఇంకో రెండు సార్లూ యూరప్ కీ వెళ్ళొచ్చాడు. అదీ అఫీషియల్ గా. వాడికి బిజినెస్ వీసా వచ్చింది. అలాగే రెండు మూడు సార్లు నా దగ్గరకి కూడా వచ్చాడు. నేను బెంగ పెట్టుకోవడం లేదని కన్ఫర్మ్ చేసుకోడానికి.

నేను న్యూయార్క్ స్టేట్ హాస్పిటల్ లో పీజీ కోర్స్ లో జాయిన్ అయ్యాను. 'బలే బాగుందే' అనుకున్నాను.

ఇంకోసారి అకౌంట్స్ చెక్ చేసుకుని, శ్రీపాల్స్ ఫౌండేషన్ లో పెట్టుబడులు పెంచాలనుకున్నాం. ఈ ఇంజినీరింగ్ ఔట్ ఫిట్ అన్నది ఇందులో ఒక భాగమే కదా? అప్పుడు ఎస్ పీ గాడు స్ట్రిక్ట్ గా చెప్పాడు నాతో.

"ఒరేయ్. ఏదో జాబ్ చేసుకుంటూ సుఖంగా బతికెయ్యడం కాదు మన లక్ష్యం. మనం ఒకప్పుడు ఎలా ఉన్నామో గుర్తుందనుకుంటాను? అలాంటి పరిస్థితుల్లో ఉన్నవాళ్ళు, మన ఇండియా లోనే కాదు, అమెరికాలో కూడా చాలామంది ఉన్నారు. వాళ్ళ ప్రతిభని గుర్తించి, ప్రోత్సహిస్తే చాలు. వాళ్ళు దేశానికీ, సమాజానికీ ఎంతో ఉపయోగపడతారు. మన ఆశయం అది.

నువ్వు ఇక్కడ ఎమ్ డీ చేసినా, ఇక్కడ హాస్పిటల్స్ లో అసిస్టెంట్ గానే ఉంటావు. కానీ అది పద్ధతి కాదు. నీ లాంటి లైక్ మైండెడ్ స్టూడెంట్స్ ని ఓ పదిమందిని సెలెక్ట్ చేసుకో. లెట్ దెం బీ ఫ్రం ఆల్ కంట్రీస్. తమ తమ ఫాకుల్టీస్ లో ఎక్స్పర్ట్స్ అయ్యే అవకాశం ఉన్న మెరికల్లాంటి కుర్రాల్లని సెలెక్ట్ చేసుకుంటావన్న మాట. ఇప్పుడిప్పుడే అమెరికాలో కార్పొరేట్ హాస్పిటల్ కల్చర్ వృద్ధి చెందుతోంది. ఇది సన్ రైజ్ ఇండస్ట్రీ అన్న మాట.

నీ ఎమ్ డీ పూర్తయ్యేసరికి, నువ్వు ఓ హాస్పిటల్ కి ఛీఫ్ వి కావాలి. ఆ దిశలో ఆలోచించు. ముందు ఓ పదిమందితో కలిసి ఓ పోలీ క్లినిక లాంటిది స్టార్ట్ చెయ్యి. వుయ్ విల్ ఛార్జ్ ఓన్లీ మినిమమ్ ఫీ.

వాళ్ళని ఏ బేసిస్ లో ఎప్పాయింట్ చెయ్యాలీ, కంట్రాక్టా, పర్మనెంటా అన్నది ఎస్ వీ గాడు చూసుకుంటాడు. మీ వెంచర్ లాభాల్లోకి వచ్చేవరకూ, శ్రీ ఇంజినీరింగ్ వాళ్ళు మీ జీత భత్యాలతో పాటు ఇతర ఖర్చులన్నీ భరిస్తారు. నువ్వు సిద్ధపడితే, 'మెగా కేర్ హాస్పిటల్స్' అనే పేరు రిజిస్టర్ చేయిస్తాను. నువ్వే దానికి కాబోయే ఛైర్మన్ వి."

నాకు ఆనందంతో మాటరాలేదు.

"మీ ఇద్దరివీ ప్రొఫెషనల్స్ జాబ్స్. ప్రస్తుతం ఎస్ వీ గాడి కంపెనీకి ఆర్డర్స్ బాగానే ఉన్నాయి. "నాకు ఇదే చాలు" అని వాడు సెటిల్ అవకుండా ఉండాలంటే, ఈ శ్రీపాల్స్ ఫౌండేషన్ ని ఎక్స్పాండ్ చెయ్యాలి. అందులో భాగంగా మెగా కేర్ ని ఎస్టాబ్లిష్ చెయ్యాలి.

ఎస్ వీ గాడికి ఇప్పుడు రియల్ ఎస్టేట్ డీలర్స్ తో కంటాక్ట్స్ వచ్చాయి. కాకుండా మనం మొట్టమొదటగా ఇల్లు కట్టిచ్చిన సెనేటర్, మనమంటే ఇంకా ఫేవరబుల్ గానే ఉన్నాడు. ఆయనతో మొడాలిటీస్ డిస్కస్ చేద్దాం. కానీ ఈ హాస్పిటల్ ని రన్ చేసే భారం నీది. నువ్వు రెడీయా కాదా చెప్పు." ఎస్ పీ గాడి మాటలకి నాకు షాక తగిలినట్టయ్యింది.

"ఒరేయ్ ఎస్ పీ. నేనేం చెప్పనురా? ఇక్కడే న్యూయార్క్ లో సెటిల్ అయిపోతే, నెలకి ఓ వెయ్యి డాలర్లు వస్తాయి చాలు, బలే జీతం అని అనుకుంటున్నాను. కాదూ, నిన్ను ఓ హాస్పిటల్ కి ఛీఫ్ గా చేస్తానూ అంటే ఎందుకు కాదంటాను? ఫైనాన్షియల్ వ్యవహారాలు మీరు చూసుకోండి. ప్రొఫెషనల్ విషయాలు నేను చూసుకుంటాను. ముందు ఈ పోలీ క్లినిక గురించి ఆలోచిస్తాను. అన్నీ క్లిక్ అయితే, నెల్నాళ్ల లోపులోనే స్టార్ట్ చేద్దాం" అన్నాను.

ఈ మాట నా క్లాస్ మేట్ సుధాకర్ కి చెప్పాను. అతను చాలా సీరియస్ గా తీసుకున్నాడు ఈ విషయాన్ని. "నిజమే లక్ష్మణ్. మన ఇండియన్స్ వచ్చి వీళ్ళ జాబ్స్ లాగేసుకుంటున్నారన్న భయాన్ని తొలగించి, ఈ ఇండియన్సే వీళ్ళకి జాబ్స్ ఇచ్చే అవకాశాన్ని కలిగించడం ఎంతో గ్రేట్ ఐడియా. అయామ్ విత్ యూ. మనిద్దరం కార్డియో విషయాలు చూసుకున్నా, ఇంకా మిగతా ఫాకుల్టీస్ కి చాలామంది కావాలి. ఇక్కడ హాస్పిటల్లో తెలుసున్నవాళ్ళనీ, నా హాస్టల్ మేట్స్ నీ, కనుక్కుని, అందులో ఎంతమందిని మనతో కలుపుకోవచ్చో చెబుతాను. ఈ వీకెండ్ దాకా ఆగు" అన్నాడు.

హాస్టల్ లో చిన్నసైజు కలకలం లేచింది.

ముగ్గురు అమెరికన్ స్టూడెంట్స్, ఇంకో ముగ్గురు ఇండియన్స్, ముందుకివచ్చారు ఈ పోలీక్లినిక్ లో చేరడానికి. అప్పటికే ఆయా ఫీల్డ్స్ లో చెప్పుకోదగ్గ ప్రతిభ చూపిస్తున్న డాక్టర్స్ ని మా దగ్గర 'విజిటింగ్ డాక్టర్స్' గానూ, 'డాక్టర్ ఆన్ కాల్' గానూ నియమించుకున్నాం.

మూడంతస్తుల బిల్డింగ్ అద్దెకి తీసుకున్నాం. టాప్ ఫ్లోర్ లో పెంట్ హౌస్ లాంటి ఫోర్ బెడ్ రూం పోర్షన్ మా ముగ్గురికీ మకాం అన్నమాట.

మిగిలిన స్పేస్ అంతా హాస్పిటల్ కే. విశాలమైన కన్సల్టింగ్ రూమ్స్, వైటింగ్ హాల్స్... ఈ సదుపాయాలకే పేషంట్లూ, వాళ్ళ అటెండెంట్లూ కూడా ముగ్ధులైపోయారు. మరి ఇదంతా ఎస్ వీ గాడే చూసుకున్నాడు. అందరి డాక్టర్ల దగ్గరా రిసెప్షనిస్ట్ లని ఎపాయింట్ చేశాం. వాళ్ళు పార్ట్ టైమర్స్ అన్నమాట. ఆ విధంగా 'మెగా పోలీ క్లినిక్' స్టార్ట్ అయ్యింది.

అతిశయోక్తి కాదు. మొదటి నెలలోనే, మా ఖర్చులన్నీ పోగా కొంత లాభం మిగిలింది. పాతికవేల డాలర్స్ అద్దె చెల్లించీ, డాక్టర్లకీ, మిగతా స్టాఫ్ కీ జీతాలు చెల్లించీ, మిసిలీనియస్ ఖర్చులు భరించీ కూడా మొదటి నెలలో ఆపరేటింగ్ ప్రాఫిట్ తెచ్చింది మా పోలీక్లినిక్.

ఆ తరువాత ఎస్వీ గాడు చెప్పాడు. "నెక్స్ట్ ఇయర్ కల్లా ఎస్ వీ గాడు ఫుల్ ఫ్లెడ్జ్ డ్ గా, శ్రీ ఇంజినీరింగ్ ఛైర్మన్ కమ్ సీ వోవో అవుతాడు. మా బాంక్ లో ఇప్పుడిప్పుడే కంప్యూటరైజేషన్ మొదలవుతోంది. ఇది సక్సెస్ అయితే, మిగతా బాంకులు కూడా కంప్యూటరైజేషన్ స్టార్ట్ చేస్తాయి. అందుకని మన ఇంజినీరింగ్ ఫర్మ్ లో ఇంకో కంప్యూటర్ వింగ్ స్టార్ట్ చేస్తున్నాం. మా బాంక్ కి సాఫ్ట్ వేర్ సప్లై చేసిన కంపెనీ లోంచే పదిమందిని సెలెక్ట్ చేస్తున్నాం.

ఇంకో రెండు నెలల్లో యునైటెడ్ ఎయిర్ లైన్స్ వాళ్ళ టికెటింగ్ ప్రాజెక్ట్ కంట్రాక్ట్ రావచ్చు. అవసరం అయితే, నేను కూడా సిటీ బాంక్ కి రిజైన్ చేసేసి, ఈ కంప్యూటర్ వింగ్ చూసుకుంటాను. అప్పుడు మనం శ్రీ ఫౌండేషన్ ని అనుకున్న విధంగా నడిపించొచ్చు."

"ఒరే, మన ఆశయాలకీ, ఆశలకీ హద్దులేదా? మనకున్నదాంట్లోంచే ముగ్గురమూ, ఇంకో ముగ్గుర్ని చదివిద్దాం. ఈ అనవసరపు బాదరబందీ లన్నీ ఎందుకు?" అడిగాను నేను.

"సారీ రా. ఇంతవరకూ దీని వెనక ఉన్న ఆశయం నువ్వు అర్థం చేసుకోలేదంటే, జాలేస్తుంది. మనం ఇంకో పిల్లాడిని చదివించడం అన్నది మన వ్యక్తిగత బాధ్యత అవుతుంది. అలా కాకుండా ఈ సంస్థ చదివిస్తే, అది ఈ సంస్థ బాధ్యత అవుతుంది. అప్పుడు ఈ సంస్థ మన తరానికే కాదు, రాబోయే తరాలకి కూడా స్ఫూర్తిగా నిలబడుతుంది.

అంతెందుకు? రాజమండ్రీ లో కందాళవారి సత్రం, కంభం వారి సత్రం...వీటిల్లో ఇప్పటికీ ఉచిత వసతీ, భోజనం యాత్రీకులకి లభించడంలేదా? కోస్తా గ్రామాలన్నిటిలోనూ లెక్కలేనన్ని సత్రాలు

ఉన్నాయే? ఈ డొక్కా సీతమ్మ గారి పేరు ఇంకా తలుచుకుంటూనే ఉన్నారే? వీరందరూ చేసింది అన్నదానం. తమకున్న దాంట్లోంచి ఇంకొంతమందికి పెట్టారు.

ఇంకోటి ఆలోచించు... చాలా ఊర్లల్లో చెరువులూ, నూతులూ తవ్వించినవారూ, దేవాలయాల్లో నిత్యపూజలకోసం, అన్నదానం కోసం తమ మడిమాన్యాలు ఇచ్చినవారూ, తమ తోటి మానవాళి అభ్యుదయం కోసం పాటు పడ్డవారే. ఆ డబ్బులు ఖర్చుపెట్టి, చెరువులు తవ్వించే బదులు, తమ పిల్లలకి ఇంకొన్ని లక్షలు వారసత్వ సంపదగా ఇవ్వచ్చు కదా?

మన విజయనగరం లోనే చూడు. మహారాజాస్ ఛారిటీ... సంస్కృత భాష నేర్చుకునే విద్యార్థులకి ఉచిత వసతీ భోజనం ఇస్తోంది. అలాగే రోజు సత్రం లో ఉచితంగా మీల్స్ పెడుతున్నారు. ఈ ఎస్ వీ గాడికి కూడా తెలుసే ఆవిషయం? ఈ దాతలందరూ అలా డబ్బు ఖర్చుపెట్టి ఏం బావుకుంటున్నారు?

నీలాగే ఆలోచించి, ఇద్దరు ముగ్గురికి సహాయం చెయ్యడం తో తమ భాధ్యత తీరిపోయిందని అనుకోలేదు వాళ్ళు. నీకు చదువూ, తెలివితేటలూ, సంపదా చాలినంత ఉన్నాయ్. మరి నువ్వు ఎందుకు ఈ సామాజిక భాద్యత తీసుకోకూడదు?

కాబట్టి, ఇందులో నువ్వు ఎదురు చెప్పేది ఏమీ లేదు. నెక్స్ట ఇయర్ నుంచీ ఎస్ వీ గాడు తన కంపెనీ ప్రాఫిట్స్ లో సగం శ్రీపాల్స్ ఫౌండేషన్ కి ఇచ్చేలా బోర్డ్ రిజల్యూషన్ తెస్తున్నాడు. తన కంపెనీ ప్రాఫిట్స్ మత్తులో పడి తన సామాజిక భాధ్యతని విస్మరించకుండా ఉండడానికే ఈ ఎరేంజ్ మెంట్.

అలాగే నీ పోలీ క్లినిక్ లాభాలూ వేరే ఎకౌంట్ లో జమ చేస్తున్నాం. ఎస్ వీ గాడు అప్పుడే హాస్పిటల్ సైట్ కూడా కన్ఫర్మ్ చేశాడు. 10 హెక్టేర్స్ ఆఫ్ లాండ్...న్యూయార్క్ కి వంద కిలోమీటర్ల దూరంలో. ఆ లాండ్ గవర్నమెంట్ మనకి ఎలాట్ చేస్తుంది మార్కెట్ రేటుకి.

అయితే ఫ్రీ గా ఎలాట్ చెయ్యమని అడగడానికి, మనం ఈ సండే, వాషింగ్ టన్ లో ఆ సెనేటర్ గారి ని కలుసుకుని, ఆ తరువాత ఆయన్ని వెంటబెట్టుకుని, ట్రెజరీ సెక్రెటరీనీ, హెల్త్ సెక్రెటరీనీ కూడా కలుస్తున్నాం. అన్ని అవకాశాలూ పూర్తిగా అంది పుచ్చుకుందాం. ఇంతవరకూ మనం ప్రయత్నించినవన్నీ, అనుకున్నట్టే సకాలం లో పూర్తయ్యాయి. ఒక్కసారి ధైర్యం చేసి ఆ సెనేటర్ నీ, హెల్త్ సెక్రెటరీనీ, ట్రెజరీ సెక్రెటరీనీ ఇంప్రెస్ చెయ్యగలిగామంటే, మన శ్రీపాల్స్ ఫౌండేషన్ కీ, మన మెగా హాస్పిటల్స్ కీ, ఇక ముందు డోకా ఉండదు.

ఎల్లుండే సెనేటర్ పాట్రిక్ నీ, హెల్త్ సెక్రెటరీనీ, ట్రెజరీ సెక్రెటరీనీ, మన 'శ్రీపాల్స్' ముగ్గురం కలుస్తున్నాం. గెట్ రెడీ" అన్నాడు ఎస్ పీ.

"ఎంత కాల్కులేటెడ్ ప్లానింగ్ లో ముందుకెడుతున్నాడు వీడు?" అనుకున్నాను.

మీకు బోర్ కొట్టినా సరే, ఆ మీటింగ్ వివరాలు పూర్తిగా చెబుతాను. అదే మా అందరికీ టర్నింగ్ పాయింట్.

అనుకున్న టైం కి సెనేటర్ పాట్రిక్ ఇంటికి వెళ్ళాం. ఆయన అప్పటికే నిక్సన్ గవర్నమెంట్ లో కౌన్సిలర్ గా ఉంటున్నాడు. ఎస్ వీ నీ, ఎస్ పీ నీ గుర్తుపట్టాడు. నన్ను కూడా పరిచయం చేశారు వీళ్ళు. ఫార్మాలిటీస్ అయ్యాక ఆయన చెప్పాడు.

"శ్రీ, ముందుగా మనం హెల్త్ సెక్రెటరీ రిఛర్డ్స్ ని కలుద్దాం. అతనితో కొంత చనువుంది నాకు. అతన్ని నేను కన్విన్స్ చెయ్యగలననే అనుకుంటున్నాను. ట్రెజరీ సెక్రెటరీ కానలీ కూడా తెలుసు. కానీ వాడు చాలా స్ట్రిక్ట్. వాడివల్ల పని అవుతుందని నేను చెప్పలేను. తరువాత డోంట్ బ్లేమ్ మీ."

"ఫాట్రిక్, వు ఆర్ ఫుల్లీ ప్రిపేర్డ్ ఫర్ ది వర్స్. లెట్ అజ్ డూ అవర్ బెస్ట్. దట్స్ ఆల్." అన్నాడు ఎస్ పీ.

అప్పట్లో హెల్త్ సెక్రెటరీ ఎలియట్ రిచర్డ్స్ అనే సెనేటర్. అతనికి మా మెగా కేర్ హాస్పిటల్ వెంచర్ గురించి చెప్పాం.

"It is no different from other commercial concerns. Why should we give any concesions?" అన్నాడు రిఛర్డ్స్.

అప్పుడు ఎస్ వీ గాడికి చిర్రెత్తుకొచ్చింది.

"See sir. We are sincere in our intentions. Even if you donot give concessions, we will go ahead with our project. But one question sir! If the state is able to deliver medical treatment to all, that too in time, then why there is demand for so many corporate hospitals in the private sector? Is it not the failure on your part, that the corporate are taking advantage of?"

రిఛర్డ్స్ ఆశ్చర్యంగా వింటున్నాడు.

"We wanted your involvement sir. If you allot that land to our hospital for nominal value, we can allot 25% of the beds to the patients referred by the state hospitals. We are proposing a bed strength of 500 to start with. That means, you will be able offer the best treatment to more than 100 patients at time. Assuming the average period of in-patient treatment to be a week, then more than 5000 patients can be treated over a year. If you are to pay for the treatment, the minimum being 1000 dollors, it adds up to 5 million a year. And this goes on increasing every year.

So, will it not be a profitable proposition, that you allot the land for nominal value or free of cost, and the Mega Hospitals will in turn, agree to treat 25% of their bed strength or 5000 patients a year referred by the govt, free of charge?

And our hospital will generate employment to atleast 50 super specialists, 100 specialists, and 200 paramedical staff directly. We will also be employing administrative staff and unskilled staff. And, the indirect employment this unit generates, you can imagine for your self.

We are supplementing the efforts of the government. We expect you to encourage and appreciate our project, not criticize and condemn it."

"But I can't help you. You are an Indian firm. We cannot give away any doles to non US firms."

అప్పుడు పాట్రిక్ గారు చెప్పారు. "It's not like that Richards. This Mega Hosp is their US venture. The Board has more than 80% of Americans in the Management. And every one in the board is, I say, sounds like a 'who is who' in their field. This is really a US company. For that matter, I am also on the board."

"That clinches the matter. Sree, send me all the details of the project, the names of the board members, and every thing else that you think is apt. Do it immediately. There is a high level committee meeting scheduled for tomorrow afternoon.

If the paers are on my desk by tomorrow morn, I will see that your proposal is accepted. I foresee no further trouble." అన్నాడు రిఛర్డ్స్.

Thank you Richards." అని చెప్పి మేమందరం బయటకి వచ్చాం.

అప్పుడు మళ్ళీ పాట్రిక్ చెప్పారు.

"ప్రసాద్ ఇప్పుడు నీ వంతు. ఆ ట్రెజరీ సెక్రెటరీ తో నువ్వే మాట్లాడాలి. మెగా హాస్పిటల్స్ లో నేను కూడా డైరెక్టర్ కాబట్టి, నేను ఇంటరెస్ట్ తీసుకున్నా తప్పులేదు. కానీ ఈ శ్రీపాల్స్ అన్నది మీ ముగ్గురిదే. కాబట్టి నువ్వే ఇనీషియేటివ్ తీసుకోవాలి."

"ఫరవాలేదు అంకుల్. You will be surprised to see, how I deal with them. మీరు మమ్మల్ని ఇంట్రడ్యూస్ చేసి వెళ్ళిపోండి చాలు." అన్నాడు ఎస్ పీ.

ట్రెజరీ సెక్రెటరీ ఛాంబర్ లోకి వెళ్ళాం. ముందు పరిచయాలయ్యాక కోనలీ అన్నాడు. "young men, what can I do for you?"

ఎస్ పీ గాడు అందుకున్నాడు. "Sir, we want the govt's participation in our foundation. Can you?"

"Sorry my boys. We don't patronise non US companies."

"Mr. Conolly, you are not realizing what an opportunity you are missing. It is not just a matter of few million dollors. Your party's image, the govt's performance, can all be affected with your decision."

"No black mailing my boy. If you have any thing to say, come clean. I would not be giving interviews to you people, but for the insistence of Patrick. Do you understand?"

"So nice of you sir. Thanks for that. If you give me five minutes, I can explain every thing. Will that suit you?"

"OK. Go ahead. But my decision is reserved. Don't presume any thing."

"Sure Sir. 'Sreepals Foundation' is started by sree's pals. That's we. It is not for our personal gain. A company or a firm should have a name. And this is it. Don't read too much into it.

Sreepals was originally started in India as a catering unit. It is still running, and is able to generate employment for 25 persons. Mr.Vaj, MP of Jansangh can be referred to in this matter.

Now after Sree has migrated to the US, evenwhile pursuing his masters, he started Sreepals Engeneering Consultancy. Many US firms have got contracts from the gulf.

We did our bit. **This Indian firm has provided employment to 50 of your best engineers sir!** Our order book is now full for the next 3 years. Our firm has executed works, worth more than a 100 million. Apart from this we are also consultants to the dept of Highways in the US. We are expecting an overall profit of 20 million and half of it will go to sreepals foundation.

And Sreepals will identify and encourage young talent, rotting without recognition. We plan to educate 100 students in professional courses. Their only qualification to get our foundation's aid will be, continuous academic excellence and inability to pursue higher education due to financial reasons.

See, if such educated youth is left neglected, what will happen next? They will be nursing a grouse against the society! They will turn into anti social elements. Then it is more work for your police. If the same youth is encouraged to become a professional, he not only will come up and serve the society, but can also show employment to few others. Atleast one youth turning anti-social can be prevented. Prevention is better than cure. Think of it sir!

We aim to do this wholeheartedly. Because, we prospered after coming to the U S. We want to convey our thanks to the U S, in our own way. It is this way."

"But where do we fit in Prasad?" The secretary was all ears.

"You see, we are all young. Instead of enjoying the luxuries of life, we we made 'service to the society' as our way of life. Sree is donating 50% of his firm's profit to our foundation. So will be Mega Hospitals! You already know, what our founadation is going to do with those funds. So, if you can give tax exemption to all the funds donated to the foundation, we will make our own mark. Please give exception in our case, and do not insist on past 5 years of track record and audited statements.

Our foundation is striving to bring in a more educated, highly developed American society, which is now drifting towards hippy culture, narcotics and LSDs. If a better and well organized society is what your government aims for, then please consider our proposal."

"What if we don't consider?" "Even then, the foundation will be active. We may get lesser donations. But the profits of Sree Engineering and Mega hosp will be definitely diverted to the foundation. We will also be frank to the press that our firm's request for tax emption was turned down. We will also tell them our opinion that, only the Ford foundation and the Rock fellers can enter this field. That's how it appears to us."

"No. No. I never said your proposal is turned down. We are thinking of all the pros and cons. America is not racist. We can't be branded like that.

So, Prasad, please send a detailed application tomorrow, along with names of the trustees, your aims, and future projects. If what you said is reflected in the papers, I can convince the President, and you will get the tax emption quickly."

"Oh Thank you Conolly. Thank you. I will be in touch with you."

"Any thing else Prasad?"

"Sir, we want one government nominee to be on the selection board, while selecting the students for the grants. Will you oblige sir?"

"I am not sure, but we can consider."

"Thank you Conolly."

బయటకి వచ్చాక పాట్రిక్ ప్రసాద్ ని కౌగలించేసు కున్నాడు. "నువ్వు ఇంత బాగా కన్విన్స్ చేస్తావనుకోలేదు. ఈ గవర్నమెంట్ ఇంక్ రిపబ్లికన్స్ దే ఐనా, లేక డెమాక్రాట్స్ దే ఐనా కూడా, నీ ప్రొపోజల్ కి వాళ్ళు అంగీకరించి ఉండేవాళ్లే. లాస్ట్ లో ప్రెస్ కి చెబుతాననడం ఇంకొంచెం పనికొచ్చింది మనకి."

"నాదేం లేదు అంకుల్. మీరు పక్కన ఉండ బట్టే అంత ధైర్యంగా మాట్లాడగలిగాను. మీరు కూడా ఈ ఏంటీ రేసిస్ట్ మూమెంట్ సపోర్ట్ చేస్తున్నారని నాకు తెలుసు. మన శ్రీపాల్స్ ఫౌండేషన్ బోర్డ్ ప్రెసిడెంట్ గా మీరే ఇది ఫాలో అప్ చేస్తున్నారు. అయినా చెప్పడం మరిచాను. ఫోర్డ్ ఫౌండేషన్ వాళ్ళు మీకు తెలుసా?"

"పై నాట్? దాని ప్రెసిడెంట్ నాకు బాగా తెలుసు. మెక్ జార్జ్ బుండీ."

"అయితే ఇంకో గుడ్ న్యూస్ వినండి అంకుల్. ఫోర్డ్ ఫౌండేషన్ నామినీ కూడా మన బోర్డ్ లో జాయిన్ అవుతున్నారు. వాళ్ళ ఫౌండేషన్ తరపున మనకి హాఫ్ మిలియన్ కమిట్ అయ్యారు. కాబట్టి దీన్ని కూడా కార్యరూపం లోకి తెచ్చే భాద్యత మీదే.

ఇంకో రెండేళ్ళలో మెగా హాస్పిటల్స్, శ్రీ ఫౌండేషన్, పూర్తి స్థాయిలో పనిచేస్తాయి. అప్పటిలోగా ఈ బాలారిష్టాలు, టీతింగ్ ట్రబుల్స్ గట్టెక్కేస్తే, మన ప్రోజెక్ట్స్ కి తిరుగు ఉండదు." అన్నాడు ఎస్ పీ.

"I am so happy and proud of you my boys! I will be on the job." అన్నారు పాట్రిక్.

ఇంకో ఆర్నెళ్ళు గడిచాయి. మెగాకేర్ హాస్పిటల్స్ కి భూమిపూజ అయిపోయింది. బాంకు లోన్సూ వచ్చాయి. అలాగే శ్రీపాల్స్ ఫౌండేషన్ కూడా స్టార్ట్ అయ్యింది. అనుకున్నట్టుగానే ఫోర్డ్ ఫౌండేషన్ నుంచి హాఫ్ మిలియన్ సంపాదించారు పాట్రిక్.

బోర్డ్ లోని ఇంకొంతమంది ఉద్దండులు కలిసి, ఇంకో రెండు మిలియన్స్ కి కమిట్మెంట్స్ తీసుకొచ్చారు. ఇంజినీరింగ్ కన్సల్టెన్సీ బాగా పుంజుకుంది. శ్రీ కి ఇన్ఫ్లుయెన్సూ పెరిగింది.

ఇప్పుడు మా కన్సల్టెన్సీ లోనూ, హాస్పిటల్ లోనూ, జాయిన్ అవడానికి వందల కొద్దీ అప్లికేషన్స్ వస్తున్నాయి. ఇవన్నీ నేను కలలో కూడా ఊహించనివి. ఏదైనా జాబ్ ఇంటర్వ్యూ కి వెళ్ళి, బుద్ధిగా చేతులు కట్టుకుని అడిగిన దానికి పొందికగా సమాధానం చెప్పి, జాలి చూపులతో బైటకి రావడం, ఆ తరువాత, ఆ తిరుపతి దేవుడే చూసుకోవాలి అని మొక్కుకోవడం ... ఇదే నేను ఊహించుకొన్నది.

కానీ, నేనే సెలెక్షన్ కమిటీ లో ఉండి, ఎమ్ డీ చేసిన డాక్టర్స్ ని ఇంటర్వ్యూ చేసి వాళ్లకి జాబ్స్ ఇవ్వడం అన్నది నిజంగా నేను ఊహించని విషయం.

మా మెగాక్లినిక్ లో ముందునుంచీ జాయిన్ అయిన వాళ్ళని ఆయా డిపార్ట్ మెంట్స్ కి హెడ్స్ గా తీసేసుకున్నాం. ప్రతీ డిపార్ట్ మెంట్ కీ ఇంకో ముగ్గురు సూపర్ స్పెషలిస్ట్ లు ఉండేలా, అంటే రెండు యూనిట్స్ గా ఉండేలాగా, ఇంకో ఆరుగురు గ్రాడ్యుయేట్స్ నీ తీసుకున్నాం. జీతాలు మాత్రం మార్కెట్ రేట్ కన్నా ఎక్కువే ఇస్తాం అని చెప్పాం. మాకు చక్కని రెస్పాన్స్ వచ్చింది. నేను ఎమ్ డీ ఫైనల్ కి వచ్చేసరికే, మేము అపాయింట్ చేసిన డాక్టర్లతో మెగా హాస్పిటల్ రన్ అయిపోతోంది.

ఓ రోజు ఎస్ పీ గాడు చెప్పాడు.

"మనం ఇంతటితో ఊరుకోకూడదు. ఈ సంస్థ లన్నీ కొన్ని తరాల వరకూ రన్ అవ్వాలంటే, ఇప్పుడే చక్కని పునాది వెయ్యాలి. మనకి ఓ ఛార్టర్డ్ అకౌంటెంట్, ఓ లీగల్ అడ్వైజర్, ఓ కంపెనీ సెక్రెటరీ, చాలా అవసరం. ఇప్పుడు మన సంస్థల్లో అకౌంట్స్ విభాగాన్ని చూసే నిపుణులు ఉన్నారు. వాళ్ళని డిస్టర్బ్ చెయ్యద్దు. కానీ వాళ్ళకి పై పొజిషన్ లో, మన వాళ్ళు ఉండాలి. అప్పుడే మనకి ఫైనాన్సెస్ మీద కంట్రోల్ వస్తుంది.

నెక్స్ట 3 మంత్స్ లో మన ఫౌండేషన్ యొక్క ఏక్టివిటీ స్టార్ట్ అవుతుంది. అన్ని పేపర్స్ లోనూ యాడ్స్ ఇస్తున్నాం. "ప్రొఫెషనల్ కోర్సుల్లో జేరే అర్హతా ఎక్జామ్స్ రాసిన వారందరికీ, తమ కిష్టమైన కోర్సుల్లో చదువు కొనసాగించే అవకాశాన్ని, మా సంస్థ తరఫున అందిస్తున్నాం. కావలసినదల్లా చక్కని ఎకడెమిక్ రికార్డూ, సమాజానికి సేవచేద్దామనే తపనా. ఇవి ఉన్నవాళ్ళు తమ అర్హతా పరీక్షలు రాసిన వెంటనే, తమ తమ స్కూల్ ప్రిన్సిపాల్స్ ద్వారా అటెస్ట్ చేసిన అప్లికేషన్స్ మాకు పంపండి" అని.

మనం ఇచ్చిన మాట ప్రకారం వంద మంది స్టూడెంట్స్ ని ఎంపిక చేద్దాం. షరతులూ అవీ తరవాత చెబ్దాం. మనకి వర్క్ లోడ్ ఎక్కువవుతుంది కాబట్టి, మనవాళ్ళనే ఇందులో జాయిన్ చేసుకోవడం చాలా మంచిది. మీ అభిప్రాయం కూడా చెప్పండి."

ఎస్ వీ గాడు చెప్పాడు

"నేను కూడా అన్నిపనులూ చూసుకోలేకపోతున్నాను. ఈ ఏ ఎల్ గాడు ఇంకో ఏడాది దాకా చేతికి అందడు. అంతవరకూ ఈ మెగాకేర్ కూడా నేనే చూసుకోవాలి. మనకీ ఓ నమ్మకమైన అసిస్టెంట్ ఉంటే బాగుంటుంది."

అప్పుడు నేను చెప్పాను. "ఒరేయ్. ఈ వర్క్ లోడ్ అంతా ఇంకో మూడు నెలల తరువాత కదా? ఈ లోపులో ఈ ప్రోబ్లెం సాల్వ్ చేసేద్దాం. ఇక్కడ సమ్మర్ హాలీడేస్ కన్నా, క్రిస్మస్ హాలీడేస్ ఎక్కువ. స్టాఫ్ కూడా లీవ్ పెట్టేస్తారు. కాబట్టి డిసెంబర్ జనవరి మధ్యలో ఓసారి ఇండియా వెళ్ళి, వాజ్ గారికి మన సమస్య చెబుదాం. అక్కడి కాంటీన్ వ్యవహారం కూడా చూసుకోవాలిగా?"

"ఓకే. మనం డిసెంబర్ 20th కల్లా ఫ్రీ అవుతాం కాబట్టి, అప్పటికి మన ఫ్లైట్స్ బుక్ చేస్తాను. ముందు డిల్లీ, ఆ తరువాత ఓ వారం రోజులు దక్షిణ దేశ యాత్ర... మళ్లీ బాక్ టూ యూ ఎస్" అన్నాడు ఎస్ పీ.

నేను దిగాలుగా మొహం పెట్టాను. ఎస్ వీ గాడు అప్పుడు చెప్పాడు. "వాడు నాకు ముందే చెప్పాడురా. వాడికి కొన్ని ప్రోబ్లమ్స్ ఉన్నాయి. డిల్లీలోనూ, విజయనగరం లోనూ కూడా. వాళ్ళమ్మావాళ్ళూ ఎలా ఉన్నారో ముందు తెలుసుకోవాలి అంటున్నాడు."

“అది తప్పేం కాదు. అలాగే వెళతాడు. ఇంకో ప్రోబ్లమ్ ఏమిటి?” అడిగాడు ఎస్ పీ.

“అది తరువాత చెబుతాడులే. అయినా వాడు విజయనగరం వెళ్ళడు. మనమే వాడి తరఫున వెళ్ళాలి అని అంటున్నాడు.”

“అవును ఇదీ పాయింటే. అక్కడ వీడి స్వంత ఇల్లు ఉంది. ఇప్పుడు వీడు డాక్టర్ అయ్యాడని, వాళ్ళు మారిపోయినట్టు నటించొచ్చు. వీడూ మొహమాటంతో అక్కడే ఉండిపోవచ్చు. సరే. మనమే వెడదాం.” అన్నాడు ఎస్పీ.

నాక్కోపం వచ్చింది.

“అరే ఎస్ పీ. నీకు ఎన్నిసార్లు చెప్పాలి? వాళ్ళు నన్ను ఉండిపొమ్మన్నా, లేనిపోని అభిమానాలూ అవీ చూపించినా, మారిపోయామని వాళ్ళేచెప్పినా, నేను మీతోనే ఉంటానూ అని? మీ వాళ్ళని నువ్వు ఎలా వదిలేసుకున్నావో, ఈ ఎస్ వీ గాడూ అలాగే వదిలేసుకున్నాడు వాడి వాళ్ళని. నేనూ అంతే! ఒకసారి చూడాలని కుతూహలం మాత్రం ఉంది. అందుకు లేనిపోని పెడర్థాలు తియ్యకండి. విజయనగరం ట్రిప్ కాన్సిల్ చేసినా ఫరవాలేదు.” అన్నాను.

“వద్దులే అక్కడ మనం కూడా కొంచెం ఎంక్వైరీ చెయ్యాల్సింది ఉంది.” అన్నాడు ఎస్ పీ.

మెగా హాస్పిటల్స్ భాధ్యతని నాఫ్రెండ్ సుధాకర్ కీ, శ్రీ ఇంజినీరింగ్ భాధ్యతల్ని జయశంకర్ కీ, ఫౌండేషన్ భాధ్యతలని పాట్రిక్ కీ, తాత్కాలికంగా అప్పగించి, ఇండియాకి బయలుదేరాం.

14

20.12.1972, ఢిల్లీ

కరక్ట్ గా 1972 డిశెంబర్ ఇరవై నాటికి ఢిల్లీలో ఉన్నాం. ఇంకో ఐదు రోజుల్లో వాజ్ గారి బర్త్ డే కదా? గ్రీట్ చెయ్యాలి అనుకున్నాం. మేం హోటల్లో దిగి, ఆయన ఇంటికి వెళ్ళాం. ఎటువంటి హడావుడీ లేదు. ఎప్పటిలాగే, హాల్లో కూర్చుని పేపర్ చదువుకుంటున్నారు.

మేం వెళ్ళి ఆయన కాళ్ళవద్ద కూర్చున్నాం. కుశలప్రశ్నలు అయ్యాక ఆయన అన్నారు.

"మీ సక్సెస్ స్టోరీ వింటూంటే నాకెంతో గర్వంగా ఉంది. కానీ మీ వెంచర్ ఇక్కడ మాత్రం ఫెయిల్ అయినట్టే కనబడుతోంది. ఏడాదినుంచీ, మీరెవరూ రాకపోవడంతో మా కార్యకర్తలే దాన్ని ఏదోలా రన్ చేస్తున్నారు. ఇలాంటప్పుడు నేను కూడా మిమ్మల్ని ఏమీ సపోర్ట్ చెయ్యలేని పరిస్థితి.

ఇప్పుడు ఇందిరాగాంధీ గారు పాకిస్తాన్ మీద యుద్ధాన్ని జయించిన మత్తులో ఉన్నారు. ప్రజలూ అలాగే ఉన్నారు. మా పార్టీ మళ్ళీ ప్రాభవం కోల్పోయింది. ఢిల్లీ మున్సిపాలిటీ అయినా దక్కితే అదే చాలు అన్నట్టుగా ఉంది మా పరిస్థితి. ఇప్పుడు అంతా కాంగ్రెస్ హవా నడుస్తోంది. కాంటీన్ కూడా మీరు క్లోజ్ చేసుకుంటున్నట్టు లెటర్ ఇచ్చెయ్యండి. ఇప్పుడున్న యాజమాన్యం చేసే తప్పులు మీ మీదకి రావు. లేకపోతే లీగల్ ప్రోబ్లెమ్స్ రావచ్చు."

మా నెత్తిన పిడుగు పడ్డట్టుగా అయ్యింది. నేను వెంటనే కాంటీన్ లోకి వెళ్ళాను. నేను యూఎస్ వచ్చేముందే కాంటీన్ ని సబ్ కంట్రాక్ట్ కి ఇచ్చాను. అతన్ని కలుసుకున్నాను. ముందు కాస్సేపు మర్యాదగానే మాట్లాడాడు.

ఆ తరువాత సబ్ కంట్రాక్ట్ ఇచ్చే అధికారం మాకు లేదనీ, అది చట్ట విరుద్ధం అనీ, అందుకని తనే కొంత డిపాజిట్ చెల్లించి కంట్రాక్ట్ తీసుకున్నాడనీ, అందుకని మాకు తిరిగి డబ్బిచ్చే ప్రసక్తే లేదనీ తెగేసి చెప్పాడు. అతను చెబుతున్నవన్నీ అబద్ధాలు అని మాకూ తెలుసు. కానీ ఏం చెయ్యగలం? అయితే అక్కడున్న శ్రీపాల్స్ బోర్డ్ ని తీసెయ్యమని చెప్పి, పార్టీ ఆఫీస్ లో మా కంట్రాక్ట్ ని రాబోయే నెలాఖరునుంచీ వదులుకుంటున్నట్టుగా లెటర్ రాసి ఇచ్చేశాం.

రాజ్ మాతా వైజయంతీ ఎదురయ్యారు మాకు. "హలో డాక్టర్. ఎలా ఉన్నావ్?" అంటూ ఎప్పటిలాగే పలకరించారు. నేను మా కేంటీన్ సమస్య అంతా చెప్పాను.

"అవును. నిజమే. ఓ ఏడాది నుంచీ చూస్తున్నాను. ఈ కేంటీన్ లో నువ్వు కనబడడం లేదు. అప్పటి స్టాఫ్ ఎవ్వరూ లేరు. కొత్త కంట్రాక్టర్ మమ్మల్ని ఏమీ పట్టించుకోడు. కేవలం వాజ్ పెయీ, అద్వానీ, జస్వంత్ ...వీళ్ళనే. ఈ మధ్య ఫెర్నాండెజ్ కూడా ఇక్కడికి వస్తున్నాడు.

ఈ విధంగానైనా అపో్ జిషన్ పార్టీలన్నీ కలుస్తున్నాయి అని సంతోషిస్తున్నాను. ఈ కంట్రాక్ట్ పోతే పోయిందిలే. అక్కడ యూ ఎస్ లో మీరంతా హాయిగా ఉన్నారు కదా?" అన్నారు రాజ్ మాత.

కానీ ఇది మాకు సెంటిమెంట్ తో కూడింది కదా? అందులోనూ మా ఫస్ట్ వెంచర్. రాజ్ మాత కి మా యూఎస్ కంపెనీల గురించీ, వాటిని మేము ఎలా అభివృద్ధిలోకి తీసుకొస్తున్నదీ... ఆ విషయాలన్నీ చెప్పాం. చాలా ఇంప్రెస్ అయ్యారు ఆవిడ.

“చూడు లక్ష్మణ్, ఇక్కడ జనసంఘ్ పార్టీ మునపటి ప్రాభవాన్ని కోల్పోయింది. ఇప్పుడంతా కాంగ్రెస్ గాలి వీస్తోంది. అందుకని ఆఫీస్ కీ నిండుతనం తగ్గింది. ఎలా అయినా మీ యూనిట్ మూత పడేదే! సెంటిమెంట్ అంటున్నావు కాబట్టి, రేపు సాయంత్రం మా ఇంటికి రా. నాకు తోచిన సలహా చెబుతాను” అన్నారు.

మర్నాడు సాయంత్రం అక్బర్ రోడ్ లోని ఆవిడ ఇంటికి వెళ్ళాం. పండగ సెలవలకి కాబోలు, అప్పుడు మహదేవ్ రావ్, ధరణీ కూడా వచ్చి ఉన్నారు. రాజ్ మాతా చెప్పారు.

“మీ సెంటిమెంట్ సమస్యని వాజ్ తో కూడా చర్చించాను. మాకు తెలుసున్నవాడికి ఇక్కడ ఢిల్లీ లోనే హోటెల్ ఉంది. రాజ్ బహదుర్ మధుకర్ సింగ్ ప్రధాన్స్ అని, అతనితో మాట్లాడాను. అతని కొడుకు చరణ్ రాజ్ తో ఈ వారం లో అపాయింట్ మెంట్ తీసుకుని, మీ సమస్య చెప్పండి.

మీ కంట్రాక్టే కాదు, ఇప్పుడున్న కొత్త కంట్రాక్ట్ కూడా, వచ్చే మార్చి కలా అయిపోతుంది. కాబట్టి జనవరిలో టెండర్స్ పిలవమని చెప్పాను. వాజ్ కూడా ఇందుకు ఒప్పుకున్నాడు. ఈ ప్రధాన్స్ తో కలిసి మీరు టెండర్ వెయ్యండి. ప్రధాన్స్ కాబట్టి ఈ కంట్రాక్ట్ వాళ్ళకే దక్కే అవకాశం ఉంది.

మీ పేరు వాడుకున్నందుకు గాను, మీకు కొంత రాయల్టీ ఇస్తాడు. దాన్ని మీ యూ ఎస్ ఫౌండేషన్ కి విరాళంగా తీసుకోండి. ఈసారి కంట్రాక్ట్ టెర్మ్ ఫైవ్ యియర్స్ కాబట్టి వచ్చే అయిదేళ్ళవరకూ మీ ఫర్మ్ రన్ అవుతున్నట్టే లెఖ్ఖ. అతనికి కూడా చెప్పాను. ప్రధాన్స్ శ్రీపాల్స్ అనే పేరు మీద కంట్రాక్ట్ దక్కించుకోమని. మీరు వెంటనే అతనితో మాట్లాడి అగ్రిమెంట్స్ చేసుకోండి. కంట్రాక్ట్ మీకే వచ్చేలా మేమూ ప్రయత్నిస్తాం.

ఇది ప్రధాన్స్ ల నిర్వహణలో నడుస్తుంది కాబట్టి, మీరు యూ ఎస్ లో ఉన్నా, దీని గురించి ఇక ముందు మీరు వర్రీ అవ్వక్కరలేదు. సరేనా?”

ఆవిడ పిల్లలు కూడా అక్కడే హాల్లో ఉన్నారని తెలిసినా కూడా, సంకోచించకుండా, ముగ్గురమూ ఆవిడ కాళ్ళకి మొక్కాం. “థాంక్ యూ రాజ్ మాతా! థాంక్ యూ! పోయిన ప్రాఫిట్సూ వచ్చాయి. మళ్లీ మా సంస్థా నిలబడింది. మా సమస్య తీరిపోయింది. థాంక్ యూ.” అన్నాం. ఈ సారి మేం బయటికి వచ్చేటప్పుడు, మహదేవ్ రావ్, ధరణీ కూడా గుమ్మందాకా వచ్చి ‘బై’ చెప్పారు.

నెక్స్ట మా విజయనగరం ప్రోగ్రాం. మేం విమానంలో భువనేశ్వర్ వచ్చి అక్కడినుంచీ హౌరా మైల్ లో విజయనగరం చేరుకున్నాం. నేను వైజాగ్ వెళ్ళిపోయి, అక్కడ రైల్వేస్టేషన్ లో రూమ్ తీసుకుని, వీళ్ళకోసం వైట్ చేస్తున్నాను.

“ఒరేయ్. ఇక్కడినుంచీ నాకొదిలెయ్. ఎస్ పీ గాడు ఉంటే, నన్ను ఆటపట్టిస్తూ ఈ విషయం చెప్పేవాడు. ఇప్పుడు నాదీ ఛాన్స్. నేను కంటిన్యూ చేస్తాను.” అన్నాడు ఎస్ వీ.

“షార్ట్ బ్రేక్! మేం బాత్ రూమ్ కెళ్ళాలహో!” అంది వైదేహి.

15

***22.12.1972*, విజయనగరం**

మళ్ళీ అందరూ తమతమ పరుపులమీద సెటిల్ అయ్యాక, ఎస్ వీ చెప్పసాగాడు.

"నేనూ ఎస్ పీ గాడూ మళ్లీ చాలా రోజుల తరువాత రిక్షా ఎక్కాం. మా పాత వీధికి వెళ్ళాం. ఏ ఎల్ గాడి ఇల్లు అలాగే ఉంది. ఆ పక్కనే ఉండాల్సిన మా ఇల్లు లేదు. ఆ స్థలం లో ఓ డాబా ఇల్లు సగం పడిపోయి ఉంది. ఎదురింట్లో మాకు తెలుసున్నవాళ్ళు ఉండేవాళ్లు కానీ ఇప్పుడు వాళ్ళూ లేరు. ఇక తప్పదని, పడిపోతున్న మా పాత ఇంటికే వెళ్ళి, అక్కడ నిద్రపోతున్న ఒకతన్ని లేపి అడిగాను.

వాళ్ళు చెప్పినదాని ప్రకారం, ఈ ఇంటికి గత ఐదేళ్ళుగా ఆరుగురు యజమానులు మారారు. ఎవరికీ అచ్చిరాక పోవడంతో, ఇప్పుడున్న యజమాని, ఈ ఇల్లు పూర్తిగా పడగొట్టించి, మళ్ళీ కొత్త ఇల్లు కట్టించే ప్లాన్ లో ఉన్నాడు. కొంచెం కొంచెంగా పడగొట్టిస్తున్నాడు. మొత్తంగా ఒకేసారి కూలగొట్టించడానికి అతని వద్ద సరిపోయినంత డబ్బు ఉండడం లేదు. అతను ధనవంతుడే. కానీ, ఈ ఇంటి వాస్తు ప్రభావం వల్ల ఇలా అయిపోయాడు అని అందరూ అనుకుంటున్నారుట.

సరే, అని పక్కనే ఉన్న మా ఏఎల్ గాడి ఇంటికి వెళ్ళాం. అందులో మాకు తెలుసున్న వ్యక్తులు ఎవ్వరూ కనబడలేదు. మేం గుమ్మదిగి వచ్చేస్తూంటే ఆ ఇంటి కొత్త యజమాని కనబడ్డాడు. అతను చెప్పినదాని ప్రకారం, జనార్ధన్ ఈ ఇల్లు అమ్మేసి, వైజాగ్ లో అక్కయ్యపాలెం లో ఇల్లు కొనుక్కున్నాడు. ఏ ఎల్ గాడి తల్లితండ్రులు గతించి మూడేళ్ళవుతోంది. జనార్ధన్ తన అక్కతోనూ, భార్యతోనూ కలిసి వైజాగ్ లో ఉంటున్నాడు. వాళ్ళకో రెండేళ్ల పాప కూడా ఉంది. పేరు సుమ. ఇతను వైజాగ్ వెళ్ళినప్పుడల్లా జనార్ధన్ ని కలుస్తూనే ఉంటాడు.

ఇది తెలుసుకున్నాక ఏఎల్ గాడికి కూడా వాళ్ళవాళ్ళతో అన్ని సంబంధాలూ కట్ అయిపోయాయని మాకు కన్ఫర్మ్ అయ్యింది.

అప్పుడు మళ్లీ నడుచుకుంటూ, హైకోనేరు గట్టునే ఉన్న మా ఫ్రెండ్ అనంతరావ్ ఇంటికి వెళ్ళాం. వాడు అక్కడే ఉంటున్నాడు. మమ్మల్ని గుర్తు పట్టాడు కూడా.

తనే బయటకి వచ్చి, ఆ హై కోనేరు గట్టుమీద కూర్చున్నాడు. మేమూ అక్కడే కూర్చున్నాం. అంటే, వాడు మమ్మల్ని ఇంట్లోకి రమ్మన లేదన్నమాట!

వాడే అన్నాడు. "మేం రిటర్న్ రాగానే మీ ముగ్గురి ఇళ్ళకీ వెళ్ళాం. మీ వాళ్ళెవ్వరూ కూడా మీకోసం అంతగా ఆత్రుత పడుతున్నట్టు కనబడలేదు. ఎస్ పీ గాడి ఇంట్లో అయితే, వాళ్ళ వాళ్ళందరూ హైదరాబాద్ వెళ్ళిపోయే హడావుడి కనబడింది. ఏ ఎల్ ఇంట్లోవాళ్ళు మాతో మాట్లాడనే లేదు. మీ ఇల్లు

తాళం వేసి ఉంది. మీ నాన్న వచ్చేవరకూ, ఈ ఏఎల్ గాడి పేరెంట్స్ దగ్గర ఉంటాయి తాళాలు. మేము కూడా మీరెక్కడున్నారో ఎవరితోటీ చెప్పలేదు."

"మరి మన వై ఆర్ ఎలా ఉన్నాడు?" అడిగాడు ఎస్ పీ.

"వాడి డిగ్రీ పూర్తయి పోయింది. హైద్రాబాద్ లో జాబ్ ట్రయల్స్ కి వెళ్ళాడు. వాళ్ళ నాన్నకి తెలుసున్న వాళ్ళ ద్వారా, బహుశా IG ఆఫీస్ లోనో, సెక్రటేరియట్ లోనో జాబ్ రావచ్చు. వాడు ఇంకా నాకు లెటర్ రాయలేదు."

"మరి నీ సంగతి ఏమిటి?" అడిగాను నేను.

"నేను కూడా ఇన్ కమ్ టాక్స్ ఆఫీస్ లో ఇన్స్పెక్టర్స్ పోస్ట్ కి ఎగ్జామ్ రాశాను. అందులో సెలెక్ట్ కాకపోతే, ఇక్కడే మా నాన్నగారి ప్రాక్టీస్ ని నేను తీసుకుంటాను. వైజాగ్ వెళ్ళి బీ ఎల్ చెయ్యమని మా నాన్నగారు చెబుతున్నారు."

"సరే బాగానే ఉంది. మేము సాయంత్రం వైజాగ్ వెళ్లిపోతాం. అక్కడ ఓ రోజు గడిపేసి, లీలామహల్లో పిక్చర్ చూసేసి, తరువాత మళ్ళీ హౌరా మైల్ ఎక్కేస్తాం" అన్నాను నేను.

వాడి పోజులూ, వాడి బిహేవియరూ చూస్తూంటే, మాకు నిజం చెప్పాలనిపించలేదు.

"అయితే మీరు ఇంకా కలకత్తా లోనే ఉంటున్నారా?" అడిగాడు అనంతరావ్.

"అవును. అయితే అక్కడ తోపుడు రిక్షాలవాళ్ళుంటారే, వాళ్ల యూనియన్ సెక్రటరీగా ఉంటున్నాను. ఈ సారి మా యూనియన్ తరఫునుంచీ, మున్సిపల్ ఎన్నికలకి పోటీచేసే అవకాశమూ ఉంది. ఎస్పీ గాడు కూడా మా యూనియన్ మెంబరే కానీ వాడిది లగేజ్ రిక్షాలన్నమాట" అన్నాను నేను.

"గుడ్ లక్. ఇలా ఇల్లు వదిలి వచ్చేస్తే మనం బాగుపడలేమురా! ఇప్పుడు నా సంగతే చూడు. బీ ఏ అయిపోయింది. సరైన ఉద్యోగం లేదు. అయినా మా నాన్న అండ ఉంది. B L చదవమంటున్నాడు మా నాన్న. ఆ తరువాత మా నాన్న ప్రాక్టీస్ నేను కంటిన్యూ చేస్తాను.

అలాగే మన వై ఆర్ గాడిని చూడు. తండ్రి డాక్టరు. వాడు కూడా డాక్టర్ అవుదామనుకున్నాడు గానీ, సరైన మార్క్స్ రాలేదు. కాకినాడ రంగరాయాలో కూడా వాడికి సీట్ రాలేదు. అలాక్కాదని చెప్పి, వాళ్ళ నాన్నే, వాడిని హైదరాబాద్ లో తన ఫ్రెండ్ వద్దకి పంపించాడు.

వాళ్ళ నాన్న ఇన్ఫ్లుయెన్స్ తో సెక్రెటేరియట్ లోనో, ఐ జీ ఆఫీస్ లోనో, వాడికి గవర్నమెంట్ జాబ్ వస్తుంది. ఈ రోజుల్లో గవర్నమెంట్ జాబ్ అంటే మాటలా? ఉన్న అండ ని కాదనుకుంటే, మనం ఎందుకూ పనికిరాము" హితోపదేశం చేశాడు అనంతరావ్.

"పోనీలేరా, మీరైనా జీవితంలో పైకొస్తున్నారు. ఆరోజు మమ్మల్ని వదిలేసి, మీరు తిరిగి వచ్చెయ్యడం మంచి పనే అయ్యింది కదా?" అన్నాడు ఎస్ పీ.

"అవునురా. ఓ వారం రోజులు ఇంట్లో ఎవరూ మాట్లాడలేదు మాతో. ఆ తరువాత మెల్లిగా అన్నీ సద్దుకున్నాయి. ఇంకో మారు అలా పారిపోమని మాటిచ్చాం. మొత్తానికి ఇద్దరం డిగ్రీలు కంప్లీట్ చేశాం"

"అదేంటి? మీరు ఈ పాటికే పీజీ కూడా పూర్తి చేసుండాలి కదా?

"అవును. కానీ జీవితంలో అప్పుడు చేసిన తప్పు, మీతో కలిసి పారిపోవడం అన్నది, మాకిలా ఎఫెక్ట్ చూపించింది. డిగ్రీలో ఫైల్ అయ్యాం మూడు సార్లు. లాస్ట్ ఇయర్ మొత్తానికి ఇద్దరం గ్రాడ్యుయేట్స్ అని అనిపించుకున్నాం. నెక్స్ట్ మంత్ లో కాన్వొకేషన్ కూడా. వైజాగ్ వెళ్ళి డిగ్రీలు తీసుకుంటాం" అన్నాడు గొప్పగా.

"ఓహ్. మొత్తానికి సాధించారు. అయినా ఇలా తల్లితండ్రుల అండ వదులుకుని, స్వంత కాళ్లమీద నిలబడదాం అని మిమ్మల్ని పురిగొల్పడం మాదే తప్పు" అన్నాను నేను.

"ఫరవాలేదు రా. ఇప్పటికైనా మీ తప్పు తెలుసుకున్నారు. నేను కూడా ఉద్యోగం లోనో, ప్రాక్టీస్ లోనో సెటిల్ అయితే, మీ ఇద్దరికీ నా దగ్గరే ఉద్యోగం ఇప్పిస్తాను. ఈ లోపులో మాత్రం నేనేమీ చేయలేను" అనంతరావ్ గర్వంగా చెప్పాడు.

"చాల్లేరా. అ మాటన్నావు. అది చాలు. నీకు అవకాశం వచ్చినప్పుడే మాకు హెల్ప్ చెయ్యి. ఏదైనా రిక్షాలు లాక్కోడం కన్నా, మూటలు మొయ్యడంకన్నా బెటరే కద?" అన్నాను నేను.

అప్పుడు చెప్పాడు అసలు పాయింట్.

"ఒరేయ్ ఎస్ వీ. చెప్పడం మరిచాను. మీ మామ్మా, మేనత్తా కూడా, ఈ వూరిలోనే ఉండేవారు కదురా అప్పుడు?"

"అవును. ఇప్పుడెక్కడున్నారు? ఎలా ఉన్నారు? మా అత్తకి పెళ్ళయ్యిందా?"

"భలే అడిగావు రోయ్! వాళ్ళింకా ఇక్కడే 'మూడులాంతర్ల' దగ్గరే ఉన్నారు. మీ మామ్మ అనే ఆవిడ చనిపోయి రెండేళ్ళయింది. ఆవిడ అంత్యక్రియలకి కూడా మీ నాన్నా వాళ్ళు రాలేదు.

మీ అత్త అందంగా ఉంటుంది కదా? ఏం మాయ చేసిందో, ఏమో? ఇక్కడి మున్సిపాలిటీ వాళ్లే అన్నీ కానిచ్చేశారు. నేను చెప్పకూడదు గానీ, ఇక్కడందరూ మీ అత్త గురించి చాలా చెడ్డగా అనుకుంటున్నారు" అన్నాడు అనంతరావు.

ఎస్ పీ గాడు నా ఇబ్బందిని గమనించాడు. "ఫరవాలేదురా. నీకు తెలిసింది నువ్వు చెప్పావు. నువ్వు చేసిందేమీ లేదు ఇందులో. అయినా మేం కూడా ఈవాళ వైజాగ్ వెళ్ళిపోయేవాళ్లమే. ఆవిడ విషయం మాక్కొడా అనవసరం" అన్నాడు ఎస్ పీ.

ఇద్దరం అక్కడినుంచి బయట పడ్డాం.

నన్ను ఓదారుస్తూ ఎస్ పీ గాడు అన్నాడు. "చూశావా వీడి వ్యవహారం? మనం ఎలా ఉన్నాం? వాడు ఎలా ఉన్నాడు? ఇప్పటికే తను సంపాదించాల్సింది పోయి, ఇంకా ఇప్పుడు బీ ఎల్ చదివి, వాళ్ళ నాన్న ప్రాక్టీస్ ని వీడు కంటిన్యూ చేస్తాడా?

మీ మామ్మ చనిపోతే, మీ నాన్న రాలేదా? వాళ్ళని బతికున్నరోజుల్లోనే వదిలేసి, చేతులు దులుపుకున్నాడు కదా ఆయన? మీ అత్త తన అందాన్ని ఎరగా వేసిందా? అసలు వీడే కొన్ని లేనిపోనివి కలిపించి ప్రచారం చేస్తున్నాడేమో అని నా అనుమానం. మీ అత్త ఇంకా అక్కడే, ఆ ఇంట్లోనే ఉంటోంది కాబట్టి, మనం వెళ్ళి చూసొద్దాం."

నాకు నోటమ్మట మాట రావడం లేదు.

"ఒరే ఎస్ వీ. నాకన్నీ తెలుసు. ఒక సింపుల్ పాయింట్ ఆలోచించు? ఒకవేళ నిజంగా మీ అత్త అలా పడుపు వృత్తిలోనే ఉంటే, ఈ ఊర్లోనే, ఆ ఇంట్లోనే, ఇంకా ఎందుకు ఉంటుంది? ఆ ఇంటి యజమాని ఎందుకు ఊరుకుంటాడు? ఆ యజమానినే తన వలలో వేసుకుందనుకున్నా, ఆ యజమాని భార్యా, పిల్లలూ, బంధువులూ ఎందుకు ఊరుకుంటారు? అది కూడా గత ఏడేళ్లుగా? కాస్త ఆలోచించు.

నీ ముందున్న తక్షణ కర్తవ్యం, పద్మని...అదే మీ అత్తని, ఈ మురికి కూపంలోంచి బయటకి తియ్యడం. నీ మనసులో ఏం ఆలోచిస్తున్నావో నేను చెప్పగలను. నేను తప్పకుండా సపోర్ట్ చేస్తాను. ముందు మీ అత్తని చూద్దాం పద." అన్నాడు ఎస్ పీ.

ఇంకో పదినిముషాల్లో మా మేనత్త పద్మ ఇంటి తలుపు తట్టాం. తలుపు తీసిన మా అత్త మమ్మల్ని చూడగానే షాక్ కొట్టినట్టుగా నిలబడిపోయింది. తనే ముందుగా తేరుకుని,

"రా రా ఎస్ పీ! రా రా ఎస్ వీ. ఎప్పుడొచ్చారు, ఇన్నాళ్లూ ఎక్కడున్నారు?" అంటూ ప్రశ్నించింది.

నిజమే! పద్మత్త చాలా అందంగా తయారయ్యింది. మా తాతగారి రెండో భార్యకి పుట్టింది మా అత్త. అందుకే తాతగారు పోయాక, మా నాన్న వాళ్లని పట్టించుకోలేదు. అప్పట్లో మా అమ్మా వాళ్ళూ కూడా, ఈ భాధ్యత తప్పితే చాలు అనుకున్నారు. మామ్మ ఉన్నప్పుడు మా తాతగారి పెన్షన్ తో వీళ్ళు గడుపుకొచ్చేవారు. ఇప్పుడు ఎలా గడుస్తోందో తెలియదు. ఎస్ పీ గాడు మాట్లాడాడు.

"మేం అందరం ఇప్పుడు కలకత్తా లో సెటిల్ అయిపోయాం అక్కా. ఏ ఎల్ గాడు వాడి పేరెంట్స్ గురించీ, ఎస్ వీ గాడు వాడి ఇంటి గురించీ, తెలుసుకోవాలని అన్నారు. అందుకే ఇలా వచ్చాం. నువ్విక్కడే ఉంటున్నావని తెలిసి, నిన్ను కూడా కలుద్దామనే, ఇలా వచ్చాం. ఇక్కడ ఎలా ఉంటున్నావు అక్కా? ఏం చేస్తున్నావు?"

ఒక్కసారిగా ఏడుపొచ్చేసింది పద్మకి. ఎస్ పీ గాడి ఒళ్ళో తలపెట్టుకుని ఏడ్చేసింది.

"ఇంతవరకూ నన్ను ఈ మాట ఎవరూ అడగలేదు ఎస్ పీ! ఎలా ఉంటున్నావని కానీ, చచ్చావా బతికావా అని కానీ, ఎవరూ అడగలేదు. అక్కా అంటూ నువ్వు పిలిచేసరికి... నీతో నా బాధలన్నీ చెప్పుకోవాలని అనిపించింది. నేనేమీ చెడ్డదాన్ని కాదు. కానీ అభిమానం నిలబెట్టుకుంటూ బతుకుతున్నందుకు, అభిమానం దెబ్బతినే మాటలన్నీ పడాల్సొస్తోంది" అంది.

నేను ధైర్యం చేసి అన్నాను. "అత్తా. ఎందుకు బాధ పడతావు? ప్రతీ సమస్య కీ ఓ పరిష్కారం ఉంటుంది. ఆత్మాభిమానం నిలబెట్టుకోడానికే నువ్వు పోరాడుతున్నావ్. మేమూ అదే ఆత్మాభిమానం నిలబెట్టుకోడానికే, ఇక్కడనుంచీ వెళ్ళిపోయాం. నీకు ఎటువంటి సహాయమైనా చెయ్యగలిగే స్థితి లో ఉన్నాం. జరిగినదాన్ని పట్టించుకోవద్దు. ఇకముందు నువ్వు హాయిగా బతకడానికి మేమేం చెయ్యాలో చెప్పు."

అప్పటికే నాకో అభిప్రాయం వచ్చేసింది కానీ, నేను బైట పడదల్చుకోలేదు. పద్మ చెప్పింది. "నేను ఇక్కడ సంస్కృత పాఠశాల లో టీచర్ గా పనిచేస్తున్నాను. నెలకి 70 రూపాయల జీతం. దాంతోనే గడుపుకొస్తున్నాను. నా డిగ్రీ చదువు వల్ల ఉద్యోగం రాలేదు. హైస్కూల్ చదువులతో పాటు, కాలక్షేపం కోసం సాయంత్రాల్లో చదివి పాసైన హిందీ, సంస్కృత పరీక్షలే ఇప్పుడు నాకు జీవనోపాధిని ఇస్తున్నాయి. ఈ ఇంట్లో నేనూ, నా తోటి ఉపాధ్యాయురాలు విజయా ఉంటున్నాము. ఈవాళ తను బయటికి వెళ్ళింది. సాయంత్రానికల్లా వచ్చేస్తుంది.

దారిద్రాన్ని భరించాను. భరించగలను. కానీ ఈ సూటిపోటి మాటలూ, చాటుమాటుగా నాపై దుష్ప్రచారాలూ, ఇవన్నీ నేను ఎన్నాళ్ళు భరించగలను?"

"అత్తా నాకు అర్థం అయ్యింది నీ పరిస్థితి. ఇప్పుడు నేనూ ఎస్ పీ గాడూ బయటకి వెళ్లి, మనకి టిఫిన్స్ తీసుకొస్తాం. ఈ లోపులో మళ్లీ నువ్వు ఫ్రెష్ అప్ అయిపో. ఒక్క పదినిమిషాల్లో వచ్చేస్తాం." అని మేమిద్దరం బయటకి వచ్చాం. ఎస్ పీ గాడే లీడ్ తీసుకున్నాడు.

"ఒరేయ్. ఇలాంటి పరిస్థితుల్లో, పద్మని నువ్వు పెళ్ళిచేసుకోవడం సరైన పని. నీకన్నా కేవలం మూడు సంవత్సరాలే కదా పెద్దది? నో వాట్? అమెరికాలో ఇలాంటివి పట్టించుకుంటున్నారా? మీ నాన్న తనని చెల్లెలుగా చూడలేదూ అంటే, అది మనకి ఇంకా ప్లస్ పాయింట్. అలాంటప్పుడు తను నీ మేనత్తే కాదు అన్న మాట. ఏజ్ డిఫరెన్స్ పక్కకి పెట్టెయ్. మిగతా విషయాలు నీకు అనుకూలంగా ఉంటే చెప్పు. అక్కతో నేను మాట్లాడు తాను."

వాడి రాయబారానికి ఓకే అన్నాను. నిజానికి పద్మత్తని చూసినప్పటినుంచీ, నాలో భావావేశం కంట్రోల్ అవడం లేదు. మేము టిఫిన్ పార్సెల్స్ తో లోపలికి వచ్చాక, ఎస్ పీ గాడు అన్నాడు.

"అక్కా. మనం ఫార్మాలిటీస్ అనుకుంటూ టైం వేస్ట్ చేసుకోవద్దు. అలాగే, సిగ్గు బిడియం మొహమాటం అంటూ కూడా తాత్సారం చెయ్యద్దు. నీకూ మాకూ కూడా భాధ్యతలు తీసుకునే పెద్దలెవ్వరూ లేరు. అందుకని, నువ్వు కూడా నిజాయితీగా ఫ్రాంక్ గా మాట్లాడెయ్. అడగనా?"

"అమ్మో! ఈ ఎస్ పీ గాడికి బలే మాటలు వస్తున్నాయే? ఎస్ పీ అంటే, సుద్దముక్కో, శనగపప్పో, అనుకుంటాను?" అంది పద్మ.

"అవును. నేను ఎస్ పీ నీ, శనగపప్పునీ, పప్పు ముద్దనీ కూడా! నీ దగ్గర పప్పు ముద్దగా మిగిలిపోడానికి నేనేం సంకోచించను. అయితే ఎస్ పీ గానే అడుగుతున్నాను. ప్రస్తుత పరిస్థితుల్లోంచి నువ్వు గౌరవంగా బయట పడాలంటే, నీ భవిష్యత్తుని అందంగా తీర్చి దిద్దుకోవాలనుకుంటే, ఇతర అభ్యంతరాలేవీ నీకు లేకుంటే, మా ఏస్ వీ గాడిని పెళ్ళిచేసుకో."

హఠాత్తుగా ఎస్ పీ గాడు అన్న మాటలకి పద్మ స్టన్ అయిపోలేదు. చాలా కూల్ గా చెప్పింది. "ఈ మాట నీ ఫ్రెండ్ శ్రీనాథ్ చెబితే బాగుంటుంది ఎస్ పీ!"

అంతే! నేనూ ఆవేశంగా చెప్పాను. "అత్తా... నిన్ను చిన్నప్పటినుంచీ అలాగే పిలవడం అలవాటయ్యింది. ఇప్పుడు కొత్తగా పిలవడం నేర్చుకోవాలి. నువ్వు ఎలా మా నాన్న చేతిలో నిరాదరణకి గురయ్యావో, అలాగే నేనూను. కానీ నీ గురించి ఎప్పుడూ నేను ఆలోచిస్తూనే ఉన్నాను. ఏ ఎల్ గాడు 'మనం విజయనగరం వెళ్ళాలి' అనగానే నేను ఎంతో సంతోషించాను. నిన్ను కలవచ్చుకదా అని. కానీ నా ప్రొపోజల్ చెప్పే సందర్భం వస్తుందని నేను ఊహించలేదు. నీకు పెళ్ళయిపోయి ఉంటుందని అనుకున్నాను. కానీ, నా కోసమే, ఆ భగవంతుడు నిన్నిక్కడ రెడీగా ఉంచుతాడని అనుకోలేదు. ఐ ఫీల్ అయామ్ వెరీ లక్కీ. నువ్వేమంటావో చెప్పు."

"నీకన్న నేను మూడేళ్లు పెద్ద. అది తెలుసా?"

"నాకు నో అబ్జెక్షన్. ఇంకా నీకేమైనా ఇతర అభ్యంతరాలు ఉంటే చెప్పు."

"పెళ్ళైన వెంటనే, నేను ఈ వూరు వదిలెయ్యాలి. అందుకు సిద్ధమేనా? మరి, కలకత్తాలో మనకో పోర్షన్ చూడగలవా?"

"అవన్నీ సమస్యలే కావు. ముందు మనిద్దరం ఒకటవుదామా వద్దా అన్నది తేల్చేయ్. మిగిలినవన్నీ మనం ఉభయులమూ కలిసి పరిష్కరించుకోవచ్చు" అన్నాను నేను.

పద్మ వెంటనే అక్కడున్న వెంకటేశ్వర స్వామి పటానికి నమస్కరించి,

"అయితే విను శ్రీ! అతః పరం అహం శ్రీనాథస్య పత్నీ భవామి" అంది. నేనూ సంతోషం పట్టలేకపోయాను. "**నేను కూడా "అతః పరం అహం పద్మాపతి అసి." అన్నాను.**

"చాలురా మీ సంస్కృతం. మీ రిద్దరూ ఎంగేజ్ డ్ అన్నమాట. ఇక మా అక్క పెళ్ళి చేసే భాధ్యత నాది." అన్నాడు ఎస్ పీ.

"ఇప్పుడు వెంటనే మూడు కోవెళ్ళకి వెడదాం. అక్కడ రాములవారి సన్నిధిలోనూ, ఈశ్వరుడి సన్నిధిలోనూ, మీ పేరు మీద స్వామివార్లకి ప్రత్యేక పూజలు చేయిద్దాం. అక్కడ కృష్ణుడి విగ్రహం ఉంది కదా బయట? అక్కడ కూర్చుని మిగతా కబుర్లు చెప్పుకుందాం" ఎస్ పీ గాడు అన్నాడు.

అలాగే ముగ్గురమూ వెళ్ళి గుడిలో స్వామి వారిని దర్శించుకుని, ప్రత్యేక పూజలు చేయించాం. అక్కడ ఉన్న కృష్ణుడి విగ్రహం వద్ద కూర్చుని కబుర్లు మొదలెట్టాం. పద్మే మాట్లాడింది ముందు.

"నిజంగా ప్రసాద్ ని చూడగానే నాకో తమ్ముడు ఉంటే ఇలాగే ఉండేవాడేమో అని అనిపించింది. మీ ఇద్దరినీ చిన్నప్పటి నుంచీ చూస్తూనే ఉన్నాను. వీడు నీతో కలిసి ఎన్నోసార్లు నా దగ్గరికి వచ్చాడు. మీరింకా అప్పటికి హైస్కూల్ కూడా దాటలేదు. కానీ అప్పటికే, నేను హైస్కూల్ చదువులు దాటేసి, ప్రైవేట్ గా హిందీ పరీక్షలకి ప్రిపేర్ అవుతున్నాను. అనుకోకుండా మీ ముగ్గురూ పారిపోయారు. బీ కామ్ లో అయితేనే మహారాజస్ వారి స్కాలర్ షిప్పుతో సీటు ఇవ్వగలనని, ప్రిన్సిపాల్ కూడా చెప్పడంతో, అదే కోర్స్ లో డిగ్రీ పాసయ్యాను. ఆ విషయం మీకూ తెలుసు కద? ఆ తరువాత నా సమస్యల ఊబిలో నేను చిక్కుకు పోయాను. అయితే ఇప్పటికి కధ సుఖాంతం.

అప్పుడు నిన్నూ, ఈ ఎస్ పీ గాడినీ కూడా ఒరేయ్ అనే పిలిచేదాన్ని. మరి ఇప్పుడు నిన్ను అలా పిలవకూడదు కానీ, వీడిని మాత్రం అలాగే పిలుస్తాను. ఎంతైనా నేను అక్కని కదా?" అంది.

"ఫరవాలేదక్కా... మనం ఇలాగే అక్కా తమ్ముళ్ళలా ఉందాం. అయితే నువ్వు నా ఒక్కడికే అక్కవి కావాలి. అదే కండిషన్." అన్నాడు ఎస్ పీ.

"అంత కంటానా? నువ్వు కూడా నాకు ఏకైక తమ్ముడివి అన్నమాట."

మెల్లిగా కబుర్లు చెప్పుకుంటూ ఇంటిదారి పట్టాం. దారిలో మా అసలు స్థితిగతులు చెప్పాం పద్మకి.

"మీరింత గొప్పగా సెటిల్ అవుతారని ఊహించలేదు. కలకత్తాలో మూటలు మోసుకుంటున్నారని, మీ ఫ్రెండ్ అనంతరావు ఇక్కడి వచ్చిన కొత్తలోనే చెప్పాడు. వాడు చెప్పినట్టు వింటే, నా సమస్యలని కూడా సాల్వ్ చేస్తానన్నాడు. నేను ఒప్పుకోక పోవడంతోనే వచ్చింది చిక్కంతా. పొద్దున్న మీతో మాట్లాడుతున్నప్పుడే ఆలోచించాను. మీరు కలకత్తాలో అదే జీవితం గడుపుతున్నట్టయితే మాత్రం, ఖచ్చితంగా... ఇక్కడికి రారు అని ఊహించాను. పైగా మీ భాషా, ప్రవర్తనా కూడా రిక్షా వాళ్ళలాగా లేదు. నేను కరెక్టే కదా?" అంది పద్మ.

"నువ్వు చాలావరకూ సరిగ్గానే ఊహించావు అక్కా." అన్నాడు ఎస్ పీ.

"అయితే ఇప్పుడు మన ఎస్ పీ కీ, ఏ ఎల్ కీ కూడా జంటలు వెతికెయ్యాలి. మీరు U S రిటర్న్ వెళ్లే టైం కి మీ పెళ్ళిళ్ళు అయిపోవాలి. అంతేకదా? ఇప్పుడు మనమే సీనియర్ జంట. ముందు ప్రసాద్ సంగతి చూద్దాం" అని, "ఎస్ పీ, నాకు తెలిసిన ఒక అమ్మాయి ఉంది. నీకు ఖాయం చెయ్యనా?" అంది.

"ఆగు అక్కా. నాక్కూడా ఓ హోప్ ఉంది. అది క్లిక్ అవ్వకపోతే నువ్వు చెప్పినట్టే చేస్తాను. కానీ ముందు మనం తిరుపతి వెళ్ళాలి. మీ పెళ్ళి అక్కడే జరుగుతుంది కదా? అక్కడ ప్రకాష్ ని కూడా కలుస్తాను" అన్నాడు ఎస్ పీ.

"ఓ... వాళ్లేనా? ఇప్పుడు తిరుపతి లో ఉంటున్నారా? అలాగే పద." అంది పద్మ.

రెండు జతల చీరలు తన సంచిలో పెట్టుకుని, తన గది తాళం వేసేసి, పక్కవాళ్లకి తాళాలు ఇచ్చి మాతో బయలు దేరింది పద్మ. సాయంత్రం ఏ ఎల్ గాడిని వైజాగ్ లో కలుసుకుని, జరిగింది చెప్పాం. వాడు 'సింప్లీ ఎక్సైటెడ్' అన్నమాట.

"పోస్లేరా. మనం ముగ్గురం అల్లా నలుగురం అవుతున్నాం అన్నమాట. అవును కానీ, ఈ పద్మ, చిన్నప్పుడు నీతోబాటు నన్ను కూడా కొట్టేది. ఇప్పుడెలా రా?" వాడికి ఆ రోజులు గుర్తొచ్చి చెమటలు పట్టేస్తున్నాయ్. ఎస్ పీ గాడి దగ్గరకొచ్చి, "ఒరేయ్! తనని నేను కూడా అక్కా అని పిలిచెయ్యనా? నాకూ దెబ్బలు తప్పుతాయి?" అన్నాడు.

"సారీ. పద్మ నీకు అక్క అవదు. వదినా అని పిలుచుకో. లేకపోతే పిన్నీ అనో, అమ్మా అనో, అత్తా అనో, మామ్మా అనో, పిలుచుకో. తను నాకు మాత్రమే అక్క. ఇకపోతే, నీకు దెబ్బలన్నవి ఏ విధంగానైనా తప్పవు" ఖచ్చితంగా చెప్పేశాడు ఎస్ పీ.

నేను చెప్పాను. "ఒరేయ్ నీ పేరే లక్ష్మణ్. అంటే నువ్వు ఎవడికైనా తమ్ముడివే కానీ, అన్నగారిగా ఉండే ఛాన్స్ లేదు. అందుకనే నీకో అన్నగారు ఉండి తీరాలి. నా పేరు శ్రీనాధ్. అంటే, ఆ విష్ణుమూర్తినే అన్నమాట. మరి తనేమో పద్మజ. పద్మం లోంచి పుట్టింది. అంటే లక్ష్మీదేవి అన్నమాట. రామాయణ కాలంలో, మాకు సరిగ్గా సేవలు చేసుకోలేక పోయానని నువ్వు తెగ బాధ పడిపోతూంటే, ఇక మేము నీ కోసం ఈ అవతారం ఎత్తి, ఈ జన్మలో నీకు పూర్తిగా మా సేవ చేసుకునే భాగ్యాన్ని ప్రసాదిస్తున్నాం. కాబట్టి, ఎస్ పీ గాడ్ని మస్కా కొట్టకు. నా తమ్ముడిలా ఉంటూ, ఈ అన్నా వదినల సేవ చేసుకో. నీ పేరు చరితార్థం చేసుకో."

ఏ ఎల్ గాడు పద్మ దగ్గరకే డైరెక్ట్ గా వెళ్ళి, "హలో. నేను ఎస్ పీ గాడి ఫ్రెండ్ ని. అలాగే ఎస్ పీ కి కూడా. చిన్నప్పుడు నువ్వు కూడా నన్ను కొట్టే దానివి. అది తప్పించు కోడానికి, నిన్ను ఏమని పిలవాలో నువ్వే చెప్పు" రెండూ చేతులూ కలిపి దండం పెడుతూ అడిగాడు.

పద్మ నవ్వు ఆపుకుంటూ, "నేనూ మీ ఫ్రెండ్ చెప్పినట్టు వినవలసిన దాననే. కాబట్టి, శ్రీనాధ్ చెప్పినట్టే చెయ్యి" అంది.

ఏ ఎల్ గాడు ఇంకా ఆలోచిస్తున్నాడు. "ఒరేయ్. నువ్వు ఎన్ని చెప్పినా, పద్మ నీకు అక్క అవదు. నీ విషయం ఎస్ పీ గాడు ముందుగా ఊహించే, పద్మచేత ఒట్టేయించుకున్నాడు. తనుకూడా, వాడికే అక్కగా ఉంటానని ఒట్టేసేసింది. కాబట్టి నీకు నేనే దిక్కు. మర్యాదగా నీ లక్ష్మణుడి పాత్రలో, నా సేవ చేసుకో." అన్నాను.

"అయితే మనందరం ఇప్పుడు తిరుపతి వెడుతున్నామా?" ఏ ఎల్ గాడు అడిగాడు.

"ఔను. అక్కడే ఎస్ పీ గాడికి మా పద్మక్కనిచ్చి పెళ్ళి చేస్తాను." అన్నాడు ఎస్ పీ.

కాస్త ఆలోచించాడు ఏ ఎల్ గాడు. "అయితే అక్కడ నాకు ఓ చెల్లి దొరికే ఛాన్సుందిరోయ్! అప్పుడు చూడు నా తడాఖా. నీకేదో ఓ అక్క దొరికిపోయిందని సంబరపడిపోకు. జస్ట్ ట్వంటీ ఫోర్ అవర్స్. నాకూ ఓ చెల్లి దొరుకుతుంది. అప్పుడు చెబుతాను నీ పని" ఎస్ పీ గాడిని బెదిరిస్తూ అన్నాడు ఏ ఎల్.

"నీకే కాదురా. నాక్కూడా అదే చెల్లి వస్తుంది కదా? అప్పుడు ఇద్దరం తనతో కలిసి వీడి పనిపడదాం" ఓదార్చాను నేను.

పద్మా, ఎస్ పీ గాడూ మమ్మల్ని చూసి నవ్వుకుంటున్నారు.

అందరం అలా నవ్వులతో కేరింతలతో, రెండు ట్రైన్లు మారి తిరుపతి చేరుకున్నాం. ఈ ప్రయాణంలో నేనూ పద్మా కబుర్లు చెప్పుకోలేదు గానీ, పద్మా ప్రసాద్ లు మాత్రం బోలెడు కబుర్లు చెప్పేసుకున్నారు. అసలు వాడిని విడిచి పెట్టలేదు పద్మ.

అయితే ఏ ఎల్ గాడు వైజాగ్ లోతను చేసిన ఘనకార్యాన్ని చెప్పాడు. "నేనూ కావాలనే వైజాగ్ లో దిగాను రా. మీరు విజయనగరం లో వ్యవహారాలు చక్కబెడుతున్నప్పుడే, నేను కూడా ఇక్కడ నా పర్సనల్ వ్యవహారం చక్కబెడదా మనుకున్నాను."

"మాకూ కూడా తెలియని నీ వ్యవహారం ఏమిట్రా? నీ లవ్ అఫైర్ అనుకున్నా అది డిల్లీ లోకద? వైజాగ్ లో ఏముంది?" అన్నాను నేను కాస్త కోపంగా.

"కోప్పడకురా. నేను చెప్పేది విను. ప్లీజ్"

"సరే. చెప్పు."

నేను వైజాగ్ లో మా అన్నయ్యనీ వదిననీ, వీలైతే మా అమ్మానాన్నలనీ ఓసారి చూసొద్దామనుకున్నాను. రైల్వే ఆఫీస్ కి వెళ్ళి ఎంక్వైర్ చేస్తే, మా అన్నయ్య ఇంటి అడ్రెస్ చెప్పారు. అక్కయ్య పాలెం లో రైల్వే క్వార్టర్స్ పక్కనే వీడి స్వంత ఇల్లు. రైల్వే క్వార్టర్స్ కూడా ఎలాట్ అయ్యాయి కానీ, దాన్ని వీడు రెంట్ కి ఇచ్చేశాడు. నేను మా అన్నయ్య ఇంటి సందులోకి రాగానే, మా పాత పురోహితులు కృష్ణ శాస్త్రి గారు కూడా అక్కడే కనబడ్డారు. అక్కడే ఉన్న టీ బడ్డీలో ఇద్దరమూ కాఫీలు తాగాం. ఆయన నాకు కావలసిన సమాచారం అంతా ఇచ్చాడు.

మా అమ్మానాన్నా కూడా వారం రోజుల తేడాలో పోయారు. కర్మకాండలన్నీ ఈ పురోహితుడు గారే దగ్గరుండి జరిపించారు. ఇప్పుడు మా అన్నయ్య, వదినా, మా అక్కా మాత్రమే ఉంటున్నారు ఆ ఇంట్లో. మా అన్నయ్యకి ఓ పాప. దాని పేరు సుమ. ఇంకా స్కూ ల్ కి వెళ్ళడం లేదు. మా అన్నయ్య ఇప్పుడు టీ సీ గా దువ్వాడ స్టేషన్ లో పనిచేస్తున్నాడు. కాబట్టి ఇప్పుడు ఇంట్లో ఉండడు. వచ్చే రధ సప్తమికి అందరూ అరసవెల్లి వెళదామనుకుంటున్నారు, ఈ పురోహితుడు గారి కుటుంబం తో సహా. ఆ వివరాలు మాట్లాడడానికే ఆయన మా అన్నయ్య ఇంటికి వెడుతున్నాడు.

కాఫీలు అయ్యాక ఇద్దరం మా అన్నయ్య ఇంటికి వెళ్ళాం. మా వదినే తలుపుతీసింది. నన్ను గుర్తు పట్టింది కూడా. "రా రా లక్ష్మణ్. ఇన్నాళ్లూ ఎక్కడున్నావు? ఏం చేస్తున్నావు?" అని అడిగింది.

తన మొహం చూస్తే నిజం చెప్పబుద్ధి కాలేదు. మేం కలకత్తాలో ఉంటున్నాం అని చెప్పాను. మా వదిన ఇంకేం మాట్లాడ లేదు.

నేనే ధైర్యం చేసి, "వదినా, అమ్మనాన్నా పోయారని తెలిసింది. అప్పుడు నువ్వు దగ్గర ఉన్నావనుకుంటాను. పోనీలే, నాకు దొరకని ఛాన్స్ నీకు దొరికింది" అన్నాను.

"నీకు తెలిసే మాట్లాడుతున్నావో, లేక తెలుసుకోవాలని మాట్లాడుతున్నావో తెలియదు. మావయ్య గారు సుగర్ పేషెంట్ అని నీకు తెలుసు కదా? ఇక్కడ రైల్వే హాస్పిటల్ లో వారం రోజులు ట్రీట్ మెంట్ తీసుకున్నారు. హాస్పిటల్లోనే, నిద్రలో పోయారు. మీ అమ్మగారు కూడా, ఆ మూడో రోజున పోయారు. ఖర్చులన్నీ మాకు తప్పవు కదా?" అంది.

"ఖర్చు పంచుకోడానికి నేను కూడా సిద్ధమే. కానీ వీళ్లిద్దరూ పోయిన తిధి నక్షత్రాలు చెప్పు" అన్నాను నేను.

కృష్ణ శాస్త్రి గారు, "దానికేం భాగ్యం? మీ నాన్నది మాఘ శుద్ధ ఏకాదశీ, మీ అమ్మది మాఘ శుద్ధ చతుర్దశీ. ఇది అప్పుడే మూడో ఏడు." అన్నారు.

"వదినా పాపకి ఇది ఇయ్యి" అని ఐదొందలు ఇచ్చాను. డబ్బు చూడగానే మా వదిన మొహం విప్పారింది. కానీ సంభాలించుకుని, "వద్దు లక్ష్మణ్. అవేవీ వద్దు. అసలు నువ్విక్కడికి వచ్చావని తెలిస్తేనే మీ అన్నయ్య నన్ను చంపేస్తాడు. నువ్వు ఖర్చులూ పంచుకోవద్దు, పాపకీ ఇవ్వద్దు." అని ఆ డబ్బు మళ్లీ నా చేతిలోనే పెట్టేసింది.

"లక్ష్మణ్. నువ్విక్కడి నుంచి వెళ్ళిపో. పారిపోయినవాడివి పారిపోయినట్టుగానే ఉండు. మా అమ్మ గానీ, మీ అన్నయ్య గానీ నీ పేరు చెప్పుకోడానికే ఇష్ట పడడం లేదు. ఇలా ఇంకోసారి వచ్చి నా కాపురం పాడుచెయ్యకు. దయచేసి వెళ్ళిపో అంది.

కృష్ణ శాస్త్రి గారు ఇవేమీ పట్టనట్టుగా, లోపలే ఉన్నారు. నేను మాత్రం చేసేదేమీ లేక, బయటికి వచ్చేశాను. మీకోసం వైట్ చేస్తున్నాను" అన్నాడు ఏ ఎల్.

"నువ్వు ఆ ఇంటికి సంబంధించిన వాడివి. నువ్వు బయట కొచ్చేశావు. ఆ కృష్ణ శాస్త్రి గారు బయటివాడు. ఆయనేమో హాయిగా లోపలే కూర్చున్నారు. వాట్ ఏన్ ఐరనీ ఆఫ్ ఫేట్?" అన్నాను నేను.

"నీ కింతకంటే బాగా స్వాగతం లభిస్తుందని మేమూ అనుకోలేదు. మనందరి గురించీ నిజం చెప్పకుండా మాత్రం ఒక మంచి పనిచేశావు. ఇదంతా మన మంచికే అనుకుందాం" ఎప్పుడు వచ్చాడో కానీ ప్రసాద్ అన్నాడు.

"పద్మక్క బాత్ రూమ్ కి వెళ్ళిందిలే. వీడు చాలా సీరియస్ గా నీతో చెబుతూంటే నేనూ విన్నాను. అంతే." అని మళ్లీ తన పద్మక్క తో కబుర్లకి వెళ్ళిపోయాడు ప్రసాద్.

మేము తిరుపతి వస్తున్నట్టు ముందుగానే సమాచారం ఇవ్వడంతో, మమ్మల్ని స్టేషన్ లోనే కలుసుకున్నాడు ప్రకాష్."

"శ్రీ. ఇక్కడనుంచీ నా కొదిలెయ్. మా తమ్ముడి గురించి నేను చెప్పాలి. నువ్వు కాదు" అంది పద్మ.

"సరే. ఇంకోసారి డ్రింక్స్ బ్రేక్." అంది అపర్ణ.

16

23.12.1972, **తిరుపతి**

అందరూ మళ్ళీ తమ తమ పరుపుల మీద సెటిల్ అయ్యాక, ఎస్ వీ అన్నాడు. "చూడు పైదీ. మీ నాన్న మాట ఎన్నటికీ జవదాటను అని నేను ఒట్టుపెట్టాను చిన్నప్పుడే. కానీ ఈవిడ ఉందే? ఈవిడొక్కడికే ఆ ఎస్ పీ గాడు తమ్ముడన్నట్టు పోజ్ కొట్టేస్తుంది. వాడి మీద అధికారం చలాయిస్తుంది. వాడూ దీని మాట కాదనడు. వెరసి, నేను ఇద్దరి మాట వినాలన్నమాట. అంతే కదా పద్దూ? ఏం చేస్తాం? నువ్వే కంటిన్యూ చెయ్."

"శ్రీ... నన్నిలా అందరిలోనూ పద్దూ అనీ, మొద్దూ అనీ పిలిచావంటే, నేను కూడా నిన్ను శ్రీ అనడం మానేసి, ఎస్ వీ అనే పిలుస్తాను. ఎస్ వీ పీ అంటే ఏమిటో అందరికీ తెలుసుకదా? దానికి ఇంకా షార్ట్ ఫార్మ్ ఈ ఎస్ వీ అన్నమాట. అలా పిలవనా?"

"వద్దు పద్దూ...సారీ పద్మా... ప్లీజ్ కంటిన్యూ" అన్నాడు ఎస్ వీ.

"థాంక్స్" అని పద్మ చెప్పసాగింది.

"విను అప్పూ. ఇప్పటినుంచీ మార్పులు చాలా తొందరగా జరిగాయి. తిరుపతిలో దిగేసరికే నాకు పెళ్లి ఫిక్స్ అయిపోయిందికదా? కాబట్టి నేనే, మీ నాన్న తరఫున కూడా పెద్దరికం తీసుకున్నాను. ప్రసాద్ నాకు దారిలో చెప్పాడు, చిన్నప్పుడు, హైస్కూల్ లో ఈ ప్రకాష్ చెల్లెలు రాజేశ్వరి తనవైపు ఎలా చూసేదో! "ఆ కళ్ళల్లోని భావాన్ని కనిపెట్ట లేనంతటి ఎస్ పీ ని కాదు. కానీ నా స్థోమత వేరు. తను వాళ్ళ నాన్నకి ఏకైక గారాల కూతురు. నేనేమో మా ఇంట్లో ఒక నౌకర్ని. కాబట్టి ప్రకాష్ తో స్నేహం వరకే నన్ను నేను పరిమితం చేసుకున్నాను. రాజేశ్వరి నన్ను ప్రేమించిందని తెలుసు. కానీ ఇప్పుడు ఎలా ఉందో? వాళ్ళ నాన్నగారు హఠాత్తుగా పోయాక, పెళ్ళిచేసేసుకుందేమో? అని ఊహించుకునే వాడిని. ప్రకాష్ తో కరెస్పాండెన్స్ అందుకే మొదలెట్టాను. ఇప్పటికీ రాజేశ్వరికి పెళ్ళికాలేదు. అది మాత్రం తెలుసు. మిగతా విషయాలు, మనం ప్రత్యక్షంగానే తెలుసుకుందాం. ఏది ఏమైనా, ఈ వారం మీ పెళ్ళి తిరుపతి లోనే జరగాలి కాబట్టి, అక్కడికి వెడుతున్నాం" అన్నాడు మా తమ్ముడు ప్రసాద్.

అయితే, ఈ రాజేశ్వరీ, ప్రకాష్ లు కూడా నాకు తెలుసున్నవారే! ఒకే ఊర్లో చదువుకున్న వాళ్ళం కదా? వాళ్ళతోనూ కాస్త పరిచయం ఉంది. వాళ్ళ నాన్నగారు అప్పట్లో పెద్దహోదాలో ఉండేవారు.

మరి శ్రీ కీ, లక్ష్మణ్ కీ వీళ్ళు పాత స్నేహితులే!

రైల్వే స్టేషన్ లోనే మమ్మల్ని రిసీవ్ చేసుకున్నాడు ప్రకాష్. పలకరింపులు పూర్తయ్యాక, మమ్మల్ని రిక్షాల్లో వాళ్ళింటికి తీసుకెళ్ళాడు ప్రకాష్. అలిపిరి రోడ్డులో వాళ్ళ ఇల్లు. ఓ చిన్న సందులో,

అగ్గిపెట్టెల్లాంటి ఇళ్ళ మధ్య, ఇంకో అగ్గిపెట్టెలాంటి ఇల్లు. విజయనగరం లో నేనుంటున్న పోర్షనే కొంచెం విశాలంగా ఉందనిపించింది.

అయితే దారిలోనే ప్రకాష్ కి 500/- ఇచ్చాడు ప్రసాద్. "మేం నలుగురమూ ఇక్కడికి ఓ పని మీద వచ్చాం. నీ సహాయం కావాలి. చిల్లర ఖర్చులకి మొహమాట పడొద్దు. ఈ డబ్బు నీ దగ్గర ఉంచు. అయిపోతే మళ్ళీ అడుగు" అన్నాడు ప్రసాద్.

మేం ఇంటికొస్తూ, దారిలోనే రెండు లీటర్ల పాలూ, కొన్ని ఫాన్సీ సామాన్లూ, ప్రొవిజన్సూ కూడా కొనేసి, మా రిక్షాల్లో తీసుకొచ్చాం. అక్కడ ఇంటి దగ్గర వాళ్ళమ్మగారూ, మీ అమ్మ రాజమ్మా... మమ్మల్ని రిసీవ్ చేసుకున్నారు. ప్రకాష్, లక్ష్మణ్ కలిసి సామాన్లన్నీ ఇంట్లో పెట్టేశారు. వాళ్ళమ్మ గారు అన్నారు. "ప్రసాద్ ఇక్కడికి వస్తాడని ఎన్నాళ్లనుంచో ఎదురు చూస్తున్నాం. ప్రకాష్ కి ఉన్న ఒకే ఒక్క ఫ్రెండ్ వీడు. ఆయన అర్ధాంతరంగా పోయాక, మేం ఆర్ధికంగా బాగా చితికి పోయాం. అయినా వీళ్ళిద్దరితోనూ అలాగే సెట్టుకొస్తున్నాను. నెల్లాళ్ళ క్రితం ప్రసాద్ లెటర్ రాశాడనీ, ఇక్కడకి వస్తాడనీ చెప్పాడు ప్రకాష్. అప్పటినుంచీ, వాడి రాకకోసం ఎదురు చూస్తున్నాం. వాడంటే నాకు చాలా అభిమానం. మా ప్రకాష్ కీ, రాజీ కీ కూడా."

మాటల్లో ఉండగానే, నేను లోపలికి వెళ్ళి ఇల్లంతా చూశాను. వాళ్ళు నా కన్నా పరమ దారిద్ర్యంలో ఉన్నారు. బొగ్గులు...కాదు... బొగ్గు ముక్కలు... ఇస్త్రీ పెట్టెలో వాడి పారేసిన బొగ్గుల్లాంటివి... అలాంటి చిన్నచిన్న బొగ్గు ముక్కలమీద, ఓ అరిటికాయో, వంకాయో, సన్నగా తరిగి, వేపుడు కూర చేసుకుంటారు. కాఫీ, టీలు తాగరు. రోజు చారూ, మజ్జిగా. ఇదే వాళ్ల భోజనం.

నాకు కళ్ళమ్మట నీళ్ళు తిరిగాయి. ఎంతటి వైభవం అనుభవించారు వీళ్ళు? మాట్లాడితే వీళ్ళ ఆజ్ఞలు పాటించడానికి ఇద్దరు నౌకర్లు రెడీగా ఉండేవారు. ఇప్పుడు రెండు చిన్న రూమ్స్ లో, వీళ్ళు ముగ్గురూ ఎలా ఎడ్జస్ట్ అవుతున్నారో నాకు అంతు పట్టలేదు. కానీ అవసరం వాళ్ళని అలా బతికేలా అలవాటు చేసింది.

రాజీ నాతో చెప్పింది. "పద్మక్కా, నాకూ ఇప్పుడే తెలిసింది మీ పెళ్ళి గురించి. కంగ్రాట్స్. మేము కూడా ఎప్పటికైనా మంచి రోజులు రాకపోతాయా అని వైట్ చేస్తున్నాం.

గత రెండు నెలలనుంచీ కొంత మెరుగుపడ్డాయనుకో మా పరిస్థితులు. కానీ మేము ఒకప్పుడు బతికిన స్థాయిలో లేవు. ఎప్పటికైనా అమ్మకి అటువంటి స్థాయి మళ్ళీ కలిగించాలని, నేనూ అన్నయ్యా కష్ట పడుతున్నాం."

"తప్పకుండా మీకు మంచి రోజులు వస్తాయి రాజీ. ఈ దుర్భర దారిద్ర్యాన్ని ఇప్పుడే అనుభవించేస్తే, ఇక ముందు జీవితం అంతా సుఖం గానే గడిచిపోతుంది. అన్నట్టు నీ చదువు మాటేమిటి? అప్పుడు నువ్వు థర్డ్ ఫాం లోనో, ఫోర్త్ ఫాం లోనో ఉండేదానివి అనుకుంటాను?"

"అవును. నేను థర్డ్ ఫాం, అన్నయ్య ఫిఫ్త్ ఫాం. అప్పుడే మా నాన్నగారు హఠాత్తుగా పోయారు. మా స్వస్థలం తంజావూరు. వెంటనే అక్కడికి వెళ్ళాం. మా ఆస్థులు అక్కడ ఉన్నాయి కాబట్టి మా బంధువులు మమ్మల్ని ఆదుకుంటారు అని అనుకున్నాం. నాన్నగారు పోయారని తెలవగానే మా బంధువులకి ధైర్యం వచ్చింది. అన్ని ఆస్తులకీ లెక్కా జమా చెప్పేశారు. దాని ప్రకారం, మాకేమీ ఆస్థి మిగల్లేదు.

మా నాన్నగారి దూరపు బంధువు... వరసకి మాకు బాబాయ్ అవుతాడు... ఆయన చెప్పాడు.

"చూడు వదినా, ముందు పిల్లలిద్దరినీ స్కూల్లో జాయిన్ చెయ్యి. నేను మీమీద జాలితోనే అనుకో... లేకపోతే, నా భాధ్యతగానే అనుకో... ఏమనుకున్నా సరే, ఓ వెయ్యి రూపాయలు ఇస్తున్నాను. వచ్చే ఏడు నాకు స్థోమత ఉంటే, పంటలు సరిగ్గా పండితే, ఇంకో అయిదువందలు ఇస్తాను. మీరు తిరుపతిలో మకాం పెట్టడం మంచిది." ఈయన నిజంగానే మా మీద అభిమానం చూపించాడు. ఆ తరువాత అమ్మ చెప్పింది.

"ఆ బాబాయ్ గారు మనకేమీ బాకీ లేడూ, కేవలం మీ నాన్న స్నేహితుడూ" అని. **అప్పుడే అర్థం చేసుకున్నాను. స్నేహం యొక్క విలువ ఏమిటో.**

మాకు ఇంక వేరే గత్యంతరం లేక, ఆ డబ్బు తీసుకుని, తిరుపతిలో ఈ ఇల్లు అద్దెకి తీసుకుని ఉంటున్నాం. దీని అద్దె ఇప్పుడు పదిహేను రూపాయలు. మొదట్లో ఈ ఇంట్లో దిగినప్పుడు దీని అద్దె పది రూపాయలు. నేనూ అన్నయ్యా మళ్లీ విజయనగరం వచ్చి మా పరీక్షలు రాసేసి ఇక్కడ గవర్నమెంట్ స్కూల్లో జాయిన్ అయ్యాం. అదే మాకు ఆఖరి రైలు ప్రయాణం, పెద్ద ఖర్చూ కూడా. మొత్తం ఓ వంద రూపాయలదాకా అయ్యింది అప్పుడు. టీసీ తీసుకురావడానికి మా అమ్మే వెళ్ళింది ఆ తరువాత."

నేను చాలా ఇంట్రెస్టింగ్ గా వింటున్నాను. రాజీ చెబుతోంది.

"అప్పటినుంచీ అదే డబ్బుతో, నెలకి ఓ డెబ్బై ఎనభై రూపాయల బడ్జెట్ తో, మెంటైన్ అవుతున్నాం. పక్కవాళ్ళు అడిగినప్పుడల్లా, "ఇదిగో, మా ప్రకాష్ కి ఈ నెల్లో జాబ్ వచ్చేస్తోంది. రాగానే ఇంకో ఆర్నెల్లల్లో దీని పెళ్ళిచేసేస్తాడు" అంటుంది. అది ఎంతవరకూ నిజమో మాకూ తెలుసు, వాళ్ళకీ తెలుసు. ఇప్పుడు నాకు పంథొమ్మిదేళ్ళు నిండాయి. నా ఈడు పిల్లలందరికీ చక్కగా పెళ్ళిళ్లు అయిపోతున్నాయి. మా అమ్మకి ప్రస్తుతం అదే బాధ."

"ఆ జాలి మాటలు ఆపెయ్. అసలు విషయం లోకి రా. అప్పట్లో నువ్వు మా ప్రసాద్ ని ప్రేమించావా?"

"అవును. మా ఫాదర్, వాళ్ల ఫాదర్ కూడా, కొలీగ్స్. ఇద్దరి స్థాయీ ఒక్కటే. అప్పట్లో ప్రసాద్ కోసమనే హిందీ క్లాసులకీ, సంస్కృతం క్లాసులకీ వచ్చేదాన్ని. ఆ క్లాసుల్లో నువ్వూ ఉండేదానివి కదా? హైస్కూల్లో, నేనూ, అన్నయ్యా, ప్రసాద్, వేరువేరు క్లాసుల్లో ఉండేవాళ్ళం. కానీ, ఈ హిందీ క్లాసుల్లో ఒకే కోర్స్ లో ఉన్నాం కాబట్టి పక్కపక్కనే కూర్చునే వాళ్లం. అందుకే, తన పక్కన కూర్చోడానికే, సాయంత్రాలు హిందీ క్లాసులకి తప్పకుండా వచ్చేదాన్ని.

నేనూ అన్నయ్యా వెళ్ళి, ప్రసాద్ ని వాళ్ళింటి దగ్గర పిక్ అప్ చేసుకోవడం, మళ్ళీ వచ్చేటప్పుడు కబుర్లు చెప్పుకుంటూ వాళ్ళింటిదాకా కలిసి రావడం, ఇవన్నీ నాకెంతో ఇష్టమైన పనులన్న మాట. అప్పట్లో నా వయసు పన్నెండేళ్ళు. పద్నాలుగేళ్ళ వరకూ ఈ ఊహ కి అడ్డులేకుండా పోయింది. ఆ తరువాత మా బండి బోల్తా పడింది."

"ఇప్పటికీ అసలు విషయాన్ని పక్కదారి పట్టిస్తున్నావ్. నీ ఆర్థిక పరిస్థితి ఎవడిక్కావాలి? మా తమ్ముడిని నువ్వు ప్రేమించావా లేదా? ఇంకా ప్రేమిస్తూనే ఉన్నావా? ఇది తప్పు అని తెలుసా?" డబాయించాను.

భయపడి పోయింది రాజేశ్వరి. "నిజమే. తప్పే. చాలా రోజుల తరువాత ప్రసాద్ ని చూడగానే, మళ్ళీ ఆ పాతరోజులు గుర్తుకొచ్చాయి. ఇప్పుడు నీ పెళ్ళి అయ్యాక మీరంతా వెళ్ళిపోతారు కాబోలు. నాల్రోజుల ముచ్చటే అని తెలిసినా, నా మనసులోని మాట దాచుకోలేక పైకి చెప్పేశాను. ఇది బయట పెట్టి నా పరువు తియ్యకు. ఇకముందు కూడా నాకు పెళ్ళికాదు."

"సరే. నేను ఎవ్వరితోనూ చెప్పనులే. ఇప్పుడు మీ ఆర్థిక పరిస్థితి బాగుపడిందంటున్నావు కదా? ఎలా? మీ అన్నయ్యకి ఉద్యోగం వచ్చిందా?"

"అవును. వాడికీ, నాకూ కూడా."

"గుడ్. ఏంచేస్తున్నారు?"

"ఇంత ఆర్థిక భాధల్లో ఉన్నా, మేంచేసిన మంచి పని ఏమిటంటే, మా అమ్మ చెప్పిన మాటవిని, మళ్లీ చదువులు కంటిన్యూ చెయ్యడం. నేనూ అన్నయ్యా కూడా డిగ్రీ చదువు పూర్తిచేశాం. నేను ఇక్కడే TTD వారి సంగీత పాఠశాలలో టీచర్ గా పనిచేస్తున్నాను. రెండు నెలలే అయ్యింది ఉద్యోగం లో జేరి. చిన్న పిల్లలకి స్వరం తప్పకుండా, అన్నమయ్య పాటలు నేర్పడమే నా పని. నలభై రూపాయలు ఇస్తున్నారు.

అలాగే అన్నయ్య కూడా ఇక్కడ కోదండ రామస్వామి దేవాలయం లో అర్చకుడిగా పనిచేస్తాడు. వాళ్ళుకూడా నలభై రూపాయలు ఇస్తున్నారు. తరువాత తెలిసిందేమిటంటే, ఆ అర్చకుల వారికి పొద్దున్నే ఈ గుడి తాళాలు తియ్యడం, పూజాదికాలు నిర్వహించడం లాంటివి, ఆయనకి 'బోర్.' కాబట్టి, తీరుబడిగా వచ్చే వెసులుబాటు కోసం, తన ఆదాయం లోంచే నలభై రూపాయలు ఇచ్చి అన్నయ్యని పెట్టుకున్నాడు. ఓ వారం రోజుల క్రితమే మా ఇద్దరికీ మా మొదటి సాలరీస్ వచ్చాయి. దాంతో కొన్ని చిల్లర బాకీలు తీర్చేశాం. ఇంకో టూ మంత్స్ లో అన్ని బాకీలూ క్లియర్ అయిపోతాయి.

పొద్దున్నే 4.30 నుంచీ, 8.00 వరకూ, మళ్ళీ రాత్రి 7.00 నుంచీ 9.00 వరకూ అన్నయ్య డ్యూటీ. పగలంతా ఇంట్లోనే ఉంటాడు. అయితే దీనివల్ల మాకు దద్ధోజనాలూ, చక్కెరపొంగళ్ళూ, పులిహారా లాంటి స్వామివారి ప్రసాదాలు రోజుకి సరిపడా ఇంటికి వస్తున్నాయి. కానీ ఎంతకని ప్రతీరోజూ దద్ధోజనాలూ, పులిహోరలూ తింటాం? అవన్నా విసుగొచ్చేస్తోంది.

అందుకనే మునపటి వంటని అప్పుడప్పుడు కంటిన్యూ చేస్తున్నాం. ఇప్పుడు కూడా మీరు వచ్చారని, కొత్త బొగ్గులు వాడబోతున్నాం. నువ్వు అనుకోకుండా లోపలికి వచ్చేశావు. ఈ వంట వ్యవహారం నీ కళ్ళ బడింది. అంతే!

అయితే రోజూ, నేను స్కూల్ కి వెళ్ళి రిటర్న్ వచ్చాక ప్రకాష్ వాడి డ్యూటీకి వెళ్ళిపోతాడు. ఈ నెల నించీ మేము కూడా నెలకి వంద రూపాయల బడ్జెట్ లోకి వచ్చేసినట్టే" అంది రాజీ అలియాస్ రాజేశ్వరి.

"నేను చూశాను కాబట్టి నీ గుట్టు బయట పడిందని బాధపడిపోకు రాజీ. ఓ విధంగా చూస్తే, నా కంటే నువ్వే బెటర్. నేను పూర్తిగా పస్తున్నరోజులు కూడా ఉన్నాయి తెలుసా? నాతోబాటు మా అమ్మ కూడా పస్తే! వారం రోజుల పాటు కుంపటి వెలిగించని సందర్భాలు కూడా ఉన్నాయి. రోజూ కేరేజ్ తెచ్చుకునేదాన్ని అంటే...నేను ఆ టైమ్ కి వెళ్ళి వరుసలో నిలబడాలి... నా దాకా ఆనాటి అన్నదానం కార్యక్రమం లో తిండి లభించాలి... ఇన్ని షరతులు ఉన్నాయన్నమాట. పొద్దున్నే పది గంటలకే వెళ్ళి, కారేజీ పుచ్చుకుని... ఆ లైన్ లో నిలబడడం... రోగులూ... ముష్టివారూ... వీళ్ళతోబాటు అన్నమాట... ఇలా ఉండవలసి రావడం... నాకెంతటి దౌర్భాగ్యమో ఆలోచించు? నాకెంత ఇరకాటంగా ఉండేదో ఆలోచించు?

కానీ మా అమ్మని బతికించుకోవాలి. అప్పటికే తను టీ బీ తో బాధపడుతోంది. పెన్షన్ డబ్బులు మందులకే సరిపోవడం లేదు... వంట కూడా ఎక్కడ? తనని బతికించుకోవాలనే తాపత్రయం తోనే... సిగ్గూ... పౌరుషం... అభిమానం... అన్నీ విడిచిపెట్టేసి... ఆ అన్నదానం కొరకు ఎగబడే దాన్ని.

నాకు జాబ్ వచ్చి మొదటి నెల జీతం నా చేతిలో పడేవరకూ అంతే! ఆ తరువాత కొన్ని నెలలకే మా అమ్మా పోయింది. మళ్లీ నా బతుకు నాదే. నీకు అన్నా, అమ్మా ఉన్నారు. కానీ నాకెవరున్నారు? ఉన్న అన్నగారు పట్టించుకోడు. ఇప్పుడు చెప్పు. నాకంటే నువ్వే బెటర్ కదూ?" నాకు అప్రయత్నంగానే ఏడుపు వచ్చేసింది.

కొంతసేపు అయ్యాక తేరుకుని, మళ్లీ నేనే అన్నాను. "రాజీ ... నేనూ ఇంతటి దారిద్ర్యాన్నీ అనుభవించాను. నాకూ పేదరికం అంటే ఏమిటో తెలుసు. ప్రసాద్, శ్రీనాధ్ లు కూడా మన అభిమానానికీ, ప్రేమకీ విలువ ఇస్తారు కానీ, ఈ పేదరికానికి కాదు. డోంట్ వర్రీ. అన్నీ చక్కబడతాయి" రాజీని దగ్గరకి తీసుకుని చెప్పాను.

అక్కడ వరండా లాంటి రూం లో ప్రసాద్, ప్రకాష్ మాట్లాడుకుంటున్నారు. శ్రీనాధ్, లక్ష్మణ్ వింటున్నారు. ప్రసాద్ అడిగాడు. "అయితే ప్రకాష్! నువ్వు ఈ అయిదేళ్ళలోనూ, పై చదువులు ఏమీ చదవలేదా? అదే 5th ఫాం లోనే ఉండిపోయావా?"

"5th ఫాం తోనే ఆగిపోలేదు కానీ, నేనేం పెద్ద చదువులు చదువుకోలేదు. నేనూ రాజు కూడా బీ ఏ పాసయ్యాం." అన్నాడు ప్రకాష్.

"మరి నెలకి వంద రూపాయలు చొప్పున వేసుకున్నా, మీ బాబాయ్ గారిచ్చిన పదిహేను వందలూ, మహా అయితే ఓ ఏడాదిన్నర వస్తాయి. ఆ తరువాత ఏంచేశారు?"

"అప్పటికి మానాన్నగారి పెన్షన్ సెటిల్ అయ్యింది. అప్పుడప్పుడు మా బాబాయ్ గారు డబ్బు సర్దుబాటు చేసేవారు. కానీ ఆయనా ఈ మధ్యే పోయారు. మాకు మేమే అన్నమాట. మా అమ్మకి ఇప్పుడు డెబ్బై రూపాయల పెన్షన్ వస్తోంది. దాంతోనే గుట్టుగా బతికేస్తున్నాం."

"మరి నీ కాంట్రిబ్యూషన్ ఏమీ లేదా?"

"ఉంది. ఇన్నాళ్లూ గోవిందరాజుల గుడివద్ద, స్వామి వారి రాగి బొమ్మలూ, మొలతాళ్ళూ, ఇంకా ప్లాస్టిక్ బొమ్మలూ, సాయంత్రం పూట అమ్మేవాడిని. అంటే ఆ వస్తువులన్నీ నావి కావు. వాటి ఓనర్, వాటిని అమ్మమని, నాకు అక్కడ నిలబడేందుకు జాగా చూపించి వెళ్ళిపోతాడు. మళ్ళీ రాత్రి 8.00 గంటలకి వచ్చి ఆ సామాన్లన్నీ తీసుకెళ్లి పోయి గుడిలో దాచేస్తాడు. ఆనాటి అమ్మకాల డబ్బులు కరెక్ట్ గా తీసేసుకుంటాడు. ఇలా చేస్తే నెలకి ఓ ఏబై దాకా వచ్చేది. కానీ, అందులోనే నెలాఖరుకల్లా వాడి సరుకులోని హెచ్చు తగ్గులకి నా జీతం లోంచి పది పదిహేను దాకా తగ్గించేసేవాడు. సాయంత్రాలు కాలేజీ అయిపోయిన తరువాత, గోవిందరాజస్వామి గుడిలోపల, ఇవన్నీ అమ్ముతూ నేను కనపడేవాణ్ణి.

అయితే ఇప్పుడు కోదండరామస్వామి గుడిలో, అదే సమయాల్లో అర్చకత్వం చేస్తున్నాను. అయితే నలభై రూపాయలే వస్తున్నాయి. అయితే ఇంతకు ముందులాగా కటింగ్స్ లేవు. ఇది చాలు ప్రస్తుతానికి. రాజు సంగీత పాఠశాలలో టీచర్. దానికీ నలభై రూపాయలు వస్తాయి. కాబట్టి ఇకముందు బాగానే గడిచిపోవచ్చు" అన్నాడు ప్రకాష్.

ఇంతలో ప్రకాష్ మదర్ అందుకున్నారు. "ప్రసాద్. ఇప్పుడు మీ శ్రీనాధ్ కి పెళ్ళి చేస్తున్నావు. ఈ పద్మ కూడా చక్కని చుక్క. ఈడూజోడూ కూడా బాగుంది. సరే. మరి నీ సంగతేమిటి? నువ్వు పెళ్ళిచేసుకోవా?"

ప్రసాద్ ఏదో చెప్పబోతూంటే, నేను అక్కడికి వెళ్ళాను. "ప్రసాద్ పెళ్ళి సంగతి నేను చూసుకుంటాను. వాడికి ఓ అక్కని నేను ఉన్నాను కదా? ఆడపడుచు లాంఛనాలూ, కట్నాలూ, వగైరాలు తేలాక వాడిని పెళ్ళికి ఒప్పిస్తాను. లేకపోతే ఇలాగే బ్రహ్మచారిలా ఉండిపోతాడు" అన్నాను.

దాంతో ఆవిడకి కోపం వచ్చింది. ఆవిడకి ప్రసాద్ అంటే అభిమానం, అల్లుడిగా చేసుకోవాలనే ఆశా, ఉన్నాయ్.

"అదేం? కుర్రాడు ఎర్రగా బుర్రగా ఉన్నాడు. చదువుకున్నాడు. పెళ్ళిచేసుకుని తన భార్యని పోషించుకునే స్థోమత ఉంటే చాలు. వాడికి పిల్లనివ్వడానికి ఎవరైనా ముందుకు వస్తారు. కట్నాలూ లాంఛనాలూ, అని వాడి పెళ్ళి చెడగొట్టకు" మందలించారు నన్ను.

"రానీ, బయటపడనీ" అనుకున్నాను నేను.

"నేను చెడగొట్టేదేమీలేదు అత్తయ్యా. వాడు ఎవరిని చేసుకున్నా నాకు ఆ లాంఛనాలు రావలసిందే. పెళ్ళికూతురి విషయం లో పట్టుబట్టను కానీ, ఈ లాంఛనాల విషయం లో మాత్రం రాజీ లేదు." అన్నాను.

మళ్ళీ నేనే, "అయినా ప్రస్తుతానికి భార్యని పోషించే స్థోమత ఉంటే చాలా? సరైన ఉద్యోగం, ఆస్తి పాస్తులూ లేకపోతే, ముందు ముందు ఎలా గడుస్తుంది? పెరుగుతున్న కుటుంబాన్ని ఎలా పోషిస్తాడు? ఎవరైనా ఈ విషయం కూడా చూస్తారు కదా?" అన్నాను.

ప్రకాష్ సమాధానం చెబుతూ, "ప్రసాద్ మీద నమ్మకం ఉంది వదినా. తను నాకూ చిన్నప్పటినుంచీ తెలుసు. వాడు మంచివాడు. స్నేహానికి ప్రాణం ఇస్తాడు. లేకపోతే నన్ను చూడ్డానికి ఇంత దూరం రాడు. కాబట్టి వాడు సంసార భాధ్యతలు తీసుకోడనీ, వాడిని కట్టుకునే అమ్మాయి బాధపడుతుందనీ, నేను అనుకోను. అయినా కష్ట సుఖాల వాల్యూ తెలిసిన అమ్మాయినే చేసుకుంటే సరిపోతుంది కద?" అన్నాడు.

"ఎంత కష్ట సుఖాల వాల్యూ తెలిసిన అమ్మాయైనా, పెళ్ళయ్యాక సుఖపడాలనే అనుకుంటుంది కానీ, ఇంకా కష్ట పడాలని అనుకోదు కదా ప్రకాష్? అలా కష్టాల్ని పంచుకుంటూ కూడా, భర్తని ప్రేమిస్తూ ఉండేవాళ్ళు ఈ రోజుల్లో ఎక్కడ దొరుకుతారు? అంతా కమర్షియలే కదా?" అన్నాను.

అంతే! వాళ్ళమ్మగారు ఠక్కున అందుకున్నారు. "మా రాజీ అయితే అవన్నీ భరిస్తుంది. దానికి ప్రసాద్ అంటే ఇష్టమే!"

శ్రీ, నేనూ, లక్ష్మణ్, ప్రసాద్ ఒకర్నొకరు చూసుకుంటూ నవ్వుకున్నాం. అనుకున్నది సాధించాం. ప్రసాద్ మొహం ఆనందం తో వెలిగి పోతోంది.

"అత్తయ్యా, నేను రాజీ తో ఓ సారి మాట్లాడతాను. బలవంతపు పెళ్ళిళ్ళు వద్దేవద్దు. నేను ఇక్కడికి మా అక్కపెళ్ళి కోసమే వచ్చాను. నాకు అదే ముఖ్యం" అన్నాడు ప్రసాద్.

"దానికేం? అందరం సాయంత్రం కపిలతీర్థం వెడదాం. అక్కడ స్వామి వారిని దర్శించుకున్నట్టూ ఉంటుంది, వీళ్ళిద్దరికీ మాట్లాడుకోడానికీ ఛాన్స్ ఉంటుంది. ఇక్కడ ఈ ఇంట్లో, ఈ పరిసరాల్లో అది బాగుండదు" నాతో అన్నాడు ప్రకాష్.

సాయంత్రం నేనూ, శ్రీ, ప్రసాద్, రాజీ, లక్ష్మణ్, ప్రకాష్, వాళ్లమ్మగారూ, మూడు రిక్షాల్లో కపిలతీర్థం చేరుకున్నాం.

దార్లోనే ప్రసాదూ రాజేశ్వరీ మాట్లాడేసుకున్నారని వేరే చెప్పక్కర లేదుగా?

అక్కడ వెంకటేశ్వర స్వామివారిని దర్శించుకుని వస్తూంటే ప్రసాద్ నాతో చెప్పాడు "అక్కా. గుడ్ న్యూస్ ని నువ్వు అనౌన్స్ చేసెయ్" అని.

ఆ కపిల తీర్థం లో అందరం నీళ్లు నెత్తిన జల్లుకున్నాక, నేను చెప్పాను. "అత్తయ్యా. మరి మీ అమ్మాయినే ఒప్పుకున్నామనుకుందాం. మరి నా లాంఛనాలు ఏమిస్తారు?"

ప్రకాష్ తన సంతోషాన్ని ఆపుకోలేకపోయాడు. "థాంక్స్ వదినా. థాంక్స్. ఆడపడుచు లాంఛనాలు ఏం కావాలో అడుగు. నాకూ జాబ్ వస్తుంది కదా? అప్పుడు లోన్ తీసుకుని, నీ కివ్వాల్సింది ఇచ్చేస్తాను. పాపం అమ్మ దగ్గర డబ్బులేం లేవు. అమ్మని బాధ పెట్టకు. ప్లీజ్."

అప్పుడు శ్రీ అన్నాడు. "ఇంకా ఫార్మాలిటీస్ ఏమిటి ప్రకాష్? అసలు ఈ పద్మగారు ఇంతవరకూ ఆడపడుచు లాంచనాలు ఎవరికి ఇచ్చింది? ఎంత ఇచ్చింది? అది కనుక్కో. ఈ ఎస్ పీ గాడు 'పద్మక్కా, పద్మక్కా' అంటూ, వెర్రెక్కి పోతున్నాడు గానీ, ఇప్పుడు రాజీ నా చెల్లెలయింది కదా? వాడి పద్మక్క పెళ్లికి, ఈ ప్రసాద్ గారు ఆడపడుచు లాంఛనాలు ఏమిస్తాడో అడుగుతాను. మన రాజీ ముగ్గురన్నల ముద్దుల చెల్లి. వాడిచ్చిన లాంఛనాలకంటే, మనం ఎక్కువే ఇవ్వగలం. ఏం ఫర్వాలేదు. నేనున్నాను నీకు."

మా మాటలు విని ప్రకాష్ వాళ్ళమ్మగారు ఎంత సంతోషించారో!

అక్కడినుంచీ రాత్రి ఇంటికి వచ్చాక, అందరం ఒకే రూమ్ లో చాపలు వేసుకుని పడుకున్నాం. అప్పుడు ప్రసాద్, శ్రీ, లక్ష్మణ్ లు, యూ ఎస్ లో వాళ్ళేం చేస్తున్నారో, వాళ్ళ ఫ్యూచర్ ప్లాన్స్ ఏమిటో అన్నీ వివరంగా చెప్పారు. వాళ్ళ స్థితిగతులూ, వాళ్ళ ఆశయాలతో, ప్రస్థుత మా పరిస్థితులు పోల్చుకుంటే, నాకూ, రాజీకీ, ప్రకాష్ కీ నోటమ్మట మాట రాలేదు.

ప్రకాష్ కాస్సేపటికి మళ్ళీ తేరుకుని, "మరి నీ లెటర్స్ అన్నీ డిల్లీ ఎడ్రస్ నుంచి ఎలా వస్తున్నాయి? నేను కూడా నీ డిల్లీ ఎడ్రస్ కే రిప్లై ఇస్తున్నాను కదా?" అని అడిగాడు.

"డిల్లీ బ్రాంచ్ లో మా ఫ్రెండ్ కి నేను పోస్ట్ చేస్తే, దాన్ని వాడు నీకు పోస్ట్ చేస్తాడు. అలాగే నీ రిప్లైస్ ని కూడా నాకు పంపుతాడు. ఇకముందు అ అవసరం ఉండదులే" కూల్ గా సమాధానం ఇచ్చాడు ప్రసాద్.

అప్పుడు ప్రసాద్ మళ్ళీ చెప్పాడు. "పద్మక్కా ముందు నువ్వూ, రాజీ, పాస్ పోర్ట్స్ తీసుకోండి. వెంటనే మీకు ఫామిలీ వీసా వస్తుంది. కానీ, మీకు బిజినెస్ వీసా తెప్పించడానికే ప్రయత్నిస్తాం. మీరిద్దరూ కూడా శ్రీపాల్స్ ఫౌండర్ ట్రస్టీస్ తరఫున నామినీస్ గా ఉంటారు. అక్కడి కొచ్చాక మీరిద్దరూ కూడా ట్రస్ట్ వ్యవహారాలు చూసుకోవాలి.

అక్కడ నువ్వు మన సంస్థ కి ఛీఫ్ ఫైనాన్షియల్ ఆఫీసర్ గా ఉంటావు. ఇప్పుడే సీఏ లో ఎన్ రోల్ అయిపో. ఇంకో మూడేళ్ళలో నీ సీఏ కంప్లీట్ అయిపోతుంది. ఇదంతా అమెరికాలోంచే నువ్వు కంప్లీట్ చెయ్యచ్చు.

నెక్స్ట్. రాజీ. నా ఉద్దేశ్యంలో నువ్వు కూడా నాతో కలిసి జాబ్ చెయ్యడం బెటర్. ఏమంటావు రాజీ?"

"అక్కడ నాకు జాబ్ ఎలా దొరుకుతుంది?" బేలగా అడిగింది రాజేశ్వరి. శ్రీనాధ్ కి కోపం వచ్చింది. "ఎలా దొరుకుతుంది అంటావేమిటి? నువ్వు శ్రీపాల్స్ ఫౌండర్ ట్రస్టీవి. శ్రీ పాల్స్ ఇంజినీరింగ్ సంస్థలకి ఓనర్ వి. ఆ హోదా చాలదా? కావాలంటే నేనే నీకు ఉద్యోగం ఇచ్చేస్తాను" అన్నాడు శ్రీ.

ప్రసాద్ చెప్పాడు. "ఒరేయ్. అన్నీ ప్లాన్ ప్రకారం జరగాలంటే, అందరం ఇదే శ్రీపాల్స్ లో ఉంటే కుదరదు. ఏదైనా కారణాలవల్ల శ్రీపాల్స్ మూత పడచ్చు. అప్పుడు మన గతి ఏమిటి? అందుకే రాజీని వేరే జాబ్ చెయ్యమంటున్నాను. అఫ్ కోర్స్ తన ఫ్రీ టైం అంతా ఫౌండేషన్ కే వినియోగిస్తుంది. అందువల్ల నీకూ, పద్మక్కకీ కూడా కొంత వర్క్ లోడ్ తగ్గుతుంది. పద్మక్కా, నువ్వు నో అనద్దు. ఈ అవకాశం నువ్వు తీసుకుంటున్నావు. ఈ జాబ్ లో నువ్వు రాణిస్తున్నావు కూడా!"

ప్రసాద్ మాటల్లో ఏదో చెప్పలేని ఆకర్షణ ఉంది. తను చెప్పే విధానం, తన హావభావాలూ... అన్నిటికీ మేం ముగ్ధులైపోయాం.

నేను అన్నాను. "ప్రసాద్. ఎట్టి పరిస్థితుల్లోనూ ఈ శ్రీపాల్స్ అనే సంస్థ కానీ, నిజంగా మీ శ్రీపాల్స్ కానీ ఎప్పుడూ అభివృద్ధి పథం లోనే నడిచేటట్టుగా నేను కృషిచేస్తాను. బీదరికం అంటే ఏమిటో నాకు బాగా తెలుసు. ఆత్మాభిమానమూ తెలుసు. ఇవన్నీ రాజీ కీ తెలుసు. మనందరం కూడా ఎక్కడున్నా, ఏం చేసినా, ఒక్కలాగే, ఒక్క కుటుంబం లాగే కలిసి బతుకుతామని, నేను హామీ ఇస్తున్నాను. నువ్వు మాత్రం ఈ అక్కని జ్ఞాపకం పెట్టుకుంటే అదే చాలు."

రాజీ తనవంతుగా అంది.

"ప్రసాద్, నా బీ ఏ కి అక్కడ వాల్యూ ఉందంటే, నేను తప్పకుండా జాబ్ చేస్తాను. నువ్వు ధైర్యం ఇస్తే గంగలో దూకమన్నా దూకుతాను. జీవితాంతం నీ తోడుంటే చాలు. ఇవన్నీ ఏదో ఆవేశం తోనూ, నేను కూడా ఏదో చెప్పాలి కాబట్టీ, చెప్పడం లేదు. నిజంగా, హృదయ పూర్వకంగా అంటున్నాను. మనం ఇంకొంతమందికి, 'చదువుకుని జీవితం లో పైకి వచ్చేందుకు' సాయం చెయ్యాలి. అంతే కదా?

నాకు ఉన్నదాంట్లో పొదుపుగా ఎలా గడుపుకోవాలో తెలుసు. నిన్ను అవినీతిగా సంపాదించమని ప్రోత్సహించను. మనకున్నదాంట్లోనే, ఇతరులతో పంచుకోగలిగే మనస్తత్వం ఉంది నాకు. ఇందుకు విరుద్ధంగా నేను ప్రవర్తిస్తే, నీ ఇష్టం వచ్చిన శిక్ష విధించు."

లక్ష్మణ్ అన్నాడు. "రాజీ. మీరందరూ ఆ శ్రీపాల్స్ ని పైకి తెచ్చేందుకు పాటుపడుతూంటే, నేనొక్కడినే ఏమీ పట్టకుండా కూర్చుంటానని అనుకుంటున్నారా? ఈ ఎస్ పీ గాడు నాకు దేవుడితో సమానం. ఈవాళ నేనూ, ఎస్ పీ, ఇలాంటి స్థితి లో ఉన్నామంటే, దానికి వాడే కారణం. మా ఉద్యోగాలనైనా వదులుకుంటాంకానీ, మా స్నేహాన్ని మాత్రం వదులుకోం. దీనికి మీరు అడ్డు తగలనంత వరకూ, శ్రీపాల్స్ లో మీరు పనిచెయ్యకపోయినా, నేను దాన్ని పైకి తీసుకు వస్తాను."

ప్రసాద్, శ్రీ, ఇద్దరూ చప్పట్లు కొడుతూ వచ్చి ఒక్కసారిగా లక్ష్మణ్ ని కౌగలించుకున్నారు. "ఒరేయ్. మన స్నేహాన్ని గురించి ఎంత గొప్పగా చెప్పావురా? పద్మా, రాజీ... మీరిద్దరూ వినండి. క్లుప్తంగా

చెపుతాను. శ్రీపాల్స్ అంటే ముగ్గురు కాదు ఒక్కరే! ప్రసాద్= శ్రీనాధ్= లక్ష్మణ్. ఇది మీరు జ్ఞాపకం పెట్టుకుంటే చాలు" అన్నాడు శ్రీ.

వెంటనే నేను అడ్డుచెప్పాను. "నువ్వు తప్పు చెబుతున్నావు శ్రీ. శ్రీ పాల్స్ అంటే ముగ్గురు అన్నా... ఐదుగురూ అన్నా, తేడా ఏమీ లేదు. ఎందుకంటే వాళ్ళంతా ఒక్కరే. ప్రసాద్= శ్రీనాధ్ = లక్ష్మణ్= రాజీ=పద్మ. అదీ కరెక్ట్ నిర్వచనం అంటే. అలా చెప్పు. నేను కరెక్టేనా రాజీ?"

"పెర్ఫెక్ట్ అక్కా. మీరు ఇలాంటి ఏటిట్యూడ్ డెవలప్ చేసుకుంటే చాలు. మనకీ, మన శ్రీపాల్స్ కీ ఢోకా ఉండదు" ప్రసాద్ అన్నాడు.

ప్రకాష్ కలగజేసుకుని, "ప్రసాద్...నిజంగా నేను ఆనందం పట్టలేకపోతున్నాను. నువ్వు ఇంతటి ఉన్నత స్థితిలో ఉన్నావని నాకు ముందే తెలిస్తే, రాజీని నీకు ఆఫర్ చెయ్యడానికి సంకోచించేవాడిని. కానీ, నీ స్థితి గతులూ, తాహతూ కూడా తెలుసుకోకుండానే, రాజీ నిన్ను ప్రేమించడం...అది సక్సెస్ అవడం కూడా జరిగిపోయింది. అయామ్ రియల్లీ సో హాపీ ప్రసాద్. నేనూ, అమ్మాకూడా."

ప్రకాష్ మొహం లో చెప్పలేని ఆనందం కనబడుతోంది. ఇక రాజీది అయితే చెప్పక్కరనేలేదు...

అప్పుడు ప్రసాద్ అన్నాడు. "ఈ ఆనందం నీకు మాత్రమే ప్రత్యేకం కాదు ప్రకాష్! రాజీని నేను కూడా చిన్నప్పటినుంచే ప్రేమించాను. కానీ అప్పట్లో నా తాహతు వేరు కాబట్టి, అది నా మనసులోనే దాచుకున్నాను. రాజీ కి ఇంకా పెళ్ళికాలేదని తెలియగానే, నన్ను నేనే కంగ్రాట్యులేట్ చేసుకున్నాను. ఈ స్థోమతలూ, డబ్బూ... వాటిన పక్కన బెట్టు. రాజీ నా వైఫ్ గా... నా లైఫ్ పార్టనర్ గా ఉండడం నా అదృష్టం గా భావిస్తున్నాను. నేనే నీకు థాంక్స్ చెప్పాలి ప్రకాష్. రాజీ ఈజ్ సచ్ ఎ వండర్ఫుల్ గర్ల్." ప్రసాద్ తన ఆవేశాన్ని కంట్రోల్ చేసుకోలేక పోతున్నాడు.

వెంటనే నేనూ అందుకున్నాను. నాకు అంతకంటే ఆనందంగా ఉంది మరి!

"ప్రకాష్! విధి ఎంత బలీయ మైనదో దీన్ని బట్టే తెలుస్తోంది. నేను శ్రీనాధ్ ని అప్పట్లోనే ప్రేమించాను. కాని నేను తనకంటే పెద్దదాన్ని. కాబట్టి అదో అవరోధం. మా పేదరికం అన్నది ఇంకో అవరోధం. మా పెద్దవాళ్ళు ఈ ప్రేమకి ససేమిరా అంగీకరించరు. మా అన్నయ్య ఎప్పుడో నన్ను పట్టించుకోవడం మానేశాడు. కాబట్టి నాకు పెళ్ళి సంబంధాలు కూడా వెతకడు. కానీ తన కొడుకుతో నా పెళ్ళికి మాత్రం, అడ్డు చెప్పగలడు. ఇది అన్నిటికన్నా పెద్ద అవరోధం.

మా అమ్మ అనారోగ్యం తో మా ఆర్ధిక పరిస్థితి పూర్తిగా దిగజారిపోయింది. అయినా, మా అమ్మని బతికించుకోవాలి కాబట్టి, సిగ్గూ, పౌరుషం, అభిమానం...అన్నీ చంపుకుని బతికాను. పడరాని మాటలు పడ్డాను.

ఈ మధ్యలోవీళ్ళు ఎక్కడికో పారిపోయారు. వీళ్ళు మొన్న నా దగ్గరికి వచ్చినప్పుడు కూడా వాళ్ళ నిజ స్థితిగతులు చెప్పలేదు. ఏమయినా సరే, నేను ఈ అవకాశం వదులుకోకూడదనుకున్నాను. శ్రీ ఏమాత్రం సానుకూలంగా ఉన్నా, నా ప్రేమ విషయం చెప్పేద్దామనుకున్నాను. నిజంగా తను రిక్షా తొక్కుకుంటున్నా సరే! కష్టాలన్నిటినీ నా ప్రియుడితోటే పంచుకోవాలనుకున్నాను.

అంతా కొన్ని క్షణాల్లోజరిగిపోయింది. నా కష్టాలన్నీ దూదిపింజెల్లాగా ఎగిరిపోయాయి. ఆఖరికి నా శ్రీ నే నేను పెళ్ళి చేసుకుంటున్నాను కదా? అదీ సుఖం అంటే! ఇన్ని కష్టాల తరువాత దొరికిన సుఖం... నిజంగా అమృత తుల్యం కాదూ?"

వెంటనే శ్రీ బదులిచ్చాడు. "పద్మా నిన్ను నువ్వు అంతగా చులకన చేసుకోకు. నువ్వు చెప్పిన అభ్యంతరాలు నాకూ వర్తిస్తాయి కదా? ఎస్ పీ గాడిలాగే, నేనూ చిన్నప్పటినుంచే నిన్ను ప్రేమించాను. కానీ, ఇది సక్సెస్ అవుతుందని ఏమాత్రం ఆశలేదు. మేమూ ఆత్మాభిమానం నిలబెట్టుకోడానికే... అప్పట్లో చెప్పాచెయ్యకుండా చెక్కేశాం. ఒక ఆశయం కోసం...మేం కష్టపడ్డాం... దానితో ఇతర ఆశయాలూ సాధించుకున్నాం.

ఈ ఎస్ పీ గాడే నన్ను, నీ దగ్గరికి తీసుకొచ్చాడు. అంటే, ఆ భగవంతుడే ప్రసాద్ రూపంలో వచ్చాడన్నమాట. దారిలోనే నా అనుమానాలన్నీ దూరం చేశాడు. నువ్వు ఒప్పుకున్నా, ఒప్పుకోకపోయినా, నా నిర్ణయాన్ని మాత్రం నీకు చెప్పే వెళ్ళాలని నిశ్చయించుకున్నాను. కానీ, ఎస్ పీ గాడి వల్ల...అంతా సునాయాసంగా జరిగిపోయింది. నేను ఎంతో ప్రేమించిన నా పద్మత్త, నా భార్య అవుతోంది. అంతకంటే ఏంకావాలి నాకు? ఎస్ పీ, అయామ్ రియల్లీ థాంక్ ఫుల్ టూ యూ. పద్మా! మనిద్దరం కూడా వీడికి జీవితాంతం ఋణపడి ఉంటాం. అది జ్ఞాపకం పెట్టుకో చాలు" అన్నాడు.

అంతే! అప్పటినుంచీ ఇప్పటిదాకా ముఖ్యమైన పనులన్నీ ప్రసాద్ అనుమతి తోటీ, అంగీకారంతోటీ జరిగాయి. అనుకోని సంఘటనలు జరిగితే తప్ప, ఇకముందు కూడా ఇలాగే జరుగుతుందని నేను హామీ ఇవ్వగలను" కాస్సేపు ఆగాను నేను.

"ఒరేయ్. మనం మంచి మిత్రులం. కష్ట సుఖాలన్నీ కలిసే పంచుకుంటాం. ఇప్పటివరకూ అలాగే ఉన్నాం. ఇకముందు కూడా అలాగే ఉందాం. సరేనా పద్మక్కా?" అన్నాడు ప్రసాద్.

అంతే! మా అందరి చెవులూ మారుమోగిపోయేలాగ రాజీ తన నోట్లో రెండువేళ్ళూ పెట్టుకుని ఓ పెద్ద విజిల్ వేసింది. "నేను కూడా హేపీ అని దీని అర్థం అన్న మాట" అనేసి, ప్రకాష్ పక్కన కూర్చుంది.

"ఒరేయ్. మీ సెంటిమెంట్స్ లోంచి బయటపడండిరా. ఇంకా జరగాల్సిన పనులు చాలా ఉన్నాయిరా. వదినా! నువ్వు నార్మల్ గా అయిపో. ప్లీజ్ రాజీ! నువ్వు కూడా" అంటూ వాతావరణాన్ని తేలికపరిచాడు లక్ష్మణ్.

కాస్సేపు పోయాక, ప్రకాష్ అడిగాడు. "నన్ను కూడా మీలో చేర్చుకోండి. మీ అంత స్థోమత లేదు కానీ, నాక్కూడా అవే ఆశయాలు ఉన్నాయ్. నేనేం చెయ్యగలనో చెప్పండి."

అప్పుడు నేనన్నాను. "ముందు రాజీ పెళ్లి చెయ్యి. ఆ తరువాత మిగతావి ఆలోచిద్దాం."

మర్నాడు ప్రకాష్, వాళ్ళమ్మగారూ గోవిందరాజస్వామి గుడిలోని పూజారితో మాట్లాడి, ముహుర్తాలు పెట్టించారు. ఇంకో రెండు రోజుల్లోనే మా పెళ్ళిళ్ళు అన్నమాట.

శ్రీ చెప్పాడు. "ప్రకాష్. డబ్బు గురించి నువ్వు ఆందోళన పడకు. ఇది మనందరి వ్యవహారం. ఎంత కావాలన్నా లక్ష్మణ్ ని అడిగి తీసుకో."

ప్రసాద్ చెప్పాడు. "ప్రకాష్.! కొండమీద పెళ్ళంటే చాలా ఖర్చు. ఏర్పాట్లు కూడా ముందుగానే చూసుకోవాలి. అందుకని, అలివేలు మంగాపురం లో ఈ పెళ్ళిల్లు జరిపించడానికి ట్రై చేద్దాం. అయితే పద్మక్కని కూడా కన్యాదానం చెయ్యాలి కాబట్టి, రేప్పొద్దున్నే నేనూ రాజీ సివిల్ మేరేజ్ చేసుకుంటాం. ఆ తరువాత, మేం పద్మావతీ అమ్మవారి సమక్షం లో పెళ్లిళ్ళు చేసుకుంటాం.

వెంటనే పసుపు బట్టలతోనే కొండమీద స్వామి వారిని దర్శించుకుంటాం. సరేనా? ఒరేయ్ ఏ ఎల్. నువ్వు ఈ విషయాల్లో ప్రకాష్ కి హెల్ప్ చెయ్."

ప్రసాద్ చెప్పిన పాయింట్ మాకర్థం అయ్యింది. అందుకు మేం కూడా ఒప్పుకున్నాం.

"మీరు నాకు వేరే చెప్పక్కర లేదు. అన్నీ సవ్యంగా జరిగిపోతాయ్. ఒరేయ్ ఎస్ పీ! నువ్వు గొప్పగా, 'మా పద్మక్క పెళ్ళిచేసేస్తాను' అంటూ పే...ద్ద పోజ్ కొట్టావ్. కానీ, ఇప్పుడు నీ పెళ్ళి నేను చేస్తున్నాను. అది గుర్తుంచుకో" అన్నాడు లక్ష్మణ్. అందరం హాయిగా నవ్వుకున్నాం.

మర్నాడు రాజీ ప్రసాద్ లు, తిరుపతిలో మా అందరి సమక్షంలో, సివిల్ మేరేజ్ చేసుకున్నారు!

17

26.12.1972, తిరుపతి

మర్నాడు ప్రసాద్ అడిగాడు. "అక్కా, నీ రూం మేట్ ని పెళ్ళికి పిలవాలా? ఇప్పుడు టెలిగ్రామ్ ఇస్తే వస్తుందా?"

"అటువంటి అవకాశం లేదు ప్రసాద్. తను ఈవాళ రాత్రే బయలు దేరినా, రేపు పొద్దున్నకి గానీ ఇక్కడకి రాలేదు. రేపే కదా పెళ్ళిళ్ళు? పైగా నేనే వెళ్ళి దాన్ని రిసీవ్ చేసుకోవాలి. మిగతావాళ్ళు తనని గుర్తుపట్టలేరు. దాని దగ్గర డబ్బులు ఉన్నాయో లేవో? కాబట్టి అటువంటి ప్రయత్నం వద్దు." అన్నాను నేను.

అయితే ప్రసాద్ "రిప్లై పైడ్ టెలిగ్రామ్ ఇస్తాను. తను వస్తున్నట్లయితే, ఏ ట్రైన్ లో స్టార్ట్ అవుతుందో ఇన్ఫార్మ్ చేస్తుంది కదా? దాన్ని బట్టి ఆ అమ్మాయిని ఎలా రిసీవ్ చేసుకోవాలో చూసుకుందాం." అన్నాడు. కానీ, తను వంద రూపాయలు 'టి ఏమ్ వో' కూడా చేశాడని తరువాత విజయ చెప్పింది.

ఆ రోజే నాకూ రాజీకి నాలుగు చీరలూ, వీళ్ళిద్దరికీ నాలుగు పంచెలూ కొన్నాం. అలా చూడకండి. అప్పట్లో ఈ రెడీమేడ్స్ అంత పాపులర్ కాదు. టైలర్ కి ఇచ్చి కుట్టించాలంటే చాలా టైం పడుతుంది. అందుకనే వాళ్ళిద్దరికీ పట్టుపంచెలూ, మాకు పట్టు చీరలూ కొనుక్కున్నాం. అలాగే మొదటి సారిగా బంగారం షాపులోకీ వెళ్ళాం. పెళ్ళికి కావలసిన, తాలిబొట్లూ, గాజులూ, చైన్లూ, ఉంగరాలూ, కొన్నాం.

ప్రకాష్, లక్ష్మణ్ లు అలివేలు మంగాపురం వెళ్ళారు అక్కడి ఏర్పాట్లు చూడానికి. మా పెళ్ళి ఏర్పాట్లు మేమే చేసుకోడం అన్నదే ఇందులో పెద్దవిశేషం. ఇంతలో విజయ దగ్గరనుంచి రిప్లై కూడా వచ్చింది. పెళ్ళి టైంకి తను మంగాపురం లోనే కలుస్తానూ అని. హమ్మయ్య ఓ టెంగ తీరింది.

"మరి అక్కడ మన కళ్యాణ మండపం ఎక్కడో ఎలా గుర్తు పడుతుంది?" నేను అడిగాను.

"ఏం ఫరవాలేదు వదినా. అక్కడ ఒక్కటే పే...ద్ద మండపం ఉంది. నేను కూడా వాళ్ళ తోటి అర్చకుడి హోదాలో, అక్కడ పెళ్ళి ఏర్పాట్లకి అనుమతి సంపాదించాను. మరీ ముహూర్తం టైం కే వస్తే, నువ్వు తనని గుర్తించే తీరిక ఉండకపోవచ్చు గానీ, ఓ అరగంట ముందూ వెనకగా వచ్చినా నువ్వు గుర్తు పడతావు కదా? మీ ఫ్రెండ్ ని నేను చూసుకుంటాలే." అన్నాడు ప్రకాష్.

మమ్మల్నిద్దర్నీ పెళ్ళి కూతుళ్ళని చెయ్యడం, వీళ్లిద్దర్నీ పెళ్ళికొడుకుల్ని చెయ్యడం... ఆ భాధ్యత అంతా ప్రకాష్ అమ్మగారు తీసుకున్నారు. మర్నాడు రెండు టాక్సీల్లో మంగాపురం వెళ్ళాం. రాత్రి 9.00 గంటలకి మా పెళ్ళి. 11.00 గంటలకి రాజీ, ప్రసాద్ లదీ...

మా విజయ కూడా ముందుగానే మంగాపురం వచ్చేసి, ప్రకాష్, లక్ష్మణ్ లని కలుసుకొని, మా కోసం వైట్ చేస్తోంది. మా గౌరీ పూజల దగ్గరినుంచీ, మా వెంట ఉంది. పెళ్ళిపెద్దలూ, బంధువులూ, అంతా మేమే... కాకపోతే, ప్రకాష్ తోటి అర్చకులు కూడా వచ్చారు. ఆవిధంగా ఓ పాతిక ముప్పైమంది అతిధులు అయ్యారు.

ముందుగా రాజీ ప్రసాద్ లు నన్ను కన్యాదానం చేసి, శ్రీ తో పెళ్ళి చేశారు. మా పెళ్ళయిన వెంటనే, మేము కూడా రాజీని కన్యాదానం చేసి, ప్రసాద్ తో పెళ్లి జరిపించాం. అది తలుచుకుంటే ఇప్పటికీ ఎంతో థ్రిల్లింగ్ గా ఉంటుంది.

తెల్లవారు ఝామ 2.00 గంటల కల్లా మా కార్యక్రమాలు అన్నీ అయిపోయాయి. వెంటనే, కొండమీదకి ప్రయాణం, అక్కడ స్వామి వారి దర్శనం, అనంతరం మా పసుపుబట్టలు మార్చేసి, మామూలు డ్రెస్ లోకి మారిపోవడం. ఇదీ ప్రోగ్రాం. లక్ష్మణ్, ప్రకాష్, విజయా ఈ భాధ్యతల్ని తీసుకుని, అన్ని ఏర్పాట్లూ చేశారు. టాక్సీల్లో కొండమీదకి వెళ్ళడం, అక్కడ స్వామి వారి దర్శనం, అన్నీ చకచకా జరిగిపోయాయి. మరి, ప్రకాష్ వాళ్ళకి సహా అర్చకుడు కదా!

ఆ విధంగా నా మరుదులు లక్ష్మణ్, ప్రకాష్ లూ, నా తమ్ముడు ప్రసాద్, భాధ్యత తీసుకుని, మా పెళ్ళి చేశారు.

పొద్దున్నే స్వామి వారి దర్శనం అయిపోయాక, ఇంటికి వచ్చి మాట్లాడు కుంటున్నాం. రెండు పెళ్లిళ్ళూ, టాక్సీ ఖర్చులూ, ఇతర ఖర్చులూ కలిపి వెయ్యి రూపాయలు దాటలేదు. ప్రకాష్ మిగిలిన డబ్బులు రిటర్న్ ఇస్తూంటే ప్రసాద్ వారించాడు.

“ఆ డబ్బులు నీ దగ్గరే ఉండనీ ప్రకాష్!. నీకు ఇంకా అవసరం పడచ్చు కూడా. ఇప్పుడు ‘సత్యన్నారాయణ వ్రతం’ కూడా ఉందిగా? అది కూడా అయిపోయాక, అప్పుడు చూసుకుందాం. అంతవరకూ ప్లీజ్ వైట్.” అన్నాడు శ్రీ.

సత్యన్నారాయణ వ్రతం ముగిసి అతిధులంతా బోజనాలు చేసి వెళ్ళేసరికి మధ్యాహ్నాం రెండు గంటలయ్యింది. అందరూ ముందు రూం లోకి వచ్చాక, ప్రకాష్ తో అన్నాడు ప్రసాద్.

“ప్రకాష్. ఇప్పటినుంచీ కధ ఇంకో మలుపు తిరుగుతోంది. నీ మీద మరిన్నిభాధ్యతలు మోపుతున్నాం. సరేనా?”

“తప్పకుండా ప్రసాద్. ఏం చెయ్యాలో చెప్పు.”

“ఇప్పటినుంచీ, పద్మకీ రాజీ కీ పాస్ పోర్టులు, వీసా వచ్చేవరకూ, వీళ్ళిద్దరూ నీ దగ్గరే ఉంటారు. నువ్వు ఇప్పుడున్న ఈ ఇల్లు మార్చెయ్. ఓ డీసెంట్ బంగ్లా అద్దెకి తీసుకో. ఆ అర్చకత్వం వదిలెయ్. ఇక్కడే శ్రీపాల్స్ ఫౌండేషన్ ఇండియన్ వింగ్ స్టార్ట్ అవుతుంది. దానికి నువ్వే హెడ్.

అది పూర్తి స్థాయి లో పనిచెయ్యడానికి, నువ్వు కొంత గ్రౌండ్ వర్క్ చెయ్యాలి. కాబట్టి ఈ భాధ్యత నువ్వు తీసుకుంటానూ అంటే, తరువాతి విషయాలు చెబుతాను.”

“పద్మా, రాజీ ఇక్కడే ఉంటే, నాకు అభ్యంతరం ఎందుకుంటుంది? మరి ఇంకో ఇల్లు తీసుకుంటే, దానికి రెంట్ అదీ ఎక్కువవుతుందే? ఈ ఇంట్లోనే ఇంకో రెండు నెలలు సర్దుకుపోతాం. పద్మ వదిన ఒక్కర్తే కదా ఎక్కువ ఇప్పుడు?”

శ్రీ చెప్పాడు. "అలాక్కాదు. పిన్ని మాత్రం ఇంకా ఎందుకు కష్ట పడాలి? తనకీ ప్రయోజకులైన పిల్లలున్నారుకదా ఇప్పుడు? తిరుపతిలో మన శ్రీపాల్స్ స్టార్ట్ చెయ్యడం మాకు సెంటిమెంట్ పరంగా బాగుంటుంది. అ స్వామి వారి ఆశీస్సులు ఉన్నట్టు అన్నమాట. ఈ ఫౌండేషన్ పేరు మీద ఇక్కడే SBI లో ఎకౌంట్ ఓపెన్ చేద్దాం. మేం యూ ఎస్ వెళ్ళగానే 1000 డాలర్స్ పంపిస్తాం. దాంతో నువ్వు ఇక్కడి కార్యక్రమాలు మొదలుపెట్టు. నువ్వు నిజాయితీగా డబ్బు ఖర్చు పెడతావనే నా నమ్మకం. అందుకే నిన్ను ఇక్కడి ఇండియన్ వింగ్ కి హెడ్ గా పోస్ట్ చేస్తున్నాం."

"అయితే నేనేం చెయ్యాలి?"

లక్ష్మణ్ చెప్పాడు. "ఏం లేదు తమ్ముడూ. ఆ బంగ్లా ముందు శ్రీపాల్స్ ఫౌండేషన్ అని బోర్డ్ పెట్టు. ఇక్కడి పేద పాఠశాలలో చదువుకుంటున్న పిల్లలని, ఇంకా చేరబోయే పిల్లల్నీ మన పాఠశాలలో చేర్పించు. వారికి వసతీ భోజనం కూడా ఉచితమే. దానికి ఎంతవుతుందో ప్లాన్ చెయ్యి. ఓ 50మంది స్టూడెంట్స్ ఉంటే చాలు."

నాక్కూడా వాళ్ళ ఫౌండేషన్ గురించి ఐడియా వచ్చేసింది కదా? "మనకి స్టూడెంట్స్ రారేమో అని బెంగపెట్టుకోకు ప్రకాష్! ముందుగా రాజీ పనిచేసే సంగీత కళాశాల వారికీ, టీటీడీ వారి ప్రాచ్య కళాశాల వారికీ మన ఆలోచన చెప్పు. అక్కడినుంచే అధ్యాపకుల్ని తీసుకురా. సమ్మర్ వెకేషన్స్ లోనూ, సంక్రాంతి వెకేషన్స్ లోనూ కూడా అమెరికన్ ఫాకుల్టీ ఇక్కడికి వచ్చి పాఠాలు చెబుతారూ అని చెప్పు. మన పని ఈజీ అవుతుంది." అని ప్రకాష్ తో చెప్పాను.

అప్పుడు ప్రసాద్ చెప్పాడు. "పద్మక్క చెప్పినట్టుగా టీచింగ్ స్టాఫ్ ని అపాయింట్ చెయ్యి. కాకపోతే ఇప్పటికే రన్నింగ్ లో ఉన్న ప్రాథమిక పాఠశాలని మనం కొనేద్దాం. ఆ స్టూడెంట్స్ అంతా మన ఫౌండేషన్ స్టూడెంట్స్ గా అవుతారు. తల్లితండ్రులకి ఇష్టం లేదంటే అభ్యంతరం చెప్పకు. అక్కడి టీచింగ్ స్టాఫ్ ని కూడా మన దాంట్లోకే తీసుకో. క్వాలిఫికేషన్స్ లేకపోయినా సరే."

"అన్ క్వాలిఫైడ్ టీచర్స్ తో క్వాలిటీ టీచింగ్ ఎలా వస్తుంది.?" అనుమానం వచ్చింది ప్రకాష్ కి.

"క్వాలిఫైడ్ టీచర్స్ ని కూడా వేసుకో భాయీ.ఈ అన్ క్వాలిఫైడ్ టీచింగ్ స్టాఫ్ ఎంతమంది ఉంటారు? వాళ్ళకి జీతం ఎంత ఉంటుంది? నువ్వే చెప్పు? ఓ ఏడాది పాటు వాళ్ళకి టీచింగ్ అసైన్ మెంట్ ఏదీ ఇవ్వకు. టంఛన్ గా జీతాలు మాత్రం ఇచ్చెయ్. కొన్నాళ్ళకి వాళ్లే రిజైన్ చేసి వెళ్ళిపోతారు. నీకు లీగల్ ప్రోబ్లెం ఉండదు" అన్నాడు లక్ష్మణ్.

"ఒరేయ్. నాతో కలిసి పనిచేస్తూంటే చూశావా, నీ బుర్ర ఎంత బాగా పనిచేస్తోందో?" లక్ష్మణ్ ని ఆటపట్టించాడు శ్రీ.

"నువ్వు స్కూల్ రన్ చెయ్యడం మొదలెట్టు ప్రకాష్. దానికి గ్రాంట్స్ నేను తీసుకొస్తాను. ప్రాచ్య భాషలని ప్రొమోట్ చెయ్యడానికీ, అందుకోసం ఆ సంస్థలకి గ్రాంట్స్ ఇవ్వడానికీ, సెంటర్ లోనూ, స్టేట్ లోనూ కూడా, డిపార్ట్ మెంట్స్ ఉన్నాయి. అంతెందుకు? ఈ టీటీడీ వాళ్లే ఇస్తారు. అవన్నీ నేనూ, ఎస్ వీ, యూఎస్ నుంచి చూసుకుంటాం" అన్నాడు ప్రసాద్.

వీళ్ళ ఐడియాలు అర్థం అవుతూంటే, మా ఫ్రెండ్ విజయ అంది. "అది సరే. ఇంకో వారం రోజుల్లో పద్మ ఇక్కడికి వచ్చేస్తుంది. తరువాత యూ ఎస వెళ్ళిపోతుంది. మరి అక్కడ నేను ఒక్కర్తినే ఉండాలా? నా గురించి మీరేమీ ఆలోచించరా?"

"చూడు విజయా. ఎవ్వెరి థింగ్ విల్ బీ టేకెన్ కేర్ ఆఫ్. అన్ని విషయాలూ పట్టించు కుంటాం. నీకు జాబ్ కావాలంటే, ఇక్కడే ఈ ప్రాచ్య పాఠశాలలోనే ఇప్పిస్తాం. వదినే నీకు అపాయింట్ మెంట్ ఆర్డర్ ఇస్తుంది. కానీ మా ఫౌండేషన్ ఆశయాలు వేరు. ముందు వాటిని చర్చిస్తున్నాం. నీ జాబ్ అన్నది ... వదిన చెబితే, ఇప్పుడే, ఇక్కడే కన్ఫర్మ్ అయిపోతుంది." అన్నాడు లక్ష్మణ్.

అత్తయ్య గారు చెప్పారు. "మన ఇంట్లో పెళ్ళికి వచ్చిన బంధువులు ఎంతమంది ఉన్నారో చూశాం కదా? ఈ అమ్మాయితో కలిపినా పదిమందిమి కాలేదు. పెళ్ళికి వచ్చిన ఏకైక బంధువు కాబట్టి, ఈ అమ్మాయికి మీరు జాబ్ ఇవ్వాల్సిందే."

"మంచిది అత్తయ్యా. అలాగే." అని నేనూ రాజీ లోపలికి వెళ్ళాం. రాజేశ్వరికి నా మనసులో ఉన్న మాట చెప్పాను.

తను కూడా "ఇది బలే మంచి ఆలోచన. నా సపోర్ట్ నీకే" అంది.

ఇద్దరం బయటకు వచ్చాం. శ్రీ తో, లక్ష్మణ్ చెబుతున్నాడు.

"ఒరేయ్. ఇక్కడ భీమాస్ లో మీ ఇద్దరికీ రూమ్స్ బుక్ చేశాం. రాత్రి భోజనాలయ్యాక మిమ్మల్ని అక్కడ దింపేసి వచ్చేస్తాం. ఇక్కడ పిన్నితోపాటు నేనూ ప్రకాష్ ఉండిపోతాం."

"నీ బుర్ర పాదరసం లా పనిచేస్తోంది రా. అయితే ఇలా అందరి ముందూ ఎనౌన్స్ చెయ్యడం బాగాలేదు."

"మంచిది. అయితే ఆ హోటల్లో మేమే ఉంటాం. నేనూ ప్రకాష్ ఓ రూమ్ లోనూ, పిన్నీ విజయా ఇంకో రూమ్ లోనూ, ఉంటాం. మీ రెండు జంటలూ ఇక్కడే ఉండండి. సరేనా?"

లక్ష్మణ్ చెబుతూంటే నాకు నవ్వొచ్చింది.

అప్పుడు లక్ష్మణ్ ని పక్కకి పిలిచి, "మేమే ఆ రూమ్స్ లోకి వెడతాం కానీ, ఈ లోగా నువ్వు సాధించాల్సిన ఘనకార్యం ఒకటుంది. రేప్పొద్దున్నే, మేము రాగానే 'సక్సెస్ వదినా' అంటూ నువ్వు ఎదురొస్తే, నీకు అప్పగించిన పని సవ్యంగా జరిగినట్టు అన్నమాట. అయితే ఇది మీ అన్నకి ఎంత మాత్రమూ తెలియ కూడదు" అన్నాను.

"తప్పకుండా వదినా. ఆజ్ఞాపించు. నేను ఏదో వంక పెట్టి నెక్స్ట్ ఫ్లైట్ కి యూ ఎస్ చెక్కెయ్యాలా?"

"నువ్వు వెళ్తానన్నా, మీ అన్నగారూ, మా తమ్ముడూ కూడా ఒప్పుకోరు. అయినా నేను నీకు పనిచెబుతుంటే, ఇక్కడినించి వెళ్ళిపోతానంటావేమిటి? నేను చెప్పే పని చేస్తావా, చెయ్యవా?" కొంచెం కోపం నటిస్తూ అడిగాను.

"తమ ఆజ్ఞ!" ఎయిర్ ఇండియా లోగో తరహాలో అన్నాడు లక్ష్మణ్.

నేనూ రాజీ అనుకున్న విషయం చెప్పాను.

"ఇది నువ్వు డీల్ చెయ్యగలవా?"

"నేను లక్ష్మణుడిని కదా? ఈ వదినా అన్నగార్లకి సేవలు చెయ్యడమే నా ఖర్మ." అని,

"అలాగయితే, మరి నా కేస్ నువ్వు డీల్ చేస్తావా?" అన్నాడు లక్ష్మణ్.

"నీకూ ఓ కేసుందా? సరే, తప్పదుకదా? అనుంగు మరిదివి ఆయె! అలాగే చేస్తాం" అన్నాను నేను గొప్పగా. ప్రకాశ్ మదర్ మాకు ఇప్పుడు అత్తగారు కదా? అప్పుడే ఇంటి భాధ్యతలు కూడా నెత్తిన వేసుకుంటున్నాను అన్నమాట.

రాత్రి భోజనాలగానే, మేమంతా టాక్సీ లో భీమాస్ కి వెళ్ళిపోయాం. మాకు గుడ్ నైట్ చెప్పేసి ప్రకాష్, లక్ష్మణ్ లు వెళ్ళిపోయారు.

18

***28.12.1972*, తిరుపతి**

"పొద్దున్నే మేం ఇంటికి వెళ్ళేసరికి, లక్ష్మణ్ ఎదురొచ్చాడు 'సక్సెస్ వదినా' అంటూ. శ్రీ కి అనుమానం వచ్చింది.

"ఏంటిరోయ్? అప్పుడే వదినతో సీక్రెట్స్ కూడా వచ్చాయా? ముందుగా నాకు కదురా చెప్పాల్సింది? వదిన వచ్చాక నన్ను నెగ్లెక్ట్ చేస్తున్నావా? ఢిల్లీ లోనూ, న్యూయార్క్ లోనూ, నీకు వంటలో సాయం చేసింది ఎవర్రా? నీ వంట బాగులేకపోయినా సరే, బాగుందని మెచ్చుకున్నదెవర్రా?"

"నువ్వే. కాదనను. మరి నువ్వే చెప్పావుగా అన్నగారి సేవ చేసుకోవాలి అని? పైగా మీ ఇద్దరూ అలనాటి విష్ణుమూర్తీ, లక్ష్మీదేవీ కదా? త్రేతాయుగంనాటి సీతా రాములు కదా? అందుకే నువ్వూ వేరూ, వదిన వేరూ, కాదనుకున్నాను. అందుకే తను నాకప్పగించిన పని పూర్తిచేశాను అని చెబుతున్నాను. వాటీజ్ రాంగ్? ఇకముందు నుంచీ నావంట నాదే గదా? ఎందుకంత పోజ్ కొట్టేస్తున్నావు?" ఎదురు తిరిగాడు లక్ష్మణ్.

"పద్దూ... సారీ పద్మా, వీడు చేసిన ఘనకార్యం ఏమిటో చెబ్తావా?"

రాజీ అందుకుంది. "ఏముంటుదన్నయ్యా? ఇంకో పెళ్ళి భోజనం. అంతేకదా అన్నయ్యా?"

"వాడికిప్పుడిప్పుడే పెళ్ళికాదు రాజీ. వాడి మాస్టర్స్ అవ్వాలి. ఇంకా వాడి మెగా హాస్పిటల్స్ కి ప్రాఫిట్స్ వస్తే, అప్పుడు...అప్పుడు వాడు అందులోంచి పెళ్ళిఖర్చులు పెట్టుకుంటాడు. అప్పటి దాకా పెళ్ళి మాటే లేదు. నేను శ్రీ ఇంజినీరింగ్ ని ప్రాఫిట్స్ లో నడిపిస్తున్నాను కాబట్టి నాకు పెళ్ళయ్యింది" అన్నాడు శ్రీ.

"పోన్లేరా... వాడిని ఏడిపించకు" అని శ్రీని మందలించి, "ఏంటిరా ఆ సస్పెన్స్?" అని అడిగాడు ప్రసాద్.

"రాజీ చెప్పింది కరెక్టే! ఇంకోపెళ్ళి భోజనం." లక్ష్మణ్ ఇంకా పూర్తిగా చెప్పకుండానే, ప్రసాద్ సీరియస్ గా చెప్పాడు.

"ఇప్పుడే ఎస్ వీ గాడు చెప్పాడు కదా? ఇంకో రెండేళ్ళవరకూ నీకు పెళ్ళీపెటాకులు లేవు పో!"

"ఒరేయ్. నాక్కాదురా పెళ్ళి... ప్రకాష్ కి" అన్నాడు లక్ష్మణ్.

వెంటనే శ్రీ, ప్రసాద్ కలిసి అన్నారు. "ఎలా సాధించావురా ఈ ఘనకార్యాన్ని?"

"వాడు మెడిసిన్ విషయాల్లో తప్ప, అన్ని ఇతర విషయాల్లోనూ ఇంట్రెస్ట్ చూపిస్తాడు. వాడికి ఆ టాలెంట్ ఉంది. ఢిల్లీలో ఇంకో ఏడాది వీడిని అబ్జర్వ్ చేశానుకదా? ఇది మెడికల్ మేటర్ కాదు కాబట్టి, దీన్ని ఈజీగా డీల్ చేశాడు" అన్నాడు శ్రీ.

"అయితే మీ ఇద్దరికీ కూడా తెలుసారా?" జాలిగా అడిగాడు లక్ష్మణ్.

"భేషుగ్గా. అంటే పద్మా, నేనూ, రాజీ, ఎస్ పీ గాడూ కలిసి మాట్లాడుకోం అనుకున్నావా రా? యూజ్ లెస్ ఫెలో?" అడిగాడు శ్రీ.

"పోన్లే శ్రీ. వాడిని ఏమీ అనకు. లక్ష్మణ్, ఇది ఎలా సాధించావు? నువ్వు చెబుతావా, లేకపోతే విజయనే అడిగి తెలుసుకోనా?" అన్నాను నేను.

"అమ్మో. నేనే చెబుతాను. విజయ చాలా వాగుడుపిట్ట వదినా! నాకు మాట్లాడడానికి అస్సలు ఛాన్స్ ఇవ్వదు" అన్నాడు లక్ష్మణ్.

"సరే. మేమందరం డ్రెస్ ఛేంజ్ చేసుకుని వస్తాం. అత్తయ్యగారు కూడా ఈ విషయం చెబుతారు కదా? అందరం కలిసి సెలబ్రేట్ చేసుకుందాం" అన్నాను నేను. అప్పుడే పెద్దకోడలి హోదా అనుభవిస్తున్నాను!

కాస్సేపు పోయాక, అందరం ముందు రూం లో సమావేశం అయ్యాం. ప్రకాష్ సిగ్గుపడుతూ ఓ మూల కూర్చున్నాడు. ఇంకో మూల విజయ. మధ్యలో ప్రకాష్ మదర్, లక్ష్మణ్. వీళ్ళకి ఎదురుగా మేం నలుగురమూ కూర్చున్నాము.

అప్పుడు రెండు వేళ్ళూ నోట్లో పెట్టుకుని గట్టిగా విజిల్ వేసింది రాజీ. "స్టార్ట్" అని సిగ్నల్ అన్న మాట.

"దీనితో ఈ అలవాటు మాన్పించలేకపోతున్నాం వదినా. చిన్నప్పటినుంచీ ఇది ఇలాగే విజిల్ వేసి మమ్మల్ని హడలగొట్టేస్తోంది. మా చేత మొట్టికాయలైనా తింటోంది కానీ, ఇది విజిల్ వెయ్యడం మాత్రం మానడలేదు. విజిల్ వేస్తే అది మూడ్ లో ఉన్నట్టు అర్థం" అన్నాడు ప్రకాష్.

"మీ ఇద్దరే కాదు, ఇంకో నలుగురం కూడా తోడవుతున్నాం కదా? అందరిచేతా మొట్టికాయలు తింటున్నప్పుడైనా దీనికి బుద్ధిరాదా? దీన్ని నేను కంట్రోల్ లో పెడతాలే" అని ప్రకాష్ తో అని, "మరి స్టార్ట్ చెయ్యి లక్ష్మణ్." అని లక్ష్మణ్ కి అనుమతి ఇచ్చాను.

"రాత్రి హోటల్ నుంచీ తిరిగి వస్తున్నప్పుడే ప్రకాశ్ తో చెప్పాను. "చూడు ప్రకాష్, కళ్యాణ ఘడియలు వస్తే...అన్నీ అనుకోకుండానే జరిగిపోతాయి. ఈ విజయ కూడా బీదరికం లో పుట్టి పెరిగింది. తనకీ నా అన్నవారు ఎవరూ లేరు. చదువుకుంది. ప్రాచ్య కళాశాలలో టీచర్. అందంగానే ఉంటుంది. నీకు సరైన జోడీ అని నా అభిప్రాయం. శ్రీనాధ్, ప్రసాద్ లు కూడా నా మాట కాదనరు. రాజీకీ, పద్మి దినకీ కూడా ఇది అంగీకారమే. నువ్వు ఆలోచించి చెప్పు."

"నాకు సరైన జాబ్ లేదు కదా లక్ష్మణ్? ఎలా పోషిస్తాను సంసారాన్ని?"

"మళ్ళీ అదేం మాట? నీ జాబ్ సంగతి మేం చూసుకుంటాం అని చెప్పాం కదా? మన ఆశయాల సాధనకీ, నీ జీవిత సహచరిగానూ... నీకు పనికొస్తుందో లేదో, ఆలోచించి చెప్పు. బలవంతం ఏమీ లేదు. ఇప్పుడు తొందరెందుకూ అంటే, ఆ అమ్మాయి ఇప్పుడు వెళ్ళిపోతే, ఇక మళ్లీ మనల్ని ఈ జన్మలో కలవదు."

"మరి ఆ అమ్మాయికి ఇష్టం ఉండద్దా?"

"అది నేను చూసుకుంటాను. ముందు నువ్వు గ్రీన్ సిగ్నల్ ఇయ్యి."

"ఓకే."

నేను ఇంటికి వచ్చిన వెంటనే పిన్నిగారితో చెప్పాను. ఇది పద్మ దినా, రాజీ వాళ్ళ అభిప్రాయం అనీ, విజయని కోడలుగా అంగీకరించ గలుగుతావా లేదా? అనీ అడిగాను.

"నా కోడలు కట్న కానుకలు తేవాలని ఆశించడం లేదు. ఆ స్థోమతా మాకు లేదు. ఆ అమ్మాయి మాతో కలిసి పోతుంది అని నువ్వు హామీ ఇస్తానంటే, ఎటువంటి పట్టింపులూ లేకుండా నేను 'ఊ' అంటాను. విజయ కూడా చూడానికి బాగానే ఉంటుంది. మాట తీరూ ప్రవర్తనా కూడా బాగానే ఉన్నాయి. రాజీ పెళ్ళప్పటినుంచీ చూస్తున్నాను కదా? ఆ అమ్మాయి మాతో కలవడానికి ఇష్టపడుతున్నట్టే ఉంది. కానీ, నేనే అడిగితే బాగుండదు" అన్నారు పిన్ని గారు.

"అవన్నీ నాకొదిలెయ్ పిన్నీ. నేను చూసుకుంటాను." అన్నాను నేను. ఆ తరువాత బయట రూం లోకి వచ్చాను. విజయ పడుకుని ఉంది గానీ, నిద్ర పోవడం లేదు. నేను పిన్నితో మాట్లాడిన మాటలు విందేమో అని నా అనుమానం కూడా.

అయితే, నేనే లేపాను. "విజయా ఓ సారి లేస్తావా?" అని.

"నేను మెలకువగానే ఉన్నాను. ఏం? పక్కకి జరగాలా?" అడిగింది విజయ.

"నువ్వు మెలకువగానే ఉన్నావా? అయితే నీతో కొన్ని విషయాలు మాట్లాడుదామని ఉంది."

"అలాగే. చెప్పు."

"నీ పెళ్ళివిషయం మాట్లాడుదామని అనుకుంటున్నాను. మాట్లాడనా? నీ వివరాలు తెలుసుకోవచ్చా?"

"అందులో తెలుసుకోవలసింది ఏమీ లేదు. నాకు నా అన్నవాళ్ళు ఎవరూ లేరు. చిన్నప్పుడే నన్ను అక్కడి సత్రవ లో మా వాళ్ళు నన్ను వదిలేసినట్టు గుర్తు. నేను ఆ సత్రవ అటెండర్ కూతురిని అని వాళ్ళే చెప్పారు. అప్పటినుంచీ, అక్కడే, ఆ ప్రాచ్య కళాశాల ఆవరణలోనే, వారి దయా దాక్షిణ్యాల తోనే బతికాను. భాషా ప్రవీణ పాసైయ్యాను.

ఇప్పుడు విజయనగరం లోనే, అదే ప్రాచ్య కళాశాలలో టీచర్ ని. జీతం నెలకి అరవై రూపాయలు. నా వయసు ఇరవై. కులం గోత్రం సంగతి తెలియదు. మా ఇంటిపేరు 'వేదుల' వారు. కాబట్టి మేం బ్రాహ్మలమే అయ్యుండచ్చు. ఇంకేం కావాలి?" కోపంగా అడిగింది.

అదంతా తెచ్చిపెట్టుకున్న కోపమే అని తెలిసి పోతోంది. నాతో మాట్లాడడానికి సుముఖంగా లేకపోతే, ఇన్ని వివరాలు చెప్పదు కదా అనుకున్నాను.

"మా తమ్ముడికి మాచ్ చూస్తున్నాను. నువ్వు సరిపోతావేమో అని అనిపించింది. నీకింకా పెళ్ళి కుదరలేదు అనీ, పెళ్ళిచేసుకోడానికి నీవు రెడీయే అనీ చెబితే, మావాడి వివరాలు చెబుతాను."

"చూడు లక్ష్మణ్. నా స్థోమత చూసి, నన్ను ప్రేమించేవాడు ఎక్కడుంటాడు? నాకు మావాళ్ళంటూ ఉంటే పద్మక్క తో కలిసి తన రూం లో ఎందుకుంటాను? ఆలోచించు?"

"ఇటువంటి విషయాల్లో ఆలోచించే అవసరం నాకు ఇంతవరకూ రాలేదు విజయా. మెడిసిన్ వ్యవహారాలు అంటే గుక్కతిప్పుకోకుండా మాట్లాడేస్తాను."

"మెడిసిన్ వ్యవహారాల్లో తప్ప, మిగతా అన్ని విషయాల్లోనూ, నువ్వు చాలా బాగా ఆలోచిస్తావని శ్రీనాధ్ చెప్పాడని నాకు పద్మక్క చెప్పిందే?"

"ఇక్కడా నా పరువు పోతోంది" అనుకుని, "అయితే వెంటనే విషయం లోకి వచ్చేస్తాను. ఈ కుర్రాడు చదువుకున్నాడు. కానీ సరైన ఉద్యోగం లేదు. మంచి ఆశయాలైతే ఉన్నాయి. తప్పకుండా పైకొస్తాడు. నీ కులగోత్రాల గురించి వాళ్ళు పట్టించు కోరు. ఒక్కర్తే చెల్లెలు. ఆ అమ్మాయికీ ఈ మధ్యే పెళ్ళయి పోయింది. ఒక్కర్తే అమ్మ. ఆవిడతోనూ ట్రబుల్ లేదు"

మధ్యలో కలగజేసుకుంది విజయ.

"ఒక్కర్తే అమ్మ? ఇదేమిటీ... నాకర్థం కాలేదు" కోపంగా అడిగింది విజయ.

"ఓహో సారీ. అమ్మ ఒక్కర్తే... అలా చెప్పాలన్నమాట. ఇప్పుడు అర్థం అయ్యింది కదా? నీకో కుటుంబం, ఓ అత్తగారు, ఆడపడుచు, బావగార్లు, అంటే నేనూ...ఏర్పడతాం. వాళ్ళు తమిళ్ బ్రాహ్మలు. కుర్రాడిపేరు ప్రకాష్." అన్నాను.

ఆడవాళ్ళు ఇలాంటి విషయాల్లోఅసాధ్యులు వదినా!

ఏదో సిగ్గుపడుతూ, "అలాంటి వేమీ నాతో చెప్పకు. పద్మక్క తో చెప్పు" అని అంటుంది అనుకున్నాను. ఊహు అటువంటిదేమీ లేదు. తనే ధైర్యంగా అడిగింది.

"ఇటువంటి ఆలోచన ఎందుకొచ్చింది నీకు? నాకెవరూ లేరనీ, బీదదాన్ననీ, అనాధననీ, లోకువా?"

"తల్లోయ్! అటువంటిదేమీ లేదు. అనవసరంగా ఇందులో ఇరుక్కున్నాను. ప్రకాష్ అయితే నీకు ఈడూ జోడూ అని అనుకున్నాను. వేరే పెడర్థాలు తియ్యకు. సారీ విజయా." కాళ్ళట్టేసుకున్నాను.

"అయ్యో లక్ష్మణ్. అంత గాబరా ఎందుకు? నువ్వు నిజాయితీగా రాయబారం తెచ్చావు. అవునా? అపార్థం చేసుకోనులే" అంది విజయ.

"అవును. పద్మ వదిన పెళ్ళిలో నువ్వు తీసుకున్న భాద్యతనీ, చనువునీ, చొరవనీ చూశాక, ప్రకాష్ కి నువ్వు సరైన జోడీ అవుతావు అనిపించింది. అంతే. వేరే ఉద్దేశ్యం లేదు."

"మరి ఆ ప్రకాష్ కీ, పద్మకీ, రాజీ కీ, కూడా అలాగే అనిపించాలిగా? అలాగే వాళ్ళ 'ఒక్కర్తే అమ్మకి' కూడా?"

"నువ్వేదో మగపెళ్ళివారు లాగా, నేను ఆడపెళ్ళివారు లాగా మాట్లాడాల్సి వస్తోంది. నా ఖర్మ. వాళ్ళకీ ఇష్టమే అనుకో. ఎందుకంటే వాళ్ళు నా మాట కాదనరు. నువ్వు 'యస్' అంటే, రేప్పొద్దున్నవదినా వాళ్ళు వచ్చే లోపులోనే, ఈ రాత్రే, అన్నీ ఫైనలైజ్ చేసేస్తాను. లేకపోతే, నువ్వు మళ్ళీ విజయనగరం చెక్కేస్తావు కదా?"

విజయ నవ్వు ఆపుకుంటూ, "పోన్లే మన ఆడ పెళ్ళివారితరఫునే, నువ్వు పెళ్ళి విషయం సుఖాంతం చేసుకు రా. ఇంక నేను పడుకోనా?" అంది.

"వద్దు. నా రాయబారం, మధ్యవర్తిత్వం అంటే అదేదో రోజులూ, నెలలూ, సాగదీస్తాననుకోకు. ఇప్పుడే ఇక్కడే తేల్చేస్తాను. కాబట్టి మెలకువగానే ఉండు" అన్నాను.

వెంటనే, "పిన్నీ, ప్రకాష్" అని పిలిచాను. వాళ్ళు కూడా ముందు రూంలోకి వచ్చాక, "చూడు పిన్నీ. మనకి ఎవరో మధ్య వర్తులు వస్తారు. వాళ్ళని అటూ ఇటూ తిప్పి, మన సత్తా ఏమిటో చూపిద్దాం అని అనుకునే పరిస్థితి లేదు మనకి. కాబట్టి డైరెక్ట్ గా మాట్లాడేసు కుందాం.

ఈ రెండు రోజుల్లోనూ విజయని గమనించారు కదా? తను మీ ఇంటి కోడలైతే చాలా బాగుంటుందని నా ఉద్దేశ్యం. నీ అభిప్రాయం ఏమిటి?"

"వాడికి కూడా పెళ్ళి చెయ్యగలుగుతున్నానూ అంటే, నా కంతకంటే ఆనందం ఏముంటుంది? అనుకోకుండా... రెండు రోజుల్లో నా కూతురి పెళ్ళి అయిపోయింది. అదీ దానికి నచ్చిన వాడితో. నాకొడుక్కి కూడా వాడికి నచ్చినవాళ్ళతో పెళ్ళి అయితే, నాకంతకంటా సంతోషం ఏముంటుంది? నాకేమీ గొంతెమ్మ కోర్కెలు లేవు. ఆ అమ్మాయి మాతో కలిసి పోతే చాలు. ఇంకో కూతుర్లా ఉంటే మరీ సంతోషం" అన్నారు పిన్ని గారు.

ప్రకాష్ చెప్పాడు. "అన్నా. ఈ విషయాన్ని ఇంతవరకూ సక్సెస్ ఫుల్ గా లాక్కొచ్చావు. నేనూ విజయా కూడా, పెరట్లో ఓ ఐదు నిమిషాలు మాట్లాడుకుని వచ్చేస్తాం. తనకి ఇష్టమో కాదో స్వయంగా తెలుసుకుంటే, నాకో తృప్తి." అన్నాడు ప్రకాష్.

అలాగే ఓ పావుగంట గడిచాక ఇద్దరూ లోపలికి వచ్చారు. వస్తూనే "అమ్మా. విజయ ఇకనుంచీ మనతోనే ఉంటుంది. మన ఇంటి కోడల్లాగా!" అన్నాడు ప్రకాష్.

పిన్ని లోపలికి వెళ్ళి ఓ లడ్డూ తీసుకొచ్చి చిదిపి ఇద్దరికీ పెట్టింది. "నాకు చాలా సంతోషంగా ఉంది విజయా. ప్రసాద్ వచ్చినప్పటినుంచీ, అంటే గత వారం నుంచీ, ఆనందం లో మునిగి పోతున్నాను. ఇక నా కష్టాలన్నీ గట్టెక్కినట్టే. ఇకనుంచీ ఈ ఇంటి మంచి చెడ్డలూ, బరువు భాధ్యతలూ...అన్నీ నీవే. పొద్దున్నే పిల్లలు రాగానే, ఈ మాట చెప్పేసి, నేను రిటైర్ మెంట్ తీసుకుంటాను" అంది పిన్ని.

"కంగ్రాట్స్ విజయా. నువ్వడిగినట్టే, నిన్ను పట్టించుకున్నాంకదా? ఇప్పుడు నీకు ఒక పర్మనెంట్ జాబ్ కూడా ఇప్పించాం ఈ ఇంటి కోడలిగా. ఆర్ యూ హేపీ?" అని అడిగాను.

"థాంక్యూ లక్ష్మణ్. నాకు అన్నగారిగా కూడా వ్యవహరించావ్. థాంక్యూ సో మఛ్. మనందరం ఒకే కుటుంబం అని తలుచుకుంటేనే నాకు చెప్పలేని సంతోషం వచ్చేస్తోంది. థాంక్యూ...థాంక్యూ..." అంది విజయ. వాళ్ళిద్దరూ ఏంమాట్లాడుకున్నారో నాకు తెలియదు. ఆ పని నువ్వు నాకప్పగించలేదు కదా? వ్యవహారం చక్కబెట్టాను. ఇంక తదుపరి కార్యక్రమం మీదే." ముగించాడు లక్ష్మణ్.

లక్ష్మణ్ ని కౌగలించేసుకున్నాడు శ్రీ. "అండర్ ఎస్టిమేట్ చేశానురా నిన్ను. నువ్వు పనికొస్తావురా. పోస్లే ఇదంతా నీ మంచికే" అన్నాడు.

ప్రసాద్ కూడా లక్ష్మణ్ ని కౌగలించుకున్నాడు. "చాలా మంచి పని చేశావురా ఏ ఎల్! అయితే నాకో డౌట్. ఇదంతా ప్రకాష్ మంచికో, లేక విజయ మంచికో జరిగిందనాలి కానీ, ఇదంతా నీ మంచికి జరగడం ఏమిట్రా?" అడిగాడు ప్రసాద్.

"వాడికి నిన్ననే వార్నింగ్ ఇచ్చానులే. ఇంకో రెండు నెలల్లోగా వాడు కూడా పెళ్ళిచేసుకోకపోతే, మనకి 'ఛీఫ్ కుక్' గా మిగిలిపోతాడూ అని. వాడి కేసులో మనం కూడా రాయబారం చెయ్యాలిగా?

కాబట్టి ముందుగా మనం చెప్పిన పని చేశాడన్న మాట. అందులోనూ ఈ వదిన గారు చెప్పిందాయె! అందుకని, తూ చా తప్పకుండా అమలు చేశాడు. వాడు ఈ వ్యవహారం లో ఫైల్ అయ్యాడనుకో... అప్పుడు, ఈ వ్యవహారం సానుకూల పరచడానికి ఒకవేళ పద్మే స్వయంగా జోక్యం చేసుకోవాల్సి వచ్చినా... వాడు మనకి 'ఛీఫ్ కుక్' గానే మిగిలిపోయేవాడు. అందుకే...ఆ భయం తోనే దీన్ని సక్సెస్ ఫుల్ గా డీల్ చేశాడు. సరేలేరా... నీ విషయం కూడా మేం డీల్ చేస్తాం లే. ఏది ఏమైనా మా దగ్గర ఉద్యోగం నీకు ఎన్నటికీ ఊడదు. బెంగపెట్టుకోకు" అన్నాడు శ్రీ. అందరికీ నవ్వులే నవ్వులు.

19

అందరం రిఫ్రెష్ అయ్యాక మళ్లీ ముందుగదిలో కూర్చున్నాం. ప్రసాద్ అన్నాడు. "ప్రకాష్. ఈ నాలుగు రోజులూ ఇంట్లో వంట పని పెట్టకు. అందరం హోటల్ నుంచి కేరేజ్ తెచ్చుకుందాం. మనం మాట్లాడు కోవలసినవి చాలా ఉన్నాయి. పద్మా, రాజీ కూడా కొత్త పెళ్ళికూతుళ్ళే. వాళ్ళకి ఈ పనులు పెట్టకు."

ఇంతలో మా అత్తగారు బయటకి వచ్చారు. "నేనేం నీ పెళ్ళాం తో పనులు చేయించను లే. ఇంకా ఒక్కరోజు కూడా కాలేదు. పెళ్ళాం అంటే పే....ద్ధ ప్రేమ ముందుకొచ్చేసింది వీడికి. ఇంతకు ముందునీ పెళ్ళాం, ఇక్కడే, ఈ ఇంట్లోనే, వంటచేసింది. ఈ పెళ్ళికాకపోతే, ఇప్పటికీ ఇలా వంటచేస్తూనే ఉండేది"

ప్రకాష్ సమాధానం చెప్పాడు. "అమ్మా వూరుకో. నువ్వు కష్ట పడకూడదనే ప్రసాద్ అలా అన్నాడు? నువ్వు వంటింట్లోకి వెడితే, నీతోపాటు రాజీ, పద్మా, విజయా కూడా వస్తారు కదా? ఇంక విషయాలు ఎప్పుడు, ఎవరితో మాట్లాడుతాం?"

"అత్తయ్యా. భోజనాల సంగతి నేను చూసుకుంటాను. పెద్దకోడల్ని కదా? ఆ భాధ్యత నాకొదిలెయ్యండి. మీరూ వచ్చి మా కబుర్లలో కూర్చోండి" అన్నాను.

శ్రీ చెబుతున్నాడు. "చూడు ప్రకాష్. ఇవన్నీ ప్రసాద్ చెప్పాల్సిన మాటలు...వీడు చెబుతున్నాడేమిటా అని అనుకోకు. మేం ముగ్గురమూ ఒక్కటే.

నువ్వు వెంటనే ఇంకో బిల్డింగ్ అద్దెకి తీసుకోవాలి. అందులో ఈ స్కూల్ స్టార్ట్ చెయ్యాలి. అవీ నీ పనులు. ఇప్పుడు విజయ కూడా నీకు తోడుగా ఉంటుంది. ఒకవేళ ఇంకోస్కూల్ లీజ్ కి తీసుకున్నా కూడా, ఈ బిల్డింగ్ మాత్రం మారద్దు. ముందుముందు ఇదే బిల్డింగ్ మన హెడ్ క్వార్టర్స్ అయ్యే అవకాశం ఉంది. యూ బీ ఆన్ ది జాబ్. విజయా, నువ్వు తక్షణం పనిలో చేరిపో. వెంటనే భాధ్యతలు తీసుకో." ప్రసాద్ కంటిన్యూ చేశాడు. "ప్రకాష్. ఇంకో విషయం. నువ్వు బీ ఏ చేశావు కాబట్టి, వెంటనే లా కోర్స్ లో జాయిన్ అయిపో. మాకు ఓ లీగల్ అడ్వైజర్ కావాలి. ఆ పోస్ట్ నీకు వస్తుంది అన్నమాట. ఇండియా బ్రాంచ్ హెడ్ కమ్ ఫౌండేషన్ లీగల్ అడ్వైజర్ అన్నమాట. నువ్వువెంటనే క్వాలిఫికేషన్ ఇంప్రూవ్ చేసుకునే పనిలోఉండు.

విజయా... మన ఫౌండేషన్ కోసం, మనందరి వసతి కోసం, ఇల్లు వెతకడం నీ భాధ్యత. అది ప్రాచ్య పాఠశాల గానే స్టార్ట్ అవుతుంది. **భారతీయ భాషల్లో చదువు నేర్చుకుని, అంతర్జాతీయ నిపుణులతో పోటీ పడేలా మన వాళ్ళని తీర్చిదిద్దడమే, మన సంస్థ ఏకైక ధ్యేయం.**

దానికి సరిపోయే సిలబస్, కర్రిక్యులమ్ సంగతి నువ్వు చూసుకో. కావలసిన స్టాఫ్ ని అపాయింట్ చేసుకో. అవసరమైన చోట ఖర్చు పెట్టేందుకు కక్కుర్తి పడద్దు. అలా అని విచ్చలవిడిగానూ ఖర్చు

పెట్టద్దు. మనం ఖర్చుపెట్టే డబ్బు వెనక, దాన్ని మనకిచ్చిన దాతల శ్రమా, నమ్మకం ఉన్నాయని గుర్తుంచుకుంటే చాలు. నీ మీద నాకు నమ్మకం ఉంది. ఈ స్కూల్ భాధ్యత పూర్తిగా నీదే. ప్రకాష్, నీకు హెల్ప్ చేస్తాడూ, అలాగే ఈ ఫౌండేషన్ పనులూ చూసుకుంటాడు."

విజయ చెప్పింది. "మీ ఫౌండేషన్ ఆశయాలూ, మీరెలా పైకొచ్చిందీ, పద్మ చెప్పింది. అలాగే లక్ష్మణ్ కూడా చెప్పాడు. ఇప్పుడు నేనూ మీతో కలుస్తున్నాను. మన ధ్యేయాన్ని తప్పకుండా సాధిస్తాం. అది కూడా త్వరలోనే."

"థాంక్ యూ విజ్జీ." అన్నాను నేను.

అప్పుడే లక్ష్మణ్ దిగాలు మొహం పెట్టేస్తున్నాడు. శ్రీ, లక్ష్మణ్ ని ఎప్పుడూ ఆటపట్టిస్తూంటాడు కదా? శ్రీ అన్నాడు. "ఒరే. అలా ఏడుపు మొహం పెట్టకు. నీ కేస్ డీల్ చెయ్యడానికే, ఇక్కడి భాధ్యతలన్నీ వదిలించుకుంటున్నాం. కొద్ది నిముషాలు ఓపిక పట్టు." అని, ప్రకాష్ తో

"ప్రకాష్. మేం రేపు మద్రాస్ వెళ్ళి, అక్కడినుంచీ ఫ్లైట్ లో డిల్లీ వెళ్ళిపోతాం. అక్కడ వాజ్ గారిని కలవాలి. అలాగే మేము కొన్ని వ్యవహారాలు కూడా చక్కబెట్టుకోవాలి. ఏదైనా నాలుగయిదు రోజుల కంటే ఎక్కువపట్టదు. ఈ లోపులో మీరు ఇల్లు మారడం, మీ పెళ్ళి ముహూర్తం ఖాయం చేసుకోవడం జరగాలి. అన్నీ సవ్యంగా జరిగితే, లక్ష్మణ్ కి కూడా పెళ్ళయిపోతుంది మీతోబాటే."

కానీ నీది మాత్రం ఈ సంక్రాంతి పండగ దాటిన రెండు మూడు రోజుల్లోనే అయిపోవాలి. ఎందుకంటే, మేం 20th కల్లా మళ్ళీ న్యూయార్క్ వెళ్ళిపోవాలి. అందుకని."

నేను విజయ తో చెప్పాను. "విజయా, నువ్వుకూడా రేపు విజయనగరం వెళ్ళిపో. నా రిజిగ్నేషన్ లెటర్ కూడా నీకే ఇస్తాను. ఇద్దరి రాజీనామాలూ అక్కడ స్కూల్లో ఇచ్చెయ్. అద్దె పూర్తిగా వచ్చేనెలకి కూడా ఎడ్వాన్స్ గా ఇచ్చెయ్. లాండ్ లార్డ్ తో ఎక్కువగా ఏమీ చెప్పకు. నీకు తిరుపతిలో జాబ్ వచ్చింది కాబట్టి నువ్వు వెళ్ళిపోతున్నావనీ, నా సంగతి నీకు తెలియదనీ చెప్పు. మేనేజ్ చెయ్యగలవా?"

"అహా. భేషుగ్గా. ఆ లాండ్ లార్డ్ ని నాలుగు తన్ని రమ్మన్నా నేను రెడీ. వాడి వెకిలి చూపులూ, వాలకం భరించలేకపోయేదాన్ని."

"అయితే నువ్వు ఇంకో మూడురోజుల్లో ఇక్కడికి వచ్చెయ్. నువ్వూ ప్రకాష్ కలిసి మేం చెప్పిన పనులు మొదలెట్టండి. అత్తయ్య గారికి ఎటువంటి శ్రమా ఇయ్యకండి. సరేనా?"

"అలాగే. ఈ పనులు చెయ్యడం లో నాకేమీ కష్టం కనబడడం లేదు."

"థాంక్ యూ వదినా." అప్పటికి రాజీ మాట్లాడింది. అంతవరకూ ప్రసాద్ నే ఆనుకుని, వాడి మొహాన్ని తదేక ధ్యానంగా చూస్తోంది. ప్రసాద్ అంటే అంత ప్రేమ వచ్చేసింది దానికి.

నాకుమాత్రం? అందరిలోనూ అలా బాహాటంగా చెప్పడానికి సిగ్గుపడుతున్నాను కానీ, శ్రీ అంటే చెప్పలేనంత ప్రేమ పుట్టుకొచ్చేస్తోంది. ప్రేమించిన వాడికోసం నిరీక్షించడం...మధ్యలో ఎన్నో కష్టాల పాలవడం...ఆఖరికి వాడినే పెళ్ళిచేసుకోవడం, 'ఎంత లక్కీ ఫెలోని?' అని నన్ను నేనే అభినందించేసుకుంటున్నాను. ఇక శ్రీ తో చనువు మాట చెప్పక్కరనే లేదు కదా?

అప్పటి కప్పుడే శ్రీ పర్స్ లోంచి మూడు వందరూపాయల నోట్లు తీసి విజయ కిచ్చేశాను.

"అది సరేరా. మరి నామాట ఏమిటి?" మళ్ళీ అడిగాడు లక్ష్మణ్.

"నీ పని మీదే కదరా అందరం డిల్లీ వెడుతున్నాం? కంగారు పడిపోతావేమిటి? ముందు వాజ్ గారిని కలవడం. తరువాత రాజ్ మాతాని. ఆ తరువాత ప్రధాన్స్ ని. ఆ తరువాత నీ కేస్ తీరుబడిగా... అదీ సీక్వెన్స్. ఇది ఫాలో అయిపో చాలు. అన్నట్టు ప్రధాన్స్ లో మన రూమ్స్ బుక్ చేశావా?" అన్నాడు శ్రీ.

"ఇవాళే టెలిగ్రామ్ ఇస్తాను. ఇక్కడో ఇండియన్ ఎయిర్ లైన్స్ ఆఫీస్ ఉంది. వాళ్ళేమన్నా మన మద్రాస్ డిల్లీ టికెట్స్ బుక్ చెయ్యగలరేమో కనుక్కుంటాను." అన్నాడు లక్ష్మణ్.

"అది నీ ఇష్టం. మనం ఫ్లైట్ లో వెళ్ళకపోతే, నీ కేసే వాయిదా పడుతుంది. అది బుర్రలో పెట్టుకో." మళ్ళీ జోక్ చేశాడు శ్రీ.

20

30.12.1972, ఢిల్లీ

మర్నాడు అనుకున్నట్టుగా మేం ఐదుగురం మద్రాస్ బయలు దేరాం. విజయ విజయనగరానికి బయలుదేరింది. ప్రకాష్ అందరికీ తిరుపతి రైల్వే స్టేషన్ లో సెండ్ ఆఫ్ ఇచ్చాడు. మేము మద్రాస్ నుంచి ఢిల్లీ కి విమానం లో బయలుదేరాం.

అదే మొదటిసారి నాకూ, రాజీకి విమాన ప్రయాణం అనుభవం. కానీ వీళ్ళు పక్కనే ఉన్నారు కదా? దాంటో ఆ ఆనందం రెట్టింపైంది. సాయంత్రం కల్లా రూం లో రిఫ్రెష్ అయ్యి, వాజ్ గారిని కలుసుకోడానికి బయలు దేరాం.

తెలిసున్న వాళ్ళలాగా అందరం వాజ్ గారింట్లోకి వెళ్ళి, హాల్లో కూర్చున్నాం.

ఆయన రాగానే ఆయనకి పాదాభివందనం చేశాం. నన్నూ రాజీనీ పరిచయం చేశారు వీళ్ళు.

"హమ్ బహుత్ ఖుశ్ హై. హమారే బేటియా పహలేబార్ యహా ఆయేహై. హమే కుఛ్ కర్ నా హై. (చాలా సంతోషంగా ఉంది. మా అమ్మాయిలు మొదటిసారిగా మా ఇంటికి వచ్చారు. మేమేదైనా చెయ్యాలి కదా?)"అన్నారు.

"హమే కుఛ్ నహీ చాహియే పితాజీ. హమే బేటియా బోలే వహీ బస్ హై (మాకేమీ వద్దు నాన్నగారూ. మమ్మల్ని మీ కూతుళ్ళు అన్నారు అదే చాలు)" అన్నాను నేను.

"యే హిందీ మే అఛ్చీబాత్ కర్ తీ హై. ప్రసాద్ భీ బోల్తా హై... ఔర్ యే శ్రీనాధ్ ఔర్ లక్ష్మణ్ భీ... మగర్ యే లోగోంకీ జుబాన్ బహుత్ ఖరాబ్ హై.(నువ్వు హిందీ బాగానే మాట్లాడుతున్నావు. ప్రసాద్ కూడా మాట్లాడుతాడు. శ్రీనాధ్, లక్ష్మణ్ లు కూడా... కానీ వాళ్ళు భాషని ఖూనీ చేసేస్తారు.)

ప్రసాద్ ఐ టోల్డ్ యూ. నేను నీకు ముందోసారి చెప్పాను కదా? మిమ్మల్ని మా పార్టీ లో చేరమని? ఇప్పుడు మీరు అవసరం లేదు. వీళ్ళిద్దరూ చాలు. పద్మా...రాజీ....వీళ్ళిద్దరూ చాలు. వీళ్ళని నేను ట్రైన్ చేస్తాను." వాజ్ మాట్లాడుతూండగానే రాజ్ మాతా వచ్చారు.

"ఆప్ వైజయంతీ రాజీ హై. ఔర్ యే హై రాజీ...ప్రసాద్ కీ పత్నీ...ఔర్ యే హై పద్మా శ్రీనాధ్ కీ." అంటూ మమ్మల్ని పరిచయం చేశారు వాజ్. ఆవిడకి కూడా పాదాభివందనం చేశాం.

"మీరు ముందే రావలసింది. ఇంటికి మొదటిసారిగా ఈ ఆడపిల్లలు వచ్చారు. వాళ్ళకి ఏంచెయ్యాలో నాకు తెలవదు. మీరు వచ్చే వరకూ వీళ్ళని ఇలా ఎంగేజ్ చేస్తున్నాను" రాజ్ మాతా తో అన్నారు వాజ్.

“ముందే వచ్చేదాన్నే. కానీ ఇంకో ముఖ్యమైన పనికూడా చూసుకుని వచ్చేసరికి ఆలశ్యం అయ్యింది. నువ్వు బేచిలర్ గా ఉంటే ఇదే తంటా! రాజె? మీరు టీ తీసుకుంటారా? ఆర్డర్ ఇస్తాను” అన్నారు రాజమాత.

“మాజీ. మై ‘రాజే’ నహీ. రాజేశ్వరి. నహీతో రాజీ బోలియే. ‘రాజె’ నామ్ ఆప్ కో హీ ఠీక్ లగతా హై. (అమ్మా నేను ‘రాజె’ ని కాను. రాజేశ్వరిని. లేకుంటే రాజీ అని పిలవండి. ‘రాజె’ అన్నబిరుదు మీకే బాగుంటుంది.)” అంది రాజేశ్వరి.

“ఓహ్. పిల్లల్లిద్దరూ కూడా హిందీ బాగా మాట్లాడుతున్నారే? ఏం చదివారు మీరు?” అడిగారు రాజ్ మాత.

రాజ్ మాతా మా ఇద్దరితోనూ కలిసి సోఫాలో కూర్చున్నారు. నేను చెప్పాను.

“నేను చదివింది బీ కాం. కాలక్షేపంగా ఉంటుందని, సాయంత్రాలు హిందీ, సంస్కృతం క్లాసులకి అటెండ్ అయ్యేదాన్ని. హిందీలో విశారద పాసయ్యాను. అలాగే సంస్కృతం లో ప్రవీణ పాసయ్యాను. ప్రస్తుతం విజయనగరం మహారాజావారి ప్రాచ్య విద్యా కళాశాలలో, సంస్కృత టీచర్ గా పనిచేస్తున్నాను.”

“హిందీ, సంస్కృతం, రెండూ వచ్చంటే, నిన్ను తప్పకుండా అభినందించాలి. ఇక్కడ నార్త్ లో కూడా, ఎవరూ సంస్కృతం నేర్చుకోవడం లేదు.” అని, రాజీ కేసి చూస్తూ అడిగారు రాజ్ మాత. “నువ్వేం చదువుకున్నావు?”

“నేను కూడా అంతే... బీ ఏ పాసయ్యాను. పద్మ చదివిన స్కూల్లోనే సాయంత్రాలు హిందీ క్లాసులకీ, సంస్కృతం క్లాసులకీ అటెండ్ అయ్యాను. తిరుపతి వచ్చాక, హిందీ లో విశారద, సంస్కృతం లో భాషా ప్రవీణ పాసయ్యాను. ప్రస్తుతం తిరుపతి లో ప్రాచ్య కళాశాలలో సంగీతం టీచర్ గా చేస్తున్నాను.”

“ఓహ్. ఇద్దరి దీ ఒకటే క్వాలిఫికేషన్. ఒకటే ఊరు. ఒకటే స్కూల్. మిమ్మల్ని చూస్తూంటే చాలా ఆనందంగా ఉంది నాకు. వీళ్లకి బలే జోడీగా కుదిరారు. ఐ విష్ యూ గుడ్ లక్ అండ్ హేపీ మారీడ్ లైఫ్.” అన్నారు వాజ్. మళ్ళీ రాజమాతాతో, “రాజ్ మాతా వీళ్ల మర్యాదలు మీరే చూసుకోవాలి” అన్నారు.

రాజ్ మాతా అన్నారు. “రేప్పొద్దున్న వీళ్లంతా మా ఇంటికి వస్తున్నారు. అవన్నీ నేను చూసుకుంటాను. ఇదుగో, రెండు చీరలు తెప్పించి పెట్టాను. ఇవి వీళ్లకి ఇచ్చెయ్.”

“నన్నిలా అటపట్టించడం బాగోలేదు. మీరే పెద్దదిక్కుగా ఆ వేడుక జరిపించెయ్యండి. పద్మా, ఆప్ లోగ్ అందర్ జావో.” అన్నారు వాజ్.

నేనూ రాజీ లోపలికి వెళ్ళాం. అక్కడ రాజ్ మాతా మా ఇద్దరికీ చాలా ఖరీదైన పట్టుచీరలు బహూకరించారు. “వాజ్ కి మీరంటే ఇష్టం ఏర్పడింది. ప్రసాద్ శ్రీనాథ్ లన్నా కూడా ఇష్టమే. అతను ఇలాంటి విషయాల్లో చొరవ తీసుకోడు. చాలా బెరకు స్వభావం. నేనే వెనక ఉండి ధైర్యం చెబుతూంటాను. అతని తరఫున, ఇవి నేను మీకు ఇస్తున్నాను. తీసుకోండి.” అని, వెండి పళ్ళెం లో పెట్టి చీరా జాకెట్టూ ఇచ్చారు మాకు. మేము ఆవిడకి పాదాభివందనం చేసి, మళ్ళీ హాల్లోకి వచ్చేశాం.

అప్పటికే వాజ్ చెబుతున్నారు. “ప్రసాద్. యూ ఆర్ వెరీ ఫాస్ట్. ఇంత త్వరగా రెస్పాండ్ అవుతావనుకోలేదు. ఆ కేంటీన్ వ్యవహారం లో అప్పుడే రెండుసార్లు విజయ్ రాజే కి ఫోన్ చేశాడు మధుకర్ సింగ్. వాళ్ళు కూడా నీ ప్రొపోజల్ అంటే ఇంట్రెస్ట్ చూపిస్తున్నారనుకుంటాను.”

ఇంతలో రాజ్ మాత వచ్చారు. "ప్రసాద్. రేపు ఉదయం బ్రేక్ ఫాస్ట్ కి మీరంతా మా పాలెస్ కి వచ్చెయ్యండి. మధుకర్ సింగూ, చరణ్ కూడా వస్తున్నారు. అక్కడే మీ ప్రొపోజల్ ఫైనలైజ్ చేసెయ్యచ్చు. అప్పుడే మధుకర్ సింగ్ రెండు సార్లు మాట్లాడాడు ఈ విషయం మీద."

మేం వెళ్ళిపోబోతూంటే ఏదో తోచినట్టుగా అన్నారు వాజ్. "ప్రసాద్. ఒక అక్క ఉంటే ఎలా ఉంటుందో తెలుస్తోందా? నా వెనక వైజయంతీరాజే వుంది. గత ఆరేళ్ళు గా నువ్వు నాకు తెలుసు. కష్టపడే మనస్తత్వం నీది. తొందర తొందరగా పై కెదగాలనే తపనా ఉంది. ప్రతికూల పరిస్థితుల్ని ఎదుర్కొనే సత్తా కూడా ఉంది. ఇవన్నీ నేను గమనించాను. నేనూ కూడా ఒకప్పుడు నీలాగే ఉన్నాను. ఇప్పటివరకూ, అన్నీ నా స్వశక్తి తోనే సాధించాను.

ఇప్పుడు నేను తలకి మించిన భారం పైకెత్తుకున్నాను. అయినా నాకు బాధలేదు. ఎందుకంటే వైజయంతీ రాజే నాకు అక్కగా, అన్నిటిలోనూ అండగా ఉంటోంది. అన్నివిధాలా నన్ను వెన్నుతట్టి ప్రోత్సహిస్తోంది.

నీ విషయం కూడా తనకే ట్రాన్స్ఫర్ చేసేశాను. వైజయంతీరాజే తప్పకుండా నీ సమస్యని పరిష్కరిస్తుంది. నాకు తెలుసు ఏం చేస్తుందో. కానీ వాజ్ పేరు మాత్రం బయటకి రాదు. అదీ అక్కంటే!"

"అటల్, నీకు ఆవేశం ఆగడం లేదు. కంట్రోల్ చేసుకో. ప్రసాద్ దగ్గర ఎందుకు అలా ఎక్స్పోజ్ అయిపోతున్నావ్? వాడికో అక్క లేదని వాడు బాధ పడడా? అలా బాధపడాలని నీ ఉద్దేశ్యమా?" వాజ్ ని మందలించారు రాజ్ మాత.

"నై... నై ...వైసా బాత్ నహీ. ఓహ్ ప్రసాద్ అయామ్ సారీ." అన్నారు వాజ్.

వెంటనే నేను ప్రసాద్ చెయ్యి పట్టుకుని, వాజ్ గారి ముందుకు వచ్చాను. "**అంకుల్. అహం మన్యే ప్రసాద్ గత అనేక జన్మాణి మదీయ అనుజాసి. యే మేరా ఛోటాభాయీ హై.**"

అంతే!! అంకుల్, రాజ్ మాతా కూడా స్టన్ అయిపోయారు. "పద్మా, నువ్వు సంస్కృతం కూడా మాట్లాడుతావా?"

"యెస్. అయామ్ ఎ సాంస్క్రిట్ టీచర్. మై సంస్కృత్ భాషా భీ బోల్ సక్ తా హుం, ఔర్ సంస్కృతం అపి బ్రూయామ్యహం..."

రాజీ అందుకుంది. "అంకుల్ ఐ టూ, మై భీ, అహం అపి..."

వాజ్ గారు మమ్మల్నిద్దర్నీ దగ్గరికి తీసుకున్నారు. నా తల నిమురుతూ, "అఛ్చా. బహుత్ అఛ్చా. ప్రసాద్ కి కూడా, నాకు లాగే ఓ అక్క... ఓహ్ గుడ్ లక్ ప్రసాద్."

ఆయన దగ్గర సెలవు తీసుకుని, కబుర్లు చెప్పుకుంటూ, అందరం హోటల్ దారి పట్టాం.

"అక్కా. బలే ఇంప్రెషన్ కొట్టేశావు. వాజ్, రాజ్ మాతా కూడా ఎంతో హేపీగా ఫీల్ అయ్యారు." అన్నాడు ప్రసాద్.

"హలో...నా చెల్లెలు కూడా ఏమీ తీసిపోలేదు. తను కూడా హిందీ లోనూ, సంస్కృతం లోనూ, మాట్లాడింది కదా?" అన్నాడు శ్రీ.

"ఒరేయ్ నాకేమో ఆయనతో మాట్లాడాలంటేనే భయం. అందుకే మీరంతా ఆయనతో మాట్లాడుతుూంటే నాకు నోరు పెగల్లేదు. కనీసం ఇప్పటికైనా నా విషయం చూస్తారా?" అడిగాడు లక్ష్మణ్.

"రేపు ముఖ్యమైన మీటింగ్ ఉంది. ఆ తరువాత ఆలోచిద్దాం. అంతవరకూ నువ్వు మమ్మల్ని ఫాలో అవడమే నీ పని." అన్నాడు శ్రీ.

హోటల్ కి వచ్చాక మా రూమ్స్ లోకి చెక్కేశాం. ఇంతకు ముందే చెప్పాను రాజీకి ప్రసాద్ ని చూస్తూంటేనే పిచ్చెక్కి పోతోందని. నాకూ శ్రీ అంటే అంత ప్రేమా ఉన్నా, నేను బయడపడలేదు ఇంతవరకూ. ఇంక డిల్లీ లో మేం ఎలా గడిపామో చెప్పాలంటే మాటలు చాలవు. భాష కూడా చాలదు... నేనెంత అదృష్టవంతురాలినో! అని అనుకున్నాను. అలాగే రాజీ కూడా అనుకుంది.

మర్నాడు పొద్దున్నే తొమ్మిది గంటలకల్లా రాజ్ మాతా ఇంటికి చేరుకున్నాం. మేం వస్తున్నామని ముందే కన్ఫర్మ్ అయిపోయింది కాబట్టి, మాకు జరిగే మర్యాదల్లో ఎటువంటి లోపాలూ రాలేదు.

ఆ తరువాత తెలిసింది. ఈ రాజకుటుంబం తో కలిసి బ్రేక్ ఫాస్ట్ చెయ్యడం అన్నది, పీ ఎమ్ తో బ్రేక్ ఫాస్ట్ కన్నా ఎంతో దుర్లభం అని. అది కేవలం, వాళ్ళకీ, వాళ్ళ క్లోజ్ సర్క్యూట్ కీ మాత్రమే పరిమితం. అఫ్ కోర్స్ వాజ్ ఈజ్ ఏన్ ఎక్సెప్షన్.

మమ్మల్ని మహదేవ్ రావూ, ధరణీ కూడా పలకరించారు. వాళ్లతో మేమిద్దరం హిందీ లోనే మాట్లాడాం. మాకు సంస్కృతం కూడా తెలుసూ అనేసరికి, ధరణి మమ్మల్ని కౌగలించుకున్నంత పని చేసింది. మహదేవ్ రావ్ తన చూపులతోనే మమ్మల్ని ప్రశంశించాడు.

"నిన్న, అమ్మ మీ గురించి చెప్పింది. అప్పటినుంచీ మిమ్మల్ని కలుసుకోవాలనే కుతూహలం పెరిగి పోయింది. మిమ్మల్ని చూశాక, అమ్మ మీ గురించి చెప్పింది కరెక్టే అనిపిస్తోంది. అయామ్ వెరీ హేపీ టూ మీట్ యూ." అంది ధరణీ రాజె.

ఈ లోగా ప్రసాద్, శ్రీ, లక్ష్మణ్ లు కూడా లోపలికి వచ్చారు. "కంగ్రాట్స్ ప్రసాద్. కంగ్రాట్స్ శ్రీ. ఐ విష్ యూ బోత్ ఎ హేపీ మేరీడ్ లైఫ్." అని ఓ బొకే ఇచ్చింది మా నలుగురికీ కలిపి. దాన్ని చేత్తో పట్టుకోడానికే చాలా శ్రమ పడాల్సి వచ్చింది. అంత పెద్ద బొకే అది. ధరణి నవ్వుకుంటూంటే, లక్ష్మణ్ గమనించి, "వదినా అది నా కిచ్చెయ్. నేను పట్టుకుంటాలే" అని, మా చేతిలోంచి తీసుకున్నాడు.

అప్పుడు ధరణి అంది. "ప్రసాద్. ఇప్పుడు ప్రధాన్స్ కూడా ఇక్కడికి వస్తున్నారు. మధుకర్ సింగ్ మాకు దూరపు బంధువే. వాళ్లూ మీరూ కలిసి మీ బిజినెస్ విషయాలు మాట్లాడుకోండి. నేను వీళ్ళిద్దరినీ తీసుకుని లోపలికి వెళ్లిపోతున్నాను." నేనూ రాజీ కూడా ధరణి ని అనుసరించాం.

కాస్సేపటికి ప్రధాన్స్ లు ఇద్దరూ వచ్చారు. రాజ మాతా వాళ్ళని రిసీవ్ చేసుకున్నారు. మహదేవ్ రావ్ వాళ్లతో కాస్సేపు మాట్లాడి బయటకి వెళ్ళిపోయాడు. పరిచయాలయ్యాక, మధుకర్ సింగ్ అన్నారు.

"ప్రసాద్. మీ సెంటిమెంట్ చూస్తూంటే నాకు చాలా ఆనందం కలుగుతోంది. కానీ బిజినెస్ ఈజ్ బిజినెస్. ఇందులో సెంటిమెంట్లకి తావు లేదు. ఉండకూడదు కూడా! మరిప్పుడు చెప్పు. మేం ప్రధాన్స్ హోటెల్ చైన్ నడుపుతున్నాం. ఇట్ ఈజ్ ది బిగ్గెస్ట్ ఇన్ ఇండియా. అలాంటప్పుడు ఓ చిన్న కాంటీన్ కంట్రాక్ట్ కోసం మేమెందుకు పోటీ పడాలి? మీతో ఎందుకు చేతులు కలపాలి?"

శ్రీ ఆవేశంగా జవాబివ్వబోతూంటే, ప్రసాద్ వారించాడు. "శ్రీ... ఆగు. నన్ను వివరించనీ. చూడండి మధుకర్ సింగ్ గారూ, ఇది కూడా పూర్తిగా వ్యాపార పరమైన ప్రతిపాదనే! మీరు మా భాగస్వాములుగా కానీ, నిర్వహణా భాగస్వాములు గా కానీ ఉండాలని మేం కోరుకుంటున్నాం.

మీ ప్రధాన్స్ హోటల్స్ కేవలం విదేశీ పర్యాటకులకీ, వ్యాపార వేత్తలకీ, పెద్దపెద్ద అధికారులకీ, దౌత్యవేత్తలకీ మాత్రమే అందుబాటులో ఉంటున్నాయి. కానీ, ఇప్పుడిప్పుడే పైకెదుగుతున్న భారతీయ యువతరానికి గానీ, అధికారులకి గానీ, వ్యాపారస్తులకి గానీ, మీవి అందుబాటులో లేవు.

అలాంటప్పుడు వీరందరికీ ఆ స్థోమత వచ్చాక, మీ హోటల్స్ కే వస్తారని నమ్మకం ఏమిటి? వారంతా కలసి ఇంకో హోటల్ ఎందుకు ఏర్పాటు చేసుకోకూడదు? మీ ముందున్న పోటీ గురించి ఆలోచించారా? ఇప్పుడు కాదు, రాబోయే పోటీ గురించి, ఆలోచించారా? భారతీయులకి మీ హోటల్ సేవలు అందించాలనీ, అందుబాటులో ఉంచాలనీ...ఇటువంటి ఊహలే మీకు లేవా?

ప్రస్తుతానికి మీకు ఎటువంటి పోటీ లేదని అంగీకరిద్దాం. కానీ మునుముందు? ప్రభుత్వమే ITDC హోటల్స్ నీ, అశోకా గ్రూప్ నీ ప్రోత్సహిస్తోంది. అది గమనించారా? ప్రభుత్వాధికారులనీ, ప్రభుత్వం తో లావాదేవీలు నడిపేవాళ్ళనీ, ఈ హోటల్స్ కే రమ్మని ప్రభుత్వం ప్రోత్సహిస్తే...అటువంటి సందర్భంలో మీకు అతిథులు తగ్గిపోరా? వ్యాపారం దెబ్బతినదా?.

బీజేఎస్ ప్రధాన కార్యాలయంలో మీ శాఖని ఏర్పాటు చేస్తే, ఒక్క దెబ్బతో రెండు పిట్టల్ని కొట్టినట్టవుతుంది. జనసంఘ్ మాత్రమే కాకుండా, ఇతర కాంగ్రెస్ వ్యతిరేక పార్టీలూ, వారి ప్రతినిధులూ, కార్యకర్తలూ...అందరూ మీ ఖాతాదారులవుతారు. ఈ వ్యాపార నిర్వహణలో మీకు ఎలాగూ మంచిపేరుంది. ఆ విధంగా మీ వ్యాపారమూ పుంజుకుంటుంది. ఈ చిన్న పెట్టుబడితో, మీ వ్యతిరేకులందర్నీ మీవైపుకి తిప్పుకుంటున్నారు అన్నమాట.

ఇక మాతో చేతులు కలపడం గురించి. జనసంఘ్ ఆఫీస్ లో మొట్టమొదటగా కాంటీన్ రన్ చేసింది మేము. ఇప్పటికీ మాకు ఆ కాంటీన్ రన్ చేసుకునే హక్కులు ఉన్నాయి. కానీ ఈ విషయంలో జనసంఘ్ పార్టీ వాళ్లకి ఎటువంటి లాభమూ మావల్ల రావడంలేదు. ఎందుకంటే, వారు తమ ఖాళీప్రదేశాన్ని వ్యాపార ధరలకే లీజ్ కి ఇచ్చినా ఇంతకన్నా ఎక్కువే వస్తుంది వాళ్ళకి. ఆవిధం గా వారూ ఆలోచిస్తున్నారు. వారు అడిగినంత అద్దె ఇవ్వడానికీ మేము సిద్ధంగా ఉన్నా, ఈ కాంటీన్ ని నిర్వహించడంలో మాకు కొన్ని ఇబ్బందులు ఉన్నాయి. ఎందుకంటే, మేమంతా అమెరికా లో స్థిరపడ్డవాళ్ళంకదా? అలాంటప్పుడు, దీన్ని మేము ఇతరులకి సబ్ లీజ్ కి ఇవ్వాల్సిరావచ్చు. అప్పుడు ఈ కాంటీన్ నిర్వహణ సమర్థంగా ఉండకపోవచ్చు. ఫలితాలు మాకందరికీ ఆమోదయోగ్యంగా ఉండకపోవచ్చు.

అందుకనే, మీరు మాతో చేతులు కలపాలని ఆశిస్తున్నాం. 'ప్రధాన్స్ శ్రీపాల్స్' పేరిట మనం కంట్రాక్ట్ దక్కించుకుందాం. మన ఒప్పందం ప్రకారం మీరే దాన్ని నిర్వహించండి. కానీ, వచ్చే అయిదేళ్ళ వరకూ, 'శ్రీపాల్స్' పేరుని కొనసాగించండి.

అప్పటికి అమెరికాలోనూ, ఇండియాలోనూ కూడా ఉన్న మా సంస్థలు పూర్తిస్థాయిలో పనిజేస్తూంటాయి. ఈ వ్యాపార నిర్వహణలో మీకేమైనా నష్టాలొస్తే, వాటిని అప్పుడు మీకు ఆమోదయోగ్యమైన విధంగానే పరిష్కరించుకుందాం. అప్పటివరకూ ఈ 'శ్రీపాల్స్' అనే పేరు చలామణీ లోనే ఉండాలి. ఎందుకంటే, మాకు ఈ 'శ్రీపాల్స్' పేరుతో చెప్పలేని అనుబంధం, సెంటిమెంట్ ఉన్నాయి.

ఆవిధంగా మనం కాంట్రాక్ట్ తెచ్చుకుంటే, ఒకే ఒక ఎత్తుతో మీరు, ప్రస్తుతపు పోటీనీ, రాబోయే పోటీనీ కూడా సమర్థంగా ఎదుర్కోగలుగుతారు. మీకు స్నేహితులూ, సానుభూతిపరులూ, అధికార పార్టీతో పాటు, ప్రతిపక్ష పార్టీలో కూడా ఉంటారు. అవసరమైతే, మీ విషయాన్ని పార్లమెంటు దృష్టికి కూడా తీసుకొస్తారు వీళ్ళు. ఇక మార్కెట్ ధరలకన్నా తక్కువకి అమ్మడం ఎలా అంటారా? 'శ్రీపాల్స్' తో

మీకు ఉన్న ఒప్పందం ప్రకారం, తక్కువ ధరలకి అమ్మక తప్పడం లేదని, ఆ నెపాన్ని 'శ్రీపాల్స్' మీదకి తోసెయ్యండి. ఏమంటారు మధుకర్ సింగ్ జీ?"

చరణ్ వెంటనే సమాధానం చెప్పాడు. "డాడీ. ప్రసాద్ చెబుతున్నది కరెక్టే. కేవలం కొన్ని లక్షలు పెట్టుబడి పెట్టడంవల్ల, మనకేమీ ఎక్కువగా నష్టం రాదు. ఈ వెంచర్ ని లాభాల్లో నడిపే భాధ్యత నాది. ఇలా చేస్తే, దేశ రాజకీయాల్లో ఎటువంటి మార్పులొచ్చినా, అధికారం లోకి ఎవరొచ్చినా, మన వ్యాపారానికి మాత్రం ఢోకా ఉండదు. ఇది మన భవిష్యత్తు కోసం పెట్టుబడి. ఇప్పటి కోసం కాదు. దీన్ని మనం అంగీకరిస్తేనే బాగుంటుంది. అంతేనా ప్రసాద్?"

మధుకర్ సింగ్ ఎంతో ఆనందంగా, "వైజయంతీరాజే చెప్పిందంటేనే చాలు. వాళ్ళు చాకుళ్ళాంటి కుర్రాళ్ళు అని గ్రహించగలను. ఓసారి మిమ్మల్ని కలుసుకునీ, మీ ఆశయాలూ ఆలోచనలూ కూడా తెలుసుకోవాలనే, మీతో మీటింగ్ ఎరేంజ్ చెయ్యమని రాజ్ మాతా ని అడిగాను. ఒకవేళ మీతో కాకపోయినా, వైజయంతీరాజే చెబితే, ప్రధాన్స్ పేరు మీదే బీజేఎస్ లో మా బ్రాంచ్ రన్ చేసేవాళ్ళం. I am happy. Let's proceed with other formalities."

శ్రీ చెప్పాడు, "ప్రధాన్స్ శ్రీపాల్స్ జాయింట్ వెంచర్ ని స్టార్ట్ చేద్దాం. క్రాంట్రాక్ట్ కి అప్లై చేద్దాం. అవతలి పార్టీ వాళ్ళు లీజ్ ఎమౌంట్ ఏడాదికి 70, 80 వేలు ఆఫర్ చేసే అవకాశం ఉంది. వాళ్ళు కూడా ఇతర స్టార్ హోటల్స్ తో పార్ట్నర్ షిప్ కోసం ప్రయత్నిస్తున్నారు. కాకపోతే మనకి రాజ్ మాతా ఆశీస్సులు ఉండనే ఉన్నాయ్. ఈ కంట్రాక్ట్ తెచ్చుకోడానికి మేము పదివేల డాలర్లు పెట్టుబడి పెట్టగలం. మిగిలింది మీరు పెట్టండి. చాలు. కంట్రాక్ట్ వచ్చాక దాన్ని అమలుపరిచే భాధ్యత మీదే!"

చరణ్సింగ్ చెప్పాడు. "పదివేల డాలర్ల కన్నా మీరు ఎక్కువ పెట్టద్దు. ఎంత ఎక్కువైనా మేము పెడతాం. దీనివల్ల మన షేర్ హోల్డింగ్ పాటర్న్ లో మార్పు వస్తుందేమో కానీ, షేర్ హోల్డర్స్ లో మార్పురాదు కదా? అయిదేళ్ళ తరువాతే మనం లాభనష్టాల గురించి తేల్చుకుందాం.

అన్నిటికీ ఎకౌంట్స్ ఉంటాయి. నెట్ ప్రాఫిట్స్ గానీ లాసెస్ గానీ ఐదేళ్ళ తరవాతే అడ్జస్ట్ చేసుకుందాం. అంతవరకూ ప్రధాన్స్ శ్రీపాల్స్ ని సవ్యంగా నడిపే భాధ్యత నాది."

అందరం చప్పట్లు కొట్టాం. అప్పటికే వాజ్ కూడా అక్కడకి వచ్చారు.

"ప్రసాద్. మీలో ఇంతటి ఆలోచనలు ఉన్నాయని నేను అనుకోలేదు. ఏదో ఫౌండేషన్ పెట్టావు, చివరికి ఇదీ కమర్షియల్ గానే మారుతుందని అనుకున్నాను. ఇప్పుడు, నువ్వూ, శ్రీనాధ్, చెబుతూంటే ఆశ్చర్య పోతున్నాను. నీ నుంచి నేర్చుకోవలసింది చాలా ఉంది. అయామ్ హాపీ మై బోయ్." అన్నారు.

ఆ తరువాత ఓబెరాయ్ తో, "మధుకర్ సింగ్ జీ, మీ ఎగ్రిమెంట్లూ అవీ ఈ రెండు రోజుల్లోనూ పూర్తిచేసుకోండి. వీళ్ళకి లీగల్ అడ్వైజర్లూ, అకౌంటెంట్లూ ఎవరూ లేరు. అన్నీ వీళ్ళే. వీళ్ల వెనుక నేను. ఈ మధ్య కాలం లో రాజ్ మాతా కూడా చేరారు. కాబట్టి వీళ్ళకి ఎక్కువ ట్రబుల్ ఇవ్వకుండా, తొందరగా ఫార్మాలిటీస్ కంప్లీట్ చేసెయ్యండి. ఆ కంట్రాక్ట్ మీకే వచ్చేలా, నా తరఫునుంచి నేను శాయశక్తులా ప్రయత్నం చేస్తాను" అన్నారు.

ఓహ్ అన్నీ వరుసగా శుభవార్తలే!

ప్రధాన్స్ లు ఇద్దరూ కూడా తమ బ్రేక్ ఫాస్ట్ అయిపోయిన వెంటనే రాజ్ మాతా వద్ద సెలవు తీసుకుని వెళ్ళిపోయారు. మేము మాత్రం అక్కడ ఉండిపోయాం.

అలా మా బ్రేక్ ఫాస్ట్ టైం అన్నది లంచ్ దాకా సాగింది. అందరం అప్పటిదాకా కబుర్లు చెప్పుకున్నాం. ధరణి మాకు చక్కని నేస్తం అయిపోయింది.

మేం బయలుదేరుతూంటే వాజ్ అడిగారు. "ప్రసాద్. రేపు పొద్దున్నే 8 గంటలకల్లా నా దగ్గరికి రాగలవా? టీ టైం లో నీతో కొన్ని విషయాలు మాట్లాడాలి."

"తప్పకుండా అంకుల్. ఈ జాయింట్ వెంచర్ విషయమేనా?"

"కాదు. ఈ విషయం తేలిపోయింది కదా? కరెంట్ పోలిటిక్స్ గురించి, నీ అభిప్రాయం కూడా తెలుసుకోవాలని ఉంది. ఈ పార్టీని ఎలా బలోపేతం చెయ్యాలో నీకేమైనా ఐడియా ఉందా?"

"ప్రస్థుతానికి లేదు కానీ, రేపటికి, మీదగ్గరికి వచ్చేసరికల్లా, ఒక ఐడియా ఇస్తాను. రాజ్ మాతా కూడా ఉంటే బాగుంటుంది."

"ఆవిడా వస్తారు కానీ, నువ్వుమాత్రం రా. ఈ ఎగ్రిమెంట్లూ అవీ శ్రీనాధ్ చూసుకుంటాడు లే."

"అలాగే అంకుల్" అని అందరం బయట పడ్డాం.

21

31.12.1972, ఢిల్లీ

ఆ రోజు మధ్యాహ్నం మా రూమ్ లో రిలాక్స్ అవుతూంటే, ప్రసాద్ వచ్చాడు. "సారీ పద్మక్కా. మిమ్మల్ని డిస్టర్బ్ చేస్తున్నాను. ఇప్పుడో గంట స్పెండ్ చేస్తే, ఇక మిగిలిందంతా మన లీజర్ కే. సాయంత్రం మనం సైట్ సీయింగ్ కి వెళ్ళచ్చు. అలాగే రేపు ఆగ్రా ప్రోగ్రామ్ కూడా ఉంది. రాత్రి మనకి అక్కడే వసతి అన్నమాట. ఎరేంజ్ మెంట్స్ అన్నీ లక్ష్మణ్ చూస్తున్నాడు. ఒరే ఎస్ వీ, ఇంక మనం బిజినెస్ లోకి వద్దామా?"

"ఓ. ష్యూర్. రాజీని కూడా రమ్మను. ఈ వెంచర్ వీళ్ళతోటే స్టార్ట్ చేస్తే బాగుంటుందనిపిస్తోంది."

"అది ఇంకా బాగుంటుంది. శ్రీపాల్స్ తరఫున వీళ్ళిద్దరూ మనల్ని రిప్రెజెంట్ చేస్తారు. ఆ క్లాజ్ కూడా ఇంక్లూడ్ చెయ్యమని వాళ్లతో చెప్పు. మన ముగ్గురిలో ఏ ఇద్దరు సంతకం చేసినా సరిపోతుంది కాబట్టి, లక్ష్మణ్ ని కూడా తీసుకో. మన శ్రీపాల్స్ తరఫున వీళ్ళకి ఆథరైజేషన్ ఇస్తూ ఒక రిజల్యూషన్ రాసేసి, సంతకాలు పెట్టెయ్యండి. ఆ కాపీలు చరణ్ రాజ్ సింగ్ కీ పంపించు. అసలు ప్రతులు మన దగ్గర ఎలాగూ ఉంటాయి కదా?" ఈ లోపులో రాజీ కూడా మమ్మల్ని జాయిన్ అయ్యింది. లక్ష్మణ్ కూడా!

"లాభనష్టాల ఫైనల్ సెటిల్ మెంట్...అయిదేళ్ళ తరవాతే అన్నది స్పష్టంగా రాయించు. అలాగే మన పెట్టుబడికూడా పదివేల డాలర్స్ కి మించదు అన్నది కూడా క్లియర్ గా రాయించు. అలాగే కంట్రాక్ట్ వచ్చాక, దాని రన్ చేసే భాధ్యతా, బాంక్ అకౌంట్స్ ఆపరేట్ చేసుకునేందుకు అనుమతీ కూడా వీళ్లకి ఇస్తున్నట్టు ఇంకో రిజల్యూషన్ పాస్ చేయించు. ఈ పేపర్స్ నీ దగ్గరపెట్టుకో. ఈ పాయింట్స్ అన్నీ మన ఎగ్రిమెంట్ లో కవర్ అవుతున్నాయో లేదో ఛెక్ చేసుకో.

పద్మక్కా, రాజీ, మీరిద్దరూ కూడా రేపు శ్రీపాల్స్ ఫౌండర్ మెంబర్స్ తరఫున, ప్రధాన్స్ శ్రీపాల్స్ జాయింట్ వెంచర్ ఎగ్రిమెంట్ మీద సంతకాలు చేస్తున్నారు. అనుకోకుండా వాజ్ గారు పెట్టిన చీరలు ఉన్నాయి కదా? అవే కట్టుకోండి. హుందాగా ఉంటారు." అన్నాడు ప్రసాద్.

"నిన్న వాజ్ గారే కాదు, ఇవాళ రాజ్ మాతా కూడా చీరలు పెట్టారు. అవీ బాగున్నాయి." అంది రాజీ.

"పోనీలే బాబూ. ఏదో ఒకటి. రేపటి కార్యక్రమానికి ఇద్దరూ రెడీ అవ్వండి. అన్నట్టు ఎస్ వీ, రేపు మధ్యాహ్నం కల్లా ఈ ఎగ్రిమెంట్ పని పూర్తి చేసేద్దామని ఆ చరణ్ రాజ్ తో చెప్పు. అలాగే మన హోటెల్ బిల్ కూడా సెటిల్ చేసెయ్."

"ఒరేయ్, నీ ఆర్డర్స్ చాలా ఎక్కువై పోతున్నాయి. ఇవన్నీ మేం కూడా ఆలోచిస్తాం కదరా? నువ్వొక్కడివే వర్రీ కాకు. ఇప్పుడే ఈ 'రూం ఫోన్' లోంచి చరణ్ రాజ్ తో మాట్లాడుతాను" అన్నాడు శ్రీ.

అయిదు నిమిషాల తరువాత చరణ్ రాజ్ సింగ్ లైన్ లోకి వచ్చాడు. "మన ఎగ్రిమెంట్ ఎంత త్వరగా పూర్తయితే అంత బాగుంటుందని మేమూ అనుకుంటున్నాం. పైగా వాజ్ జీ చెప్పారు కూడా. రేపు మార్నింగ్ కల్లా మేం రెడీ. మీరు చెప్పే పాయింట్లేమైనా ఉంటే, అవి కూడా చేర్చి, ఎగ్రిమెంట్ తయారు చేయిస్తాను. మా లీగల్ ఎడ్వైజర్స్ ఆ పని చూస్తారు. రేప్పొద్దున్న సంతకాల కార్యక్రమం అయిపోతుంది.

అగ్రిమెంట్ అయిన వెంటనే మీరు మా పార్ట్నర్స్ గా మారుతారు కాబట్టి, మీరు రూం వెకేట్ చెయ్యకండి. అగ్రిమెంట్ అయ్యాక వెకేట్ చేస్తే, మా పార్ట్నర్స్ గా మీకు బిల్ ఏమీ ఉండదు. లేకపోతే, రాజ్ మాతా కి వెళ్ళిపోతుంది." నవ్వుతూనే అన్నాడు చరణ్ రాజ్ సింగ్.

రాజీ విజిల్ వెయ్యడానికి సిద్ధంగా నోట్లో వేళ్ళు పెట్టుకుంది. నేను వెంటనే ఆ వేళ్ళమీద చేత్తో ఒక్కటేసి వారించాను.

ఫోన్ లో మా ఇద్దరి పేర్లూ, వయసులూ అడ్రెస్ లూ చెప్పాడు శ్రీ. అలాగే మేం అనుకున్న పాయింట్స్ కూడా చెప్పాడు. అటునుంచి చరణ్ రాజ్ సింగ్ చెప్పాడు. "ఈ పాయింట్స్ అన్నీ మేమూ అనుకుంటున్నవే. ఇవన్నీ కూడా ఎగ్రిమెంట్ లో చేరుస్తాం. మా లీగల్ అడ్వైజర్ తో మాట్లాడాక మీకు డ్రాఫ్ట్ కాపీ పంపుతాను. దానికోసం వైట్ చెయ్యకండి. మీ సైట్ సీయింగ్ ప్రోగ్రామ్ కంటిన్యూ చేసుకోండి. మీరు సైట్ తిరిగి వచ్చేసరికల్లా, రిసెప్షన్ లో డ్రాఫ్ట్ పేపర్స్ రెడీగా ఉంటాయి. ఏమన్నా కరెక్షన్సూ, అబ్జెక్షన్సూ ఉంటే, మా పీ ఏ కి చెప్పండి. రేప్పొద్దున్న అన్నీ సవ్యంగా జరుగుతాయి. గుడ్ లక్ పార్ట్నర్."

"హలో. ఈ విషయంలో మా ఫౌండేషన్ రిజల్యూషన్లు కొన్నిటిని మా లెటర్ హెడ్ మీద టైప్ చేయించుకోవాలి. కాబట్టి మేం కూడా మీకు రాత్రి కన్ఫర్మ్ చేస్తాం." అన్నాడు శ్రీ.

"నాన్సెన్స్. టైపింగ్ కోసం మీరు ఎక్కడికో వెళ్ళడం దేనికి? మన హోటల్ లో సెక్రెటేరియల్ సర్వీసెస్ కూడా ఉన్నాయ్. అంతెందుకు? మన హోటల్ జనరల్ మేనేజర్ తన స్టెనోని మీ దగ్గరికి పంపిస్తాడు. మీ వర్క్ ఫినిష్ చేసుకోండి." అన్నాడు చరణ్ రాజ్.

ఫోన్ పెట్టేశాక శ్రీ మొహం చూడాలి. వెయ్యికాండిల్ బల్బ్ లాగా వెలిగిపోతోంది. ప్రసాద్ ని కౌగలించేసుకున్నాడు. "మనం అనుకున్నది తప్పకుండా సాధిస్తాంరా! ఆ నమ్మకం వచ్చేస్తోంది. ఏదైనా సరే, టైమ్ లీ డెసిషన్, పెర్ఫెక్ట్ ప్లానింగ్ అన్నది నిన్ను చూసి నేర్చుకోవాలిరా. మమ్మల్నీ పరుగులు పెట్టించేస్తావు. కానీ ఆఖరుకి అంతా సుఖాంతమే. అయామ్ సో హేపీ."

ఈ లోపులో, స్టెనో వచ్చి శ్రీ దగ్గర డిక్టేషన్ తీసుకుని, మా లెటర్ హెడ్స్ తీసుకుని వెళ్ళిపోయింది. "పది నిముషాల్లో వచ్చేస్తాను సర్" అంటూ.

శ్రీ నాతో అన్నాడు. "పద్మా ఇప్పుడు మనం మాట్లాడుకున్న పాయింట్స్ అన్నీ నువ్వు తెలుగులో అర్థవంతంగా రాయి. రాత్రి మన దగ్గరకి డ్రాఫ్ట్ ఎగ్రిమెంట్ వచ్చేసరికి, ఈ పాయింట్స్ అన్నీ అందులో ఇంక్లూడ్ అయ్యాయా లేదా అన్నది చూడాలి. ఇప్పుడే ఆ పని మొదలెట్టు. ఆ స్టెనో ఇంకో పదినిమిషాల్లో వస్తుంది కదా? అంతవరకూ మనం ఈ పని మీద ఉందాం. దిస్ ఈజ్ యువర్ డ్యూటీ.

రాజీ! ఇంతవరకూ నువ్వు జీతం తీసుకుంటున్నప్పుడు రెవెన్యూ స్టాంప్ మీద సంతకం చేశావేమో. ఇప్పుడు పార్ట్నర్ హోదాలో, అదీ ప్రధాన్స్ తో సంతకం చెయ్యబోతున్నావు. చూశావా ఎంతలో ఎంత

మార్కో? ఇవన్నీ కూడా నువ్వు నా చెల్లెలవడం వల్లే, సాధ్యం అవుతున్నాయి. చూస్తూ ఉండు, ఇలాగే, నా చెల్లెలుగా నిన్ను ఇంకా ఎంత పైకి తీసికెళ్ళిపోతానో!" అన్నాడు శ్రీ.

శ్రీ చెబుతున్న గొప్పలకి నేనూ, ప్రసాద్, లక్ష్మణ్ తెల్లబోయాం.

లక్ష్మణ్ అన్నాడు. "ఒరేయ్. మనం రేపే ఆగ్రా చెక్కేస్తూంటే, మరి నా కేస్ ఎప్పుడురా మీరు టేకప్ చేసేది?"

"సరేలే. నీ కేస్ ఒకటుంది కదా? మనం సాయంత్రం అయిదుగంటలకి బయలుదేరుతున్నాం రెడ్ ఫోర్ట్ కి. నువ్వు మీ లవర్ ని కలెక్ట్ చేసుకుని, ఆ అమ్మాయి ఇప్పటికీ నీ లవర్ గానే ఉండడానికి సిద్ధపడుతూంటే, "మా పెద్ద వాళ్ళు వచ్చారు. వాళ్ళకి మనిద్దరం నచ్చితే నీ పెళ్ళి నాతో ఫిక్స్ చేస్తారు, లేకపోతే నీకు మాత్రం మంచి సంబంధం ఫిక్స్ చేసి వెళ్ళిపోతారు" అని చెప్పి తీసుకురా.

నిన్ను ఎవరైనా ప్రేమించడమే గొప్పవిషయం. ఇంకా ప్రేమిస్తూనే ఉండడం అన్నది చాలా అభినందించదగ్గ విషయం. "ఈ డాక్టర్ అందరి హార్ట్ బీట్స్ తెలుసుకుంటాడే కానీ, నా హార్ట్ గురించి మాత్రం తెలుసుకోడేండబ్బా?" అని ఆ అమ్మాయి అనుకునే ఉంటుంది.

అయినా ఇప్పటికీ నిన్ను ప్రేమిస్తోందంటే, ఆ ఒక్క క్వాలిఫికేషన్ చాలు నేను ఓ కే అనడానికి. కానీ పద్మా, రాజీ, ఒప్పుకుంటారో లేదో? నీ భాగ్యమెట్లున్నదో?" అన్నాడు శ్రీ.

లక్ష్మణ్ నాకేసి బేలగా చూశాడు.

నేను అభయం ఇచ్చాను. "సాయంత్రం ఆ అమ్మాయిని రెడ్ ఫోర్ట్ కి తీసుకురా. నేను మాట్లాడుతానుగా?" అన్నాను.

ప్రసాద్ అన్నాడు. "వాడిని ఇంకా ఏడిపించకురా. ఒరే ఏ ఎల్! మాకు ఆ అమ్మాయి గురించి తెలుసు. ధైర్యంగా వెళ్ళి ఆ అమ్మాయిని మా దగ్గరికి తీసుకురా. మేం నీకు సపోర్టే కానీ, ఆ అమ్మాయిని మేం కూడా చూడాలి కదా?"

"మరి మీ ఇద్దరి పెళ్ళిళ్లకీ 'నాకు నచ్చిందో లేదో' అడగలేదేం?" అడిగాడు లక్ష్మణ్.

శ్రీ అంతెత్తున లేచాడు.

"మొట్టమొదట చెప్పింది నీకే. తిరుపతి వస్తున్నప్పుడు మొత్తం కథంతా నీకు చెప్పానుకదా? నువ్వేకదా మాకు దగ్గరుండి పెళ్ళిచేసింది? మరి నీకు నచ్చకపోతే ఎలా చేశావు? పద్మని, 'వదినా వదినా నా పెళ్ళి చెయ్యవా?' అని ఎలా అడుగుతున్నావు? రాజీ ప్రసాద్ ల మాచ్ కి కూడా నువ్వు ఇష్ట పడ్డావు కదా? పెళ్ళిపెద్దగా వ్యవహరించావు కదా? పైగా "నీ పెళ్ళి నేనే చేస్తున్నారొరేయ్" అని వాడిని హెచ్చరించావు కదా?

ఇదంతా చూస్తే, నువ్వు చెప్పినట్టు మేము నడుచుకుంటున్నామా, లేక మేము చెప్పినట్టు నువ్వు నడుచుకుంటున్నావా? పద్మని చూడగానే ధైర్యం వచ్చేసిందారా?"

మాకు అందరికీ నవ్వు ఆగడం లేదు. "ఒరేయ్ ఒరేయ్ ఆ అమ్మాయిని ఒప్పుకోండిరా. నా కదే చాలు." అని కాళ్ళబేరానికి వచ్చాడు లక్ష్మణ్.

22

31.12.1972, ఢిల్లీ

సాయంత్రం అందరం రెడ్ ఫోర్ట్ కి వెళ్ళాం.

ఆ అమ్మాయిని తీసుకురావడం కోసమని లక్ష్మణ్ ముందే వెళ్ళిపోయాడు. నిర్ణయించిన స్థలం లో మేం వచ్చేసరికే చాలా ఆత్రుతగా వైట్ చేస్తున్నాడు. ఈ వాణమ్మగారు కూడా పక్కనే ఉన్నారు.

వాణి కూడా మెడిసిన్ చేసింది. హౌస్ సర్జన్ కూడా అయిపోయింది. సరైన ఉద్యోగం కోసం వైట్ చేస్తోంది. ఈ ప్రేమ పెళ్ళి చేసుకుంటే మాత్రం ఇంట్లోంచి వెళ్ళిపోవలసిందే. వాణి పెద్దవాళ్ళకీ లక్ష్మణ్ తెలుసు. తల్లీ తండ్రీ లేనివాడుగా కాదు. కులం గోత్రం లేనివాడుగా తెలుసు.

వాళ్ల నాన్నగారు అక్కడే సెక్రెటరియట్ లో సెక్షన్ ఆఫీసర్. మిడిల్ క్లాస్ ఉద్యోగి. పెద్దకుటుంబమే. వాణి ఆఖరుపిల్ల. అన్నలిద్దరూ కూడా అప్పుడే చిన్నచిన్న జాబ్స్ లో సెటిల్ అయిపోయారు. వాళ్ళకీ పెళ్ళిళ్ళయి పోయాయి. ఓ అక్క ఉంది. ఇంకా పెళ్ళి కావాలి. కానీ లక్ష్మణ్ అంటే వాళ్ళకి చులకన. సద్బ్రాహ్మడు కాడు. తను బ్రాహ్మణుడినే అని చెప్పినా, నమ్మడానికి లేదు. ఇంతకంటే మంచి కులం గోత్రం ఉన్న సంబంధం వాళ్ళు తేగలరు. ఈ కారణాల వల్ల, వీళ్ళ ప్రేమకి వాళ్ళ అనుమతి లేదు. రాదు కూడా.

కానీ ఈ వాణమ్మగారు మన లక్ష్మణ్ అగ్నిహోత్రి గారిని తెగ ప్రేమించేసింది. బుద్ధిమంతుడూ, BJS కాంటీన్ లో పనిచేస్తూ, తన చదువు తను చదువుకుంటున్నాడూ అని తెలుసుకుందే కానీ, ప్రసాద్ గురించీ, శ్రీ గురించీ తెలియదు.

ఈ నేపథ్యం తో వాణి మమ్మల్ని కలిసింది. అందరం తెలుగువాళ్లమే అవడంతో, తొందరగా కలిసిపోయాం.

శ్రీ అడిగాడు. “అయితే వాణీ, మా వాడిని పెళ్ళిచేసుకుంటే వచ్చే సాధక బాధకాలు తెలుసా?”

“లక్ష్మణ్ అంటే ఇష్టం. పెళ్ళయ్యాక లక్ష్మణ్ ని మావాళ్ళు అంగీకరించేలా చెయ్యగలను” అంది వాణి.

“అదికాదు. మా ఫ్రెండ్ షిప్ గురించీ, మా శ్రీపాల్స్ గురించీ, మా ఫౌండేషన్ ఆశయాల గురించీ, నీకు తెలుసా? వాటిల్లో నువ్వూ భాగం తీసుకోవల్సి వస్తుందని తెలుసా?” సీరియస్ గానే అడిగాడు శ్రీ.

“తెలియదు. మిమ్మల్ని ఒకటి రెండు సార్లు హాస్పిటల్ లో చూశాను. లక్ష్మణ్ ని పికప్ చేసుకోవడం కోసం వచ్చారు. ప్రసాద్ గురించి విన్నాను కానీ చూడలేదు. ఇప్పుడే చూడడం. మీ శ్రీపాల్స్ అనే సంస్థ గురించి కానీ, దాని ఆశయాలు కానీ, నాకు తెలియవు” ఫ్రాంక్ గా అంది వాణి.

నేను అన్నాను. "అదేమిటి వాణీ. తెలుసుకో. వీళ్ళందరినీ పట్టి నిలుపుతున్న బంధం శ్రీపాల్స్. రేపు మనందరినీ కూడా అలాగే కట్టిపడేస్తుంది. ఆ ఫౌండేషన్ ఆశయాలు సాధించలేనివీ, అవమానకరమైనవీ కానే కావు. వీళ్ళు ఇప్పటికే దాన్ని పైకి తీసుకొచ్చారు. మనం, మనవంతు భాధ్యతగా, దీన్ని... దీని ఆశయాల సాధనలో, మరింత ముందుకి తీసుకెళ్ళలేమా? ఈమాత్రం చెయ్యలేమా?"

"ఎందుకు చెయ్యలేం? వేరే చోట ఉద్యోగం చేసినా, ఆ కంపెనీ ఆశయాల సాధన కోసం పాటుపడాలికదా? అదే పని మన సంస్థ కోసం, మనం ఎందుకు చెయ్యలేం? తప్పకుండా చేస్తాను. కానీ నాకు ఇన్ని వివరాలు లక్ష్మణ్ చెప్పలేదు. అమెరికా వెళ్ళాక తను రాసిన లెటర్స్ లో కూడా, ఈ విషయాల గురించి చెప్పలేదు" అమాయకంగా జవాబిచ్చింది వాణి.

"ఏమో? వాణి నా జీవితంలోకి వస్తుందో రాదో అనే అనుమానం ఉండేది అప్పుడు. అనవసరంగా ఈ విషయాలు ఎందుకు చెప్పడం అని వూరుకున్నాను. ప్రేమించడం అంటే జరిగింది కానీ, వాణి వాళ్ళ ఇంట్లో ఎవరికీ ఇష్టం లేదని తెలియడం, ఇటు ఎస్ పీ గాడు మమ్మల్ని పరుగులు పెట్టించెయ్యడం తో ఇవేవీ చెప్పలేదు. అయినా ఎస్ వీ గాడికి ఇదంతా తెలుసు." అన్నాడు లక్ష్మణ్.

"అందుకే కదరా, మనం ఇండియా వెళదామని వీడితో చెప్పితీసుకొచ్చాను? నీ పెళ్ళి మేం చేస్తాం కదా. సరేనా?" అన్నాడు శ్రీ.

"నిజమేరా. మనకి పెళ్ళిళ్ళు చేసుకునే వయసులు వచ్చాయనీ, మీకూ కోరికలు ఉంటాయనీ, గమనించలేదు. నా ధ్యాస ఎప్పుడూ మన ఫౌండేషన్ మీదా, మన కన్సల్టెన్సీ మీదా ఉండేది. జీవితంలో సాధించాల్సినవన్నీ ఇప్పుడే సాధించెయ్యాలి అని ఉండేది. అందుకే మీ కోరికలు గమనించలేకపోయాను. మిమ్మల్ని అనవసరంగా పరుగులెట్టించాను. అయామ్ రియల్లీ సారీ." అన్నాడు ప్రసాద్.

"ఒరేయ్. అటువంటి సారీలూ గిరీలూ చెప్పకు. నువ్వు మమ్మల్ని ఆ విధంగా పరుగులెత్తించబట్టే కదా, మనం ఈవాళ ఈ స్థితి లో ఉన్నాం? నీ మీద నాకేం కోపంలేదు. రాదు కూడా. నీ కోసం నా ప్రాణం అయినా ఇచ్చేస్తానని ఎన్నిసార్లు చెప్పాలి?" ఉద్వేగంగా అన్నాడు లక్ష్మణ్.

"సరేలే. వాణీ, ఇప్పుడు చెప్పు. మేము రేపు కానీ, ఎల్లుండి కానీ ఢిల్లీ వదిలేస్తాం. నువ్వు అప్పటికల్లా మాతో వచ్చేసేటట్టయితే, నీకు చక్కగా పెళ్ళి చేసి మాతో అమెరికా తీసుకెళ్ళిపోతాం. నువ్వు M D చేస్తూనే, మెగా కేర్ లో ఏక్టివ్ పార్ట్ తీసుకోవచ్చు" అన్నాడు ప్రసాద్.

వాణి ఏదో చెప్పబోతోంది. అంతలోనే శ్రీనాధ్ అన్నాడు.

"వాణీ. ఇంతకు ముందు నిన్ను నేను చూసిన మాట నిజమే. కానీ అప్పుడు నువ్వు వీడికి భార్య అయ్యే అవకాశం ఉందని నేను ఊహించలేదు. మెడిసిన్ చేస్తున్న వాళ్ళకి, అందులోనూ ఢిల్లీ వాళ్ళకి ఇవన్నీ మామూలే అని ఊరుకున్నాను." మేమంతా శ్రద్ధగా వింటున్నాం... ఈ ఉపోద్ఘాతం దేనికి దారి తీస్తుందా అని.

"లక్ష్మణ్ గాడు నిన్ను పెళ్ళిచేసుకోడానికి మాకేమీ అభ్యంతరం లేదు. కానీ..." ఆగాడు శ్రీనాధ్.

"ఒరేయ్...ఒరేయ్... అడ్డు చెప్పకురా...నువ్వు చెప్పినంటే వింటానురా...ఒప్పుకోరా..." లక్ష్మణ్ శ్రీనాధ్ కాళ్ళు పట్టేసుకున్నంత పనిచేశాడు.

వాణి ముందుగా తేరుకుంది.

"చెప్పు శ్రీనాధ్. ఏమిటి నీ అబ్జక్షన్?" అంది

"దటీజ్ ది స్పిరిట్. దేనికైనా ధైర్యంగా ఉండాలి. వీడిలాగా డీలా పడిపోకూడదు. మరి నా అభ్యంతరం ఏమిటో చెప్పేస్తున్నాను."

అందరం చెవులు రిక్కించి మరీ వింటున్నాం.

"చూడు వాణీ. నా పేరు శ్రీనాధ్. శ్రీ...కి నాధుడ్ని. తనేమో పద్మజ... అంటే లక్ష్మీదేవి స్వరూపమే. మా ఇద్దరికీ ఆవిధంగా సరిపోయింది. మరి ప్రసాద్ అన్నవాడు ఈ రాజేశ్వరమ్మగారి వరప్రసాదమే. ఈవిడ ముగ్గురమ్మలకీ మూలపుటమ్మ కాబట్టి, వాళ్ళిద్దరికీ ఎటువంటి పేర్లున్నా బాధ లేదు.

కానీ, నీ కాబోయే మొగుడి పేరు లక్ష్మణ్... అందువల్ల నీ పేరు 'ఉర్మిళ' అయితే బాగుండేది. లేదంటే వాడి పేరైనా, ఏ విధాత అనో, విరించి అనో, బ్రహ్మదేవ్ అనో మార్చేసుకున్నా బాగుండేది. ఈ వాణీ లక్ష్మణ్ ల పేర్లు బొత్తిగా కలియడం లేదు. అదే నా అబ్జెక్షన్" అన్నాడు శ్రీనాధ్.

మా సస్పెన్స్ తేలిపోయింది. వెంటనే మేమందరం నవ్వేశాం.

వాణి కూడా తగిన రిటార్ట్ ఇచ్చింది. "శ్రీనాద్. నువ్వు చెప్పింది కొంతవరకూ సమంజసమే. పెద్దలు కుదిర్చిన పెళ్ళిళ్ళు అయితే, ఈ నామ పొంతనలూ, నక్షత్ర పొంతనలూ...రాశి పొంతనలూ, తారాబలం చంద్రాబలం, గ్రహమైత్రీ... అంటూ చూసి, అన్నీ కుదిరాకే పెళ్ళి ఖాయం చేసేవారు.

మేము ప్రేమించుకుంటున్నప్పుడు ఈ పేర్ల పొంతన గురించి జ్ఞాపకం రాలేదు. అసలు ఇప్పుడు నువ్వు చెప్పేవరకూ కూడా ఈ విషయం నాకు స్ఫురించలేదు. కాబట్టి లక్ష్మణ్ పేరుని ఏ విరించి గానో, బ్రహ్మదేవ్ గానో మార్చేద్దాం. ఇలాగైతే నాకూ నప్పుతుంది"

శ్రీ అన్నాడు. "నో అది కదరదు. నాకు తమ్ముడైనందుకు, వాడు లక్ష్మణుడిలాగా, జీవితాంతం అన్నా వదినల సేవ చేసుకోవలసిందే. కాబట్టి పెళ్ళయ్యాక నీ పేరే 'ఉర్మిళ' గా మార్చేద్దాం. ఓ కే నా?"

రాజీ కలగజేసుకుంది. "ఫరవాలేదన్నయ్యా. ఈ వాణి ఇప్పడు మనం ఎలా చెబితే అలా వింటుంది. పెళ్ళయ్యాక పేరు మార్చేస్తే, కేవలం ఆ ఒక్కపేరుతోనే వ్యవహరించాల్సి వస్తుంది. ఇప్పుడైతే మన ఇష్టంవచ్చిన నిక్ నేమ్స్ తో పిలవచ్చు. వాటిల్లో ఈ 'ఉర్మిలా మహాదేవి' ని కూడా చేర్చేద్దాం. సరేనా వాణీ మహాతల్లీ?

లక్ష్మణ్ కి ధైర్యం వచ్చేసింది. "అలాగే రాజీ. నాక్కూడా కోపం వచ్చినప్పుడల్లా ఈవిడగారిని ఏమని పిలవాలా అని ఆలోచించేవాడిని. మొత్తానికి నన్ను డిల్లీ తీసుకొచ్చి, మీ అందర్నీ ఈ పెళ్ళికి ఒప్పించేవరకూ, ఈ మహాతల్లి... అదే ఈ కాళికా అమ్మవారు... నా బుర్ర తినేసింది. వదినని నీ ఇష్టం వచ్చినట్టు పిలుచుకో...కానీ ముందు తనని నీకు ఇంకో వదినగా చేసుకో."

"అయితే నీ ప్రొపోజల్ కి ఒప్పుకుంటున్నాను" అంది రాజీ. వెంటనే "అమ్మో" అంటూ కేకవేసింది.

వాణి రాజీని వీపుమీద గిల్లిందాయె! "దిసీజ్ శాంపిల్ రాజీ. 'కాళిక' అంటే ఏమవుతుందో... ఓ సారి నీకు తెలియజేద్దామని..." అంది వాణి. వాతావరణం మళ్ళీ నవ్వులతో కేరింతలతో నిండిపోయింది.

కాస్సేపు పోయాక నేనే అన్నాను. "వాణి ని మనం తీసికెళ్ళి పెళ్ళిచెయ్యడం వరకూ బాగానేఉంది. కానీ మనకి తెలియని లీగల్ ప్రోబ్లెమ్స్ ఏమైనా వస్తాయేమో? అది కూడా ఒకసారి డిస్కస్ చేసుకుంటే మంచిది కదా?" అడిగాను నేను. వాణి నా ఎదురుగా రాజీ పక్కన కూర్చుంది. వీళ్ళ ముగ్గురూ నిలబడి ఉన్నారు. బండివాడి దగ్గర పల్లీలు కొంటున్నారు.

"అటువంటివేవీ రావు అక్కా. అసలు నిజం మీకు నేను చెప్పలేదు. నా అసలు తల్లితండ్రులు నా చిన్నప్పుడే చనిపోయారు. మా బాబాయ్ గారింట్లో ఉంటున్నాను. మా అన్నయ్యలిద్దరికీ పెద్దగా చదువు అబ్బలేదు. అలాగే మా అక్కకీ కూడా.

కానీ నాకు మెరిట్ లోనే మెడిసిన్ లో సీట్ రావడం అన్నది, వాళ్ళు గొప్పగా చెప్పుకునేందుకు కాకుండా, వాళ్ళకి చాలా ఇబ్బందికరం గా మారింది. మా అక్కకీ పెళ్ళిచెయ్యాలి. నాకూ చెయ్యాలి అంటే, ఓ లక్షదాకా వీళ్ళు ఖర్చు పెట్టాలి. అన్నయ్యలేమో, మెట్రిక్ పాసై చిన్నచిన్న ఉద్యోగాలు చేసుకుంటున్నారు. మా వదినలది కూడా అంతంత మాత్రం చదువే!

వాళ్ళు నన్ను వెళ్ళిపొమ్మనరు. కానీ నేను వెళ్ళిపోతే మాత్రం బాధపడరు. నేను వెళ్ళిపోయే పరిస్థితులు క్రియేట్ చేస్తారు. అలా అయితే, వాళ్లకి మా పక్కవాళ్ల సానుభూతీ పుష్కలంగా దొరుకుతుంది, నా పెళ్ళిఖర్చులూ తప్పుతాయి, పైగా నా ఆస్తిపాస్తులకి లెక్కా చెప్పక్కరలేదు. ఇదీ వాళ్ళ ప్లాన్. నా హౌస్ సర్జన్సీ లో వచ్చిన స్టైపండూ, అంతకు ముందేళ్ళలో వచ్చిన స్కాలర్ షిప్పులూ కూడా ఇంట్లోకే ఖర్చయి పోయాయి. కాబట్టి, డబ్బులూ ఆభరణాలూ కూడా నా వెంట తెచ్చుకునే అవకాశం లేదు.

అందువల్ల నేను రేపు మిమ్మల్ని ఏ టైమ్ కి, ఎక్కడ కలుసుకోవాలీ అన్నది మీరే చెప్పండి. నా సర్టిఫికేట్లూ, ఓ రెండు చీరలూ. ఇదే నా లగేజ్. వీటితోటే వచ్చేస్తాను. చెప్పండి ఏం చెయ్యమంటారు?"

నేను అన్నాను. "వాణీ, చిన్నప్పుడు ప్రసాద్ కూడా దాదాపు ఇలాంటి పరిస్థితుల్లోనే ఉన్నాడు. మేము కూడా అయిన వాళ్ళ నిరాదరణనీ, పక్కవారి సూటిపోటి మాటలనీ, దారిద్ర్యాన్నీ అనుభవించినవాళ్లమే. మాకంటే నువ్వే కాస్త బెటర్ అని అనిపిస్తోంది. అందరం ఒక గూటి పక్షులమే. అందుకే, అందరం ఒకేచోట కలిసాం. మా శ్రీపాల్స్ లోకి నిన్ను ఆనందంగా అహ్వానిస్తున్నాం."

రాజీ చెప్పింది. "వాణీ, ఈ ముగ్గురికీ మనం ముగ్గురమూ తోడవుతున్నాం. అందరం ఒకే కుటుంబం లాగా ఉందాం. అనుకున్నది సాధిద్దాం. ఇక నువ్వు మళ్ళీ మీవాళ్ళ దగ్గరికి వెళ్లనూ అంటే, మమ్మల్నే నీ కుటుంబ సభ్యులు గా మార్చుకో. మేము నీ అంత చదువుకోలేదు. కానీ, ఈ పెళ్ళిళ్ల వల్ల నీకన్నా సీనియర్స్ అయిపోయాం. అందరం ఒకచోట కలిసుండాల్సిన వాళ్లమే. మనలో మనకి భేధాబిప్రాయాలు వద్దు. ఏమంటావ్?"

"తప్పకుండా అలాగే ఉంటాను. ప్రామిస్." అంది వాణి.

"అయితే రేప్పొద్దున్న పదిగంటలకల్లా 'ప్రధాన్స్ ఇంటర్ కాంటినెంటల్' కి వచ్చెయ్. ఆ రెండు చీరలూ కూడా వద్దు. కేవలం కట్టుబట్టలతో వచ్చెయ్. ఈవాళే నీకు రెండు చీరలు కొందాం. కొత్తపెళ్ళికూతుర్ని మేము రిసీవ్ చేసుకుంటాం. పద్మక్కా నేను చెప్పేది కరెక్టేనా?" అన్నాడు ప్రసాద్.

"ఒరేయ్ ఏ ఎల్! నీ పని కూడా అనుకున్నదాని కన్నా ముందే అయిపోయింది. అదీ సుఖాంతంగా ఫైనలైజ్ చేశాం కాబట్టి, రేపటి మా హనీమూన్ ఖర్చంతా నీదే. జ్ఞాపకం పెట్టుకో" అన్నాడు శ్రీ.

"దానికేం? మేమూ కలుస్తున్నాంకదా? ఫరవాలేదు" అన్నాడు లక్ష్మణ్.

లక్ష్మణ్ ని ఇంకా ఆట పట్టించాలనిపించింది శ్రీ కి.

"హలో! హనీమూన్ మాది. నువ్వూ వాణీ జస్ట్ అటెండెంట్స్ అన్న మాట. అంటే బిల్లు మాత్రం నీది. ఎంజాయ్ మెంట్ మాత్రం మాది. అర్థం అయ్యిందా?"

లక్ష్మణ్ నా వైపు జాలిగా చూశాడు. "సారీ లక్ష్మణ్. మాతో పాటు మీ ఇద్దరినీ హనీమూన్ కి తిప్పలేం. కాకపోతే మాతోపాటే తీసికెళతాం. మీ ఇద్దరికీ ఇంకా పెళ్ళి కాలేదు. అలాగే ఉండండి" అన్నాను నేను.

"ఒరేయ్ ఎస్ పీ! ఈ ఎస్ వీ గాడు పె...ద్ధ పోజ్ కొట్టేస్తున్నాడు. నువ్వైనా చెప్పరా వీళ్లకి." ప్రసాద్ ని బతిమాలాడు.

"సారీ. ముందే నన్ను అడిగి వుంటే, నీకు ఫేవరబుల్ గా మాట్లాడేవాడినేమో. కానీ ఇప్పుడు మా పద్మక్క ఖచ్చితంగా చెప్పేసింది కాబట్టి, ఆ డెసిషన్ కే నేనూ కట్టుబడుతున్నాను. నువ్వు కూడా అదే చెయ్. ఇట్ ఈజ్ బెటర్" అన్నాడు ప్రసాద్.

వాణి అంది. "పద్మక్క చెప్పింది కరెక్టే. ఏం? పెళ్ళయ్యేదాకా మనం ఆగలేమా? పర్వాలేదు పద్మా. నువ్వు చెప్పినట్టే వింటాం."

"ఆ తరువాత మిమ్మల్ని తిరుపతిలో, అమ్మవారి సన్నిధిలో ఒకటిగా చేస్తాం లే! మాక్కూడా అక్కడే పెళ్లయ్యింది కదా?" అంది రాజీ.

షాపింగ్ చేసుకుని, మళ్లీ కబుర్లూ కేరింతల తో, రాత్రి 8 గంటల కల్లా హోటెల్ కి చేరుకున్నాం.

అప్పటికే ప్రధాన్స్ నుంచి డ్రాఫ్ట్ ఎగ్రిమెంట్ వచ్చివుంది. రిసెప్షన్ లో దాన్ని కలెక్ట్ చేసుకున్నాం. మేము చెప్పిన పాయింట్స్ అన్నీ కూడా కవర్ చేశాడు అందులో.

"Thanks charani singh ji. The agreement is OK. We can have the signature ceremony tomorrow." రిసెప్షన్ నుంచే ఫోన్లో చెప్పాడు శ్రీ.

"ఓహ్. Thanks Srinath. మనం పొద్దున్న పదకొండు గంటలకి ఈ కార్యక్రమం పెట్టుకుందాం. మీరున్న హోటెల్ లోనే! కాన్ఫరెన్స్ హాల్లో. ఆ టైమ్ కి అయితే, వాజ్, రాజ్ మాతా కూడా వచ్చే అవకాశం ఉంది."

"కానీ రేపు ఉదయమే ప్రసాద్ వాజ్ గారింటికి వెడుతున్నాడు. ఏ టైం కి వస్తాడో చెప్పలేం కదా?"

"నాకు తెలుసు. రాజ్ మాతా కూడా అటెండ్ అవుతున్నారు ఆ మీటింగ్ ని. ఎంతైనా 10.30 కల్లా అయిపోతుంది ఆ మీటింగ్. కాకపోయినా, ఇక్కడికి వచ్చి, మన కార్యక్రమం అయిపోయాక వాళ్ళు మాట్లాడు కుంటారు. డోంట్ వర్రీ ఎబౌట్ ఇట్.

అన్నట్టు ఇంకో విషయం. మన జాయింట్ వెంచర్ లోగో ని కూడా రేపే ప్రదర్శిస్తున్నాం. పొలిటికల్ మీటింగ్ లా ఉండద్దని వాజ్ క్లియర్ గా చెప్పారు. అందుకని, మా ఫాదర్ మధుకర్ సింగ్ ఈ కార్యక్రమానికి అధ్యక్షత వహిస్తారు. మీ తరఫునుంచి ఎవరు పార్టిసిపేట్ చేస్తారో చెబితే, వారి నేమ్ ప్లేట్స్, విజిటింగ్ కార్డ్స్, పొద్దున్నకల్లా రెడీ చేస్తాం. మన జాయింట్ వెంచర్ లోగో, లెటర్ హెడ్స్ ఎలాగూ ఉంటాయి.

మీరు కూడా ఓ సారి లోగో ని చూసి ఎప్రూవ్ చేసేస్తే, ఇంక మీ భాధ్యతలు అయిపోతాయి. మిగిలింది మేము చూసుకుంటాం."

"మా తరఫునుంచీ 'పద్మా శ్రీపాద్,' ఇంకా 'రాజేశ్వరీ భరద్వాజ్' సంతకాలు చేస్తారు. వాళ్ళు మా ఫౌండేషన్ ఫౌండర్ ట్రస్టీల తరఫున ఈ కార్యక్రమం లో పాల్గొంటారు. వారికి ఆ అధికారం ఉంది. ఈవాళ రాజ్ మాతా ఇంటిలో వాళ్లని కూడా మీకు పరిచయం చేశాం గుర్తుందా?" అన్నాడు శ్రీ.

ఇదంతా వింటూంటే నాకూ, రాజీకీ, మతిపోయింది. మొన్నటి దాకా ఈ పూట గడిస్తే చాలని జీవిస్తున్న మాకు, వాజ్, రాజ్ మాతా ల సమక్షంలో ప్రధాన్స్ తో ఎగ్రిమెంట్. అదీ జాయింట్ వెంచర్ పార్ట్నర్స్ హోదాలో! ఈ జన్మలో ఇలాంటివి ఊహించగలమా?

ఈ లోపులో ప్రధాన్స్ శ్రీపాల్స్ లోగోని అక్కడి రిసెప్షనిస్ట్ పక్కనే ఉన్న ఆర్టిస్ట్ మాకు చూపించాడు. చిన్న చిన్న మార్పులు సూచించి, ఆ డ్రాయింగ్ ని మళ్లీ అతనికే ఇచ్చేశాను. ఇక మిగిలింది ఆర్టిస్ట్ పని అన్న మాట.

ప్రసాద్ చెప్పాడు. "పద్మక్కా. నువ్వే లీడ్ తీసుకోవాలి. ఎస్ వీ గాడు నీ వెనకే ఉంటాడు. ఏమీ భయపడకు. చాలా ధైర్యం గా హుందాగా ప్రవర్తించాలి. అఫ్ కోర్స్, రాజీ కూడా నీతో పాటే ఉంటుంది. మీ ఇద్దరి వెనుకా ఎస్ వీ, ఏ ఎల్, ఉంటారన్నది మరచిపోకండి.

మీరిద్దరూ కలిసి మొదటిసారిగా శ్రీపాల్స్ తరఫున ఈ ఎగ్రిమెంట్ మీద సంతకం చేస్తున్నారు. ఇదే మన పురోగతికి నాంది. ఇది జ్ఞాపకం పెట్టుకుంటే చాలు."

రాజీ చెప్పింది. "నేను నిజంగా ఆనందంతో ఉక్కిరిబిక్కిరి అయిపోతున్నాను. రేపటి ఫంక్షన్ పెర్ఫెక్ట్ గా జరిగిపోతుంది. మేం హామీ ఇస్తున్నాం కదా ప్రసాద్? అంతగా అయితే నేనూ పద్మా ఒక రిహార్సల్ కూడా వేసుకుంటాంలే! అయినా రాజ్ మాతా వస్తున్నారూ అంటే, ధరణి కూడా వస్తుందిగా?" ధరణి తనకేదో క్లోజ్ ఫ్రెండ్ అన్నట్టుగాచెప్పింది రాజీ.

రిసెప్షన్ లాబీలోంచి మా రూమ్స్ లోకి మేము వెళ్ళి, బయట 'డోంట్ డిస్టర్బ్' టాగ్ పెట్టేశాం.

23

01.01.1973, ఢిల్లీ

“కొత్త సంవత్సరం. కొత్త ఎగ్రిమెంట్. రెండింటికీ కూడా స్వాగతం” అనుకున్నాను నేను.

పొద్దున్నే ప్రసాద్, వాజ్ గారి దగ్గరికి వెళ్ళిపోయాడు. హోటల్లో మేం నలుగురం మిగిలాం. ఇప్పుడు నాకు చాలా ధైర్యం, ఆత్మ విశ్వాసం వచ్చేశాయి. శ్రీపాల్స్ ని ఎలా వృద్ధి లోకి తీసుకురావాలో, అప్పుడే ఆలోచనలు వచ్చేస్తున్నాయి. రాజీదీ అదే పరిస్థితి.

హోటల్ లో మమ్మల్ని గెస్ట్ లు గా కాకుండా, వీ ఐ పీ ల్లాగా ట్రీట్ చేస్తున్నారు. మేము బ్రేక్ ఫాస్ట్ చేస్తున్నంతసేపూ, ఒక స్పెషల్ అటెండెంట్ మాతోబాటే ఉన్నాడు. తలుపు తీసే వాడు ఒకడు... వీడ్కోలు చెప్పేవాడొకడు...

మమ్మల్ని లాబీలో చూసి, రిసెప్షనిస్ట్ పరిగెత్తుకుంటూ వచ్చాడు.

“సర్. మీరు రూమ్ లోకి వెళ్ళిపోండి. ఇంకా కాన్ఫరెన్స్ హాల్ రెడీ కాలేదు. అక్కడ ఇంకా ఏర్పాట్లు జరుగుతున్నాయి. దయచేసి మీరు రూమ్ లోకి వెళ్లిపోండి. మేమే మీకు ఇన్ఫార్మ్ చేస్తాం అన్ని విషయాలూ” అన్నాడు.

ఇంతటి రాచ మర్యాదలా!

మేమందరం మళ్ళీ మా రూమ్ లోకి వెళ్ళాక, నేనూ రాజీ ఓ రిహార్సల్ వేసుకున్నాం. దానికి డైరెక్షన్ శ్రీ, లక్ష్మణ్ లు అన్నమాట.

9.30 కల్లా హోటల్ లోని డ్రెస్సింగ్ రూమ్ కి వెళ్ళాం. నేనూ, రాజీ కూడా అందంగానే ఉంటాం కాబట్టి మాకు లైట్ మేకప్ తో సరిపోయింది.

10.30 కల్లా ప్రసాద్ ఫోన్ చేశాడు తనూ రాజ్ మాతా అక్కడికి వస్తున్నాం అనీ, 10.45 కల్లా అక్కడ ఉంటామనీ. మేము లాబీలోకి రాగానే, చరణ్ రాజ్ సింగ్ వచ్చి శ్రీనీ, లక్ష్మణ్ నీ, కౌగలించుకున్నాడు. ఇద్దరు రిసెప్షనిస్ట్ లు కాబోలు. చాలా అందంగా ఉన్నారు. నాకూ రాజీకీ బొకేలు ఇచ్చి స్వాగతం చెప్పారు.

అందరం కలిసి కాన్ఫరెన్స్ రూమ్ లోకి వెళ్ళాం.

అద్భుతం. ఇంతింత హాల్స్ ఉంటాయా అని అనిపించింది. విజయనగరం లోని నా పోర్షన్ కన్నా, ఈ హాల్ ఎన్నో రెట్లు పెద్దది. అప్పటికే ప్రెస్ వాళ్ళు మాకు ఫొటోలు తియ్యడం మొదలెట్టారు. అవన్నీ మామూలే అన్నట్టుగా, శ్రీ, లక్ష్మణ్ లు, డయాస్ ముందున్న సోఫాల్లో కూర్చున్నారు. మేము కూడా

ఆ పక్కనే కూర్చున్నాం. స్టేజ్ మీద పెద్ద టేబిల్...దాని వెనక మూడు కుర్చీలూ. ఆ టేబుల్ మీద మా పేర్లు ఉన్న నేమ్ ప్లేట్లూ. వెనక గోడకి 'వెల్కం టూ ప్రధాన్స్ శ్రీపాల్స్' అని మా కంపెనీ లోగో తో ఉన్న బానర్ పెట్టారు. చక్కని ఎరేంజ్ మెంట్స్ అనిపించింది.

ఇంతలో రాజ్ మాతా, వాజ్, ప్రసాద్ రానే వచ్చారు. అనుకున్నట్టుగానే ధరణి కూడా వచ్చింది. ఆ టైం కి వాణి కూడా రూమ్ కి వచ్చి, తన డ్రెస్ ఛేంజ్ చేసుకుని, అక్కడకి వచ్చేసింది.

వెల్కమ్ ఎడ్రెస్ చెప్పాక సీనియర్ ప్రధాన్స్ అన్నారు. "ఈ జాయింట్ వెంచర్ అన్నది ప్రధాన్స్ బ్రాండ్ ని కామన్ మాన్ కీ కూడా అందేలా చేసే ప్రయత్నం. ఐదేళ్ళవరకూ లాభనష్టాల గురించి పట్టించుకోము. ఈ వెంచర్ లో మేమే మేనేజింగ్ పార్ట్నర్స్. శ్రీమతి పద్మా, శ్రీమతి రాజె, శ్రీపాల్స్ తరఫున మా బోర్డ్ లోకి వస్తారు. వాళ్ళకిదే మా స్వాగతం.

మీ అందరి ఆశీస్సులతో ప్రధాన్స్, ఈ నూతన సంవత్సరంలో, కొత్త పంథా లోకి అడుగు పెడుతోంది. లక్జరీ హోటల్స్ అన్నా, బడ్జెట్ హోటల్స్ అన్నా కూడా, అందరికీ ప్రధాన్స్ జ్ఞాపకం రావాలి. ఈ రెండింటి లోనూ ప్రధాన్స్ క్వాలిటీ ఆఫ్ ఫుడ్, అండ్ సర్వీస్ లో మార్పు ఉండదు. మిగతా వివరాలు తర్వాత చెబుతాం. శ్రీపాల్స్ తరఫున మేడం పద్మనీ, మేడమ్ రాజేశ్వరినీ, వేదిక మీదకి ఆహ్వానిస్తున్నాను. అలాగే ప్రధాన్స్ తరఫున చరణ్ రాజ్ సింగ్ ని కూడా అహ్వానిస్తున్నాను."

మేం ముగ్గురమూ హుందాగా వేదిక మీదకి వెళ్లాం. అక్కడ టేబిల్ మీద ఎగ్రిమెంట్లూ, మా లెటర్ హెడ్స్, ఎజెండా, నీట్ గా సర్ది ఉన్నాయి. మా వెనుక ఇద్దరు అమ్మాయిలు నిలబడ్డారు. బహుశా వాళ్ళు మాకు తాత్కాలిక పీ ఏ లు అన్నమాట...

సరిగ్గా ముహూర్తం సమయం కాగానే, "ఇక సంతకాలు చేయండి" అన్నారు సీనియర్ ప్రధాన్స్. ముగ్గురమూ సంతకాలు చేసిన ఎగ్రిమెంట్స్ పరస్పరం మార్చుకున్నాం.

వెంటనే చరణ్ రాజ్ అతిధులని ఉద్దేశించి మాట్లాడాడు.

"అందరికీ అందుబాటులో ఉండాలన్న తపనే మమ్మల్ని శ్రీపాల్స్ తో, ఈ ఒప్పందానికి ప్రోత్సహించింది. ఇంతకు ముందు వరకూ 'శ్రీపాల్స్' వారే బీజేఎస్ ఆఫీసులో చిన్న కాంటీన్ ని నడిపారు. దానికి మా ప్రధాన్స్ ల క్వాలిటీని జతచేస్తున్నాం అంతే! శ్రీపాల్స్ ఫౌండర్ శ్రీనాధ్ చెప్పినట్టుగా, లక్జరీ హోటల్స్ అన్నా, బడ్జెట్ హోటల్స్ అన్నా జనానికి 'ప్రధాన్స్ హోటల్స్' గుర్తుకి రావాలి. మీ అందరి సహకారంతో ఇది త్వరలోనే సాధిస్తామనే నమ్మకం ఉంది. థాంక్ యూ" అన్నాడు.

ఆ తరువాత నేను మాట్లాడాను. అంతకు ముందే మేము రిహార్సల్ వేసుకున్నాం కదా? ఆ మేటర్ నే మళ్లీ కాగితం చూసుకోకుండా అప్పచెప్పాను.

"సాధారణ ప్రజానీకానికి అన్ని రకాల వినియోగ వస్తువులూ అందుబాటు ధరలలోనే లభ్యమవ్వాలన్నది శ్రీపాల్స్ వారి ప్రధమ ఆశయం. క్వాలిటీ, నీట్ నెస్ ఉన్నాయి కదా అని, వాటికోసం మనం తాహతు మించి ఖర్చు పెట్టఖ్ఖరలేదు.

మాకు ప్రధాన్స్ లు తోడుగా కలవడం, మాది సంయుక్త సంస్థగా మారడం... ఇవన్నీ మేము ఆహ్వానించే పరిణామాలే. మరి తినబోతూ రుచులడగడడం దేనికి? కొద్దిసేపట్లో మీరే చెప్తారు మా 'ప్రధాన్స్ శ్రీపాల్స్' ఎలా వుంటుందో!

మమ్మల్నీ, మా సంస్థలనీ, మా ఆశయాలనీ ప్రోత్సహిస్తున్న బీజే ఎస్ వారికీ, ముఖ్యంగా శ్రీ వాజ్, రాజ్ మాతా లకీ, సభాముఖం గానే నా ధన్యవాదాలు తెలుపుతున్నాను" అన్నాను.

ఓహ్! చప్పట్లే చప్పట్లు.

తరువాత రాజీ మాట్లాడింది. "నేను దక్షిణ భారతానికి చెందినదాన్ని. కాబట్టి హిందీ ఎక్కువగా రాదు. కాబట్టి నాకు కొద్దిగా పరిచయం ఉన్న సంస్కృతం లో కానీ, నా మాతృభాష తెలుగు లో కానీ మాట్లాడుతాను. మీకు అభ్యంతరం లేకపోతే, శ్రీపాల్స్ ఫౌండర్ ట్రస్టీ శ్రీనాధ్, దాన్ని మీకు ఇంగ్లీష్ లోతర్జుమా చేస్తాడు. వాట్ డూ యూ సే?"

శ్రీనాధ్ స్టేజి మీదకి రాబోతూంటే, ధరణి ముందుకు వచ్చింది. "ఐ విల్ డూ ది ట్రాన్స్ లేషన్. లీవ్ ఇట్ టూ మీ శ్రీ" అని రాజీ తో "నువ్వేం చదివావో మాకు తెలుసు కదా? ఆ ఇంగ్లీష్ లో రాసిన స్లిప్ ఏదో నాకే ఇయ్యి. నువ్వు హాయిగా తెలుగులో మాట్లాడు. నేనూ ఆ స్లిప్ చదువుకుని ఆ ఇంగ్లీష్ ముక్కలు అప్పగిస్తాలే! యామ్ ఐ రైట్ శ్రీ?" హిందీలో అంది.

"ఐ నో తెలుగూ, హిందీ అండ్ ఇంగ్లీష్. ఐ టూ కెన్" పోటీగా అంది వాణి.

ఆఖరికి వసుంధరే మాటే నెగ్గింది. ఆ స్లిప్ చూసుకుని, రాజీ ఉపన్యాసానికి ధరణి తన అనువాదం మొదలెట్టింది.

"ఈ శ్రీపాల్స్ ఫౌండర్స్ అంత వ్యాపారవేత్తలేమీ కాదు. నలుగురికీ మంచిచెయ్యాలీ అన్న తపన మాత్రం కలిగినవారు. మోసపోవడమే కానీ, మోసం చెయ్యడం తెలియని వారు. అందుకే వీరు ఇక్కడి వ్యాపారాల్లో అంతగా రాణించలేకపొయ్యారు. ఇప్పుడు 'ప్రధాన్స్' తో అనుబంధం అటువంటి సమస్య రాకుండా నివారిస్తుంది. వ్యాపార సూత్రాలూ, నైతిక సూత్రాలూ కలిసి ఈ 'శ్రీపాల్స్ ప్రధాన్స్' ని ముందుకి తీసుకెడతాయి. దీని స్పూర్తి తో, 'శ్రీపాల్స్ ప్రధాన్స్' వారు ఇంకెన్నో మంచిపనులు చేసే అవకాశం ఉంది.

మీ అందరి ఆదరణా, ఆశీస్సులే దీనికి శ్రీరామరక్షగా పనిచేసి, ఈ 'శ్రీపాల్స్ ప్రధాన్స్' అన్న సంస్థ మరింతగా అభివృద్ధి చెందాలని మీ అందరి ఆశీస్సులనీ అర్థిస్తున్నాను. వెల్కం టూ 'శ్రీపాల్స్ ప్రధాన్స్.'

మళ్లీ తప్పట్లు.

ఫ్లాష్ లైట్ల తళతళలు. జూనియర్ ప్రధాన్స్ మాకు షేక్ హాండిచ్చి, "వెల్ కమ్ టు ది జాయింట్ వెంచర్. వెల్ కమ్." అన్నారు.

మాకు ఏంచెప్పాలో తోచలేదు. ఇంతలో వసుందర మా వెనక్కి వచ్చింది. "అంకుల్ వాజ్, అమ్మా, సీనియర్ ప్రధాన్స్...వీళ్ళంతా మీకు అభినందనలు చెబుతారు. అప్పుడు 'థాంక్ యూ' అని, కాళ్లకి దణ్ణం పెట్టండి" అని చెప్పింది.

అందరికన్నా ముందు వాజ్, ఆయన తో పాటు ప్రసాద్ వచ్చారు. "కంగ్రాట్స్ అండ్ విష్ యూ ఆల్ దీ బెస్ట్." అన్నారు చరణ్ రాజ్ తో. ఆయన వెంటనే వాజ్ గారి పాదాలు స్పృశించాడు "థాంక్ యూ థాంక్ యూ" అంటూ.

తరువాత మా వంతు. వాజ్ గారు "మీ ఇద్దరినీ ఒకేసారి విష్ చేస్తాను. అదే పంచుకోండి" అని, "ఆల్ ది బెస్ట్ పద్మా, అండ్ బేటీ రాజీ." అన్నారు. ధరణిని ఉద్దేశించి అన్నారో, రాజేశ్వరిని ఉద్దేశించి అన్నారో మాకు అనుమానం.

ధరణి చెప్పింది. "అంకుల్ నన్ను ఛోటే రాణీ అని కానీ, రాజే అని కానీ పిలుస్తారు. రాజీ అంటే నువ్వే." ఇంక రాజేశ్వరి ఆనందానికి పట్టపగ్గాలు లేవు. యధావిధిగా ఆయనకి పాదాభివందనం చేశాం. ఆ వెంటనే రాజ్ మాతా, ఆ వేంటనే సీనియర్ ప్రధాన్స్, వెనక శ్రీ, లక్ష్మణ్, వాణీ, హోటెల్ సీనియర్ స్టాఫ్, ప్రెస్సు వాళ్లూ... అందరికీ 'థాంక్స్' చెబుతూంటే, ఆ పదం మాకు కంఠోపాఠం అయిపోయింది.

ఆ తరువాత స్పెషల్ లంచ్. మేం అందరం బాంకెట్ రూం లోకూర్చున్నాం. మాకూ, సీనియర్ స్టాఫ్ కీ, ప్రెస్ వాళ్లకీ... అందరికీ సరిపోయేలా ఓ పాతిక ముప్పై టేబిల్సూ, ఓ వంద దాకా ఛైర్సూ, ఉన్నాయి.

నేనూ, రాజీ, వాణీ, ధరణీ ఒక టేబుల్...అలాగే వాజ్, రాజ్ మాతా, సీనియర్ ప్రధాన్స్, చరణ్ రాజ్, ఇంకో టేబుల్. ఆ పక్కనే ప్రసాద్, శ్రీ, లక్ష్మణ్ లు... అప్పటి మా ఆనందం చెప్పడానికి మాటలు చాలవు. అప్పుడే కాదు ఇప్పుడు కూడా.

అప్పుడు ప్రసాద్ అన్నాడు. "పద్మక్కా, మీరే హోస్ట్ లు కదా? ఐ థింక్ ఇట్ ఈజ్ టైం యూ గ్రీట్ ది గెస్ట్స్. ధరణీ, విల్ యూ ప్లీజ్ హెల్ప్ దెమ్?"

ధరణి వెంటనే "అవును. మర్చే పోయాను. ఇక్కడున్న అతిధులందరినీ మీకు పరిచయం చేస్తాను. 'హలో' అనో, లేకపోతే 'నైస్ టూ మీట్ యూ' అనో అనండి. ఐ థింక్ చరణ్ రాజ్ ఈజ్ ఆల్సో వైటింగ్ ఫర్ దిస్. పదండి. అతిధులందరినీ గ్రీట్ చేద్దాం" అంది.

మాతో పాటు వాణి కూడా కలిసింది. "రాజీ. నేను నీ పిర్ర మీద గిల్లుతాను. అప్పుడు నమస్కారం పెట్టు. వీపు మీద గిల్లితే, 'నైస్ టూ మీట్ యూ' అను. ఏమీ చెయ్యకపోతే, 'హలో' అని పలకరించు. నీ వెనక నేనున్నాను" అంది.

ధరణికి కూడా అర్ధం అయ్యింది వాణి ఏం చెప్పిందో... "నీకు కూడా అటువంటి సిగ్నల్ కావాలా పద్మా?" అని అడిగింది.

"థాంక్స్. నాకు వద్దు కానీ, రాజీ చిన్నపిల్ల కదా, దాన్ని చూసుకోండి. నేను మిమ్మల్ని ఫాలో అయిపోతాను" అన్నాను. అందరం నవ్వేశాం. అలాగే అతిధులు అందరినీ గ్రీట్ చేశాం. ఆ లంచ్ కి అహ్వానించబడ్డ వాళ్ళంతా హేమాహేమీలే!

సరిగ్గా 12.45 కల్లా అతిధులు అందరూ వెళ్ళిపోయారు.

చరణ్ మా దగ్గరికి వచ్చి, "హనీమూన్ పాకేజ్ మన హోటల్ స్పెషాలిటీ. ఈవాళ మీరు ఆగ్రా వెడుతున్నారు కదా? మన హోటెల్ కారులో వెళ్ళండి. అక్కడ కూడా మన సిస్టర్ హోటెల్ ఉంది. మీకు అక్కడ రూమ్సు బుక్ అవుతాయి. రేపు మామూలుగా ఇక్కడికి వచ్చేయండి. యూ ఆర్ నాట్ అవర్ గెస్ట్స్ ఎనీ మోర్. యూ అర్ అవర్ పార్ట్నర్స్." అన్నాడు. అతనికి థాంక్స్ చెప్పేసి, మళ్లీ అందరం మా రూమ్ లో కి వచ్చేశాం.

24

01.01.73, ఢిల్లీ

హోటల్ రూం లో అందరం రిఫ్రెష్ అయి సోఫాల్లో కూర్చున్నాక, "మనకి ఎలాగూ కంపెనీ కార్ ఉంటుంది కాబట్టి, కొంచెం లేట్ గా స్టార్ట్ అయినా ఫరవాలేదు. అయితే ఇప్పుడు రెండు విశేషాలు వినాలి. ప్రసాద్ తో వాజ్ గారి మీటింగ్ విశేషాలా? లేక వాణీ ఇంట్లో జరిగిన విషయాలా? న్యూ ఇయర్ సెలెబ్రేషన్స్ దేనితో మొదలుపెడదాం?" అన్నాను నేను.

రాజీ చెప్పింది. "వాణికి ఇంకా కొంచెం టైమ్ ఇయ్యి. ముందు ప్రసాద్ విశేషాలు తెలుసుకుందాం." దానికి ప్రసాద్ మాటలన్నా, చూపులన్నా ఒకరకమైన మైకం వచ్చేస్తోందని గమనించాను.

"సరే, నేనే చెబుతాను." అంటూ మొదలెట్టాడు ప్రసాద్. "రేయ్ ఎస్ వీ నువ్వు కూడా విను. ఒరేయ్ ఏ ఎల్, ఇది మెడిసిన్ కి సంబంధించింది కాదూ, అలాగే మన ఫౌండేషన్ కి సంభందించిందీ కాదు. కాబట్టి, నువ్వు హాయిగా నన్ను ప్రశ్నించొచ్చు. రెడీనా?"

"అయితే రెడీ." అన్నాడు లక్ష్మణ్. వెంటనే రాజీ విజిల్! ఎంతో అలవాటు ఉన్నవాళ్ళలా నేనూ, వాణీ మొట్టికాయలు వేశాం రాజీకి. మమ్మల్ని పట్టించుకోనట్టుగా మళ్లీ ఇంకోసారి విజిల్ వేసింది రాజీ. అయితే ఈ సారి శ్రీ, లక్షణ్ లు మొహమాటం లేకుండా రాజీకి మొట్టికాయలు వేశారు.

"అదీ. ఇప్పుడు మా అన్నయ్యా, అమ్మాలాగా నాకు మొట్టికాయలు పడ్డాయి. అంతా ఇంట్లో లాగానే ఉందన్నమాట. సరే ఇప్పుడు మొదలెట్టు ప్రసాద్."

ఆవిధంగా మాచేత రాజీకి మొట్టికాయలు మొదలయ్యాయి.

అందరం కుతూహలంగా ప్రసాద్ చెప్పేది వినడానికి ఎదురు చూస్తున్నాం.

"నేను వాజ్ పెయీ గారింటికి వెళ్ళగానే, ఆయన మామూలుగానే రిసీవ్ చేసుకున్నారు. కాస్సేపు పోయాక టీ తాగుతూ అడిగారు.

"ప్రసాద్! నిన్న నీకు చెప్పిన దానికి, ఏం ఆలోచించావు? ఎనీ సజెషన్స్?"

"నాకో ఐడియా వుంది. కానీ నాకు పొలిటిక్స్ లో అనుభవం లేదు. కాబట్టి ఇది ఎంతవరకూ వర్కౌట్ అవుతుందో చెప్పలేను."

"ఏం ఫర్వాలేదు. నువ్వు చెప్పు. కావలసిన మార్పులు నేను చేసుకుంటాను."

"అయితే వినండి అంకుల్. ప్రస్తుతం ఇందిరాగాంధీ గారి ప్రభావం చాలా ఎక్కువగా ఉంది. ప్రజల్ని ఆ మత్తు లోంచి కిందకి దింపడానికి, మీ దగ్గరున్న బలం చాలదు. మీకు మెజారిటీ సీట్లు వచ్చేదాకా,

టైమ్ ఆగదు. ఈ లోపులో ఎన్నో మార్పులు వస్తాయి. కాబట్టి ఓ మధ్యే మార్గం ఉంది." ఆయననే కుతూహలంగా చూస్తూ అన్నాను.

"ఆపకు. నువ్వు చెప్పుకుంటూ వెళ్ళిపో. నేనూ అన్నీ వింటున్నాను."

"సరే. నేనే మీ స్థానం లో ఉంటే ఈ విధంగా చేసేవాడినేమో. ఇలా చేస్తే బాగుంటుందేమో మీరు కూడా ఆలోచించండి."

"నువ్వు ఏమీ మొహమాట పడకుండా, నీ మనసులో ఉన్నది చెప్పమన్నానుగా?"

"అయితే, మీరు కాంగ్రెస్ కి వ్యతిరేకంగా ఉన్నారు అన్నది ముందుగా పబ్లిక్ గా డిక్లేర్ చెయ్యండి. ఏంటీ కాంగ్రెస్ అండ్ లైక్ మైండెడ్ పార్టీస్ ని మీతో కలుపుకు పోడానికి సిద్ధంగా ఉన్నారనీ, అందుకు గాను మీ దగ్గర ఒక ప్రణాళిక ఉందనీ ప్రకటించండి.

అప్పుడు చిన్నచితకా అప్పో జిషన్ పార్టీలన్నీ మీ ఆధ్వర్యం లోకి వస్తాయి. అపోజిషన్ లీడర్స్ లో మీకే ఎక్కువ కరిష్మా ఉంది. అలాగే కాంగ్రెస్ లోని అసమ్మతి వాదులు కూడా మీతో చెయ్యి కలుపుతారు. ఫెర్నాండెజ్ లాంటివాళ్ళు మీకు తోడవుతారు. వీళ్ళతోనే కాంగ్రెస్ లోని లొసుగుల్ని బయట పెట్టించండి. అవినీతి వివరాలు అన్నమాట. అలాగే, ప్రజాస్వామ్య పరిరక్షణ కోసం మీరు నడుం బిగించినట్టుగా చెప్పండి.

ఉదాహరణకి, కాంగ్రెస్ ప్రెసిడెంట్ బారువా ఉన్నాడు. "ఇండియా ఈజ్ ఇందిరా. ఇందిరా ఈజ్ ఇండియా" అని బాహాటంగానే ఓ స్లోగన్ తీసుకొస్తున్నాడు. ఇది వ్యక్తి పూజకి పరాకాష్ట కాదా? దీన్ని మీరు మీదైన శైలి లో exploit చెయ్యండి.

ఈ జగజ్జీవన్ రామ్ గారు టాక్సులు కట్టడం ఎందుకు మరిచిపోతారో అడగండి. పాకిస్తాన్ తో వార్ లో ఇండియా గెలిచింది. అందరూ ఆ మత్తులో ఉన్నారు... సరే! కానీ, ఇప్పటికైనా వాస్తవాలు గమనించమనండి."

"అంటే, అవేమిటి?"

మన సైన్యాన్ని ఇంతింత జీతాలిచ్చి దేనికి పోషిస్తున్నాం? ఊరికే ఫుట్ బాల్ ఆటలు ఆడుకోడానికీ, ఉత్తిత్తి బొమ్మ పిస్తోల్లతో ప్రాక్టీస్ చేసుకోడానికీనా? యుద్ధం అన్నది గెలవడానికి కాదా? వాళ్ళ డ్యూటీ వాళ్ళు చేస్తే, అందులో ప్రత్యేకంగా అభినందించాల్సింది ఏముంది? ఆ అభినందనలు ఇంకెన్నాళ్ళు?

మానెక్ షా కి గౌరవ పురస్కారాలూ, పీ ఎమ్ గారికి 'భారత రత్నా,' ...సరే! ఆ నియాజీ తో యుద్ధ విరమణ ఒప్పందం ...దానికి పర్మిషన్ ఎవరిచ్చారు.? ఎందుకు ఇచ్చారు? ఓడిపోయిన వారితో సంధిచేసుకోవడం ఏమిటి? అప్పుడు మనం ఈశాన్య రాష్ట్రాలకి రవాణా సౌకర్యాలు మెరుగు పరచుకోడానికి, బంగ్లాదేశ్ లోంచి కొంత భూబాగాన్ని కాంపెన్సేషన్ గా పొందచ్చు కదా? ఈ యుద్ధానికి అయిన ఖర్చూ, పెనాల్టీలూ, మొత్తం పాకిస్తాన్ నెత్తిన రుద్ది, దాని ఆర్థిక వ్యవస్థని కుదేలు చెయ్యచ్చు కదా? అప్పుడు వాళ్ళు కోలుకుని మనల్ని ఎదురు దెబ్బ తియ్యడానికి ఇంకొంచెం టైం పట్టేది కదా? ఈ బంగ్లాదేశ్ శరణార్థుల తాకిడి మనకి ఇంత తీవ్రం గా ఉండేది కాదు కదా? మరి ఆ ఎగ్రిమెంట్ లో టెర్మ్స్ ఎవరు ఫైనలైజ్ చేశారు? అంతా మానెక్ షా గారేనా? ఈ రాజకీయ నాయకుల బాధ్యత ఎవరిదీ, ఏమీ లేదా?

అయితే, అదే సమయంలో, యుద్ధ విరమణ ఒప్పదం చేసుకోవాలంటే, పాకిస్తాన్ దళాలు పూర్తిగా కాశ్మీర్ లోంచీ, పీ ఓ కే లోంచీ వైదొలగాలని, మనం పాకిస్తాన్ కి ఎందుకు షరతు విధించలేదు? **అసలు మన దేశం పరిష్కరించుకోవలసిన సమస్య కాశ్మీరా, లేక బంగ్లాదేశ్ విమోచనమా?**

ఈ కాశ్మీర్ సమస్య అన్నది రావణ కాష్టం లాగా ఎప్పటికీ అలా రగులుతూనే ఉండాలా? ఇలా కొన్ని తరాలు వరకూ ప్రజలు అలా బలై పోతూంటే, అప్పుడు, దానికి రాజకీయ పరిష్కారం చూస్తారా? అంతవరకూ ఈ ఇందిర గారే పీ ఎమ్ గా ఉంటారా?

ప్రజలకి మేలు చేసి, దేశ సమస్యలని ఒక్కసారిగా పరిష్కరించుకునే అవకాశం వచ్చినా, మంచితనం ముసుగులో భారత ప్రజలని వంచించిందెవరు? ఆ సమయం లో ఆ యుద్ధవిరమణ అంగీకారానికి ఈ షరతులు ఎందుకు విధించలేదు? ఇది కేవలం ఇందిరా గాంధీ గారి స్వార్ధం కాదా? దీనివల్ల భారత ప్రజలకి ఎక్కువ మంచి జరిగిందా, లేక పాకిస్తాన్ లోని భుట్టో ప్రభుత్వానికా? ఈ ప్రభుత్వం ఎవరి శ్రేయస్సు కోసం పనిచేస్తోంది? ఇవే పాయింట్స్ మీరు అడగాలి లోక్ సభలో."

"కానీ ఆ సమయంలో అమెరికా వారి 7th fleet బొంబాయి మీద దాడి చేసేందుకు సిద్ధంగా ఉందికదా? "అందువల్లే త్వరగా ఈ యుద్ధవిరమణా, అగ్రిమెంట్లూ అయిపోయాయి, లేకపోతే భారత దేశం ఇంకో పే...ద్ధ యుద్ధంలో పోరాడవలసి వచ్చేది" అని ఇందిర గారు చెప్పచ్చు కదా?"

"అవి మనకి అనవసరం అంకుల్. అప్పుడు ఈ మానెక్ షా గారి అసలు సత్తా తెలిసేదేమో? అయినా మనం యుద్ధ విరమణ ఒడంబడిక లోని విషయాలని ప్రశ్నిస్తున్నాం. 'అమెరికా వారి యుద్ధ నౌకలు మన మీద దాడిచేస్తే ఏమయ్యేది?' అన్నదాన్ని గురించి కాదు.

ఒకవేళ మనం అమెరికా వారి తో ఓడిపోతే, ఈ ఇందిరాగాంధీ గారికీ, మానెక్ షా గారికీ... ఈనాటి వైభవం కూడా ఉండేది కాదు కదా? ఒకవేళ ఆ యుద్ధాన్ని కూడా గెలిచి ఉంటే, ఈ కాశ్మీర్ సమస్య కూడా పరిష్కారం అయ్యుండేది కదా?

మన సైన్యం కేవలం బంగ్లాదేష్ లాంటి దేశాలతో మాత్రమే పోరాడడానికి పనికి వస్తుందా? అమెరికాతో పోరాడలేమా? మరలాంటప్పుడు, ఈ మాత్రానికే, ఆ మానెక్ షా గారికీ, ఇందిరమ్మగారికీ ఈ బిరుదులూ, పురస్కారాలూ ఎందుకు?"

"వావ్! మంచి పాయింట్స్ చెబుతున్నావ్." అన్నారు రాజ్ మాతా. ఆవిడ ఎప్పుడొచ్చారో నేను గమనించలేదు.

దీనికి మీరు రెండు విధాలుగా సన్నద్ధం కావాలి. ఈ విషయాలన్నీ ప్రజలకి తెలియాలంటే, మీరు ఒక్క లోక్ సభలోనే ప్రసంగించి ఊరుకుంటే చాలదు.

రేపో ఎల్లుండో ఓ ప్రెస్ మీట్ పెట్టండి. ప్రస్తుత ప్రభుత్వం లోని, అవినీతినీ, అరాచక విధానాలనీ, బయట పెట్టడానికి మీరు సిద్ధంగా ఉన్నారనీ, దానికి మీదగ్గర ఒక ప్రణాలిక ఉందనీ చెప్పండి. ఈ అవినీతి వ్యతిరేక పోరాటంలో, మీరొక్కరే కాదు, చాలామంది మహామహులు మీవెంట ఉన్నారని చెప్పండి.

ఇండియన్ ఎక్స్ ప్రెస్ గోయెంకా, బ్లిట్జ్ కరాంజియా, హిందూ రామ్, వీళ్ళందరూ కూడా మీ పాయింట్స్ ని కవర్ చేసేలా చూడండి. రోజుకో పాయింట్, లేకపోతే వారానికో పాయింట్ లేవదీస్తూ... ఇలా ప్రభుత్వ అవినీతి విధానాలకి వ్యతిరేకంగా పోరాడుతున్నట్టు కనిపించండి. ప్రజల్లో మీ ఇమేజ్ పెరుగుతుంది. మీరంటే క్రేజ్ పెరుగుతుంది. మీరు అధికారం లోకి రాకపోయినా, ప్రస్తుతం అధికారం లో ఉన్న పార్టీ, తమ అధికారాన్ని నిలబెట్టుకోడాని కి పడరాని పాట్లు పడుతుంది.

"కరప్షన్ ఈజ్ యూనివర్సల్" అని ఈ మధ్యే మన పీ ఎమ్ గారు అన్నట్టు గుర్తు. ఈ పాయింట్ ని కూడా మీరు exploit చెయ్యండి. కరప్షన్ ఈజ్ యూనివర్సల్ అని అంటే, దాన్ని టోలరేట్ చెయ్యమని సలహా ఇచ్చినట్టే కదా? అప్పుడు IPC ని ఎందుకు అమెండ్ చెయ్యరు?

కరప్షన్ ఛార్జెస్ మీద పట్టుబడిన వాళ్ళందరినీ వదిలెయ్యమనండి. ప్రభుత్వం తరఫున ప్రజల అభివృద్ధికై వెచ్చించాల్సిన సొమ్ముని, వీళ్ళు తమ స్వంత అభివృద్ధికి వెచ్చించుకుంటున్నా, మన పీ ఎమ్ గారి అభిప్రాయం ప్రకారం, ఇది తప్పుకాదు కాబట్టి, ఈ అవినీతి పరులనీ గౌరవిద్దాం, ఎందుకంటే, మన పీ ఎమ్ గారి అభిప్రాయన్ని దేశం అంతా గౌరవించాలి కదా? అని చెప్పండి. ఇవన్నీ మీరు నన్ను టెస్ట్ చెయ్యడానికి అడుగుతున్నారేమో అనిపిస్తోంది. నేను చెప్పిన వాటిల్లో మీకు తెలియనిదేముంది?

మీకు ఎంతో వాక్చాతుర్యం ఉంది. అపోజిషన్ పార్టీలన్నిటినీ కలుపుకుని పొండి. మాలాగే మీదీ జాయింట్ వెంచర్ అన్నమాట. తప్పకుండా మీరు సంచలనం సృష్టిస్తారు" అన్నాను నేను.

"అమ్మో. ఇలా చేయాలంటే, ఇలా పబ్లిసిటీ రావాలంటే, చాలా డబ్బు ఖర్చుపెట్టాల్సొస్తుందే? మన పార్టీకి అంత స్థోమత లేదు కదా?" అన్నారు వాజ్.

"నువ్వు ఈ కార్యక్రమం మొదలుపెట్టు. డబ్బు విషయం నేను చూసుకుంటాను" అన్నారు రాజ్ మాత.

వాజ్ అన్నారు.

"అయితే సరే. ప్రసాద్. నువ్వు చెప్పిన పాయింట్స్ తో నాలో కొత్త ఉత్సాహం వస్తోంది. ఇంకా కొన్ని పాయింట్సు కూడా తెలుసు నాకు. మనల్ని జనం మరచి పోకుండా ఉండాలంటే, మనం ఎప్పుడూ జనం నోళ్ళలో నానుతూండాలి. వాళ్ళు మనగురించే మాట్లాడుకునేలా ఉండాలి. అర్థం అయ్యింది. థాంక్స్. థాంక్యూ మై బాయ్."

రాజ్ మాత అన్నారు. "ప్రసాద్ ఈజ్ బ్రిలియంట్. వాడి బుర్ర నిండా ఐడియాలే!"

"అందుకనేగా, వీళ్లనీ, వీళ్ళ సంస్థ నీ రెస్క్యూ చెయ్యమని మీకు చెప్పాను?" అన్నారు వాజ్.

"ఔరా! ఇంతమంది నావెనక ఉన్నారా? ఇంతమంది శ్రేయోభిలాషులు ఉన్నారా మాకు?" అని అనిపించింది.

ఇంతలో రాజ్ మాతా పీ ఏ వచ్చి ప్రధాన్స్ లో ఫంక్షన్ కి వచ్చే టైమ్ అయ్యిందని గుర్తు చేశాడు. అందరం ఒకటే కారులో వచ్చాం." ముగించాడు ప్రసాద్.

"వాజ్, నువ్వూ, ధరణీ, కలిసి రాజ్ మాతా తో ఒకే కారు లో వచ్చారా?" ఆశ్చర్యం పట్టలేకపోయాను నేను.

"వాళ్ళందరూ కలిసి రావడం వింత కాదు. వాజ్ జీ కి కారు లేదు. రాజ్ మాతా కారు నే వాడుతారు. అందులోనే వీడూ రావడం అన్నది, ఇదే మొదటి సారేమో!" అన్నాడు శ్రీ.

"అవును నాకూ ఇది థ్రిల్లింగ్ గానే ఉంది. అందుకే ఇప్పుడు మీతో షేర్ చేసుకుంటున్నాను" అన్నాడు ప్రసాద్.

25

01.01.1973, ఢిల్లీ

హోటల్ వారి కారులో ఆగ్రా కి ప్రయాణమయ్యాం. అందరం కార్లో సర్దుకున్నాక నేను అన్నాను.

"వాణీ ఇంక నీ వంతు. నీ విషయం కూడా వినేస్తే, మనం దార్లో శుభ్రంగా కబుర్లు చెప్పుకుంటూ, మన కొత్త జీవితాలని ఆనందించొచ్చు" అన్నాను నేను.

"సరే. క్లుప్తంగానే చెప్పేస్తాను వినండి. ఇప్పుడు నేను కూడా మా వాళ్ళందరినీ వదిలేసుకుని, మీ దగ్గరికి వచ్చాను. నన్ను కూడా మీలో కలుపుకోండి. ఇదే నేను చెప్పదలుచుకున్నది" అంది వాణి.

"అది తెలుస్తూనే ఉందిలే. మీవాళ్ళు ఈ హోటల్ దాకా నిన్ను దిగబెట్టారా?" అడిగింది రాజీ.

"అయ్యో. అంత మర్యాద కూడానా?" అంది వాణి.

"అయితే జరిగిందేమిటో వివరంగా చెప్పు" అన్నాడు లక్ష్మణ్.

వాణి మిమిక్రీ చేస్తూ చెప్పింది.

"ఇంతగా తెగిస్తావనుకోలేదు. వాడు ఏ మాలాడో, మాదిగాడో తెలవదు. ఎస్ సీ కోటాలో వచ్చాడో ఎస్ టీ కోటాలో వచ్చాడో తెలియదు. బ్రాహ్మడైతే, అలా BJS ఆఫీసులో కప్పులు కడుగుతూ, టేబిల్సు తుడుస్తూ ఉద్యోగం చెయ్యడు...నీ మాటలు నమ్మడమే తప్పు, అసలు వాడు నిజంగా మెడిసిన్ ఎక్జామ్ పాసయ్యాడో లేదో కూడా మాకు డౌటే... యునానీలోనో, ఆయుర్వేదంలోనో, హోమియోలోనో, కూడా మెడిసిన్ చెయ్యచ్చు. దానికి పెద్ద క్వాలిఫికేషన్ కూడా అక్కరలేదు. 'ఆర్ ఎమ్ పీ' అని ఓ బోర్డ్ తగిలించేసుకోవచ్చు. మెడిసిన్ చదివే వాళ్లంతా మంచి వాళ్ళవ్వక్కర లేదు. నేను నీ మంచి కోసమే చెబుతున్నాను. వాడితోనే లేచిపోతానంటే... ఆ తరువాత నీ ఇష్టం" – ఇది మా బాబాయ్.

"కనీసం అక్క పెళ్ళి అయ్యే దాకా అయినా అగలేవా? దాని పెళ్ళి అయ్యాక నీ ఇష్టం వచ్చినట్టు అఘోరించచ్చు కదా? దీని చెల్లెలు లేచిపోయింది అని చెబితే, దీనికి పెళ్ళవుతుందా? ఈ మాత్రం ఇంగిత జ్ఞానం కూడా లేదా?" – మా పిన్ని.

"పోనీలే అమ్మా. అక్క పెళ్ళి కంటే తను లేచిపోవడమే ముఖ్యం, అని అదనుకుంటే మనమేం చేస్తాం? ఫరవాలేదు లే చెల్లీ. నీ ఇష్టం వచ్చినవాడితో లేచిపో. నా పెళ్ళి ఎలా రాసుంటే అలా జరుగుతుంది." –అక్క.

"దీనికి రక్త సంబంధాల వాల్యూ కూడా తెలియదు. అంతా దీని ప్రతాపం వల్లే మెడిసిన్ లో సీట్ వచ్చింది అని అనుకుంటోంది. అప్పుడు నాన్న గారు వాళ్ళ సెక్రెటరీ తో రికమెండ్ చేయించారని ఈవిడకి తెలియదు. ఎంతైనా తను మన రక్తం కాదని నిరూపించింది." –పెద్దన్న.

"ఎంతైనా పరాయి పిల్ల పరాయి పిల్లే. సొంత పిల్లగా ఎంత చూసినా, ఎప్పుడో ఒకప్పుడు ఇలా మోసం చేసి పారిపోతుంది. ఇలా జరగచ్చని ముందే హెచ్చరించాను నాన్నగారిని. అయితే ఇంత త్వరగా జరుగుతుందనుకోలేదు" –చిన్నన్న.

"మేమూ పెళ్ళిళ్ళు చేసుకున్నాం కానీ, ఇలా పెళ్ళికి వెంపర్లాడి పోలేదు. "నేను ఆగలేను బాబోయ్...అక్కకి పెళ్ళికాకపోయినా ఫరవాలేదు, నేను మాత్రం లేచిపోవాలి" అన్నదాన్నినిన్నే చూస్తున్నాం. మా ఇంటావంటా లేదు ఇటువంటి సంఘటన." –పెద్దవదిన.

"మన స్థోమతకి మించిన చదువులు చదివిస్తే, వచ్చే ఫలితం ఇది. మీ అన్నయ్యలిద్దరూ మెట్రిక్ దాకానే చదివారు. మరి కుటుంబాన్ని పోషించు కోవడం లేదా? మేము సరిగ్గా కాపురాలు చేసుకోవడం లేదా? మీ అక్క కూడా మెట్రిక్ చదివింది. పెళ్ళికేమీ తహతహ లాడి పోవడం లేదే? పెద్దవాళ్ళు సంబంధం కుదిర్చాకే చేసుకుంటానంది. నువ్వే, గో....ప్ప మెడిసిన్ చదివానని, ఇలా లేచిపోడానికీ, పరువు తియ్యడానికీ, సిద్ధ పడ్డావు. రేపు మా పుట్టింటి వాళ్ళకి ఈ విషయం తెలిస్తే, నేను ఎలా తలెత్తుకోను?" –చిన్నవదిన.

"వెళ్ళిపోతే వెళ్ళిపో. ఆ తరువాత ఈ ఇంటి గడప తొక్కకు. ఏ జన్మ లోనో మేం నీకు ఋణపడి ఉన్నాం. ఇంతవరకూ చదివించాం. ఇహనైనా మా మానాన మమ్మల్ని బతకనీ. "నా చిన్నప్పుడే మా నాన్న చస్తే, మా బాబాయ్ నన్ను చేరదీసి చదివించాడూ, అయినా నేనే పెళ్లికోసం వెంపర్లాడిపోయి, ఇలా లేచి పోయానూ" అని ధైర్యంగా చెప్పుకో." -బాబాయ్

"ఏదో ఋణం తీర్చుకోవడం ఏమిటి? వాళ్ళ బాబు ఇచ్చిన ఆస్థంతా దాని చదువుకే సరిపోయింది. పైగా కష్టపడి, రెక్కలు ముక్కలు చేసుకుని, మీరూ మీ పిల్లలూ, సంపాదించిందంతా కూడా దానికే దోచిపెట్టారు. మెడిసిన్ చదివిన దానికి మనం ఆనం. పోస్తే తల్లీ. నువ్వేమీ మాకు డబ్బులు రిటర్న్ ఇవ్వక్కరలేదు గానీ, నీ నిర్వాకం చాలు. వెళ్ళాలనుకుంటే నిరభ్యంతరంగా వెళ్ళు. ఎవడితో పడుకుంటావో, వాడి పేరు కూడా మాకు చెప్పక్కరలేదు." –పిన్ని.

"ఎందుకైనా మంచిది. నీ ఇష్ట ప్రకారమే ఇల్లు విడిచిపోతున్నానని ఓ లెటర్ రాసి పడెయ్. రేపు నువ్వు కనబడడంలేదని, ఎవడైనా కేస్ పెడితే, ఆ పోలీసోళ్ళ చుట్టూ మేం తిరగలేం." –పెద్దన్న.

"ఆ పనేదో నువ్వు త్వరగా తెమిల్చి వెళ్ళిపోతే, మేం ఆఫీసులకి వెళ్తాం. మళ్లీ నిన్ను చూడక్కరలేదనే ఆశిస్తాం." -చిన్నన్న.

"మీరందరూ ఎందుకిలా కక్ష గట్టినట్టు మాట్లాడుతున్నారో నాకు అర్థం కావడం లేదు. లక్ష్మణ్ మీక్కూడా తెలుసు. అతనికి తల్లితండ్రులు లేనంత మాత్రాన, అతను మాలాడో మాదిగాడో అవ్వక్కరలేదు. మనం కూడా బ్రాహ్మలు చేసే ఉద్యోగాలే చెయ్యడం లేదు కదా? మన 'ఉపద్రష్ట' వారిని కూడా, అతని బంధువులు ఇలాగే నిలదీస్తే, మనం ఏం సమాధానం చెప్పగలమో ఊహించండి.

మీరు చిన్నాన్నా పిన్నీ అయినా కూడా, మిమ్మల్ని తల్లితండ్రులు గానే భావించాను. అందుకే నా స్కాలర్ షిప్ అమౌంట్లూ, హౌస్ సర్జన్ స్టైపండ్లూ, నా పార్ట్ టైం సంపాదనలూ...అన్నీ మీకే ఖర్చుపెట్టాను. మీ చదువులకి నేనేమీ అడ్డంకి కాలేదే? మిమ్మల్ని పై చదువులు చదవద్దని నేను అడ్డుపడలేదే? అక్క పెళ్ళికి నేను మీకు సహాయం చెయ్యగలను. అలాగే అన్నయ్యలకి కూడా వేరే ఉద్యోగాల్లో స్థిరపడడానికీ నేను సహాయం చెయ్యగలను. మొదట్నుంచీ మీరు నేనంటే ఒక రకమైన అసహనాన్నే చూపారు. అన్నీ భరించాను. కానీ నేను కూడా సరైన టైమ్ లో ఓ నిర్ణయం తీసుకోవాలి.

లక్ష్మణ్ ని నేను ప్రేమించాను. ఇప్పుడు అతనితో కలవక పోతే, మళ్లీ నాకు అతన్ని కలిసే అవకాశం రాదు. నేను లక్ష్మణ్ దగ్గరికి వెళ్లిపోతున్నాను. అతను మన కులంవాడు కాకపోయినా సరే! మీకేమన్నా సహాయం కావల్సొస్తే నన్ను కంటాక్ట్ చెయ్యండి.

మీరు చెప్పినట్టుగా, నేను మళ్ళీ ఈ గడప తొక్కను. థాంక్స్ పిన్నీ. థాంక్స్ బాబాయ్" అని చెప్పి వచ్చేశాను. ఇంతకన్నా వివరాలు కావాలా?" వాణి తన మిమిక్రీ ఆపింది... మళ్ళీ తనే,

"అలా అందరి అభిప్రాయాలూ విని, నా సర్టిఫికేట్లూ, తీసుకుని, కట్టుబట్టల్తో మీ దగ్గరికి వచ్చేశాను నిన్న కొన్న రెండు చీరలూ, ఇక్కడే ఉన్నాయి కదా? వాటిల్లోదే ఒక చీర ఇప్పుడు కట్టుకున్నాను" అంది. మాకెవ్వరికీ నోట మాట రావడంలేదు. ముందుగా తేరుకున్నాడు శ్రీ.

"లక్ష్మణ్ మాలాడో, మాదిగాడో తెలియదా? ఎస్ సీ కోటాలోనో, కాకుంటే ఎస్ టీ కోటా లోనో, సీట్ తెచ్చుకున్నాడా? బ్రాహ్మణుడినే అని పోజ్ కొడతాడా? ఇవన్నీ మీ బాబాయ్ నాముందు అనుంటే, ఖచ్చితంగా మాలో ఎవరో ఒకరు హాస్పిటల్లో ఉండే పరిస్థితి వచ్చుండేది. చిన్నప్పటినుంచీ కలిసున్నాం మేము.

విజయనగరం లో కానీ, వైజాగ్ అక్కయ్య పాలెంలో కానీ, 'అగ్నిహోత్రం' వారు బ్రాహ్మలా కాదా అని ఎంక్వైర్ చెయ్యమను. వాళ్లన్నయ్య జనార్ధన్ రైల్వేస్ లో పనిచేస్తున్నాడు. వైజాగ్ లోనే! అతన్ని ఎంక్వైర్ చేసుకోమను.

నిజంగా మా లక్ష్మణ్ గాడికి కట్నం ఎంత పలుకుతుందో, మీ వాళ్లకి ఐడియా ఉందా? అమెరికాలో మెగాహాస్పిటల్ ఛీఫ్. ఏడాదికి కొన్ని లక్షల డాలర్లు సంపాదిస్తాడు.

వాడికిచ్చి నిన్ను పెళ్ళిచెయ్యాలంటే, మీ వాళ్ళు లక్షలు లక్షలు ఖర్చుపెట్టాలి. ఆ ఖర్చు వదిలించుకోవడం కోసం, వాడిని ఇన్ని మాటలు అంటారా? వాడు మాకు మాత్రమే లోకువ. అందరికీ కాదు." శ్రీ ఆవేశాన్ని చూస్తే మాకు భయం వేసింది.

ప్రసాద్ చెప్పాడు. "పోన్లే వాణీ. ఇకముందునుంచీ వాళ్ల గడప తొక్కద్దని ఆర్డర్ వేసేశారుగా? నిజంగానే అక్కడికి వెళ్లకు. ఇద్దరన్నల స్థానం లో ఒకడే అన్న వచ్చాడనుకో. నీకే లోటూ రాకుండా అన్ని లాంఛనాల తోటీ, నిన్ను ఈ లక్ష్మణ్ గాడికిచ్చి పెళ్ళిచేస్తాను. నువ్వు నన్నే నీ పుట్టిల్లు గా భావించచ్చు" అని,

"ఏమంటావ్ రాజీ?" అని రాజీని అడిగాడు.

"ఎలాగైనా నీకు చెల్లెలే. నాకు ఆడపడుచే. అందరం కలిసి ఒకే కుటుంబంలా ఉంటామని నిన్ననే అనుకున్నామాయె. ఇందులో ఆలోచించేదేముంది? పద్మా, విజయల తో పాటే తను కూడా" అంది రాజీ. అందరి మనసులూ తేలిక పడ్డాయి. ఈసారి వాణి నెపం మీద దారిలో షాపింగ్ చేసి, ముగ్గురం మూడు సూట్ కేసులూ, వాటినిండా బట్టలూ కొనుక్కున్నాం. వాణి షాపింగ్ గైడ్ గా ఉంటే, బిల్లు మాత్రం లక్ష్మణ్ పే చేసుకున్నాడు.

రాత్రి ఎనిమిది గంటలకల్లా ప్రధాన్స్ హోటెల్ వారి కారులో ఆగ్రా చేరుకున్నాం. అక్కడ వెన్నెల్లో తాజ్ మహల్ చూసుకుని, అక్కడ హోటల్లో తెల్లవార్లూ కబుర్లు చెప్పుకుని, మర్నాడు డిల్లీ కి తిరిగి వచ్చేశాం. రాత్రి రాజధానీ లో మద్రాస్ బయలు దేరి, అక్కడనుంచీ, సాయంత్రానికల్లా, నేరుగా తిరుపతి వచ్చేశాం."

పద్మ తను చెప్పడం ఆపింది.

"మళ్ళీ బ్రేక్.... ఈ సారి వాణత్త చెబుతుంది." అంది అపర్ణ.

"ఈవాల్టికి ఈ ఎపిసోడ్ అయిపోయింది. నెక్స్ట ఎపిసోడ్ మళ్ళీ నెక్స్ట సండే. అంతే కదత్తా?" బతిమాలింది వైదేహి.

"అలాగే. ఆ విషయాలు ఎప్పుడు జ్ఞాపకం తెచ్చుకున్నా, మాకు అవే అనుభూతులూ, ఆనందాలూ వస్తాయి. అలాగే నెక్స్ట సండే పెట్టుకుందాం" అంది వాణి.

"ఒరేయ్ ఎస్ వీ. నెక్స్ట సండే, మీరంతా మాదగ్గరికి వచ్చేయండి. ఆ తరువాత సండే కి మనం ఎలాగూ యూ ఎస్ వెళ్లిపోతాంకదా? సరేనా వదినా?" అన్నాడు లక్ష్మణ్.

"ఒకసారి లక్ష్మణ రేఖ దాటిన సీతాదేవి ఎన్ని కష్టాలు పడిందో నాకు తెలుసు కదా? అందుకని ఈ లక్ష్మణుడి మాట కాదనను. ఓకే." అంది పద్మ.

"అయితే వంటపని మాదే. నేనూ, శ్రీధర్ కూడా బాగా వండుతాం" అంది అపర్ణ.

"అలాగే చెయ్యండి. ఇద్దరు ఐ ఏ ఎస్ ఆఫీసర్స్ మా ఇంటికొచ్చి, వంట చేస్తాం అంటే, అంతకన్నా కావలసింది ఏముంది?" అంది వైదేహి. వైదేహిని కొట్టబోయింది అపర్ణ. వాణి వారించింది.

"చూడు అప్పూ. ఏదో ఉత్తుత్తినే కొడుతున్నట్టుగా నటించకు. ధైర్యం ఉంటే దాన్ని నిజంగా కొట్టు. మేమేమీ అనం. ఇది రౌడీ పీనుగ అయిపోయింది. అన్నీ రాజీ లక్షణాలే." అంది వాణి.

హాల్లో అందరూ నవ్వులే నవ్వులు.

26

06.01.2005, హైదరాబాదు

ఆరోజు దీపక్ నిమ్స్ కి వచ్చి వైదీ ని కలుసుకున్నాడు.

"ఇక్కడ మీ డిపార్ట్ మెంట్ లో ఎంక్వైర్ చేశాను. నువ్వు అసలు పేషెంట్స్ ని చూడవనీ, ఎప్పుడూ ఆ సుధాకర్ తోటే, ఆ లాబ్ లోనే గడుపుతావనీ, చెబుతున్నారు. మీ కొల్లీగ్స్ ఏమనుకుంటారో అనే ఫీలింగ్ కూడా లేదా?"

షాక్ అయ్యింది వైదేహి.

"అవును దీపక్. నేను పేషెంట్స్ ని చూడను. తాతగారిని ఏదో కాకతాళీయంగా చూశాను. అంతే. మా ఎమ్ డీ ప్రాజెక్ట్స్ అన్నీ సుధాకర్ అంకులే చూస్తున్నారు.

గత ఆర్నెల్లుగా, ఆయనతోనే గడపడం అలవాటయిపోయింది. ఎంతగా అంటే....ఆయన ఉంటే... నేను ఇతరుల గురించి పట్టించుకునే ఛాన్సే ఉండదన్నమాట."

"అది తెలుస్తూనే ఉందిలే. తాతగారికీ మామ్మకీ కూడా నువ్విలాంటి దానివని తెలుస్తే, చాలా బాధ పడతారు. అది సరే, మీ నాన్న గారి వద్దనుంచి ఏమన్నా కన్ఫర్మేషన్ వచ్చిందా?"

"రోజూ మాట్లాడుతూనే ఉన్నాను. చాలా విషయాల్లో పోలికలు సరిపోతున్నాయి కానీ, తను స్వయంగా తాతగారిని కలిస్తే కానీ, ఏమీ కన్ఫర్మ్ చెయ్యలేనన్నారు. అఫ్ కోర్స్ నేనయితే, ఆయన్ని తాతగారిలాగే చూస్తాను."

"అయితే నెక్స్ట్ వీకెండ్, హాకీం పేటలో, మా ఎయిర్ ఫోర్స్ క్వార్టర్స్ కి రండి. మా క్వార్టర్స్ చూసినట్టూ అవుతుంది. తాతగారూ మామ్మా కూడా అక్కడికే వస్తారు. మీతో చెప్పమన్నారు."

"అలాగే. కిందటి వారం లాగే, పొద్దున్నే పది గంటలకల్లా వచ్చేస్తాం. మళ్లీ 12.00 గంటలకి వెళ్ళిపోతాం. సరేనా?"

"మరి మిమ్మల్ని నా కారు లో పికప్ చేసుకోనా?"

"వద్దు. మమ్మల్ని పికప్ చేసుకుని, మళ్ళీ డ్రాప్ చెయ్యాలంటే, చాలా పెట్రోలు వేస్టూ, టైం వేస్టూ, మీకు శ్రమా కూడా. హైదరాబాద్ లో ఆటోలూ, టాక్సీలూ ఈజీగా దొరుకుతాయి. ఎయిర్ ఫోర్స్ క్వార్టర్స్ వద్దకి వచ్చి మేమే నీకు ఫోన్ చేస్తాం. అక్కడినుంచీ పికప్ చేసుకో."

అప్పటికే వైదీ అంటే చులకన అభిప్రాయం కలిగింది దీపక్ కి.

"సరేలే. ఈ రోజుల్లో అమ్మాయిలు మెడిసిన్ చెయ్యాలంటే, చాలా వాటిని కోల్పోవాలి. నాకు తెలుసు. నేను ఇవేవీ తాతగారికి చెప్పనులే." అనేసి వెళ్లిపోయాడు.

వైదేహి ఆలోచిస్తోంది. "వీళ్ల మైండ్ సెట్ ఎప్పటికి మారుతుంది? మెడిసిన్ చెయ్యాలంటే, ప్రొఫెసర్ పక్కలో పడుకోవలసిందేనా? అసలు ఈ సుధాకర్ తన బాబాయ్ అని దీపక్ కి తెలియదు. అందుకనే, నాన్నగారూ, మావయ్యా కూడా వీళ్లతో జాగ్రత్తగా డీల్ చెయ్యమన్నారు."

ఆరోజు సాయంత్రం శ్రీనాద్ తోటీ, పద్మత్త తోటీ చెప్పింది జరిగిన విషయం.

"నాకు తెలుసు వైదీ. వాళ్ళు అందరిలోనూ లోపాలు ఎంచడానికే చూస్తారు. ఇలాంటి లోపాలుంటే, ఎవరైనా పైకి రాగలరు అని వాళ్ళు ప్రూవ్ చేస్తారు.

వాళ్లలో అలాంటి లోపాలు లేవు కాబట్టే, ... అలాంటి దిగజారుడు పనులు చెయ్యరు కాబట్టే, వాళ్ళు పైకి రావడం లేదు అన్న మాట. సింపుల్. ఇది జనరల్ హ్యూమన్ సైకాలజీ.

నువ్వు కరెక్ట్ గానే రెస్పాన్స్ ఇచ్చావు. ప్రసాద్ వచ్చాక వాళ్ళతో డీల్ చేస్తాడు లే. అంతవరకూ, వాళ్లని, నువ్వు ఇదే ఇంప్రెషన్ లో ఉండనీ." అంది పద్మ.

27

09.01.2005, ఆదివారం, హైదరాబాదు

ఆదివారం పొద్దున్నే హకీంపేట ఎయిర్ ఫోర్స్ క్వార్టర్స్ కి బయలు దేరారు అక్కాచెల్లెల్లు. ఆ క్వార్టర్స్ దగ్గర తమ కారు ని వెనక్కి పంపించేసి, బస్ స్టాండ్ వరకూ నడుచుకుంటూ వెళ్ళి, దీపక్ కి ఫోన్ చేశారు తమని పికప్ చేసుకోమని.

దీపక్ గొప్పగా తమ కారు లో వీళ్ళిద్దరినీ పికప్ చేసుకుని తమ క్వార్టర్స్ కి తీసుకెళ్ళాడు. పలకరింపులూ, కుశల ప్రశ్నలూ అయిపోయిన వెంటనే, పెద్దమ్మ గారు వంటింట్లోకి వెళ్ళిపోయారు. తమ నిరసన ఈ విధంగా తెలియజేశారన్న మాట!

అందరూ మళ్లీ మాటల్లో పడ్డారు. ఈ సారి వైదీ కానీ, అపర్ణ కానీ వంటింట్లోకి వెళ్ళడానికి ఆసక్తి చూపించలేదు. తాతగారూ, మామ్మా, సుహాసినీ, వాళ్లబ్బాయి శ్రీనివాస్, అందరూ కూర్చుని కబుర్లు చెప్పుకుంటున్నారు. అప్పుడు మామ్మగారు అడిగారు.

“వైదేహీ. ఎమ్ డీ లో సీటు రావాలంటే, అదీ నిమ్స్ లో రావాలంటే, ఎన్నో పక్క దారులు తొక్కాలట గదా? మరి నీకెలా వచ్చింది సీటు?” ఏమీ తెలియనట్టు, ఎంతో అమాయకంగా అడిగారు.

“అవన్నీ మా ప్రకాష్ మావయ్యా, మా డాడీ చూసుకున్నారు మామ్మా. ఫలానా రోజున నిమ్స్ లో డాక్టర్ సుధాకర్ ని కలవమని నాకు చెప్పారు. సుధాకర్ గారు నన్ను చూస్తూనే, సీటిచ్చారు. వెంటనే ఫీజ్ కట్టెయ్యమన్నారు. గత కొన్నేళ్ళుగా ఆయన తోటే నా డ్యూటీ. ఇంతకన్నా వివరాలు నన్ను అడగొద్దు.” అంది వైదేహి.

“అలాగా. అర్థం అయ్యిందిలే!” అన్నట్టుగా వాళ్ళంతా ఒకరినొకరు చూసుకున్నారు. “చూశావా? నేనెలా బయట పెట్టానో?” అన్నట్టుగా ఉంది దీపక్ చూపు.

“పోన్లే తల్లీ. ఎలాగోలాగ ఆ ఎమ్ డీ గట్టెక్కేస్తే, మీ నాన్న నీకు పెళ్ళి చేసేస్తాడు. వాడి భాధ్యతా తీరిపోతుంది.” అన్నారు మామ్మగారు ఎంతో సానుభూతిగా.

“అవును మామ్మా. వాళ్ళు కూడా సంబంధాలు చూస్తున్నారు కానీ, నిమ్స్ లో ఎమ్ డీ చేస్తోందీ, అది కూడా డాక్టర్ సుధాకర్ దగ్గర, అని తెలియగానే సంబంధాలు వెనక్కి వెళ్ళిపోతున్నాయ్” అంది వైదేహి.

“అవన్నీ ఎందుకులే... కళ్యాణ ఘడియ వస్తే, అన్నీ వాటంతట అవే అయిపోతాయి.” ఓదారుస్తున్నట్టుగా అంది సుహాసిని.

"అయినా ముందు మా అక్కకి కావాలిగా?" అంది వైదేహి.

"మీ అక్కకి సంబంధాలు రావడం కష్టం. నువ్వంటే ఏదో మెడిసిన్ చేస్తున్నావనైనా చెప్పుకోవచ్చు. అక్క కోసం ఆగితే, నీక్కూడా పెళ్లికాదు." అన్నారు మోహన్ గారు.

అపర్ణకి కోపం వచ్చేస్తోంది. "ఈ మాట మీరు మా నాన్నగారికి చెబితే బాగుంటుంది తాతగారూ. తను మా మాట వినడు" అంది వైదేహి.

"అలాగే. వాడి ఎదురుగానే చెబుతాను. నాకేం భయం?" అన్నారు తాతగారు.

"వారం రోజుల్లో ఎంతమార్పు? అప్పుడే మాలో లోపాలు కనిపెట్టి మమ్మల్ని exploit చేసే పనిలో ఉన్నారు వీళ్ళు" అనుకుంది వైదేహి.

"మరి దీపక్ సంగతేమిటి పెదనాన్నగారూ? ఏదైనా జాబ్ కన్ఫర్మ్ అయ్యిందా?" అడిగింది అపర్ణ.

"లేదమ్మా... ఇంకా లేదు. వాడు చిన్నా చితకా జాబ్స్... సెక్రెటేరియట్ లో లాంటివీ, పంచాయతీ ఆఫీస్ లో లాంటివీ చెయ్యడు. మా ఫ్రెండ్ కొత్తగా బిజినెస్ పెడుతున్నాడు. అందులో వీడిని మేనేజర్ గా వేసుకుంటానన్నాడు. బహుశా నెక్స్ట మంత్ లో జాయన్ అవ్వచ్చు" అన్నారు మోహన్.

"ఏం బిజినెస్? దీపక్ కి ఎంతిస్తారు?"

"మెషీన్ టూల్స్ షో రూం అమ్మా. వీడే ఆ షో రూమ్ లో మేనేజరూ, సేల్స్ ఇన్ చార్జ్ కూడా. సేలరీ ఓ పదివేల దాకా ఇస్తాడు కానీ, ఆ మేనేజర్ హోదా, వేరే చోట రాదు కదా?"

"కంగ్రాట్స్ దీపక్... అయితే నువ్వు మాకు నెక్స్ట మంత్ పార్టీ ఇస్తావన్న మాట." అభినందించింది అపర్ణ.

"ఓ ష్యూర్. తప్పకుండా." అన్నాడు దీపక్.

"అవును వైదీ? మీ అన్నగారు కూడా, ఢిల్లీలో ఎయిర్ ఫోర్స్ లో ఉన్నాడని చెప్పావు కదా? నేను ఎంక్వైర్ చేశాను. 'సోమయాజుల ప్రవీణ్' అనే పేరుతోనే కాదు, అసలు 'సోమయాజుల' అనే ఇంటిపేరుతో కూడా, పైలట్స్ ఎవరూ లేరని నాకు ఇన్ఫర్మేషన్ వచ్చింది.

నాది నాన్ ఫ్లయింగ్ వింగ్ అయినా, అక్కడి పర్సొనెల్ ఆఫీసర్ విక్రమ్ భాటియా తో చక్కని చనువూ, స్నేహమూ ఉంది. మరి మీ అన్న స్క్వాడ్రన్ లీడరేనా, లేక స్క్వాడ్రన్ లీడర్ దగ్గర పనిచేస్తాడా?" మోహన్ ఎంతోకుతూహలం గా అడిగారు.

అందరూ కూడా వీళ్ళేం జవాబు చెబుతారా అని వింటున్నారు. వీళ్ళ అబద్ధాలన్నీ బయట పెట్టించేస్తున్నారు అన్నమాట.

అపర్ణ చెప్పింది. "ఏమో అంకుల్. వాడు ఎయిర్ ఫోర్స్ లో పనిచేస్తున్నానని మాకు చెప్పాడు. మాకైతే స్క్వాడ్రన్ లీడర్నే అని చెప్పాడు, కానీ మీరు చెప్పింది విన్నాక, మాకూ అనుమానం వస్తోంది. మేం ఇంతవరకూ ఢిల్లీ వెళ్లలేదూ, వాడి క్వార్టర్స్ కూడా చూడలేదు."

మోహన్ ఇంకా ఉత్సాహంతో చెప్పాడు. "ఇంకో పాయింట్ కూడా ఉంది అపర్ణా. మీ తమ్ముడు నీ ఏజ్ వాడే అని చెబుతున్నావు కదా? ఆ ఏజ్ వాళ్లని ఢిల్లీలో అస్సలు పోస్ట్ చెయ్యరు. వార్ జోన్ లో ... అంటే ఏ అంబాలా లోనో, గౌహతీ లోనో, తేజ్ పూర్ లోనో పోస్ట్ చేస్తారు. ఢిల్లీ లో పోస్టింగ్ ఇవ్వరు.

మీ తమ్ముడు డిల్లీలో ఉన్నాడని మీరు చెప్పినప్పుడే నాకు అనుమానం వచ్చింది. నేనూ ఎయిర్ ఫోర్స్ వాడినే కదా? అందుకనే ఎంక్వైర్ చెయ్యగలిగాను."

"అయితే ఈ విషయం కూడా వాడిని అడిగి కనుక్కుంటాను." అమాయకంగా బదులిచ్చింది అపర్ణ.

అక్కడున్న వాళ్ళందరి మొహాల్లోన్నూ ఏదో చెప్పలేని తృప్తి, ఆనందం కనిపిస్తున్నాయి.

"ఆ విషయం కాస్సేపు పక్కన పెట్టండి పెదనాన్న గారూ. దీపక్ కి ఇంకా జాబ్ రాలేదు కదా? మా మేజర్ ఇండస్ట్రీస్ సెక్రెటరీకి చెప్పి ఏదైనా హెల్ప్ చేద్దాం అని అనుకున్నాను. తనకి మంచి జాబ్ వస్తున్నప్పుడు, మళ్ళీ నేనెందుకు పాడు చెయ్యడం? అందుకని, నా ఆలోచన ని డ్రాప్ చేసుకుంటున్నాను" అంది అపర్ణ.

"వాడు ఎవరి దయా దాక్షిణ్యాల మీదా ఆధారపడి జాబ్ తెచ్చుకోడు. ఇది మా ఫ్రెండ్ ది కాబట్టి, కొన్నాళ్ళు పనిచేస్తాడు అంతే! వాడు స్వంతంగా బిజినెస్ పెట్టుకుంటాడు" అన్నారు మోహన్ గారు.

అంతటితో ఆ టాపిక్ క్లోజ్.

మళ్ళీ భోజనాలు అయ్యాక, అందరికీ వీడ్కోలు చెప్పి వీలైతే మళ్ళీ వారం వస్తామని చెప్పి, బయలు దేరారు అక్కాచెల్లెల్లు.

"వైదీ! నువ్వు ఎక్కడికి రావాలో నేను చెబుతాలే! హాస్పిటల్ లో నీ రూమ్ ఎక్కడో నాకు తెలిసిపోయింది కదా?" వెకిలిగా అన్నాడు దీపక్.

వైదేహీ అపర్ణా మారు మాట్లాడకుండా బయటకి వచ్చేశారు. ఈసారి వాళ్ళెవరూ గుమ్మం దాకా కూడా వచ్చి సాగనంపలేదు. కాస్సేపట్లో తమ కారు లో, డైరెక్ట్ గా లక్ష్మణ్ ఇంటికి వెళ్లిపోయారు.

28

09.01.2005, **హైదరాబాదు**

అపర్ణా, వైదేహీ లక్ష్మణ్ ఇంటికి వెళ్ళేసరికే, శ్రీనాధ్, శ్రీధర్, పద్మా, వాణీ, లక్ష్మణ్ లు భోజనాలు చేస్తున్నారు.

"రండి రండి అప్పూ, మాం....చి ఐటెమ్స్ చేశాడు శ్రీధర్. మమ్మల్ని జాయిన్ అవ్వండి" అంది వాణి.

"ఏం ఫర్వాలేదక్కా. శాంపిల్ తినెయ్. ఏదైనా మెడికల్ ప్రోబ్లెం వస్తే, నేను చూసుకుంటాను." అంది వైదీ తన అక్కతో.

"నీకు కేసులు రావడం కోసం, నేను రిస్క్ తీసుకోవాలా? సారీ. శ్రీధర్ అప్పడాలు మాత్రం బాగా వేయించగలడు." అంది అపర్ణ.

"అదే... అప్పడాలతో పాటు, అదే నూనెలో అరటికాయలు కూడా వేయించేశానులే. కూర బాగుంది. నువ్వు కూడా తినెయ్ అప్పూ." అన్నాడు శ్రీధర్.

"ముందు అరటికాయలు వేయించి, ఆ తరువాత మిగిలిన నూనెలో అప్పడాలు వేయిస్తారా, లేక ముందు అప్పడాలు వేయించి, ఆ తరువాత అరిటికాయలా?" డౌట్ వచ్చింది వైదేహికి.

"వాడిని అలా ఆటపట్టిస్తే నేనూరు కోను. అసలు, వంటంతా మీరే చేసేస్తామన్నారేమో? హాయిగా మీ తాతగారింటికి చెక్కేశారు. అయినా శ్రీధర్ ఈ పిన్నికి వంటలో సాయం చేశాడు. అదీ ప్రేమంటే" అంది వాణి.

"సారీ అత్తా. నువ్వు అపార్థం చేసుకున్నావు. నేను రాత్రి వంటకి సాయం చేసేదానిని. ఇప్పుడైనా మించిపోయిందేమీ లేదు. ఈ క్షణం నుంచీ, వంటింటి ఇన్ ఛార్జి ని నేను. యూ బెటర్ గెట్ లాస్ట్." అంది అపర్ణ.

"చిన్నంతరం పెద్దంతరం లేదు. నోటికి శుద్ధీ బుద్ధీ లేదు. ఎంత తోస్తే అంత అనెయ్యడమేనా?" అడిగింది వాణి.

"అసలు నా ఇంట్లో నేను వంట చేసుకోడానికి, టోడి నీ పర్మిషన్ దేనికి? అంతే కదూ మావయ్యా?" లక్ష్మణ్ ని అడిగింది అపర్ణ.

"యూ ఆర్ రైట్ తల్లీ. నీ తరువాతే ఎవరైనా" తన పూర్తి సమ్మతిని తెలియజేశాడు లక్ష్మణ్.

పద్మ అడిగింది. "ఈ సారి విశేషాలేమిటి అప్పూ? వాణి అయితే, మిగతా ఎపిసోడ్ ఎలా చెప్పాలో, అప్పుడే ఓ రిహార్సల్ కూడా వేసేసుకుంది."

"ముందు మేం చెప్పేస్తాం అత్తా. వాణత్తది సాయంత్రం బజ్జీలు తింటూ.... రాత్రి భోజనాలు చేస్తూ.... పడుకుంటూ... అలా మధ్య మధ్య బ్రేక్స్ ఇచ్చుకుంటూ, విందాం" అంది వైదేహి.

"సరే, చెప్పు వైదీ" అన్నాడు లక్ష్మణ్.

"నాలాంటి దానికి ఏమ్ డీ లో సీటు రావడం, అదీ నిమ్స్ లో రావడం వెనుక... చాలా మతలబు ఉందని వాళ్ళు కనిపెట్టేశారు. నేను చాలా వాటిని కోల్పోయాను. కోల్పోకూడని వాటిని కూడా. అందువల్లే సుధాకర్ కి దగ్గరయ్యాను. అదీ వాళ్ళ ఉద్దేశం." అంది వైదీ.

శ్రీధర్ కి కోపం వచ్చింది. అపర్ణ వారించింది. "కోపం వద్దు శ్రీధర్. ఇంకా విను. నేనైతే సెక్రెటేరియట్ లో పనిచేస్తున్నాను కాబట్టి, నాకు పెళ్ళిఅవడం కష్టం. ఇది ఎలాగోలా ఎమ్ డీ పూర్తి చేసేస్తే, నా కోసం ఆగకుండా, దీని పెళ్ళి చేసెయ్యమని, నాన్నగారికి చెబుతారట తాతగారు.

పైగా ఆ దీపక్ చిన్నా చితకా జాబ్స్ చెయ్యడు. ఎవరి దయా దాక్షిణ్యాలమీదా బతకడు. మళ్లీ ఎప్పుడు రావాలో, ఎక్కడికి రావాలో, ఈ సారి దీపక్ చెబుతాడు. వాడికి వైదీ రూమ్ వ్యవహారం తెలుసుకదా?"

శ్రీధర్ అన్నాడు. "క్రిందటి నెలలోనే కదా, మిమ్మల్ని నెత్తికెక్కించుకుని, మా ప్రాణాలు కాపాడావని అన్నారు నిన్ను? మీరిద్దరూ తన అన్నగారి మనవరాళ్లే అని నమ్మకం వచ్చుండాలి వాళ్ళకి. అందుకే, మీ గురించి లోపాలు సృష్టించి, వాళ్లే ప్రచారం చేసేస్తున్నారన్న మాట. వైదీ, ఈ సారి మీ తాతగారు ఛెక్ అప్ కి వస్తే, నువ్వు ట్రీట్ చెయ్యకు. సుధాకర్ అంకుల్ చూసుకుంటాడు" కోపంగా అన్నాడు శ్రీధర్.

"నాక్కూడా అంత కోపంగానూ ఉంది బావా. కానీ వీళ్ల నైజాన్ని బయట పెట్టాలంటే, ఇంకొన్ని రోజులు ఇదే నాటకం కంటిన్యూ చెయ్యడం మంచిదని అనిపిస్తోంది. నాన్నగారు లండన్ లో ఉన్నారన్నదీ తెలుసు. అలాంటప్పుడు ఆయన స్థోమత ఎంతుంటుందో కూడా తెలిసే ఉండాలి. అయినా ఇలా నేను అందరి పక్కలోనూ పడుకుని, మెడిసిన్ సీట్ తెచ్చుకుంటానని ఊహించి, ఈ విషయం అందరికీ తెలిసేలా, ప్రచారం చేసేస్తారు. ఇట్లాంటి పనులు వాళ్ళు సహించ లేరన్న మాట" ఉద్వేగంగా అంది వైదీ.

"ఇంకో విషయం మావయ్యా. మా అన్న ప్రవీణ్ గారు ఎయిర్ ఫోర్స్ లో స్క్వాడ్రన్ లీడర్ గా పని చెయ్యడం లేదు. స్క్వాడ్రన్ లీడర్ దగ్గర పనిచేస్తూండచ్చు. ఎందుకంటే, అక్క ఏజ్ లో ఉన్నవాళ్లకి డిల్లీ లో పోస్టింగ్ ఇవ్వరు. ఈ విషయం కూడా మా ఎయిర్ ఫోర్స్ పెదనాన్నగారు ఎంతో చాకచక్యంగా కనుక్కున్నారు. ఈ విధంగా మా అందరి బండారాలూ, బడాయిలూ, బయట పెట్టేస్తారన్న మాట." మళ్ళీ చెప్పింది వైదీ.

"ఇవన్నీప్రసాద్ ఊహించే, వాళ్లతో జాగ్రత్తగా వ్యవహరించమన్నాడు మిమ్మల్ని. అయినా నీ ఎమ్ డీ అయిపోయిందనీ, నువ్వు యూఎస్ సిటిజెన్ వనీ, రిసెర్చ్ కోసం ఇక్కడికి వచ్చావనీ వాళ్ళు ఊహించలేరు కూడా. మెడికల్ ఎంట్రెన్స్ లోనూ, పీ జీ ఎంట్రెన్స్ లోనూ, టాప్ రాంక్ తెచ్చుకున్నావేమో అని కూడా వాళ్ళు ఆలోచించరు. ప్రొఫెసర్ దగ్గర పడుకుంటే పీ జీ డిగ్రీలు వచ్చేస్తాయా? ఛీ! ఇలాంటి వాళ్ళ గురించి తెలుసుకోవాలంటేనే రోతపుడుతోంది. నిజంగా మీనాన్న వీళ్ళదగ్గరే పెరిగి ఉంటే,

డెఫినిట్ గా, ఓ ఆటో డ్రైవర్ లెవెల్ కంటే పైన ఉండే వాడు కాదు. నయం. ముందే జాగ్రత్త పడ్డాడు మీ నాన్న" పద్మ ఆవేశాన్ని అదుపు చేసుకోలేకపోతోంది.

లక్ష్మణ్ అన్నాడు. "ఒరేయ్ ఎస్ వీ. నా కాబోయే కోడలిని అన్నారు. దాని వంతు అయిపోయింది. ఇప్పుడు నీ కోడలి వంతు రావచ్చు. ఆ దీపక్ అన్నవాడు సెక్రెటేరియట్ కి వచ్చి, మేజర్ ఇండస్ట్రీస్ డిపార్ట్ మెంట్ లో అపర్ణ అనే పేరుగల క్లార్క్ ఎవ్వరూ లేరనీ, బహుశా ఏ దేవాదాయ శాఖలోనైనా ఉండొచ్చనీ, కన్ఫర్మ్ చేసేస్తాడు చూస్తూ ఉండు. అప్పు ఈ సారి నీ టర్న్. జాగ్రత్త."

"ఏదో అన్నగారు కదా, జాబ్ లో సెటిల్ చేయిద్దామని అనుకున్నాను. వాళ్ళ యాటిట్యూడ్ చూస్తూంటే, దే డోంట్ డిజర్వ్ ఎనీ హెల్ప్. ఐ విల్ బీ ఆన్ గార్డ్. నిజంగానే అపర్ణ అనే పేరుతో మా దగ్గర స్టాఫ్ ఎవ్వరూ లేరు.

నా రూం కూడా డిపార్ట్ మెంట్ లో ఉండదు. ఆ పక్క బిల్డింగ్ లో మినిస్టర్ గారి రూం పక్కన ఉంటుంది. ఆ రూంమీద కూడా 'అపర్ణా ఎస్ శ్రీధర్ IAS' అని బోర్డ్ ఉంటుంది. కాబట్టి, ఈ 'సోమయాజుల అపర్ణ' అనే నేను కూడా 'ఫేక్' అని వాడు ఈజీగా కనిపెట్టేస్తాడు" అంది అపర్ణ.

"అది తెలుసుకోడానికే, మీరు మళ్ళీ వెళ్ళండి. నెక్స్ట సండే తరువాత వైదీ కూడా యూ ఎస్ వెళ్ళాలికదా? కాబట్టి మీ తాతగారితో అపాయింట్ మెంట్ మిస్ అవకండి. మాకూ థ్రిల్లింగ్ గానే ఉంటోంది అక్కడి విశేషాలు వింటూంటే" అన్నాడు శ్రీనాథ్.

సాయంత్రం నాలుగు గంటలకి అందరూ టిఫిన్లు తింటూ, అందరూ మైన్ హాల్లో సమావేశం అయ్యారు. "ఇప్పుడు వాణత్త వంతు. అత్తా రెడీ యేనా?" అడిగింది వైదీ.

"కాస్సేపు ఆగుదాం. సుధాకర్ కూడా శారదతో కలిసి వస్తానన్నాడు. అప్పుడు స్టార్ట్ చేస్తాను" అంది వాణి.

ఇంతలోనే, "సారీ లేటయ్యింది" అంటూ సుధాకర్ శారదా కూడా వీళ్లని జాయిన్ అయ్యారు. "అయితే అత్తా నువ్వు స్టార్ట్ చేస్తావా?" అడిగింది అపర్ణ.

"యస్. మరి మీరందరూ కూడా రెడీ యేనా?"

వాణికి సమాధానంగా, వెంటనే నోట్లో వేళ్ళు పెట్టుకుని విజిల్ వేసింది వైదీ.

ఆ వెంటనే అపర్ణా, పద్మలతో యధావిధిగా మొట్టికాయలూ తింది.

29

5th జనవరి 1973, మద్రాస్-తిరుపతి సప్తగిరి ఎక్స్ ప్రెస్:

వాణి తమ కధని కొనసాగించింది.

మేం రాజధానీ లో మద్రాస్ బయలు దేరామని పద్మక్క చెప్పింది కదా?

ఆ రాత్రి ట్రైన్ లో ఎక్కువగా మాట్లాడుకోలేదు. డిన్నర్ అవగానే, అందరం మా బెర్తుల్లో శుభ్రంగా నిద్ర పోయాం. మర్నాడు జర్నీలో అంతా నా కాలేజ్ విశేషాలూ, లక్ష్మణ్ నేనూ ఎలా ప్రేమించుకున్నదీ... ఇవన్నీ మా ఇద్దరి దగ్గరనుంచీ రాబట్టారు. ఆ మర్నాడు ఉదయం మద్రాస్ లో దిగాం. అక్కడే వైటింగ్ రూమ్ లో ఫ్రెష్ అప్ అయి, మైలాపూర్ లో కపాలీశ్వర్ టెంపుల్ నీ, అలాగే వడపళని లో మురుగన్ టెంపుల్ నీ, బీచ్ రోడ్డు లో అష్టలక్ష్మి టెంపుల్ నీ చూసుకుని, సాయంత్రం సప్తగిరి లో తిరుపతి బయలు దేరాం.

ఈ రెండు రోజుల్లోనూ, పద్మతోటీ, రాజీ తోటీ నాకు బాగా చనువు వచ్చేసింది. సప్తగిరి లో కూర్చున్నాక పద్మ అడిగింది. "ప్రసాద్, నువ్వు వాజ్ గారితో మాట్లాడిన విధానం బాగుంది. అలాగే ప్రధాన్స్ తో మాట్లాడింది కూడా. కానీ, మీరు చెప్పింది వాళ్ళు ఒప్పుకోకపోతే, అప్పుడేమయ్యేది? అప్పుడు మీరేం చేసేవారు?"

ఆశ్చర్యంగా, లక్ష్మణ్ జవాబిచ్చాడు దీనికి. "వదినా, నేను చెబుతాను విను. మా ముగ్గురిదీ ఒకటే ఆలోచన కాబట్టి, నేను చెప్పింది కరెక్టే అవుతుంది." ప్రసాద్, శ్రీనాధ్ లు లక్ష్మణ్ వైపు చూశారు ప్రశంశాపూర్వకంగా. "ప్రొసీడ్" అని గ్రీన్ సిగ్నల్ ఇచ్చాడు శ్రీనాధ్.

"ఏదైనా ప్రొపోజల్, అది మనకి ఎంత ఉపయోగిస్తుందో చెప్పి, అందుకు అవతలి వాడిని ఒప్పుకోమన్నా, లేక ఆ ప్రొపోజల్ లో అవతలవాడికి తక్కువ లాభం, మనకి ఎక్కువ లాభం కనిపిస్తున్నా, కేవలం జాలితోనో, మొహమాటానికో, అవతలి వాడు ఒప్పుకుంటాడు తప్ప, మనఃస్ఫూర్తిగా కాదు. మనతో జాయిన్ అవ్వడం వల్ల అవతలివాడికి ఎంత ఎక్కువ లాభమో చెబితే, వాడు తప్పకుండా ఆ అవకాశాన్ని అంది పుచ్చుకుంటాడు.

అదే ప్రధాన్స్ తో కూడా చెప్పాం. వాళ్ళకీ కాంపిటీషన్ ఉంది. ముందు ముందు ఇంకా పెరుగుతుంది. ఈ రాజకీయాలు ఎప్పుడు ఏ మలుపు తిరుగుతాయో చెప్పలేం కదా? ప్రీవీ పర్సులు రద్దు... బేంకుల జాతీయీకరణ... పెట్రోల్ సంస్థలు...ఇన్సూరెన్స్ కంపెనీలు...నేషనలైజేషన్. ఇలా ప్రతిరోజు ఏనో కొన్ని సంచలానాత్మక మైన నిర్ణయాలు తీసుకుంటున్నారు ఇందిర గారు.

ప్రధాన్స్ హోటెల్స్ ని కూడా ఇందిర గారు జాతీయం చేసేసి, తమ ఐ టీ డీ సీ బ్రాండ్ లో కలిపేస్తే? పైగా, ప్రస్తుతం ఇందిరాగాంధీ గారు మంచి పాపులారిటీ లో ఉన్నారు. ఆవిడ ఏంచేసినా అడిగేవాడు లేడు. అదికూడా వాళ్ళు ఆలోచించుకున్నారు. అలాంటి పరిస్థితే వస్తే, ఈ 'శ్రీపాల్స్ ప్రధాన్స్' ద్వారా మళ్ళీ పుంజుకుంటారన్నమాట.

అందుకే మన పెట్టుబడికి కొంత పరిమితి ని అనుమతించాడు. మిగిలింది వాళ్లే పెట్టుబడి పెట్టడం వల్ల, వాళ్ళదే పైచేయి గా ఉంటుంది. పైగా ఈ భాగస్వాములు ఎవరూ కూడా ఇండియాలోనే ఉండిపోయేవారు కాదు. ఆవిధంగా ఎన్నారై ల భాగస్వామ్యం తో, ఈ సంస్థ ఏర్పాటౌతోంది అన్నమాట. దీనిలో ఫారెక్స్, ఎఫ్ ఐ పీ బీ, ఎన్నారై లు, అమెరికా ప్రభుత్వ జోక్యమూ ఉంటాయి కాబట్టి, దీన్ని నేషనలైజ్ చేసే విషయం లో ఇందిరగారు మరింత ఆలోచిస్తారు.

ప్రధాన్స్ ఇక్కడ మనతో చేతులు కలిపితే, అప్పోజిషన్ పార్టీలకి కూడా దగ్గరవుతాడు. పబ్లిసిటీ కూడా వస్తుంది. కాంపిటీషన్ కూడా తగ్గుతుంది. ఒకవేళ ఈ జాయింట్ వెంచర్ లో నష్టం వచ్చినా, ఈ కాంపిటీషన్ ని తగ్గించుకోడానికీ, పబ్లిసిటీ తెచ్చుకోడానికీ, ఎంత ఖర్చు పెట్టాలి? దాని ముందు ఈ నష్టాలు ఏ మాత్రం?

అలాగే ఆలోచించారు వాళ్ళు. కాకపోతే, నేనూ ఎస్ పీ గాడూ 'క్లారిడ్జెస్' ని కూడా కంటాక్ట్ చేశాం. వాళ్ళని మన జాయింట్ వెంచర్ లో తీసుకునే వాళ్ళం. మన డిల్లీ ప్రోగ్రాం ఇంకో రెండు రోజులు ఎక్స్టెండ్ అయ్యేది. ఎస్ పీ గాడు ఎంత పట్టుదలగా ఉన్నాడూ అంటే, వాళ్ళెవరూ మనతో కలవక పోయినా, శ్రీపాల్స్ ని మనమే నడుపుదాం అని సిద్ధం అయ్యాడు. ప్రకాష్ ని ఇక్కడ అపాయింట్ చేసేవాళ్ళం. అదీ కాకపోతే, మనందరం వంతులు వేసుకుని, రెండుమూడు నెలలు ఇక్కడికి వచ్చుండే వాళ్ళం.

అవతల ప్రధాన్స్ కి కూడా ఇది తెలుసు. రాజ్ మాతా మన గురించి స్పష్టంగానే చెప్పారు. అందుకే ప్రధాన్స్ మనతో చేతులు కలిపారు. ఈ డీల్ ఫిక్స్ అవ్వడం వల్ల, మనందరికీ కాస్త ఊపిరి తీసుకునే అవకాశం లభించింది. ఇక మన శక్తియుక్తులన్నీ మన అమెరికన్ ఫౌండేషన్ కి వినియోగించచ్చు."

లక్ష్మణ్ ముగించగానే, ప్రసాద్, శ్రీనాధ్, చప్పట్లు కొడుతూ లక్ష్మణ్ ని ఆలింగనం చేసుకున్నారు. "కరక్ట్ గా చెప్పావురా. ఇప్పుడు నాకు నమ్మకం పెరిగిపోతోంది. శ్రీపాల్స్ ని మనం తప్పకుండా దిగ్విజయంగా నడిపించగలం" అన్నాడు శ్రీనాధ్. **ఆశ్చర్యం! చెప్పింది ప్రసాద్. విశ్లేషించింది లక్ష్మణ్! ఎంత గాఢమైన మైత్రి వీళ్లది!**

"పద్మక్కా అంతెందుకు? అమెరికాలో మెగా కేర్ హాస్పిటల్ కి అనుమతి సాధించడానికి కూడా, మేము ఇదే ట్రిక్ ని ఉపయోగించాము. మాతో చేతులు కలిపితే, అమెరికా ప్రభుత్వానికి ఎంత లాభమో చెప్పాం. అంతే! మా ప్రాజెక్ట్ కి అవసరమైన అన్ని అనుమతులూ, వెంటనే లభించాయి" అన్నాడు ప్రసాద్.

ఆశ్చర్యం! చెప్పింది శ్రీనాధ్. విశ్లేషించింది ప్రసాద్! ఎంత గాఢమైన మైత్రి వీళ్లది!

మళ్ళీ లక్ష్మణ్ చెప్పాడు. "మా ఫౌండేషన్ కి మాత్రం? దానికి అనుమతులు ఎలావచ్చాయి అనుకుంటున్నావు? ఇలాగే! మాతో కలిస్తే, మమ్మల్ని ప్రోత్సహిస్తే, సమాజం లో ఎటువంటి మార్పు రాగలదో వాళ్ళకి చెప్పాం. అటువంటి సమాజం మాకొద్దు అని చెప్పలేరు కదా? అనుకున్నట్టుగానే అనుమతులు అన్నీ వచ్చాయి.

అప్పుడు పాట్రిక్ కి చెప్పాం. ఫోర్డ్ ఫౌండేషన్ కూడా ఇందులో ఉందీ అని. అంటే, ఈ గవర్నమెంట్ మా ప్రొపోజల్ కి ఒప్పుకోకపోయినా, మా ప్రత్యామ్నాయ మార్గాల్లో అనుకున్నది సాధించే వాళ్ళం. మా దగ్గర రెండో ప్లాన్ ఎప్పుడూ రెడీగా ఉంటుంది. ఎవరు, ఎప్పుడు, ఎక్కడ, ఏది మాట్లాడాలో, ముందే ప్లాన్ చేసుకుంటాం" అన్నాడు లక్ష్మణ్.

ఇప్పుడు ఆశ్చర్యపోవం మా ముగ్గురి వంతూ అయింది.

చెప్పింది ప్రసాద్, విశ్లేషించింది లక్ష్మణ్! ఎంత గాఢమైన మైత్రి వీళ్లది!

లక్ష్మణ్ ని వాళ్ళు ఊరికే ఏడిపిస్తూంటారనీ, లక్ష్మణ్ కి ఏమీ తెలియదనీ మేము అనుకున్నాం. మా కళ్ళు తెరిపించాడు ఆ మాటలతో.

అప్పుడు శ్రీనాధ్ చెప్పాడు. "మరి ఎస్ పీ గాడు చెప్పినది వాజ్ ఎందుకు ఒప్పుకోరు? ఇతర అపోజిషన్ పార్టీవాళ్ళు కూడా ఇలాగే చేస్తే లాభ పడతారు కదా? వాజ్గారి తో చెప్పింది కూడా అదే కోవలోకి వస్తుంది. ఇలా చేస్తే, ఆయన తన లక్ష్యాన్ని ఈ విధంగా సాధించగలరూ అని చెప్పాడు. అంతేకానీ, మమ్మల్ని తన అడ్వైజర్స్ గా నియమించుకోమని చెప్పలేదే?

ఆయనలో లీడర్ షిప్ క్వాలిటీస్ పుష్కలంగా ఉన్నాయి. సరైన అవకాశం రావడం లేదు. ఆ అవకాశం కోసం ఎదురు చూసే బదులు, మనమే అటువంటి అవకాశాన్ని సృష్టిద్దామని చెప్పాడు ప్రసాద్. మన ప్రత్యర్థిని, మనం ఎప్పుడూ ఛాలెంజ్ చేస్తూనే ఉండాలి. వాడు ఎప్పుడైతే, తన అభివృద్ధి పంధాని విడిచి, మనతో రాజకీయంగా తలపడానికి సిద్ధపడతాడో, అప్పుడే వాడు తప్పుచేస్తున్నట్టు లెఖ్క. ఆ అవకాశాన్ని మనం అంది పుచ్చుకోవడమే మనం చేసేది.

వాజ్, రాజ్ మాతా కూడా ఇది సరిగ్గా అర్థం చేసుకున్నారు. ఇంకో రెండు నెలల్లో ఇండియాలో వచ్చే మార్పులు మీరే మాకు చెబుతారు."

ఇది మరో ఆశ్చర్యం! చెప్పింది ప్రసాద్, విశ్లేషించింది శ్రీనాధ్! ఎంత గాఢమైన మైత్రి వీళ్లది!

ప్రసాద్ అన్నాడు. "పద్మక్కా, మీరు కూడా అదే ఆత్మవిశ్వాసంతో పనిచెయ్యాలి అక్కడ. అమెరికన్స్ తో డీల్ చెయ్యడం అంటే.... ఎవరో భూతాలతోనూ, దెయ్యాలతోనూ మనం డీల్ చెయ్యడం లేదు. వాళ్ళ సంస్కృతి వేరు. వాళ్ళభాష వేరు. వాళ్ళ భాషలోనే, వాళ్ళకి నచ్చినట్టుగా మాట్లాడితే, మన పనులు సులువుగా అవుతాయి. నీ టీచింగ్ ఎక్స్పీరియెన్స్ అంతా అక్కడ చూపించు. అలాగే రాజీ, నువ్వుకూడా."

మేమంతా ఇంకా అదోరకమైన షాక్ లోనే ఉన్నాం.

కాస్సేపు పోయాక మళ్ళీ శ్రీనాధ్ అన్నాడు. "పద్మా, రాజీ, వాణీ. మీ ముగ్గురికీ ఒకేసారి చెబుతున్నాను. ఈ పెళ్లి వ్యవహారం పూర్తవ్వగానే, మద్రాస్ వెళ్ళి పాస్ పోర్ట్ లకి అప్లై చేద్దాం. మేం కూడా వస్తాం. వారం పది రోజుల్లో పాస్ పోర్ట్ వచ్చేలా అక్కడి ఏజెంట్ తో మాట్లాడుదాం. మేం అమెరికా వెళ్ళిపోయే లోపులో ఆ పాస్ పోర్ట్ లు వస్తే మరీ మంచిది. కాపీలు తీసుకుని వెడతాం. లేకపోతే, వాణి వాటిని మాకు పోస్ట్ చేస్తుంది. మీకు ఫామిలీ వీసాలు వస్తాయి.

అన్నీ సవ్యంగా జరిగితే, ఇంకో రెండునెలల్లో మీరు మా దగ్గరకి వచ్చేస్తారు. వెంటనే మన శ్రీపాల్స్ ఫౌండేషన్ పనిలో చేరిపోతుంది పద్మ. వాణి మెగా కేర్ లో. రాజీ పద్మకి అసిస్టెంట్. ఈ రెండు నెలల్లోనూ,

మీరిద్దరూ ఇంగ్లీష్ మాట్లాడడం మెరుగు పర్చుకోండి. ప్రకాష్ తో చెబుతాను. ఓ ఇంగ్లీష్ టీచర్ ని పెట్టమని. ఇదంతా మీకు ఓ కే యేనా?"

రాజీ ముందుగా మాట్లాడింది. "నేర్చుకోకపోతే ఎలా? అక్కడ రోజువారీ పనులకైనా ఇంగ్లీష్ మాట్లాడాలికదా?"

"కరెక్ట్. మీరిద్దరూ అదే పట్టుదలతో నేర్చుకోండి. ప్రకాష్ కి చెబుతాను ట్యూటర్ గురించి" అన్నాడు శ్రీనాధ్.

"ఇంకో ట్యూటర్ ఎందుకు శ్రీనాధ్? ఈ రెండు నెలలూ నేను కూడా ఖాలీయే కదా? నేను వాళ్లకి నేర్పేస్తాలే. పద్మా, రాజీ, మీకిద్దరికీ నేను గురువుని అన్న మాట. ఇది జ్ఞాపకం పెట్టుకోండి" అన్నాను.

"థాంక్స్ వాణీ. అలాగే పద్మక్కని కూడా సీ ఏ కోర్స్ లో వెంటనే ఎన్ రోల్ చేయించు. రాజీ, నువ్వు కూడా సీ ఏ చేస్తావా?" అడిగాడు ప్రసాద్.

"నా కొద్దు బాబూ. అలాంటివి నేను చదవలేను" అంది రాజీ. దానికిప్పుడు ప్రసాద్ తోటే గడపాలన్న యావ ఎక్కువైపోయిందని గమనించాం.

"మరీ మంచిది. అక్కడికి రాగానే, నిన్ను మాస్టర్స్ కోర్స్ లో జాయిన్ చేస్తాను. ఎకనామిక్స్ చెయ్యి. అది మనందరికీ ఎంతో పనికొస్తుంది." అన్నాడు ప్రసాద్.

పెనం మీంచి పొయ్యిలో పడ్డట్టయ్యింది రాజీ కి.

"అలాగే..." బిక్కమొహం వేసుకు చెప్పింది రాజీ. దాన్ని చూస్తూంటే మాకు నవ్వాగ లేదు.

"పద్మక్కా, మేం చెప్పినట్టు చెయ్యడానికి నువ్వు రెడీయేనా?" ప్రసాద్ అడిగాడు.

"వై నాట్? కొత్త జీవితం, కొత్తభాధ్యతలూ, కొత్త హోదాలూ, వాటికోసం మళ్ళీ కొత్త చదువులూ. నేను శాయశక్తులా ప్రయత్నిస్తాను" అంది పద్మ.

"రాజీ...పద్మక్కకే ఎందుకు ఇంపార్టెన్స్ ఇస్తున్నానూ అంటే, ముందు ముందు మన ఫౌండేషన్ ఛైర్మన్ గా కూడా తనే ఉంటుంది. నీ రోల్ సెకండరీ."

రాజీ ఏమీ మాట్లాడకుండా ప్రసాద్ నే చూస్తోంది.

"రాజీ. నువ్వు ఈ విషయాన్ని గమనించాలి, అర్ధం చేసుకోవాలి. పైగా ఈ విషయం లో నాతో సహకరించాలి కూడా." కాస్సేపు ఆగాడు ప్రసాద్.

"అసలు నీకు నామీద డౌటెందుకు వచ్చిందో నాకర్ధం కావడం లేదు ప్రసాద్. నీకేం కావాలో చెప్పి, నా దగ్గరి నుంచి తీసుకో. ఇంతకంటే వేరే చెప్పాలా?" అంది రాజీ.

"సరే అయితే తెలుసుకో. నేను మావాళ్లందరినీ వదిలేసుకున్నానని నీకూ తెలుసు. పద్మ నాకు భగవంతుడిచ్చిన అక్క. అలాగే వాణీ విజయలు కూడా నా చెల్లెల్లే. మనందరం ఇవే బంధుత్వాలతో జీవితాంతం విడిపోకుండా ఉండాలనీ, అందుకు నువ్వు సహకరించాలనీ అడుగుతున్నాను. ఏమ్ ఐ రాంగ్ డియర్?" రాజీ చేతులు పట్టుకుని అడిగాడు ప్రసాద్.

"ఇదేంటి ప్రసాద్. నన్నింతగా రిక్వెస్ట్ చెయ్యడం దేనికి? పద్మే మన కుటుంబ హెడ్. అలాగే వాణీ నీ ముద్దుల చెల్లి. అంగీకరిస్తున్నాను. అసలు వీటి గురించి నువ్వు ఎక్కువగా ఆలోచించకు. నేను దారి

తప్పుతున్నట్టు అనిపిస్తే, ఈ పద్మా వాణీలే నన్ను దారిలో పెడతారు. వాళ్ళకా అధికారం ఇస్తున్నాను. ఇప్పుడు హాపీ నా? నవ్వు ప్రసాద్. ప్లీజ్" అంది రాజీ.

"రాజీ. అయితే నీకు ఇంకో అధికారం ఇచ్చేస్తున్నాను తీసుకో" అన్నాడు శ్రీనాథ్. "మా ముద్దుల చెల్లిగా, ఈ వదినలని 'ఆడపడుచు' హోదాలో గడగడలాడించెయ్యడం నీవంతు. నీకు ఫుల్ పవర్సే కాదు. వీటో పవర్స్ కూడా ఇస్తున్నాను. అలా ఉంటావా?" అడిగాడు శ్రీనాథ్.

"రాజీ. నేను చెప్పలేదే అని ఆగక్కరలేదు. ఎస్ వీ గాడు చెప్పితే చాలు. అలాగే నీకు ఈ వాణొదిన్ని కూడా కంట్రోల్ లో పెట్టే అధికారం వస్తోంది. పూర్తిగా, స్వేచ్ఛగా వాడుకో" అన్నాడు లక్ష్మణ్.

"అలాగే. డన్. తప్పకుండా, నా అధికారాల్ని పూర్తిగా వాడుకుంటాను వాళ్ళకి 'ఆడపడుచు' అంటే ఎలా ఉంటుందో, ఈ 'ఆడపడుచు' తో ఎలా మెలగాలో తెలియజేస్తాను" మమ్మల్ని బెదిరిస్తూ అంది రాజీ.

"మరేం ఫర్వాలేదక్కా. మీరిద్దరూ కూడా అదే హోదాలో ఈ రాజమ్మ భరతం పట్టండి. యూ హేవ్ ఫుల్ రైట్స్" ప్రసాద్ అన్నాడు అభయం ఇచ్చేస్తున్నట్టుగా. నేనూ పద్మా ఒక్కసారే రాజీ వైపు చూశాం. 'తడాఖా తేల్చుకుందాం' అన్నట్టుగా. మా ఇద్దరినీ చూసి అది అప్పటికే భయపడిపోతోంది.

"రాజీ ఇది బిజినెస్ మేటర్ కాదు. కుటుంబ హక్కుల విషయం. ఇప్పుడు గనక నువ్వు వెనక్కి తగ్గావంటే, ఇక జీవితాంతం నువ్వు అలాగే ఉండాల్సొస్తుంది. శ్రీ ఇంజినీరింగ్ ఛైర్మన్ చెల్లెలుగా ఇది నీకు తగిన పనేనా? ఆలోచించు రాజీ" అన్నాడు శ్రీనాథ్.

"అలాగే ఈ చిన్నన్నని కూడా జ్ఞాపకం పెట్టుకో. మెగా హాస్పిటల్స్ ఛైర్మన్ చెల్లెల్లా ఉండు. అంతేకానీ, ఏదో ఓ 'సిటీబాంక్ ఎంప్లాయీ' భార్యలా కాదు. ఈ అన్నల పరువు నిలబెట్టు. అండర్ స్టాండ్?" అన్నాడు లక్ష్మణ్. రాజీ ఏదో చెప్పాలని ప్రయత్నిస్తోంది.

"నీ కెందుకన్నయ్యా. దీన్ని కంట్రోల్ లో పెట్టే పూచీ నాది. నువ్వు ఈ విషయంలో అనుమానం పెట్టుకోకు." అన్నాను నేను. అప్పటికే పద్మనుంచి నాకు సిగ్నల్ అందింది.

"అయితే మనిద్దరం వేరే జాబ్స్ చేసుకుందాం. అందుకు సరిపోయిన క్వాలిఫికేషన్ తెచ్చుకుంటావా?" రాజీని అడిగాడు ప్రసాద్. "దాని గురించి ఎక్కువగా ఆలోచించడం లేదు. ఆ విషయం తీరుబడిగా మా అన్నయ్యల నడిగి చెప్తాలే. ఇప్పుడు విజిల్ వెయ్యాలనే కోరికని కంట్రోల్ చేసుకుంటున్నాను. అంతే." అంది రాజీ.

"ఇంకోసారి ఇలా ఎక్కడపడితే అక్కడ విజిల్ వేస్తే, నీ వేళ్ళు రెండూ విరిచేస్తాను. అయినా, ఇదెక్కడి అలవాటే నీకు? ఇప్పుడు కూడా నేల క్లాసు లోనే సినిమాలు చూస్తున్నావా?" కోపంగా అడిగింది పద్మ.

"సారీ. ఈ ఒక్కసారికీ వదిలెయ్యండి. ఇంటికెళ్ళాక అమ్మా, అన్నయ్యా ఎలాగూ ఒప్పుకోరు" అని, గట్టిగా విజిల్ వేసింది రాజీ. కంపార్ట్ మెంట్ లోని వాళ్లంతా గబుక్కున మాకేసి తిరిగి చూశారు.

"వాణీ. ఇంకోసారి ఇది విజిల్ వేస్తే, దాని గొంతు పిసికెయ్. ఇది అలాంటిలాంటి రౌడీ పీనుగ కాదు." ఆర్డర్ వేసింది పద్మ. అలాగ కులాసాగా ఖబుర్లుచెప్పకుంటూ, అందరం సంతోషం తో తిరుపతి చేరుకున్నాం.

30

05.01.1973, తిరుపతి

వీళ్లతో ఈ నాలుగు రోజులూ గడపడం కాదు కానీ, మా అందరికీ కొత్త ఆత్మవిశ్వాసం, కొత్త ధైర్యం, కొత్త వ్యక్తిత్వాలూ వచ్చేశాయి.

స్టేషన్ కి ప్రకాష్ వచ్చి రిసీవ్ చేసుకున్నాడు. ఈసారి అందరం టాక్సీ లో ప్రకాష్ ఇంటికి వెళ్ళాం. నేను లోపలికి రావడానికి సందేహిస్తూంటే, రాజీ నన్ను తీసుకుని లోపలికి వచ్చింది.

"నువ్వింకా కొత్త కోడలివి కాలేదు. అప్పుడు నీ గృహప్రవేశ ముహూర్తం గురించి ఆలోచిద్దాం. ఇప్పుడు నువ్వు మీ వదినా వాళ్ళింటికి పండగ సెలవులు గడపడానికి వచ్చావు. అదీ నీ హోదా. అర్థం చేసుకో" అంది. "ఎంత పెద్దదైపోయింది!" అని అందరూ అనుకునేలా. అప్పటికే విజయ తను మర్నాడు వస్తున్నట్టుగా టెలిగ్రామ్ ఇచ్చింది.

అత్తయ్య గారికి లక్ష్మణ్ నన్ను పరిచయం చేసి, "పిన్నీ, నాకు ప్రకాష్ కీ, పెళ్ళిచేసెయ్. ప్లీజ్. ఒక్కసారే!" అన్నాడు.

నాకు నవ్వాగలేదు. ఇంతలో పద్మ అడిగింది. "నీకూ ప్రకాష్ కీ పెళ్ళా? అదెలా సంభవం? ఒకవేళ మీ ఇద్దరికీ పెళ్లంటూ అయితే, అది ఒకేసారి అవుతుంది కదా? దీనిలో మతలబు ఏమిటి లక్ష్మణ్?"

"బాబోయ్...మాట తడబడింది. ప్రకాష్ కి ఎలాగూ పెళ్ళి సెటిల్ అయిపోయింది కదా? ముహుర్తాలు కూడా చూస్తున్నారు కదా? అప్పుడే నాకూ చేసెయ్. ఇదీ నా ఉద్దేశం. అంతే కదా పిన్నీ" అన్నాడు లక్ష్మణ్.

"అలాగే చేస్తానులే. వాళ్ళు రెచ్చగొడితే, నువ్వు అలా ఉడుక్కోకూడదు. నిన్ను లోకువ కట్టేస్తారు." అన్నారు మా కాబోయే అత్తగారు.

"అదేం కుదరదు. అన్నీ మీ ఇష్టం వచ్చినట్టు చేసేసుకుంటే, ఇక నేనెందుకు? వాణీని చేసుకో. కానీ, నాకు ఆడపడుచు లాంఛనాలు ఎంతిస్తావో తేల్చెయ్. ఈ పద్మకూడా నాకు లాంఛనాలు ఎగ్గొట్టేసింది. ఇప్పుడు నేను ఊరుకోను. ముందు ఈ సంగతి తేల్చకపోతే, వాళ్లకి అమెరికాలో ఆడపడుచు పోరు తప్పదు. పద్మకి కూడా" అంది రాజీ.

లక్ష్మణ్ ఇంకా ఆలోచిస్తున్నాడు ఏం చెప్పాలా అని.

ఈ నాలుగురోజుల స్నేహం తోనూ, నాకూ ధైర్యం వచ్చేసింది కదా?

"అలాగే రాజేశ్వరి గారూ. అలాగే చేద్దాం. దానికేం భాగ్యం? నువ్వు మా అన్నయ్యని చేసుకున్నప్పుడు, మాలో ఎవరికైనా ఆడపడుచు లాంఛనాలు అంటూ...ఎవరికైనా...ఎప్పుడైనా... ఎంతిచ్చావో చెప్పు. దానికి డబుల్... డబుల్ ఇస్తాం నీకు. ముందు నువ్వు ఎంతిచ్చావో చెప్పు. పద్మా నీకెంత ముట్టింది?" అడిగాను నేను.

"దీని ద్వారానా? పైసా రాలలేదు, సరికదా దీని పెళ్ళిఖర్చులు కూడా పాపం మా తమ్ముడే పెట్టుకున్నాడు." అంది పద్మ కళ్ళమ్మట నీళ్ళు తుడుచుకుంటున్నట్టుగా.

"ఆవిధంగా చూస్తే, కేస్ క్లోజ్ అయ్యింది అనుకుంటాను?" అన్నాను నేను.

రాజీ కాళ్లబేరానికి వచ్చింది. "పోనీలే వాణీ... రేపు విజయ వస్తుంది కదా? తనెంత ఇస్తుందో అడుగుతాను. మీరు మాత్రం నాకే సపోర్ట్ చెయ్యండేం?"

"అలా అన్నావ్. బాగుంది. బుద్ధిమంతురాల్లా, ఈ వదినలు చెప్పినట్టు నడుచుకో. అమెరికాలో నీకు మేమే దిక్కు" అన్నాను నేను.

రాత్రి శ్రీనాధ్ ప్రసాద్ లు మళ్ళీ భీమాస్ హోటల్ కి వెళ్ళిపోయారు.

నేనూ అత్తయ్యగారూ లోపల రూమ్ లోనూ, ప్రకాష్ లక్ష్మణ్ లు బయట హాల్లోనూ పడుకున్నాం.

అప్పుడు అర్ధం అయ్యింది నాకు. పెళ్ళికాకుండా నేనూ లక్ష్మణ్ ఒకే రూమ్ లో గడపకూడదనే, మద్రాస్ లో నైట్ హాల్ట్ పెట్టకూడదనే, విమానం లో బదులు రైల్లో తీసుకొచ్చారు.

అక్కడ ఆగ్రాలో కూడా రాత్రంతా కబుర్లతో గడిపేశారు. మద్రాస్ లో మళ్ళీ నైట్ హాల్ట్ పెట్టకుండా తిరుపతికి తీసుకొచ్చి, ఇక్కడ వీళ్ళ మధ్య వదిలేశారు. ఎంత చక్కగా ఆలోచిస్తున్నారు వీళ్ళు? అని అనిపించింది.

మర్నాడు విజయ వచ్చే సమయానికి, ప్రసాద్ శ్రీనాధ్ లు హోటల్ నుంచి వచ్చేశారు. లక్ష్మణ్ ని స్టేషన్ కి పంపించారు విజయని తీసుకు రమ్మని.

"పెళ్లీ పెటాకులూ లేనివాడివి. నువ్వే ఇలాంటి పనులకి పనికొస్తావ్. ప్రకాష్ కి పెళ్ళి ఫిక్స్ అయ్యింది కదా? అందుకని ఆ అమ్మాయిని రిసీవ్ చేసుకోడు" అన్నారు వాళ్ళు.

"ఎలాగైనా నాకు తప్పేది కాదులే. నేను అందరికీ లోకువే." అనుకుంటూ లక్ష్మణ్ స్టేషన్ కి వెళ్ళి విజయని తీసుకువచ్చాడు.

పలకరింపులూ, మా పరిచయాలూ అయ్యాక కాఫీతాగుతూ, విజయ చెప్పింది.

"చెప్పుకోదగ్గ ప్రోబ్లెం ఏమీ లేదు. వచ్చేనెల అద్దె కూడా ఎడ్వాన్స్ గా ఇచ్చేశాం కదా? మన లాండ్ లార్డ్ అయితే మాత్రం, ఇంకా ఈ మంతో, నెక్స్ట మంతో, నువ్వొస్తావని ఎదురు చూస్తున్నాడు. కానీ వాడి ఇంట్లో వాళ్ళకి అర్ధం అయిపోయింది, మనం మెల్లగా జారుకుంటున్నాం అని.

అక్కడ స్కూల్లో కూడా ఇబ్బంది ఏమీ లేదు. ఇద్దరి రిజిగ్నేషన్సూ ఆమోదించారు. ఎకాడెమిక్ ఇయర్ మధ్యలో మానేస్తున్నాం కాబట్టి, ఈ నెల జీతం ఇవ్వరు. అలాగే సర్వీస్ సర్టిఫికెట్ లాంటిది కూడా ఏదీ ఇవ్వరు. అవన్నీ పర్మనెంట్ స్టాఫ్ కే కాని, మనలాంటి స్టాఫ్ కి కాదు.

నేనేమీ మారు మాట్లాడకుండా, అన్నిటికీ ఒప్పుకుని వచ్చేశాను. మనిద్దరి సర్టిఫికేట్స్, బట్టలూ కూడా ఈ బాగ్ లో ఉన్నాయి. నేను స్నానం చేసివచ్చాక, మిగతా విషయాలు చెప్పుకుందాం" అని, విజయ పెరట్లోకి వెళ్లిపోయింది.

ఈ లోగా ప్రకాష్, శ్రీనాథ్ వెళ్ళి హోటెల్ నుంచి టిఫిన్స్ తీసుకుని వచ్చారు.

విజయ మమ్మల్ని జాయిన్ అయ్యాక, ప్రకాష్ చెప్పాడు. "ప్రసాద్. నువ్వు చెప్పినట్టే ఒక బిల్డింగ్ చూశాను. అలిపిరికి దగ్గర. కొత్తగా కట్టిన బిల్డింగ్ అది. నువ్వు చెప్పినట్టుగా నాలుగు బెడ్ రూమ్స్, తదితర సౌకర్యాలూ...అన్నీ ఉన్నాయ్. అద్దె ఐదొందలు చెబుతున్నాడు. నువ్వుకూడా చూస్తే ఖాయం చేసేద్దాం."

"మరి మీ పెళ్ళిముహూర్తాలు ఖాయం చేశారా, లేదా?" ప్రసాద్ అడిగాడు.

"లేదు. ఇన్నాళ్ళూ మా పురోహితుడు గారు కూడా ఔట్ ఆఫ్ స్టేషన్. ఈ రోజు వస్తారు. సాయంత్రం వెళ్ళి రెండు ముహూర్తాలూ పెట్టించేద్దాం." అన్నాడు ప్రకాష్.

"అయతే అత్తయ్యా, మీరంతా ఇక్కడ ఉండండి. మేము బయటకి వెళ్ళి మధ్యాహ్నం భోజనం టైం కల్లా వచ్చేస్తాం. వంట ప్రయత్నం చెయ్యద్దు. అందరికీ కేరేజ్ తెచ్చేస్తాం.

రేపు ఎలాగూ మంచిరోజే. సప్తమి. అంతా సవ్యంగా జరిగితే, ఆ కొత్త ఇంట్లోనే పాలుపొంగిచేద్దాం. అప్పటినుంచీ, ఈ కొత్త పెళ్ళికూతుళ్ళిద్దరూ, వంటింటి ఛార్జ్ తీసుకుంటారు. మరో నాలుగు రోజుల్లో, ఇంకో ఇద్దరు జాయిన్ అవుతారు మీ అజమాయిషీ కింద" అన్నాడు ప్రసాద్.

"అలాగే వెళ్ళిరండి. కానీ తొందరగా వచ్చెయ్యండి." అన్నారు అత్తయ్య గారు.

రాజీ, విజయ ఇంట్లో ఉండిపోయారు, మిగతావాళ్ళం అంతా బయలుదేరాం. ఆ ఇల్లు చూశాం. కొత్త ఇల్లు. గృహప్రవేశం చేసుకున్నాడు కానీ, ఆ ఇంట్లో మకాం ఉండడం లేదు. అద్దెకి ఇవ్వడానికే కట్టాడు ఆ ఇల్లు. ఆ ఇంటికి అద్దె ఫిక్స్ చేసే భాధ్యత పద్మకిచ్చాడు శ్రీనాథ్.

"పద్మా. ఈ సారి నువ్వెళ్ళి ఆ ఇంటి యజమాని తో మాట్లాడు. ఐదువందలు అద్దె అంటే ఓ కే. కానీ, అతని చేత ఎంత తగ్గిస్తావో, అతన్ని ఎలా డీల్ చేస్తావో చూస్తాను. ప్రకాష్, నువ్వు పద్మనీ, వాణినీ పరిచయం చేసి ఊరుకో. మిగిలింది వాళ్లే మాట్లాడతారు. మేమందరం కూడా నీ ఫ్రెండ్స్ మి. ఇల్లు చూడానికి నీతో వచ్చాం అంతే. మేమిక్కడే ఉంటాం. మీరు వెళ్ళండి." అన్నాడు శ్రీనాథ్.

నేనూ, పద్మా, ప్రకాష్, ముగ్గురం కలిసి దగ్గర్లోనే ఉన్న ఆ యజమాని ఇంటికి వెళ్ళాం. ఈవాళ ప్రకాష్ వస్తాడని ముందే తెలుసు కాబట్టి, ఆయన మా కోసం వైట్ చేస్తున్నాడు.

ప్రకాష్ పద్మనీ, నన్నూ ఇంట్రడ్యూస్ చేశాడు. "అంకుల్, ఈవిడ మిసెస్ పద్మ. అమెరికాలో శ్రీపాల్స్ ఫౌండేషన్ కి ఛైర్మన్. ఇండియాలో బ్రాంచ్ ఆఫీస్ తెరవడానికి, సరైన వసతి సౌకర్యం కోసం చూస్తున్నారు. వాళ్ళతరఫునే నేను డీల్ చేస్తున్నాను. ఈవిడ డాక్టర్ వాణి. అమెరికాలోని మెగా హాస్పిటల్స్ లో పని చేస్తున్నారు."

మమ్మల్ని చూడగానే, మా పరిచయాలవ్వగానే, ఆయన చాలా ఇంప్రెస్ అయిపోయాడు.

"మీ ఫౌండేషన్ ఆఫీస్ ఇక్కడ హాయిగా ఓపెన్ చేసుకోవచ్చు. నాకిక్కడి రెంట్స్ గురించి సరిగ్గా తెలియదు. అందుకనే నిన్న ప్రకాష్ తో, ఐదువందలు అద్దె అని చెప్పాను. కానీ మావాళ్ళు

ఆరువందలదాకా వస్తుందని చెబుతున్నారు. మీరు యూ ఎస్ నుంచి వస్తున్నారు కాబట్టి, మీకూ ఈ వ్యవహారాల్లో అనుభవం ఉండే ఉంటుంది. నెలకి ఆరువందల చొప్పున అద్దె చెల్లించేటట్టయితే, ఇప్పటినుంచే ఆ ఇల్లు మీకు హాండోవర్ చేసేస్తాను" అన్నాడు. అతని పేరు ఏదో...ముదలియార్.

"అవును. కరెక్ట్ గా చెప్పారు అంకుల్. మీకు ఇక్కడి రెంట్స్ గురించి అవగాహన లేనట్టే తెలుస్తోంది. కాకపోతే, ఈ ఇంటికి అద్దె 600 దాకా ఎలావస్తుందో నాకు అర్థం కావడం లేదు. ఎందుకంటే, మెయిన్ రోడ్ లోనే, గోవిందరాజస్వామి వారి గుడికి దగ్గర్లో, ఇండిపెండెంట్ హౌస్, ఇంతే ఏరియా ఉన్నది, నాలుగు వందలకే వస్తోంది. ఆ లాండ్ లార్డ్ కూడా పక్కింట్లోనే ఉంటారు. మాక్కావల్సిన మార్పులూ, చేర్పులూ కూడా చేయిస్తా మన్నారు. అలాంటప్పుడు మాకూ అది కొత్త బిల్డింగ్ లాగే ఉంటుంది కదా? కానీ ప్రకాష్ చెప్పాడు. తనేదో మీకు కమిట్ అయ్యానని. అందుకని ఇక్కడికి వచ్చాం. ఆ మెయిన్ రోడ్డులోని ఇంటి లాండ్ లార్డ్ మీకు తెలుసా? అతను కూడా మదరాసీ యే" అంది పద్మ.

"ఓహ్ వాడా...చెట్టియార్. కానీ వాడింటికి ఏదో వాస్తు లోపం ఉంది. అందుకనే ఎవరూ ఆర్నెల్లకన్నా అందులో ఉండడంలేదు. ఈ ఇల్లు ఏమీ వాస్తు దోషాలు లేకుండా పక్కా వాస్తు తో కట్టించాను. అందుకనే ఆరువందలు." అన్నాడు ముదలియార్.

నేను పద్మ తో అన్నాను. "పద్మా. లెట్ అజ్ నాట్ టాక్ ఎనీ ఫర్దర్. వుయ్ విల్ డీల్ విత్ చెట్టియార్. మనం చెట్టియార్ దగ్గరికి వెళదామా?"

ముదళియార్ అర్థం చేసుకున్నాడు. "అదేంటమ్మా, ఏమీ మాట్లాడకుండానే వెళ్ళిపోతున్నారు? ఆ చెట్టియార్ ఇంటికన్నా, ఇది బాగుంటుంది కద? ప్రకాష్, నువ్వైనా చెప్పు. ఈ అమ్మాయిలు మాట్లాడరేమి?"

"ముదళియార్ గారూ, మాకూ ఇక్కడి అద్దెలు గురించి తెలుసు. మీరు చెబుతున్న రెంట్ తో హాయిగా, మద్రాస్ లోనే, ఇల్లు అద్దెకి తీసుకోవచ్చు. అక్కడ కూడా మీరు చెబుతున్నంత రెంట్స్ లేవు.

ఈ చెట్టియార్ గారిల్లు, ఊరికి మధ్య లో ఉంది. కావలసిన మార్పులు కూడా చేసేస్తానంటున్నాడు. అద్దె కూడా తక్కువే. నాలుగువందలు. కాబట్టి అక్కడికి వెళ్ళడం లో తప్పులేదు కదా?" పద్మ తన రీజన్ చెప్పింది.

"అదేంటమ్మా, నిన్న ప్రకాష్ వచ్చి, ఈవాళ మీరు ఈ ఇల్లు కన్ఫర్మ్ చేస్తారూ అని చెప్పాడు? మీకు ఇల్లు హాండోవర్ చేసి నేను మద్రాస్ వెళ్ళిపోదామనుకున్నాను? ఇదేంటి ప్రకాష్ ఇలా చేస్తావు?"

నేను అన్నాను. "ప్రకాష్ కూడా, మేము చూశాకే ఈ ఇల్లు కన్ఫర్మ్ చేస్తానన్నాడు కదా? నిన్న మీరు ప్రకాష్ తో చెప్పిందొకటి. ఈవాళ మమ్మల్ని చూడగానే చెప్పిన రెంట్ ఇంకొకటి. ఆడపిల్లలూ, అమెరికావాళ్ళూ, రెంట్ ఎక్కువ చెప్పేద్దాం... అని అనుకుంటే మీరు మమ్మల్ని తప్పుగా అంచనా వేసినట్టే లెఖ్ఖ. మేము కూడా ఒక్కటే ఇల్లు చూడం కదా? ఇది ఊరికి దూరం కూడా. అందుకని, ఆ చెట్టియార్ ఇంటికంటే మీరు తక్కువకి ఇచ్చేటట్టయితే, దీన్ని గురించి ఆలోచించచ్చు."

వెంటనే దార్లోకి వచ్చాడు. "ఆడపిల్లలు. అమెరికా నుంచి వచ్చారు. వాళ్ళ బ్రాంచ్ ఆఫీస్ ఇక్కడే ఓపెన్ చేస్తారూ అంటే నాకు కూడా గొప్ప కదా? మరి ప్రతీ ఏటా రెంట్ పెంచుతారా?"

"ఇప్పటి రెంట్ ని బట్టి, పెంచేదీ లేనిదీ చెబుతాం. చెట్టియార్ చెప్పిన అద్దె కన్నా తక్కువకి ఇస్తారా? నెలనెలా మీకు ఠంఛన్ గా అద్దె ఇచ్చే బాధ్యత మాది. ప్రతీనెలా పదో తారీక్కల్లా వచ్చి మీరెంట్ కలెక్ట్

చేసుకోవచ్చు. అంతకంటే ఎక్కువకైతే, మేం చెట్టియార్ గారింటికే పోతాం. మీ వ్యవహారం మా వాణికి నచ్చినట్టులేదు." నా వైపు చూస్తూ అంది పద్మ.

"ఆ చెట్టియార్ ఇంటికి ఇచ్చిన అద్దె ఇక్కడా ఇస్తామంటే, నాకూ కష్టమే. అది పాత ఇల్లు. ఇది కొత్త ఇల్లు. మీరే ఆలోచించండి. మధ్యేమార్గంగా, నాలుగువందల ఏభై కి ఒప్పుకోండి. ఇంతకంటే నేను తగ్గించలేను." అన్నాడు ముదలియార్.

పద్మ కాస్సేపు ఆలోచించి, "ఒప్పుకో వాణీ, ప్రకాష్ కి కూడా నచ్చింది కదా? వాస్తుదోషాలు కూడా లేవంటున్నాడు కదా? పోస్లే, ఓ ఏభై ఎక్కువ అవుతోంది. ఒప్పుకో."

నేను కొంచెం అయిష్టంగానే "ఓకే" అన్నాను.

పద్మ చెప్పింది. "మీకు ఎగ్రిమెంట్ లాంటిది ఏమన్నా కావాలంటే, మా సంస్థ తరఫున ప్రకాష్ సంతకం చేస్తాడు. నోటి ఒప్పందమే చాలూ అంటే... మరీ మంచిది. మీకు ఠంచన్ గా ప్రతీనెలా పదోతారీక్కల్లా రెంట్ చెల్లిస్తాం. దీనికి మీరు అంగీకరిస్తే, రెండు నెలల ఎడ్వాన్స్ ఇస్తాం. రశీదూ, ఇంటి తాళాలూ ఇవ్వండి. రేపట్నుంచీ, దీనిలో మార్పులు ఏమన్నా అవసరం అయితే చేయించుకుంటాం. ఆ ఖర్చు మాత్రం మీదే."

"అటువంటి మార్పులేమీ అక్కరలేదమ్మా. ఇది పక్కా వాస్తుతో కట్టింది. కాబట్టి మార్పులు అవసరం ఉండవు. రెండు నెలల బదులు, మూడు నెలల అద్దె అడ్వాన్స్ గా ఇప్పించండి. ఏవైనా చిన్నచిన్న మార్పులు అవసరం అయితే మీరు చేయించుకోండి. పెద్దవి అయితే నాకు చెప్పండి. అదీ న్యాయం." అన్నాడు ముదలియార్.

"అలాగే అంకుల్" అన్నాను నేను.

పద్మ తన పర్స్ లోంచి డబ్బు తీసి ప్రకాష్ కి ఇచ్చింది.

"మరి అగ్రిమెంటో?" అడిగాను నేను.

"రాతకోతలు లాంటివి ఏవీ అక్కర్లేదమ్మా. తరువాత ఇన్కం టాక్స్ వాళ్లతో లేనిపోని ఇబ్బంది పడాల్సి వస్తుంది. మీ నోటిమాటా, ఈ ఎడ్వాన్సూ చాలు" అన్నాడు ముదలియార్.

"అయితే సరే ప్రకాష్. ఈయనకి ఎడ్వాన్స్ ఇచ్చెయ్యి" అన్నాను నేను.

అప్పుడు ప్రకాష్ రెంట్ అడ్వాన్స్ ఇచ్చేశాడు.

కాస్సేపు పోయాక రశీదూ, తాళాలు తీసుకొచ్చి ప్రకాష్ కి ఇచ్చాడు. "ఇంకో గంటలో, మా తాళాలు వేసుకుని, మీ తాళాలు మీ కిచ్చేస్తాను అంకుల్." అన్నాడు ప్రకాష్. ముగ్గురం, నవ్వుకుంటూ బయలుదేరాం. రోడ్డు మీద వైట్ చేస్తున్న ప్రసాద్ నీ, శ్రీనాధ్ నీ, లక్ష్మణ్ నీ కలుసుకున్నాం.

"ముందుగా చెట్టియార్ గారి ఇల్లు చూద్దాం అన్నది ఇలా కలిసొచ్చిందన్నమాట. గుడ్ పద్మక్కా, గుడ్. నువ్విలా డీల్ చేస్తూంటే చాలు. మన సంస్థ తప్పకుండా పైకొస్తుంది." అభినందించాడు ప్రసాద్.

"శ్రీ, నువ్వేమీ మాట్లాడవేం?" అడిగింది పద్మ.

"నేనైతే మూడు వందలకే ఫిక్స్ చేసేవాడిని." అన్నాడు శ్రీనాధ్.

"వాడి మాట నమ్మకు వదినా. ప్రకాష్ ఎలాగూ ఐదొందలకి ఒప్పుకున్నాడు కాబట్టి, ఐదొందలకి తగ్గకుండా ఫిక్స్ చేసుకొచ్చేవాడు. వాడి సంగతి మాకు తెలుసు కదా?" అన్నాడు లక్ష్మణ్.

అందరం మళ్ళీ ఇంటిదారి పట్టాం. ఇంటికొచ్చాక, ప్రకాష్, లక్ష్మణ్ లు వెళ్ళి కేరేజ్ తెస్తామంటూంటే, రాజీ చెప్పింది. "ఈ వూరు నాకేమీ కొత్త కాదు కదా? నేనూ విజయా వెళ్ళి మనందరికీ కేరేజ్ తెచ్చేశాం. ఇక భోజనాలే తరువాయి. రేపటి గృహప్రవేశం ఎక్కడ? మనం ఎక్కడ పాలు పొంగించాలి?"

"మీ అన్నగారు ఫిక్స్ చేసిన ఇంట్లోనే! రేపే ముహూర్తం. ఓ ఏభై రూపాయలు అద్దె తగ్గించాను. రేపు ఏ టైం లో మారాలీ అన్నది, అత్తయ్యగారు చెబుతారు" అంది పద్మ.

భోజనాలయ్యాక, ప్రకాష్, అత్తయ్యగారూ, శ్రీనాధ్, ప్రసాద్, లక్ష్మణ్ లు పురోహితుణ్ణి కలవడానికి వెళ్లారు. సాయంత్రం తిరిగివచ్చి చెప్పారు. "ఇంకో నాలుగురోజుల్లో ఏకాదశినాడు పొద్దున్నే 8.00 గంటలకి ప్రకాష్ కీ, రాత్రి 8.00 లక్ష్మణ్ కీ ముహూర్తం కుదిరింది. రేపు తిరుచానూరు వెళ్ళి, పెళ్ళి ఏర్పాట్లకి డబ్బు కట్టేసి వస్తాం." అన్నాడు శ్రీనాధ్.

వీళ్ళ ప్లానింగ్ ఇంత పెర్ఫెక్ట్ గా ఎలా అవుతోందబ్బా అని ఆశ్చర్య పోయాను నేను. అంటే, అప్పటికి వాళ్ల పెళ్ళయి పదహారు రోజుల పండుగ అయిపోతుందన్నమాట. వాళ్ళు కొత్త దంపతుల్లా కాకుండా, సీనియర్స్ గా భాధ్యత తీసుకుంటారన్నమాట. విజయని పద్మా శ్రీనాధ్ లూ, నన్ను ప్రసాద్ రాజీలూ, కన్యాదానం చేస్తారన్నమాట. ఆ విధంగా ప్రసాద్ తన ఫ్రెండ్స్ ఇద్దరికీ, తన అక్క చెల్లెల్లనిచ్చి పెళ్లి చేసినట్టన్నమాట. ఓహ్! అన్నీ ఎంత పకడ్బందీగా జరుగుతున్నాయి?

ప్రసాద్ చెప్పాడు. "సారీ వాణీ. మీ పెళ్ళయిన వారం కూడా తిరక్కుండానే, మేమంతా మళ్ళీ యూఎస్ కి వెళ్ళిపోతున్నాం. కాబట్టి షార్ట్ హనీమూన్ ట్రిప్ ప్లాన్ చేసుకోండి. పెళ్ళయిన మర్నాడు అందరం మద్రాస్ వెడదాం. అప్పటినుంచీ మీ హనీమూన్ మొదలు అన్నమాట. అక్కడ పాస్ పోర్టు అప్లికేషన్స్ ఇచ్చేస్తే, అవి వచ్చాక వాటిని నువ్వు మాకు పోస్ట్ చెయ్యి. ఓ కే నా?"

"అలాగే. కానీ నా పాస్ పోర్ట్ డిల్లీ లోనే వస్తుంది. ఇక్కడకాదు. ఈ విషయం మొన్న ట్రైన్ లోనే చెప్పాల్సింది. ఎందుకో మర్చిపోయాను. కాబట్టి మీరు రేపే మద్రాస్ వెళ్ళి మీ పాస్ పోర్ట్ పనులు చూసుకోండి. అలా అయితే మనకి టైం కలిసొస్తుంది. ఈ లోగా, విజయా, నేనూ ప్రకాష్, కలిసి ఇక్కడి ఏర్పాట్లు చూస్తాం.

అయితే, మేం హనీమూన్ కి డిల్లీ వెళితే బాగుంటుందని అనిపిస్తోంది. అక్కడయితే నా పాస్ పోర్ట్ వర్కూ చేసుకోవచ్చు. మీరందరూ డిల్లీవచ్చి అక్కడినుండి న్యూయార్క్ వెళ్లేలా ప్లాన్ చేసుకోండి." అన్నాను.

లక్ష్మణ్ చెప్పాడు. "ఒరేయ్. రేపు మద్రాస్ వెళ్ళినప్పుడు, అక్కడే మన డిల్లీ న్యూయార్క్ టికెట్స్ బుక్ చేసేద్దాం. ఇంకో సమస్య కూడా తేలిపోతుంది."

శ్రీనాధ్ ఆటపట్టించాడు లక్ష్మణ్ ని. "అర్ధం అవుతోందిలే! రేపు డిల్లీ న్యూయార్క్ టికెట్స్ తో పాటు, మీ హనీమూన్ కి మద్రాస్ డిల్లీ టిక్కెట్స్ కూడా బుక్ చెయ్యాలి. అదే కదా నువ్వు చేసేది? అలాగే ప్రకాష్ వాళ్లకి కూడా డిల్లీ చూపించండి. మన ప్రధాన్స్ ఉండనే ఉంది కదా? అలాగే వాజ్ గారిని కూడా కలవండి."

వెంటనే లక్ష్మణ్ చెప్పాడు. "వాజ్, రాజ్ మాతాలతో మీటింగ్ వద్దు బాబూ. ప్రధాన్స్ లో రూమ్ బుక్ చెయ్యడం వరకూ ఓ కే. వాజ్ గారిని మీరొచ్చాకే కలుద్దాం."

"అలాగే లే. మద్రాస్ లో మన పాస్ పోర్ట్ వర్క్, ఆ తరువాత నీ హోటెల్ బుకింగూ, అలాగే మన రిటర్న్ టికెట్స్ కన్ఫర్మేషన్, వాజ్ గారికి ఇన్ఫర్మేషన్...ఇవన్నీ చూసుకోవాలి. మాకు అన్నీ జ్ఞాపకం చేస్తూండు, ఇదే సీరియల్ లో అన్న మాట. మా పాస్ పోర్ట్ వర్క్ అయ్యాకే, నీ హనీమూన్ బుకింగ్. అర్థం అవుతోందా?" అన్నాడు శ్రీనాథ్.

ఆ తరువాత శ్రీనాథ్ ని పక్కకి తీసికెళ్ళి ప్రసాద్ చెప్పాడు. "వాడి హనీమూన్ కి వాడే టికెట్స్ బుక్ చేసుకోవడం ఏమిట్రా? అది బాగులేదు. మనమే ఆ ట్రిప్ స్పాన్సర్ చేద్దాం. అలాగే ప్రకాష్ కి కూడా."

"అది నాకూ తెలుసురా. ఉత్తినే, వాడిని ఏడిపించడానికి అలా అన్నాను. మన పాస్ పోర్ట్ వర్క్ అయిపోగానే, నేనూ పద్మా వెళ్ళి, మన టికెట్స్ కన్ఫర్మ్ చేయించేస్తాం. అలాగే వీళ్ళ హనీమూన్ టికెట్స్ కూడా బుక్ చేసేస్తాం. నువ్వు వాజ్ తోనూ రాజ్ మాతా తోనూ మాట్లాడు. మనం 25th నాడు వాళ్ళని కలుస్తామని చెప్పు. వీడి పెళ్ళి విషయం కూడా చెప్పి, వాళ్ళని ఇన్వైట్ చెయ్యి. కనీసం గ్రీటింగ్స్ అయినా పంపుతారు." అన్నాడు శ్రీనాథ్.

"మరి ప్రధాన్స్ తో మాట్లాడద్దా?" అడిగాడు ప్రసాద్.

"అది నేను చూసుకుంటానులే. వీళ్ళిద్దరికీ హనీమూన్ సూట్స్ ఎరేంజ్ చెయ్యమని చెబుతాను. ఏ ఎల్ గాడు ఎలాగూ శ్రీపాల్స్ ఫౌండరే కదా? అలాగే ప్రకాష్ దాని ఇండియన్ బ్రాంచ్ హెడ్. తప్పకుండా ఒబ్లైజ్ చేస్తాడు. ఆ విషయం నాకు వదిలెయ్." అన్నాడు శ్రీనాథ్.

ఇద్దరూ మళ్లీ హాల్లోకి వచ్చారు.

"ఒరేయ్ ఏ ఎల్. నీకో గుడ్ న్యూస్. రేపు నువ్విక్కడే వీళ్ళతోనే ఉండి, పెళ్ళిపనులు చూసుకో. మద్రాస్ లో పనులు మేం చక్కబెడతాం లే" అన్నాడు శ్రీనాథ్.

"థాంక్స్ రా. అలా అయితే, నేనూ వాణీ కలిసి, ఇక్కడి పనులన్నీ చేసేస్తాం" అన్నాడు లక్ష్మణ్.

లక్ష్మణ్ తీరు చూస్తే నాకూ నవ్వాగలేదు.

అప్పుడే ప్రకాష్ కొన్ని పేపర్స్ ప్రసాద్ చేతిలో పెట్టాడు. "నువ్వు అడిగినట్టుగా ఇవి దేవస్థానం వారి బిల్లులూ, టికెట్లూ, అలాగే దేవస్థానం వారు ఇచ్చిన సర్టిఫికేట్లూ, వాటి కాపీలూను. ఇవి చాలా?"

శ్రీనాథ్ వాటిని చూసి, "ఒకవేళ వారు నోటరైజ్డ్ కాపీలు కావాలంటే ఎలా?" అడిగాడు.

"ఇక్కడే నోటరీ వద్దనుంచి కాపీల్ని సంపాదిద్దాం. ఇంకొన్ని స్పేర్ కాపీలు కూడా పట్టుకెళదాం. అలా అయితే మనకి ప్రోబ్లెం ఉండదు" అన్నాడు ప్రసాద్.

"అలా అయితే, అవికూడా ఇంకొ గంటలో తెచ్చిస్తాను" అన్నాడు ప్రకాష్.

"మీ పెళ్ళికీ, లక్ష్మణ్ పెళ్ళికీ కూడా ఇదే ప్రోసీచర్ మనం పాటించాలి. గుర్తుపెట్టుకో ప్రకాష్" అన్నాడు శ్రీనాథ్.

"ష్యూర్. "అన్నాడు ప్రకాష్.

అత్తయ్యగారు అడిగారు. "ప్రసాద్. మీరందరూ ఏదైనా సినిమాకి వెడతారా?"

"ఏం అఖ్ఖరలేదు అత్తయ్యా. మాకింకా బోలెడు కబుర్లున్నాయి." అంది పద్మ.

రాజీ అడిగింది. "వాణీ, ఈ రెండు నెలల్లోనూ మాకు ఇంగ్లీష్ నేర్పేస్తానన్నావు కదా? మరి నీకు నేను చింతపిక్కలాట నేర్పిస్తాను. నేర్చుకుంటావా?"

"హలో! మెడిసిన్ చదివాను కాబట్టి, నాకివేవీ రావని అనుకోకు. చిన్నప్పుడు నేనూ ఆడాను. ఈ ఆటలో నేను ఫస్ట్. తెలుసా?" అన్నాను.

"అయితే ఇంకేం? రండి. మన బలాబలాలు తేల్చుకుందాం" అంది రాజీ.

అంతే! ఇంకో అయిదు నిమిషాల్లో, నేనూ పద్మా, రాజీ, విజయా మా ఆటలో లీనమై పోయాం. ప్రకాష్, ప్రసాద్, శ్రీనాధ్, లక్ష్మణ్ లు కొత్త పేకలు కొనుక్కొచ్చి రమ్మీ లో పడ్డారు. అత్తయ్య గారు పక్కింటికి ఖబుర్లకి వెళ్ళిపోయారు. రాత్రి 8.00 గంటలకి మళ్ళీ యధాప్రకారం కేరేజీ భోజనాలూ, వాళ్ళు హోటల్ కీ, మేము ఇంట్లోకీ.

31

25.01.1973, డిల్లీ

మా పెళ్ళిల్లూ, పాస్ పోర్ట్ పనులూ, కొత్తింట్లో పాలు పొంగించుకోడాలూ, మా డిల్లీ ప్రయాణాలూ, అన్నీ అనుకున్నట్టుగా జరిగిపోయాయి. ఈ డిల్లీ హనీమూన్ వల్ల ధరణి కూడా విజయకి మంచి స్నేహితురాలు అయిపోయింది. ప్రసాద్, శ్రీనాధ్ లు మమ్మల్ని డిల్లీ లో కలుసుకున్నారు. అందరం కలిసి వెళ్ళి వాజ్, రాజ్ మాతాలని కలిసి వాళ్ళ ఆశీస్సులు తీసుకున్నాం.

వాజ్ గారు అన్నారు. “ఇలా ప్రాచ్యబాషా, మన హిందూ నాగరికతా, నేర్పుతూ, అమెరికా లోని హేమాహేమీలతో పోటీ పడేలా పిల్లల్ని తయారు చెయ్యాలని, అటువంటి స్కూల్ రన్ చెయ్యాలనీ, మొదట్లో నేనూ అనుకునే వాడిని. ఈ పొలిటికల్ ఫీల్డ్ లోకి వచ్చాక, నాకు ఆ విషయాల గురించి ఆలోచించడానికే తీరిక చిక్కడం లేదు. రాజ్ మాతా కూడా డబ్బులు ఖర్చుపెట్టగలరు కానీ, ఇటువంటి జంజాటాలు నెత్తికెత్తుకునే తీరిక లేదు. విదేశాల్లో ఉంటున్నా, మీరు ఇలాంటివి చేస్తున్నారంటే తప్పక ప్రోత్సహించాల్సిందే. దీనికి మా ఆశీస్సులు ఇస్తున్నాను. విష్ యూ ఆల్ ది బెస్ట్.”

రాజ్ మాతా కి వాజ్ గారింట్లో ఆడపడుచు హోదా అని ముందే చెప్పాం కదా? ఆవిడ అన్నారు.

“ప్రసాద్, నువ్వు చాలా మంచి పని చేస్తున్నావు. ఇది కొంచెం పుంజుకుంటే చాలు. రాజకీయాలతో నిమిత్తం లేకుండా, నీకు ఫండ్స్ వచ్చే మార్గం నేను చెబుతాను. కాశీ విద్యాపీఠ్ వాళ్లూ, విశ్వ హిందూ పరిషద్ వాళ్లూ, హరిద్వార్, బదరీనాధ్ ల్లోని ట్రస్ట్ లూ, అంతెందుకు? కంచి కామకోఠి పీఠం వారూ, వీళ్లందరిచేతా గ్రాంట్స్ ఇప్పిస్తాను. కానీ, ముందు ఈ పాఠశాలని రెండేళ్ళు రన్ చెయ్యి. కనీసం వందమంది పిల్లలు ఉండేలా చూడు. నేను చెప్పిన సంస్థలన్నీ, నా ప్రమేయం లేకుండానే, నీకు సాయం అందిస్తాయి.”

దానికి పద్మ జవాబు చెప్పింది. “థాంక్స్ మా జీ. సంస్కృతం నేర్చుకున్న వాళ్ళని, సెకండరీ గ్రేడ్ టీచర్స్ గా కూడా, ప్రస్తుత ప్రభుత్వం అపాయింట్ చేసుకోవడం లేదు. కానీ ఇలాంటి సంస్థలు సంస్కృత భాషా ప్రచారానికి తోడ్పడుతున్నాయంటే, వాటితోపాటు కలిసి పనిచెయ్యడం మాకూ గర్వ కారణమే. మా శ్రీపాల్స్ మీరు చెప్పిన లక్ష్యాల్ని తప్పకుండా అందుకుంటుంది. ఏమంటావ్ విజయా?”

“మా జీ. శ్రీపాల్స్ ఇండియన్ బ్రాంచ్ ని నేను నిర్వహిస్తున్నాను. ఈ లక్ష్యాన్ని మేం తప్పకుండా సాధిస్తాం. మీరు మాకు చక్కని ప్రోత్సాహాన్ని ఇస్తున్నారు. బహుత్ షుక్రియా” అంది విజయ.

విజయకీ, ప్రకాశ్ కీ వాళ్ళభాధ్యతలు ఏమిటో అర్ధమయ్యాయి.

ఆ తరువాత వాజ్ అన్నారు. "ప్రసాద్, నీ సజెషన్స్ గురించి ఆలోచించాను. ఇంకో పదిహేను రోజుల్లో ప్రముఖ పత్రికాధిపతులతో సమావేశం. ఆ తరువాత, బహుశా మొరార్జీ, చరణ్ సింగ్ లతో సమావేశం ఉండచ్చు. అయామ్ డూయింగ్ మై బెస్ట్."

ప్రసాద్ వెంటనే చెప్పాడు. "అంకుల్. అప్పోజిషన్ పార్టీలన్నీ మీతో తప్పకుండా కలుస్తాయి. అది వాళ్ళకే అవసరం. అపోజిషన్ పార్టీల్లో మీకు మంచి కరిష్మా ఉంది. వాళ్ళు ఎవరూ కూడా, వాళ్ళంతట వాళ్లే అధికారం లోకి రాలేరు. ఖచ్చితంగా ఇంకొకళ్ళతో చేతులు కలపాల్సిందే. వారంతట వారే ఎదుటివారిని అడగడానికి, ఎన్నో సంశయాలూ, భేషజాలూ, అడ్డొస్తాయి. కాబట్టి మీరు చొరవ తీసుకుంటున్నారు.

వాళ్ళ బలాలేమిటో మీకు తెలుసు అన్న విషయం వాళ్ళకి స్పష్టంగా తెలియజెయ్యండి. అందరి లోనూ మీరు ఆ విషయం తెలియజెప్పితే, అది ఇతరులకి కూడా తెలిసి వాళ్ళు లోకువైపోతారు కాబట్టి, అలా జరక్కుండా ముందుగానే, వాళ్ళంతా మీతో చేతులు కలుపుతారు. ఈ వ్యవహారాలు వెనకనుండి నడిపించడానికి, మీ దగ్గర ద్వితీయ శ్రేణి నాయకత్వం రెడీగా ఉంటే చాలు."

"ఓహ్. కరెక్టుగా చెప్పావ్ ప్రసాద్. అదే పంధాలో నేనూ ఆలోచిస్తున్నాను. నేనూ, మనో హర్ జోషీ, అద్వానీ, రాజ్ మాతా, గోవిందాచార్య, సింఘాల్...మేము ముందుంటాం. ఈ ప్లాన్ ని ఆచరణలో పెడతాం. వాళ్ళందరూ కలిసినా, కలవక పోయినా, వాజ్ ఎదురు తిరుగుతున్నాడూ అని ప్రజలకైనా తెలుస్తుంది కద? అది చాలు మనకి."

"అదే అంకుల్. అదే మన ప్రణాళిక. విష్ యూ గుడ్ లక్. రాజ్ మాతా, ఈ వ్యవహారం అంతటిలోనూ, పేపర్ వర్క్, బ్యాగ్రౌండ్ వర్క్, మీరు తీసుకోండి. వాజ్ గారిని ముందుకు తొయ్యండి. అంతా ప్రణాళికగా, పకడ్బందీగా జరిగిపోవాలి." అన్నాడు ప్రసాద్.

"మాకర్థం అయ్యింది. ముందు వాజ్ ఒక్క అడుగు వేస్తే, మేం ఫాలో అయిపోడానికి సిద్ధంగా ఉన్నాం." అన్నారు రాజ్ మాతా.

అందరం ఆయన దగ్గర సెలవు తీసుకున్నాం.

రాజ్ మాతా అన్నారు. "ప్రధాన్స్ డీల్ గురించి మీరు వర్రీ అవకండి. అతను మాటకి కట్టుబడతాడు. మావాడే కదా? నేనూ చూస్తాను."

"థాంక్ యూ రాజ్ మాతా" అందరం ఒకేసారి అన్నాం.

32

26.01.1973, తిరుపతి

ప్రసాద్, లక్ష్మణ్, శ్రీనాథ్ లు మర్నాడు పొద్దున్నే విమానంలో న్యూయార్క్ వెళ్ళిపోయారు. సాయంత్రం విమానం లో మేం మద్రాస్ చేరుకుని, అక్కడినుంచీ రాత్రి కల్లా తిరుపతి చేరుకున్నాం. మా హనీమూన్ ట్రిప్ కాదు గానీ, ఢిల్లీలో వీళ్ళకి గైడ్ లా వ్యవహరించడంతో, ప్రకాష్, విజయల తో నాకు కూడా చనువు వచ్చేసింది.

అలాగే శ్రీనాథ్ పద్మలకి కూడా అత్తయ్యగారితో బాగా చనువు వచ్చేసింది. మేం ఢిల్లీలో హనీమూన్ గడుపుతూంటే, వీళ్ళు అత్తయ్యగారిని తీసుకుని రామేశ్వరం, కంచి, మధుర, కన్యాకుమారి... లాంటి ప్రదేశాలన్నీ చూసేశారు. తిరుపతి చుట్టుపక్కలనున్న ఆలయాలు సరేసరి! రెండుసార్లు తిరుమల వెళ్ళి స్వామి వారిని తనివితీరా దర్శించుకుని వచ్చారు. పాలు పొంగించుకున్న కొత్త ఇంట్లో, వీళ్ళు బాగా ఎంజాయ్ చేశారన్న మాట.

రెండు రోజులయ్యాక, పద్మ చెప్పింది. "ప్రకాష్. మనం ఇంక పనిలోకి దిగాలి. ముందు స్టూడెంట్స్ ని సంపాదించు. ఇక్కడ వాళ్లకి భోజనం, వసతీ కూడా ఉచితంగా లభిస్తాయి. ముందు ముందు వారి ఉద్యోగ భాధ్యత కూడా మనదే!

మనం కూడా ఇక్కడి ప్రెస్ వాళ్ళని పిలిచి ఓ చిన్న పార్టీ ఇద్దాం. వాళ్ళందరి సమక్షంలో, పద్మావతీ అమ్మవారి ప్రధాన అర్చకుల ఆశీస్సులతో, మన పాఠశాల ఆఫీస్ ప్రారంభం అవుతుంది. ఇక్కడి ప్రాచ్య కళాశాల ప్రిన్సిపాల్ ని కూడా పిలుద్దాం. అలాగే టిటిడీ ఈ వో ని కూడా.

ప్రిన్సిపాల్ నీ, ఈ వో నీ, నేనూ వాణీ వెళ్ళి పిలిచొస్తాం. రాజీ, విజయా, మిగతా ఆహుతుల సంగతి చూసుకుంటారు. మిగిలిన వ్యవహారాలు చక్కబెట్టే భాధ్యత నీది. ఇంకోవారం రోజుల్లో, శ్రీపాల్స్ ఇండియన్ వింగ్ స్టార్ట్ అయిపోవాలి."

అన్నిపనులూ చకచకా నడిచాయి.

ఇలాంటి ప్రవాస భారతీయ సంస్థలు, అదీ ప్రాచ్య కళాశాల కోసం, ప్రెస్ కాన్ఫరెన్సులు పెట్టడం, ఇంత భారీగా ఏర్పాట్లు చెయ్యడం...అక్కడి ప్రెస్ వాళ్ళకీ, తితిదే వాళ్ళకీ కూడా కొత్త అనుభవం. ఆ ప్రధాన అర్చకులు అయితే, ఈ కార్యక్రమానికి హాజరై తమ ఆశీస్సులని ఇవ్వడానికి మరో మాట మాటాడకుండా ఒప్పేసుకున్నారు. ఆనాటి ప్రెస్ క్లిప్పింగ్స్ అన్ని కూడా జాగ్రత్త పరిచాను నేను.

విజయా, రాజీ, ఇద్దరూ కూడా తిరుపతి లోని ఇంటింటికీ వెళ్ళి, ఆ తల్లితండ్రులతో మాట్లాడి, తమ పిల్లల్ని మా దగ్గర జేర్పించేలా ఒప్పందం చేసుకుని వచ్చారు.

మామూలు పాఠాలతో పాటు సంస్కృతం కూడా నేర్పుతాం, అంతే! వొడుగులు చేసుకునీ, పిలక పెట్టుకునీ, పంచెలు కట్టుకునీ, వాళ్ల పిల్లలు చదువు నేర్చుకోనక్కరలేదు. అలా చదువుకునే పిల్లల విభాగం వేరే ఉంది, అని నచ్చచెప్పాం.

మీరు నమ్మలేరు కానీ, రెండువందల మంది కి పైగా స్టూడెంట్స్ కమిట్ అయ్యారు మాకు. ఒకటో క్లాస్ నుంచీ ఐదోక్లాస్ వరకూ అన్నమాట. వీళ్లే కాకుండా, వేద పాఠశాల నిమిత్తం, ఇంకోముప్పై మంది విద్యార్థులు జాయిన్ అయ్యారు. అది చాలు కదా?

ఈ విషయం తెలిసిన వెంటనే, శ్రీనాధ్, ప్రసాద్, లక్ష్మణ్ లు మమ్మల్ని అభినందిస్తూ టెలిగ్రామ్స్ పంపారు. కాకుండా విజయకీ, ప్రకాష్ కీ ఓ గిఫ్ట్ పేకెట్ కూడా పంపారు.

రాజ్ మాతా, ప్రధాన్స్, వాజ్ గార్ల నుంచి కూడా అభినందనలు అందుకున్నాం. ఈ మధ్యకాలంలో శ్రీపాల్స్ ప్రధాన్స్ ల డైరెక్టర్లుగా, మూడు సార్లు ఢిల్లీ వెళ్ళొచ్చాం. విమాన ప్రయాణం అలవాటైపోయింది. నేను కూడా వీళ్లతోబాటే! వీళ్ళకి డిల్లీ లో లోకల్ గైడ్ ని అన్నమాట. మొత్తానికి ఆ మూడు నెలలూ కూడా మేమంతా బాగా... ఎంజాయ్ చేశాం.

ధరణి తో కూడా బాగా చనువు వచ్చేసింది. డిల్లీ వెళ్లినప్పుడల్లా తను కూడా మాతో కలిసేది. అలాగే, తిరుపతి లో మా స్కూల్ ప్రారంభోత్సవానికి తను హాజరయ్యింది. తను మాకు ఇంకో చెల్లలన్నమాట. రాజీని ఆటపట్టించాలంటే, తనే ముందుండేది.

అప్పట్లో తను మా ఫ్రెండ్ గానే ఉన్నా, రానురాను ధరణి విజయ కీ, శారదకీ, సరోజ కీ ముఖ్య స్నేహితురాలు గా మారిపోయింది. వాళ్ళందరూ ఒక బాచ్. మేమంతా ఒకటి అన్నమాట. అయితే ప్రసాద్ మాత్రం అందరికీ కావలసినవాడే!

మా వీసాలు కూడా వచ్చేశాయి. డిల్లీ వెళ్ళి, ఒకసారి వాజ్ పెయి గారినీ, ప్రధాన్స్ నీ, రాజ్ మాతా నీ, కలిసి, ఆ రాత్రే అమెరికా విమానం ఎక్కెయ్యడానికి ఏర్పాట్లు చేసుకున్నాం. ప్రకాష్, విజయా కూడా మమ్మల్ని సాగనంపడానికి డిల్లీ వచ్చారు.

వాజ్ గారు మమ్మల్నిచూడగానే, "చాలా సంతోషం. రాజీ, ప్రసాద్ కి చెప్పు. వాడి ప్లాన్ వర్కౌట్ అవుతోంది. త్వరలోనే గ్రాండ్ అలియెన్స్ అనౌన్స్ చేస్తానని చెప్పు. వాడికి నా థాంక్స్ చెప్పు" అన్నారు.

మళ్ళీ నాకేసి చూస్తూ, "బేటీ, మీ క్కూడా. మీరు కూడా లక్ష్మణ్ కీ శ్రీనాధ్ కీ మా కృతజ్ఞతలు తెలియజేయండి. వాళ్ళు ముగ్గురూ ఎప్పుడూ ఒక్కటే. మీ ముగ్గురూ కూడా వాళ్ళతో అలాగే కలిసి పోవాలి. శ్రీపాల్స్ అంటే ముగ్గురు కాదు, ఆరుగురు అన్నమాట." అన్నారు

"తప్పకుండా అంకుల్." అని మేమందరం ఆయనకి పాదాభివందనం చేసి వచ్చేశాం.

ఆ రాత్రే, మేం న్యూయార్క్ విమానం ఎక్కేశాం. కొత్త ఆశలతో, కొత్త వధువులం, కొత్త జీవితాల్లోకి అడుగుపెట్టాం.

ఒరేయ్ శ్రీధర్, అలా మీ అమ్మని, నేను దగ్గరుండి అమెరికా తీసుకెళ్ళాను తెలుసా? పైదీ, ఏదో మెడిసిన్ చేసేశానని గొప్ప పడిపోకు. అప్పట్లోనే మెడిసిన్ చేసి, అమెరికా వెళ్ళాను. మీ అమ్మని మొదటిసారిగా నాతో తీసుకెళ్ళాను. అది గుర్తుంచుకో." తన వంతు ఎపిసోడ్ పూర్తి చేసింది వాణి.

అపర్ణ వెంటనే అంది. "చాల్లే గొప్పలు. నీకూ అది మొదటిసారే కదా!"

వైదీ వెంటనే విజిల్ వేసింది. "ఇది కాఫీ బ్రేక్." అంటూ.

ఈసారి పద్మా, వాణీ, అపర్ణలతో పాటు, శారద చేత కూడా మొట్టికాయలు తింది.

"ఇప్పుడు సుధాకర్ బాబాయ్ వంతు" అంది అపర్ణ.

కాఫీలు తాగి అందరూ మళ్ళీ సెటిల్ అయ్యాక, "అయితే నేను చెప్పేది కూడా వినండి" అంటూ సుధాకర్ చెప్పసాగాడు.

"ఇప్పటివరకూ... మీ పేరెంట్స్అమెరికాలో స్థిరపడడానికీ, అమెరికా రావడానికీ, ముందు జరిగిన విషయాలే మీరు తెలుసుకుంటున్నారు. వాటిల్లో నేను లేను. కాబట్టి నాకు అంతగా తెలియదు. ఢిల్లీ లో లక్ష్మణ్ నా క్లాస్ మేట్. అలాగే వాణీ, శారదలు కూడా నా జూనియర్స్.

న్యూయార్క్ లో పోలీ క్లినిక్ ఓపెన్ చేసి, దాన్ని మెగా హాస్పిటల్స్ గా అభివృద్ధి చెయ్యడం వరకూ... నా పార్ట్ మీతో పంచుకోడానికి అభ్యంతరం లేదు. అది లక్ష్మణ్, వాణి, శారదలు కూడా చెబుతారు.

కానీ మనందరం ఒక ఉమ్మడి కుటుంబం గా ఎలా మారాం అన్నదే, మీరు తప్పకుండా తెలుసుకోవలసిన విషయం. దాదాపు ముప్ఫై ఏళ్ళనుంచీ మనం అందరం కలిసి ఉంటున్నాం. మనకెవ్వరికీ రక్తసంబంధాలు లేవు. శ్రీనాధ్, పద్మలది కూడా దగ్గరి రక్త సంబంధం ఏమీ కాదు. ఇవన్నీ గమనించి...ఈ ఉమ్మడి కుటుంబాన్ని ఇంకా పొడిగించి, పెద్దచేసి, ఇంకా బలోపేతం చేయ్యడానికి ప్రయత్నించండి. అదే నేను కోరుకునేది.

మనమంతా అమెరికా లో స్థిరపడిన నాటి నుంచీ, అరుణా, లావణ్యా, గౌతమీ, భార్గవా మీ అందరితోనూ కలిసిపోయి, మీరంతా ఒకే కుటుంబ సభ్యుల్లాగా... అన్నిటికీ పోటీపడుతూ... దెబ్బలాడుకుంటూ...ఒకళ్ళనొకళ్ళు ఓదార్చుకుంటూ... మీరంతా ఒక టీం లాగా గడిపిన రోజుల్ని గుర్తు చేసుకోండి. అవన్నీ మీకు మధురానుభవాల్లే మిగులుస్తాయి.

ప్రసాద్ శ్రీనాధ్ లక్ష్మణ్ లు ఒకే ప్రాణంలా పెరిగి, కష్ట నష్టాలు తట్టుకుని, పైకి రావడం ఎంత విశేషమో...వారికి సరియైన జోడీలుగా పద్మా, రాజీ, వాణీ లు కలవడం...అలాగే వారి మిత్రులుగా నేనూ, జయశంకర్, శారదా, సరోజా, ప్రకాష్, విజయా కూడా కలవడం కూడా అంత విశేషమే!

ముఖ్యంగా ఈ ఆడవాళ్ళందరూ కూడా అరమరికలు లేకుండా కల్సి పోయి, ఈ ఉమ్మడికుటుంబం యొక్క అవసరాన్నీ, తమ తమ భాధ్యతలనీ గుర్తెరగడం అన్నది ఇంకా అభినందించాల్సిన విషయం.

అందువల్లే మాకు ప్రకాష్ విజయల తోటీ, శ్రీనాధ్ వాళ్లకి మా పేరెంట్స్ తోటీ చనువు ఏర్పడింది. వీళ్ళల్లో ఏ ఒక్కరి కోపరేషన్ లేకపోయినా, మనం ఈనాడు ఇలా ఉండేవాళ్ళం కాదన్నది కూడా మీరు జ్ఞాపకం పెట్టుకోవాలి.

ఎందుకంటే, ఈనాటి మెగా హాస్పిటల్స్, శ్రీ ఇంజినీరింగ్, శ్రీపాల్స్, ప్రధాన్స్ ...ఇవన్నీ ఒక స్థాయిలోకి రావడానికి కారణం, నేనూ లక్ష్మణ్, జై, శ్రీనాధ్ లు మాత్రమే కాదు. పద్మా, రాజీ, శారదా, వాణీ, సరోజా కూడా. అంతెందుకు ఇండియన్ సైడ్ నుంచీ విజయా, ప్రకాష్ కూడా అంతగానూ కష్టపడ్డారు.

ఈ సక్సెస్ మత్తు మాకు ఎక్కువై...అహంకారాలు పెరిగిపోకుండా... 'సర్వీస్ టు ది సొసైటీ' అనే ధర్మ సూత్రాన్ని మాకు ఎప్పుడూ జ్ఞాపకం చేస్తూ వచ్చేవారు ప్రసాద్, రాజీ లు.

అమెరికా కి వచ్చాక, మాలో ఎవ్వరికీ ఆర్థిక ఇబ్బందులు లేవు. ఒకళ్ళకంటే ఒకళ్ళు ఎక్కువ సంపాదిస్తున్నారనే ఈర్ష్యా లేదు. మేము అమెరికాలో, ఈ వ్యాపారాల్లో సెటిల్ అవడానికి మొదట్లో కొద్దిగా ఇబ్బంది పడామేమో! ఇప్పుడు, ఈ రోజు ఈ విధంగా, ఇంతటి ఆర్థిక స్థోమత ని తెచ్చుకున్నాక కూడా అధర్మ మార్గాల జోలికి... ఎందుకు వెళ్ళాలి?

అలా వెళితే ఇంకా ఎక్కువ సంపాదించచ్చేమో! కానీ ఎందుకు? అంతా మేమే సంపాదించేస్తే, మీ తరం వాళ్ళు ఏం చేస్తారు? ఆ సంపదని అనుభవిస్తూ... అర్హతలేని అందలాలు ఎక్కుతూ... డబ్బువిలువా... శ్రమ విలువా తెలియకుండా ఖర్చు పెట్టేస్తారు. అంతేకదా?

అందుకు మీకీ చదువులు ఎందుకు? మాలాంటి వాళ్ల కుటుంబాల్లో మీ జన్మలు ఎందుకు? మీకు సరైన అవకాశాలనీ, తెలివితేటలనీ, ఉద్యోగ స్థోమతలనీ...కల్పించాం కదా? వాటినే మీ తరువాతి తరాలకి 'పాస్ ఆన్' చెయ్యండి.

నేనూ, శారదా మెడిసిన్ చేశాం. ఆర్థిక ఇబ్బందులు లేని కుటుంబం లోంచే వచ్చాం. అలాగని మరీ 'డబ్బు అంటే లెక్కలేని కుటుంబం' లోంచి మాత్రం కాదు. అలాగే జయశంకర్, సరోజ లు కూడా!

కానీ, పద్మ, రాజీ లు ఏం చదివారు? వాణి తనకి పెళ్ళికాక ముందు ఎటువంటి జీవితం గడిపింది? ప్రసాద్, శ్రీనాధ్, లక్ష్మణ్ ల సంగతి వదిలెయ్యండి. 'ఏదో లక్ వుంది కాబట్టి అలా పైకొచ్చారు' అని అనుకుందాం. మరి, పద్మ ఇండియాలో చదువుకున్న బీకాం కి అమెరికాలో శ్రీపాల్స్ ఛైర్మన్ గా ఎలా ఉంది? శ్రీపాల్స్ కే కాకుండా ఇంకో పది కంపెనీల బోర్డ్స్ లో ఎలా ఉంది?

అవన్నిటినీ తన స్వశక్తితోనే సాధించుకుంది అని అనుకున్నాకూడా,. వాటి వెనుకఉన్న ప్రోత్సాహం... సహకారం ఎవరివి? శ్రీనాధ్ వే కదా?

అలాగే రాజీ? అక్కడి తన బీ యే తోనే ఇక్కడి ఎమ్ ఎస్ ఎకనామిక్స్ చేసి సిటీబాంక్ కి AVP గా ఉంటోందంటే ...తనకి ఆ 'బటర్ ఫ్లయ్' రూపాన్ని ఇచ్చిందెవరు? ప్రసాద్ కాదా? అలాగే వాణీని కట్టుబట్టలతో వచ్చినా ఆదరించి, గౌరవనీయంగా పెళ్ళిచేసుకుని, MD చదివించి, ఈ మెగా హాస్పిటల్స్ కి జాయింట్ MD గా చేసిందెవరు? లక్ష్మణ్ కాదా?

ఒకవేళ పద్మా రాజీ వాణీ లు అమెరికాలో పెద్దచదువులు చదువుకోకపోయినా, వాళ్ళ ఇప్పటి ఆర్థిక పరిస్థితుల్లో లో చెప్పుకునేంత తేడా ఏమీ కనపడదు. అయామ్ ష్యూర్! అయినా వాళ్లకి ఆ హోదాలూ, ఆ భాధ్యతలూ... ఆ అర్హతలూ... ఇవన్నీ మీ తల్లితండ్రులు ఎందుకు కల్పించాలి?

తమతోపాటు ఇంకొకళ్ళని కూడా పైకి తీసుకురావాలన్న తాపత్రయమే... ఆ ధ్యేయమే... ఆ తపనే! అదే శ్రీపాల్స్ ఫౌండేషన్ ప్రధాన ఆశయం కూడా! అది వాళ్ళు తమ అచరణలో చేసి చూపించారు. ఇకముందు మీరందరూ పెద్దపెద్ద భాధ్యతలు చేపడతారు కాబట్టి, ఈ విషయాన్ని ఎప్పుడూ దృష్టిలో పెట్టుకోండి. వైదీ... అప్పూ, శ్రీధర్ మిమ్మల్నే!

మీ తల్లితండ్రుల గత జీవితాన్నిఏదో కాలక్షేపం గా వినకుండా... అందులోని స్ఫూర్తిని అర్థం చేసుకోండి. ఆచరణలో పెట్టండి. I am sorry my boys... I am completely off track. So sorry!" అన్నాడు సుధాకర్.

అప్పటికే సుధాకర్ బాబాయ్ చాలా ఆవేశపడుతున్నాడని గమనించారు వైదీ అపర్ణలు.

"అదేం లేదు బాబాయ్. వీళ్ల గత జీవితాన్ని తెలుసుకుంటూ... ఎంజాయ్ చేస్తున్నా, అందులోని ముఖ్య విషయాల్ని మేం కూడా గమనిస్తున్నాం. నువ్వు చెప్పిన వాటిల్లో చాలా పాయింట్స్ మాకు ముందే తెలుసు. మాకే కాదు, మా పిల్లలందరికీ కూడా తెలుసు... అరుణకీ, గౌతమీకీ కూడా!

ఒక విధంగా చెప్పాలంటే... ఇంతమంది మంచివాళ్ల సత్సంగంలో పుట్టి పెరగడం... నిజంగా మా అదృష్టమే! అమ్మా వాళ్ళని పైకి తీసుకురావడం మాట అటుంచు. మమ్మల్ని ఏ హాస్టల్ లో నైనా పడేసి... మాకు కావలసినంత డబ్బులు పారేసే... ఆర్థికపుష్టి కూడా ఉంది వీళ్లందరికీ. అయినా తీరిక చేసుకుని మరీ, మా అందరినీ పెంచి పెద్దచేశారు. ఇలాంటి ధర్మబద్ధమైన జీవితం గడపాలని మాకు చిన్నప్పటినుంచీ ఉగ్గుపాలతోటే, నూరి పోశారు.

మా అమ్మానాన్నలే కాదు, శారద పిన్నీ, సరోజ పిన్నీ, విజయత్తా కూడా! మా పిల్లలు కూడా ఈ నియమాన్ని ఎప్పుడూ ఉల్లంఘించరు బాబాయ్! ఐ ప్రామిస్" అపర్ణ బాబాయ్ చేతిలో చెయ్యి వేసి చెప్పింది.

"సుధాకర్ కి ఆవేశం వస్తే అణుచుకోలేడు. అది నువ్వు చాలా సార్లు గమనించి ఉండాలి" వైదీ తో అంది శారద.

"లేదు పిన్నీ... బాబాయ్ చాలా కూల్. ఎప్పుడూ హాస్పిటల్ స్టాఫ్ ని సున్నితంగా మందలించడమే కానీ, వాళ్ళ మనస్సుని కష్టపెట్టినట్టుగా మాట్లాడిన సందర్భాలు నాకు జ్ఞాపకం లేవు. అందుకే కదా లక్ష్మణ్ మామయ్య కన్నా, సుధాకర్ బాబాయే మెగా హాస్పిటల్స్ మొత్తానికి ఫేవరిట్ డాక్టర్ అయ్యాడు?

మాకు ఈ విషయాలు చెప్పాడూ అంటే, ఇవి మేము తెలుకోవలసినవి అని తను అనుకుంటున్నాడు కాబట్టే! అందుకు ఇంతకన్నా సరైన సందర్భం ఏముంటుంది? అరుణకీ, గౌతమికీ, కూడా ఇలాగే చెప్పుంటారుకదా? I know that" అంది వైదీ.

"అనవసంగా ఎక్సైట్ కాకురా! మన పిల్లలు మన పేరు నిలబెడతారులే" అన్నాడు శ్రీనాధ్.

సుధాకర్ అప్పటికి కొంచెం స్థిమిత పడ్డాడు.

"అయితే వైదీ...ఈవారం నేను హాస్పిటల్ కి రాలేకపోవచ్చు. ఈ వారం మా పేరెంట్స్ తో గడపాలి. కాబట్టి, హాస్పిటల్ లో లాట్ వర్క్ నువ్వు చూసుకో. మళ్లీ US లోనే కలుద్దాం. ఓకే?" అని వైదీ తో చెప్పి, "Bye రా, మనం అందరం మళ్లీ US లో కలుదాం" అని లక్ష్మణ్, శ్రీనాధ్ లకి షేక్ హాండ్ ఇచ్చాడు సుధాకర్.

శారద కూడా అపర్ణా, వైదీలని ముద్దుపెట్టుకున్నాక వెళ్ళిపోబోయింది.

"మరి నాకో?" అన్నాడు శ్రీధర్.

"హరి భడవా! నీకింకా వంతులూ... వాటాలూ... జ్ఞాపకం ఉన్నాయన్నమాట. మీ అందరికీ నాలుగేళ్ళు వచ్చేవరకూ... అందరికీ కలిపి ఇంట్లోనే ఒక 'క్రెచ్' మైంటైన్ చేశాం. సరోజ పొద్దున్న 9.00 గంటలనుంచీ మధ్యాహ్నం 1.00 గంట వరకూ చూసుకునేది. నేను హాస్పిటల్ లో మార్నింగ్ షిఫ్ట్ ముగించుకుని, సరోజని రిలీవ్ చేసేదాన్ని. నేను సాయంత్రం 4.00 గంటలవరకూ చూసుకుంటే, నన్ను రిలీవ్ చెయ్యడానికి అప్పటికి పద్మ వచ్చేసేది. ఈవెనింగ్ షిఫ్ట్ కి హాస్పిటల్ కి వెళ్ళి వాణిని రిలీవ్ చేసేదాన్ని. ఆవిధంగా మేమంతా, మీ అందరికీ కలిసి, ఉమ్మడిగానూ...విడివిడిగానూ కూడా '_'

పనులన్నీ చేశాం. ఆనాటి ఫొటోస్ ని కూడా కొన్నిటిని మీరు చూశారుగా? మాకు కోపం వచ్చి మీలో ఏ ఒక్కరినైనా పిర్రమీద ఒక్కటేసినా, మిగతా అందరూ కూడా 'మాక్కూడా' అంటూ పిర్రలు చూపించేవారు సిగ్గులేకుండా! ఏదైనా అందరూ సమానంగా పంచుకునేవారన్నమాట. అవి గుర్తున్నాయా?

అప్పట్లో గౌతమిని ఒక్కర్తినీ దగ్గరికి తీసుకోవాలంటే...మిమ్మల్నందరినీ కూడా దగ్గరికి తీసుకోవల్సి వచ్చేది. అదే యూనిటీ...అదే స్పిరిట్...ఇప్పుడు కూడా మైంటైన్ చెయ్యండి శ్రీధర్" అని, "సరే. రా!" అని శారద రెండుచేతులూ జాపింది.

శ్రీధర్ ని కౌగలించుకుని, "I am proud of you my boy. హైదరాబాద్ లో ఉన్నావు కాబట్టి, మా అత్తయ్యా మావయ్య లని కూడా చూసొస్తూ ఉండు. వాళ్ళుకూడా, వాళ్ళ 'చీదల్' మనవడి గురించి అడుగుతున్నారు. ఒకసారి వెళ్ళొస్తావా 'లాల్ కిషన్ మాల్యాద్రీ?'" శ్రీధర్ ని టీజ్ చేస్తూ అంది శారద.

"తప్పకుండా పిన్నీ" జవాబిచ్చింది అపర్ణ. "మీ 'కిషన్ కనైయా డాకూ చోర్ నామ్ వాలా చీదల్ పరాంజపే టెనర్జీ' ని నేను తీసుకెళతాగా?

అప్పుడు శ్రీధర్ అన్నాడు. "వైదీ ఈ సీన్ వీడియో తీసుకో. నేనూ మా అత్తా కూడా ఎంత ప్రేమగా ఉంటామో దీన్నిచూసైనా తెలుసుకుందువు గాని... ఆ తరువాత ఈ వీడియో చూసుకుని, తీరుబడిగా కుళ్ళుకో!!"

వైదీ వెంటనే... "మీ వీడియో కి అంత సీనేం ఉండదు లే 'సంగ్మాసన్యాల్ ఘోర్పడే వడయార్' గారూ. ఏదైనా మా పిన్ని ముందు మమ్మల్ని దగ్గరికి తీసుకున్నాకే, ఆ తరువాత నువ్వు కుళ్ళుకుంటూ రిక్వెస్ట్ చేసుకున్నాకే, నిన్ను దగ్గరికి తీసుకుంది. అది తెలుసుకో" అంది కాలర్ ఎగరేస్తున్నట్టుగా.

"చాలు చాలు మా 'చీదల్ మల్హోత్రా" ని ఇక ఏడిపించకండి. చిన్నప్పుడంటే... వాడికేం తెలియని వయస్సులో గొప్పవాళ్ళందరి గురించీ చెప్పినప్పుడల్లా అది తన గురించే అనుకునేవాడు. కొన్నాళ్ళు అవి తనే అనుకునేవాడు. ఇప్పుడు వాడే గో...ప్ప ఐ ఏ ఎస్ ఆఫీసర్ అయ్యాడుకదా? ఇంకా అలా ఏడిపించకండి" శ్రీధర్ ని దగ్గరికి తీసుకుంటూ అంది శారద.

అమాయకంగా అత్త భుజం మీద తలవాల్చుకుని, ఎదురుగా ఉన్న అపర్ణకి కన్నుకొట్టాడు శ్రీధర్.

కాస్సేపు పోయాక శారదా, సుధాకర్ లు వాళ్ళింటికి వెళ్లిపోయారు.

33

జూన్ 1973, న్యూయార్క్

రాత్రి భోజనాలయ్యాక అందరూ మళ్లీ హాల్లో సమావేశం అయ్యారు. "వాణీ ఈ సారి నా చాన్స్. నేను చెబుతాను." అంటూ పద్మ కొనసాగించింది.

"న్యూయార్క్ లో అడుగు పెట్టామా? శ్రీ, లక్ష్మణ్, ప్రసాద్ ఎయిర్ పోర్ట్ కి వచ్చి మమ్మల్ని రిసీవ్ చేసుకున్నారు. ఆ తరువాత వారం రోజులు ఎలా గడిచిపోయాయో మాకే తెలియదు. అమెరికాలోని, ముఖ్యమైన, చూడ తగ్గ ప్రదేశాలన్నీ చూసేశాం. అలాగే, పాట్రిక్, ఫోర్డ్, మాక్ బుండీ లతో సహా, మా సంస్థ అభివృద్ధికి తోడ్పడుతున్న ప్రముఖులనీ కలుసుకున్నాం.

అప్పుడు మళ్లీ శ్రీ చెప్పాడు. "పద్మా, రేపటినుంచీ నువ్వు మన ఫౌండేషన్ ఆఫీస్ లో పని చెయ్. మన ఫౌండేషన్ తరఫున ఫ్రీ ఎడ్యుకేషన్ కోసం, స్టూడెంట్స్ ని అప్లికేషన్స్ పంపమన్నాం కదా? కనీసం 5000 దాకా అప్లికేషన్స్ వచ్చాయి. కేవలం వందమందినే అప్రూవ్ చేస్తున్నాం. ఈ సెలెక్షన్ కమిటీ లో మన తరఫున నువ్వు మెంబర్. ఆ సెలెక్షన్ కమిటీ ఛైర్మన్ పాట్రిక్.

ఎడ్యుకేషన్ సెక్రెటరీ, ఫోర్డ్ ఫౌండేషన్ వాళ్ళు కూడా తమ తమ నామినీస్ ని పంపుతారు ఈ సెలెక్షన్ బోర్డ్ కి. ఇంటర్వ్యూ ప్రోసెస్ ఎలా అవుతుందో, నువ్వు జస్ట్ అబ్జర్వ్ చెయ్యి. నువ్వు ఎవ్వరినీ సెలెక్ట్ చెయ్యద్దూ, రిజెక్ట్ కూడా చెయ్యద్దు. నువ్వొక అబ్జర్వర్ వి అన్న మాట.

ఆఫీస్ లో నీకొక సెక్రెటరీని అపాయింట్ చేశాను. నీకు ఏదైనా డౌట్ వస్తే, నన్నుకానీ, ప్రసాద్ ని కానీ, ఫోన్లో సంప్రదించు. ఓ కే నా?"

"అలాగే" అన్నాను నేను.

వెంటనే వాణి తో, "వాణీ, నువ్వు లక్ష్మణ్ తో పాటే, రేపట్నుంచీ హాస్పిటల్ వర్క్ అటెండ్ అవ్వు. నీ ఎమ్ డీ సీట్ వచ్చే వరకూ, హాస్పిటల్ అడ్మినిస్ట్రేషన్ లో పనిచెయ్యి. నీకు మన మెగా హాస్పిటల్ ఎలా పనిచేస్తోందో అర్థం అవుతుంది. ఏరా ఏ ఎల్? ఈ సజెషన్ బాగుందా, లేకుంటే డైరెక్ట్ గా నీ బాస్ గా అపాయింట్ చేసెయ్యనా?"

"వద్దు వద్దు. తను ఎమ్ డీ చేసినా కూడా, నెక్స్ట్ ఫైవ్ ఇయర్స్ వరకూ, నా దగ్గర జూనియర్ గానే ఉండనీ. లేకపోతే నాకు ప్రోబ్లెం అవుతుంది." అన్నాడు లక్ష్మణ్.

"రాజీ కి ఏమీ డ్యూటీ లేదే?" అని అనుకున్నాం అందరం. ఈ లోపులో శ్రీ చెప్పాడు. "రాజీ, నీకింకా సీట్ వచ్చేసరికి రెండు మూడు నెలలు పడుతుంది. కాబట్టి, ఈ లోపులో ఫౌండర్ ట్రస్టీ హోదాలో, ఫౌండేషన్ జాబ్ తెలుసుకో. అంటే, మెగా హాస్పిటల్స్ నీ చెక్ చేస్తూండాలి. శ్రీ ఇంజినీరింగ్ నీ కూడా!

రేపట్నుంచీ నీకూ పద్మకీ ఆఫీస్ కార్ వస్తుంది. వాణి లక్ష్మణ్ తోటే వెడుతుంది కాబట్టి, ఇంకో కారు అవసరం లేదు. ముందు మనం కొన్నాళ్ళు ఈ ఎరేంజ్ మెంట్ కి ఒప్పుకుందాం."

ప్రసాద్ చెబితే, దానికి ఏమైనా అడ్డుచెప్పేదేమో, కానీ శ్రీనాథ్ చెబుతున్నాడు కాబట్టి, చచ్చినట్టు "అలాగే" అని బుర్రూపింది రాజీ.

మర్నాడు మా విధుల్లో చేరిపోయాం. అనుకున్నట్టుగానే మా ఆఫీస్ కారు వచ్చింది. ఆఫీస్ లో రాజీ నీ, నన్నూ మా స్టాఫ్ రిసీవ్ చేసుకున్నారు. వెంటనే అది దాని రూమ్ లోకి వెళ్లిపోయింది. అలాగే నేను కూడా. ఆ తరువాత నా సెక్రెటరీని అడిగి, నా తరువాతి మీటింగ్ స్క్రీనింగ్ కమిటీ తోటి అని తెలుసుకున్నాను. ఆ మీటింగ్ కి వెళ్ళడానికి, కావలసిన సమాచారం అంతా తెలుసుకున్నాను.

పాట్రిక్ నాకు తెలుసున్న వ్యక్తే కదా? అదీకాక, ఇప్పుడు ఇంగ్లీష్ లో బాగానే మాట్లాడ గలుగు తున్నాను కదా, నో ప్రోబ్లెం అనుకున్నాను.

మీటింగ్ రూమ్ లోకి వెళ్ళాను. ఈ 5000 అప్లికేషన్సూ వడపోసి, ఫైనల్ స్క్రీనింగ్ కి 500 మందిని పిలిచాం. నెక్స్ట వీక్ నుంచీ ఇంటర్వ్యూలు. రోజుకి ఏభై మంది చొప్పున, పది రోజుల్లో వీళ్ళ ఇంటర్వ్యూస్ పూర్తిచెయ్యాలని నిర్ణయించుకున్నారు సెలెక్షన్ కమిటీ మెంబర్స్. గవర్నమెంట్ నామినీస్, పదిరోజులు పూర్తిగా, వీటికోసం స్పెండ్ చెయ్యలేం అన్నారు. అప్పుడు నేను చెప్పాను.

"పొద్దున్నే ఎనిమిది గంటలకే స్టార్ట్ చేద్దాం. పొద్దున్న మూడు గంటల్లో 25–30 మందిని మనం ఇంటర్వ్యూ చేద్దాం. మధ్యాహ్నం మళ్ళీ 3.00 గంటలకల్లా ఇంటర్వ్యూలు మొదలెడదాం. మధ్యాహ్నం ఇంటర్వ్యూస్ కి మీ తరఫున కావాలంటే, వేరెవరినైనా పంపండి. ఇలా స్టాగర్డ్ టైమింగ్స్ లో ఇంటర్వ్యూ చెయ్యడం వల్ల, ఫౌండేషన్ రొటీన్ కూడా దెబ్బతినదు.

పాట్రిక్ లాంటివాళ్ళు తమ ఇతర బిజినెస్ లని కూడా అటెండ్ అవగలరు. ఒన్లీ టూ వీక్స్, ఆఫ్ సిక్స్ అవర్స్ ఎ డే, ఇన్ టూ సిట్టింగ్స్. కాంట్ వుయ్ డూ ఇట్ ఫర్ ది సేక్ ఆఫ్ ది నెక్స్ట జెనెరేషన్? వుయ్ ఆర్ గోయింగ్ టూ సెలెక్ట్ ది క్రీమ్ అమాంగ్ దీజ్ పీపుల్. మే బీ, దే విల్ టర్న్ ఔట్ టూ బీ దీ ప్రైడ్ ఆఫ్ ది కంట్రీ... మే బీ, వుయ్ కెనాట్ ఈవెన్ టాక్ టూ దెమ్ లేటర్. సో, లెటజ్ టాక్ టూ దెమ్ నౌ ఇట్ సెల్ఫ్" అన్నాను నేను.

ఆ తరువాత గవర్నమెంట్ నామినీస్, పాట్రిక్ తో ఏదో మంతనాలు జరిపారు.

కాస్సేపు పోయాక, పాట్రిక్ నా దగ్గరికి వచ్చి, నాకు షేక్ హాండ్ ఇస్తూ, "వండర్ఫుల్ పద్మా. మీ ప్రొపొజల్ ని మేము అంగీకరిస్తున్నాం. ఇంటర్వ్యూ కి వచ్చినవాళ్లకి మనం ఎలాగూ భోజనం, వసతీ సదుపాయం కల్పిస్తున్నాం కదా?

అలా అయితే, వాళ్ళు ఇంకోరోజు వైట్ చెయ్యాల్సొచ్చినా బాధ పడరు. పైగా పొద్దున్న ఇంటర్వ్యూ చేసిన బాచ్ ని సాయంత్రం పంపేస్తాం కదా? మనకి ఎకామడేషన్ ఇవ్వడానికి కూడా ప్రాబ్లెం ఉండదు. ఈ అరేంజ్ మెంట్స్ అన్నీ సరిగ్గా చూడమని మీ స్టాఫ్ కి చెప్పు. ఐ హోప్ నో అబ్జెక్షన్ ఫర్ యువర్ ప్రొపోజల్. గవర్నమెంట్ నామినీస్ కూడా ఒప్పుకున్నారు" అన్నారు.

ఆ మీటింగ్ అయిన వెంటనే, బయటకి వచ్చి, నా సెక్రెటరీ రేఛల్ కి చెప్పాను. "దీనికి సంబంధించిన మన స్టాఫ్ ని, నెక్స్ట మండే నుంచీ పొద్దున్నే 7.30 కల్లా ఇక్కడ ఉండమను. మధ్యాహ్నం వాళ్ళు వెళ్లిపోవచ్చు. అలాగే మధ్యాహ్నం ఇంటర్వ్యూస్ కి ఇంకో బాచ్ స్టాఫ్ ని తీసుకో. వాళ్ళు మధ్యాహ్నం

నుంచీ, ఆనాటి ఇంటర్వ్యూస్ పూర్తి అయ్యేవరకూ ఉంటారు. అలాగే కేండిడేట్స్ కి డేట్ అండ్ టైమ్ మళ్లీ కరెక్ట్ గా ఇన్ఫార్మ్ చెయ్యండి.

ఆ తరువాత, ఈ ఇంటర్వ్యూస్ కోసం వచ్చే స్టూడెంట్స్ కీ, వాళ్ల పేరెంట్స్ కీ, మన మెగా హాస్పిటల్ వాళ్ళని భోజన వసతి సౌకర్యాలకోసం రిక్వెస్ట్ చేస్తూ ఒక లెటర్ పంపుదాం. ఇంటర్వ్యూస్ కి వాళ్ళని ఇక్కడికి తీసుకురావడానికి ఓ బస్ ఏర్పాటు చేద్దాం."

"మన ఆఫీస్ కి కానీ, మెగా హాస్పిటల్స్ కి కానీ, ఇటువంటి బస్సులు లేవు మిసెస్ శ్రీపాద్." అంది నా సెక్రెటరీ సౌమ్యారేచల్.

"ఫరవాలేదు. శ్రీ ఇంజినీరింగ్ వాళ్లకి ఉంటాయి. వాళ్ళకి చెబుదాం. నువ్వు అన్ని లెటర్స్ సిద్ధం చేయించి, ఓ అరగంటలో నా దగ్గరికి పంపు. నా సంతకాలు అయ్యాక వాటిని వెంటనే డిస్పాచ్ చేసెయ్. అర్థం అయ్యిందా?"

"యస్ మేడమ్."

"శ్రీ ఇంజినీరింగ్ చీఫ్ శ్రీనాధ్ తో మాట్లాడాలి. లైన్ కనెక్ట్ చెయ్యమని మన ఆపరేటర్ కి చెప్పు. నౌ యూ కెన్ గో" అన్నాను నేను. అప్పుడే నాలో ఎంత మార్పు! భాధ్యతల్లో చక్కగా ఇమిడిపోతున్నాను.

అవతలి నుంచి, శ్రీ పీఏ లైన్ లోకి వచ్చాడు. "శ్రీ పాల్స్ ఛైర్మన్ మిసెస్ శ్రీపాద్, మీ సీఈవో శ్రీనాధ్ తో మాట్లాడుతారు. ప్లీజ్ కనెక్ట్ హిం, ఇఫ్ యూ డోంట్ మైండ్." అంది మా సెక్రెటరీ.

శ్రీ లైన్లోకి వచ్చాడు. శ్రీకి ఆనాటి విశేషాలు చెప్పి, "మనకో బస్ ఎరేంజ్ చెయ్యగలవా? నీ కంపెనీకి ఓ బస్ ఉందని నాకు గుర్తు" అడిగాను నేను. "మా కంపెనీకి బస్ ఉన్నా, అది మా అవసరాలకే సరిపోతుంది. మెగా హాస్పిటల్ కి కూడా కార్లూ అంబులెన్స్ లే కానీ, ఇలా బస్సులు లేవు. ఎస్పీ గాడితో చెబుతాను. వాడి కస్టమర్ల ద్వారా, ఏదైనా బస్ ని ఎరేంజ్ చేస్తాడేమో. లేకుంటే ఓ మినీ బస్ ని రెంట్ కి తీసుకుందాం. సాయంత్రాని కల్లా కన్ఫర్మ్ అవుతుంది నీకు బస్సు. ఎనీ వే, కంగ్రాట్స్. నీ డ్యూటీస్ లో చక్కగా కుదిరి పోతున్నావ్" అన్నాడు శ్రీ.

ఓ చక్కని అభినందన! దీంతో నాకు వెయ్యేనుగుల బలం వచ్చింది. రాజీని పిలిచి చెప్పాను, ఏం జరిగిందో. రాజీ కూడా కంగ్రాట్స్ చెప్పింది. తను ఫౌండేషన్ రికార్డ్స్ అన్నీ చూస్తోందిట.

"నాకు మన ఫౌండేషన్ ఆశయాలు ఏమిటో అర్థం అయ్యాయి. మనకి డోనార్స్ ఎవరో, ఎందుకు, ఎంత ఇస్తున్నారో కూడా తెలుసుకున్నాను. ఈ వందమందీ మన ఫస్ట్ బాచ్. వీళ్ళే రేపు మనకి ఫుల్ సపోర్ట్ అండ్ పబ్లిసిటీ అన్నమాట. సరైన వాళ్ళనే సెలెక్ట్ చెయ్యి పద్మా. ఇందులో ఎటువంటి పక్షపాతానికీ తావియ్యకు. ఇది మన ప్రెస్టిజ్ ఇష్యూ." అంది రాజేశ్వరి.

మళ్ళీ తనే, "ప్రసాద్ దాకా వెళ్ళిందంటే, ఎలాగోలా మనకి బస్ ఎరేంజ్ చేసేస్తాడు. అందులోనూ తన పద్మక్క కోసం అయి! ఆ పని జరిగిపోయిందనే అనుకో. నీకింకేమైనా హెల్ప్ కావాలంటే చెప్పు. లేదంటే, నేను ఇంటికెళ్ళి అందరికీ వంట చేసేస్తాను." అంది.

"ఓకే. మన ఆఫీస్ కారు లోనే వెళ్ళిపో. నేను కూడా నాలుగ్గంటల కల్లా వచ్చేస్తాను. బై." అని చెప్పాను. రాజీ వెళ్ళిపోయింది.

34

జూన్ 1973, న్యూయార్క్

ఆ రాత్రి అందరం భోజనాలు చేస్తూంటే ప్రసాద్ "అక్కా, ఓ మినీ వాన్ రెంట్ కి బుక్ చేశాను. వాళ్ళు నిన్ను కంటాక్ట్ చేస్తారు. ఆ వాన్ ఎప్పుడు, ఎక్కడికి రావాలో చెప్పమని మీ సెక్రెటరీకి చెప్పు. రెంట్ విషయం నువ్వు పట్టించుకోకు. రెంట్ మన ఫౌండేషన్ అకౌంట్ లోంచి పే చేసెయ్. కాకపోతే, మీ ఇద్దరి గురించీ, ఓ కామెంట్ వచ్చే అవకాశం మాత్రం ఉంది" అన్నాడు.

"ఏమిటది ప్రసాద్?" అడిగింది రాజీ.

"మీరు ఓనర్స్ కదా? మిమ్మల్ని ఎవడూ అడిగేవాడు లేడూ అని అనుకుంటే చాలా పొరపాటు. మీ స్టాఫ్ మిమ్మల్ని గమనిస్తూనే ఉంటారు. మధ్యాహ్నం తొందరగా ఆఫీస్ నుంచి వచ్చేసి ఏం చేశావు రాజీ? వంట చేశావు అంతేనా?

ఈ ఆఫీస్ పని నీ పార్ట్ టైమ్ జాబా? అలాగే పద్మక్కా, నీ కధ ఏమిటి? ఫస్ట్ డే కదా, ఫస్ట్ అసైన్ మెంట్ సరిగ్గా చేశావు కదా అని అభినందిద్దాం అనుకుంటే, ఇలా నాలుగ్గంటలకే నువ్వు ఆఫీస్ నుంచి వచ్చెయ్యడం ఏమిటి? వై?"

నా మొహం పాలిపోయింది. ప్రసాద్ నన్ను మందలిస్తున్నాడా! ఆశ్చర్యంగా వింటున్నాను. ప్రసాద్ ఇంకా చెబుతున్నాడు.

"నిన్ను కలుసుకోడానికి ఇతర మెంబర్సూ, డోనార్సూ రావచ్చు కదా? అలాగే మనం ఇచ్చిన డేట్ కుదరలేదనీ, వేరే డేట్ ఇమ్మనీ ఎవరైనా కేండిడేట్స్ రావచ్చుకదా? పోనీ, అటువంటి లెటర్ నీ టేబిల్ మీదకి రావచ్చు కదా?

రాజీ! ఆ పేపర్సూ, ఫైల్సూ చదివేస్తే నీ పని అయిపోయినట్టేనా? వాటిల్లో ఏముందో నీకు మేము ముందుగానే చెప్పామే? నీ వర్క్ అయిపోతే, ఫౌండర్ ట్రస్టీ హోదాలో, పద్మక్క తో కలిసి, ఈ ఇంటర్వ్యూ లకి ఎరేంజ్ మెంట్స్ చూడచ్చు. ఇంటర్వ్యూ హాలూ, కాన్ఫరెన్స్ హాలూ, సెంట్రల్ రిసెప్షన్, స్నాక్స్, కాఫీ, టీ, మిగిలిన ఎరేంజ్ మెంట్స్...ఇవన్నీ సరిగ్గా ఉండేలా ప్లాన్ చేసుకోవచ్చు.

అందరికీ సరిగ్గా ఇంటిమేషన్ లెటర్స్ వెళ్లాయా లేదా అని చెక్ చెయ్యచ్చు. ఆలోచిస్తే, ఇలాంటివి ఎన్నో చెయ్యచ్చు. అన్నీ సెక్రెటరీయే చూసుకుంటే ఇక మీరెందుకు? ఆ సెక్రెటరీనే మీ పొజిషన్లో కూర్చోబెట్టచ్చు కదా? మీకు కొద్దిగా సౌకర్యంగా ఉంటుందనే, తెలుగు కూడా తెలిసిన అమ్మాయిలని మీకు సెక్రెటరీలుగా పోస్ట్ చేశాం. వాళ్ళదగ్గర కూడా చులకన అవకండి.

వాణి మెగా హాస్పిటల్ లో పూర్తి టైం గడిపిందే? తనకి ఫోన్ చేసి, వంట చెయ్యమన్నా, తను చేసేసేదే కదా? అప్పుడు మీరిద్దరూ ఆఫీస్ లో ఇంకొద్దిసేపు గడిపే వాళ్ళుకదా? మన ఇండియన్స్ అంటే వీళ్ళకి దురభిప్రాయం ఏర్పడేది ఇలాంటి విషయాల్లోనే. ఇకముందు ఇలాంటివి జరగవని ఆశించచ్చా?" ప్రసాద్ ఇంత సీరియస్ గా మాట్లాడ తాడని మేము ఊహించలేదు.

మాకు అర్థం అయ్యింది మా తప్పేమిటో.

"మొదటి రోజు కదా? పనంతా పూర్తిగా తెలుసుకోలేదు. ఏదో ఎక్సైట్ మెంట్ లో ఇంటికి వచ్చేశాం. రేపట్నుంచీ ఫుల్ టైం వర్క్ చేస్తాం. సారీ ఫర్ దిస్." అన్నాను నేను. శ్రీనాధ్ కానీ, లక్ష్మణ్ కానీ నాకు సపోర్ట్ రాలేదు!

ఓ అరగంట పోయాక, మళ్లీ అందరం కబుర్లు చెప్పుకుంటూ భోజనాలు కానిచ్చేసి, ఎవరి రూమ్స్ లోకి వాళ్ళు వెళ్ళిపోయాం.

అదీ మా 'ఫస్ట్ డే ఎట్ జాబ్ అనుభవం.' మా ఫ్లాష్ బాక్ చెప్పడం కాస్సేపు ఆపాను.

"భలే బాగుంది. మొదటి రోజు చక్కగా పనీ నిర్వర్తించావు. అయినా మా డాడీ చేత తిట్లూ తిన్నావు" ఆటపట్టించింది అపర్ణ.

"అదికాదు అప్పూ. ప్రసాద్ నన్ను మందలించినందుకు బాధ పడలేదు. ఈ శ్రీనాధ్ గారూ, ఈ లక్ష్మణ్ గారూ కూడా అప్పుడు నన్ను సపోర్ట్ చెయ్యలేదు.

ఆ తరువాత తెలిసింది, ముగ్గురూ కలిసే ఇలా మమ్మల్ని మందలించారని. వీళ్ళలో ఏ ఒక్కడు చెప్పినా 'ముగ్గురూ' చెప్పినట్టే అనుకోవాలన్న మాట. ఇంకోసారి ఋజువైంది ఆ విషయం. మళ్ళీ వీళ్ళకి అలాంటి ఛాన్స్ మేము ఇవ్వలేదు" అన్నాను నేను.

"అదికాదు అప్పూ. పైగా మమ్మల్నే మందలించే స్థాయికి చేరుకున్నారు వీళ్ళు" లక్ష్మణ్ అన్నాడు.

"సరే. ఇంకో అరగంటే టైం. నేను నిద్ర పోవాలి. మీ ఫ్రెండ్ షిప్ గురించి ఎంత మాట్లాడుకున్నా, మీకు నిద్దర్లు రావు." అంది వైదేహి.

"అయితే వైదీ. ఈ విషయం కూడా వినెయ్. దాంతో, ఇక ఈవాల్టికి కంప్లీట్ అయిపోతుందన్న మాట. ఇది చాలా ముఖ్యమైన విషయం కూడా." అన్నాను నేను.

"ఏమిటీ? నీ మొదటి ప్రెస్ మీటేనా?" అడిగింది వాణి.

"అవును అదే."

"బాబోయ్! మీ ఫ్రెండ్ షిప్ మండిపోనూ. ఒకళ్ళకొకళ్ళు సాయం చేసుకుంటూ మరీ, మమ్మల్ని బాదేస్తున్నారు. సరే చెప్పు అత్తా. ఎలాగూ బల్లై పోయాం కదా?" అంది అపర్ణ.

"అలా ఏడిపించక్కరలేదు. పలికెడిది పద్మజ అట, పలికించెడి వారు వాణీ రాజీలట, నే పలికిన 'ప్రెస్ మీట్' అవునట, పలికెద వేరొండు గాధ పలుకగనేలా?" అన్నాను నేను.

మళ్లీ విజిల్... ఈసారి శ్రీనాధ్, శ్రీధర్ కలిసి మొట్టికాయలు వేశారు వైదీకి. "మావయ్యా. నువ్వు కూడానా?" అంది వైదీ.

"బ్రూటస్! యూ టూ!" అన్నట్టు ఆ లుక్ ఏమిటి? నువ్వు విజిల్ వేస్తే, మా చెల్లెలు రాజీ జ్ఞాపకం వచ్చింది. నీలో దాన్నిచూసుకుంటున్నానన్నమాట. అందుకే మొట్టికాయ వేశాను. రాజీ నా చేత ఇలాంటి మొట్టికాయలు చాలా తింది." అన్నాడు శ్రీనాథ్ గొప్పగా.

"వీళ్ళేమో కోపంతోటి...మీరేమో ప్రేమతోటి.... ఎలాగైనా నాకు మొట్టికాయలు తప్పవు కదా? మీ చేతలు నాకు సర్వాభీష్ట ప్రదమ్ము లౌగాక." అంది వైదీ.

మళ్ళీ అందరూ నవ్వులు.

నేను మళ్ళీ మొదలెట్టాను.

"ఆ స్టూడెంట్స్ సెలెక్షన్ అయిపోయాక, ఒక వీకెండ్ ఆ స్టూడెంట్స్ పరిచయం, ఆ తరువాత ప్రెస్ కాన్ఫరెన్స్ ఏర్పాటు చేశాం. దానికి సెలెక్షన్ కమిటీ మెంబర్స్ అందరూ హాజరయ్యారు.

ముందుగా స్టూడెంట్స్ అందరినీ, వారు సాధించిన మార్కులూ, వారు చదవబోయే కోర్సులూ చెప్పి, పరిచయం చేశాం. ఆ తరువాత, సెలెక్షన్ కమిటీ ఛైర్మన్ పాట్రిక్ మాట్లాడారు.

"ఈ సెలెక్షన్ ప్రోసెస్ అంతా చాలా ట్రాన్స్పరెంట్ గా జరిగింది. ఈ ఫౌండేషన్ ప్రొమోటర్స్ ఇండియన్సే అయినా, ఈ సెలెక్షన్స్ లో ఇండియన్ స్టూడెంట్స్ కేవలం ముగ్గురే సెలెక్ట్ అయ్యారు... 97% అమెరికన్ స్టూడెంట్సే. అందరూ బ్రిలియంటే. అంతెందుకు? ఒక్కమాటలో మా అభిప్రాయం చెబుతాను. ఫైనల్ సెలెక్షన్స్ కి పిలిచిన 500 మంది వివరాలూ చూసి, ఈ శ్రీపాల్స్ ట్రస్టీ శ్రీనాథ్, ఏమన్నాడో తెలుసా?

"ఈ లిస్ట్ చూస్తే, నా అసమర్థతకి నేను చాలా సిగ్గు పడాల్సొస్తోంది. ఈ ఫౌండేషన్ కేవలం వంద మందికే సహాయం చెయ్యగల స్థితి లోఉంది. మాకే గనక ఇంకొంచెం ఆర్థిక పుష్టి ఉంటే, ఈ లిస్ట్ లోని అందరినీ సెలెక్ట్ చేసేసే వాడిని. అందరూ బ్రిలియంటే. అందరూ దేశసేవకి పనికొచ్చేవారే. ఐ విష్ అవర్ ఫౌండేషన్ కుడ్ డూ మోర్." ఆ మాట చాలుకదా మనకి?

ఇప్పుడు సెలెక్ట్ కాని స్టూడెంట్స్ ఏమాత్రం బాధ పడక్కరలేదని మనవి చేస్తున్నాను. వాళ్లల్లో తెలివి తేటలు లేవని కాదు. మా ఫౌండేషన్ యొక్క సామర్థ్యం ఇంతే! వుయ్ ఆఫర్ అవర్ సిన్సియర్ అపాలజీస్ టూ దెమ్."

పాట్రిక్ ముగించాక గవర్నమెంట్ నామినీ మాట్లాడాడు. "మొత్తం సెలెక్షన్ లో మిసెస్ పద్మా అబ్జర్వర్ గానే ఉన్నారు. ఆవిడ ఎవరినీ రికమెండ్ చెయ్యలేదు. అంతా మా ఇష్టానికే వదిలేశారు. ఆ విధంగా శ్రీపాల్స్ కి ఫేవరిట్స్ ఎవరూ లేరని పరోక్షంగా చెప్పారు. వుయ్ ఎడ్మైర్ హెర్ అండ్ ఎప్రిషియేట్ హెర్."

నేను ఆలోచనల్లోకి వెళ్లిపోయాను. ఈ స్టూడెంట్స్ లో పాతికమంది ఇంజినీరింగ్ బ్రాంచ్, ముప్పై మంది మెడికల్ బ్రాంచ్, పదిమంది లీగల్ బ్రాంచ్, మిగతావారు ఇతర కోర్సుల్లోనూ జాయిన్ అవుతున్నారు. మెడిసిన్ పీజీ లో ఐదుగురు జాయిన్ అవుతున్నారు. వాళ్ళని ఆ తరువాత మెగా హాస్పిటల్ లోకి తీసుకుంటాం.

అలాగే మిగతా స్టేట్స్ నుంచి ఇంకో పాతికమంది బాచిలర్స్ కోర్స్ లో అడ్మిషన్స్ తెచ్చుకున్నారు. వాళ్లని ఇంకా అయిదేళ్ల తరువాత కదా, మెగాలోకి తీసుకునేదీ లేనిదీ ఆలోచించడం? కాబట్టి ప్రోబ్లెం లేదు. ఇంజినీరింగ్ పీజీ స్టూడెంట్స్ ని శ్రీ ఇంజినీరింగ్ లో తీసుకుంటాం. ఎంతమందైనా ఫర్వాలేదు. టాప్ టాలెంట్ కి ఎప్పుడూ అక్కడ ఆహ్వానమే! మిగతా వాళ్ల ప్లేస్ మెంట్స్ కే కొంచెం కష్ట పడాలి. కాకపోతే ఈ

లాయర్స్ అందరూ ప్రైవేట్ ప్రాక్టీస్ పెట్టుకుంటారు. లీగల్ జాబ్స్ కి చాలా డిమాండ్ ఉంది కదా? ఇద్దరు 'కమర్షియల్ పైలట్ ట్రైనింగ్' తీసుకుంటున్నారు. వాళ్ల కోర్సు ఏడాది, రెండేళ్లలో కంప్లీట్ అయిపోతుంది. వాళ్ళ జాబ్స్ కి ఢోకాలేదు. ఇంక చిన్నాచితకా కోర్సెస్ లో ఉన్నవాళ్ల గురించి ఆలోచించాలి.

ఇలా నా ఆలోచనల్లో పడి, అక్కడ హాల్లో జరుగుతున్న విషయాలు గమనించలేదు. ఇంతలో, "నౌ మిసెస్ పద్మా విల్ ఆన్సర్ యువర్ క్వెశ్చన్స్." అని, పాట్రిక్, తదితరులూ, వేదిక ఖాళీచేసి ముందు సోఫాల్లో కూర్చున్నారు. వాళ్ల పక్కనే శ్రీ, ప్రసాద్, లక్ష్మణ్, రాజీ, వాణీ, కూర్చున్నారు... చూపులతోనే ప్రోత్సహించారు నన్ను మాట్లాడ మని.

ఆ ఏడుకొండలవాడిని మనస్సులో ధ్యానించుకున్నాక, కొండంత ధైర్యం వచ్చింది.

"యస్? ఎనీ క్వెశ్చన్స్?" అడిగాను నేను. కొంతమంది చేతులెత్తారు. "ప్లీజ్ ఆస్క్ మీ వన్ బై వన్. షల్ వుయ్ స్టార్ట్ విత్ న్యూయార్క్ టైమ్స్?"

NYT కరెస్పాండెంట్ అడిగాడు. "మీరు సెలెక్ట్ చేసిన తీరు బాగుంది. కానీ, తీరా మీరు నెక్స్ట్ ఇయర్ నుంచీ ఫీజులు చెల్లించకుండా ఈ స్టూడెంట్స్ ని ఇబ్బంది పెడితే, వాళ్ళందరి భవిష్యత్తూ నాశనం అయిపోతుంది కదా? ఆ విధంగా అమెరికా విల్ లూజ్ ఇట్స్ టాలెంట్. దీనికి మీరేం హామీ ఇస్తారు?"

"గుడ్ క్వెశ్చన్. నిజమే. వీళ్ళెవ్వరూ కూడా మా ఫౌండేషన్ స్కాలర్స్ కాదనుకుందాం. వీళ్లందరికీ కూడా గవర్నమెంట్ స్కాలర్ షిప్స్ కానీ, ఇతర్ స్పాన్సార్ షిప్స్ కానీ దొరికాయి అనుకుందాం. అప్పుడుకూడా, వీళ్ళ చదువులో ప్రోగ్రెస్ ని బట్టే, వీళ్ళకి నెక్స్ట ఇయర్ స్కాలర్ షిప్పులూ, ఫీజులూ వస్తాయి కానీ, ముందుగానే కోర్స్ కి సరిపడా ఫీజ్ వచ్చెయ్యదే? వాళ్ళ మెరిట్ కంటిన్యూ అవుతున్నంతకాలం, వాళ్ళ స్కాలర్ షిప్స్ కి ఎటువంటి లోపమూ రాదు.

మాకు కమిటెడ్ డోనార్స్ ఉన్నారు. ఫండ్స్ ఆర్ నాట్ ఎ ప్రోబ్లెం. కాకుండా, ఇతర మేనేజింగ్ కమిటీ, సెలెక్షన్ బోర్డ్ మెంబర్స్...వీళ్లంతా కూడా అమెరికన్ గవర్నమెంట్ లోనూ, అమెరికన్ సొసైటీ లోనూ కూడా హేమాహేమీలే. వాళ్ళకి చెడ్డపేరు తెప్పించి, మేము అమెరికాలో ఎలా కొనసాగగలం? ఇటువంటి పరిస్థితే వస్తే, వీళ్ళే మమ్మల్ని ముందుగా నిలదీస్తారు కదా? ఆర్ యూ శాటిస్ఫైడ్?"

"యస్ మేడమ్. యూ ఆర్ అప్ టూ ది పాయింట్."

"నెక్స్ట ప్లీజ్."

ఈ సారి 'ది ట్రిబ్యూన్' వంతు.

"మిసెస్ పద్మా. మీరు ఈ స్టూడెండ్స్ దగ్గరనుంచి హామీలు తీసుకుంటున్నారు కదా...ఈ రుణం తిరిగి చెల్లించేలా? సపోజ్ వాళ్ళు తిరిగి చెల్లించకపోతే, మీ సంస్థ ఏం చేస్తుంది? ఒక్కరే అని ఊరుకుంటే, ఇలా అందరూ చేస్తే, అప్పుడు సంస్థకి ఎలా ఆదాయం వస్తుంది? అప్పుడు సంస్థ మూతబడిపోతే, అప్పటికే వివిధ కోర్సుల్లో చదువుతున్న వాళ్ల మాటేమిటి? దీని గురించి ఏం చెబుతారు?"

అందరూ ఆత్రంగా ఎదురు చూస్తున్నారు...నేనేం చెబుతానో అని. మనవాళ్లంతా మొదటివరసలో కూర్చున్నారని చెప్పాను కదా? వాళ్ళంతా, తమ బొటన వేలిని పైకెత్తి, నన్ను ముందుకు ప్రోసీడ్ అవమని సైగ చేశారు.

"మీ ప్రశ్న లోనే కొంత రాంగ్ ఇన్ఫర్మేషన్ ఉంది. మేము ఋణ సౌకర్యం కలిపించడం లేదు. మేము బాంకర్స్ కాదు. వాళ్ళు మాకు ఋణం తిరిగి చెల్లించే సమస్యే లేదు."

"But Madam Padma, We are told of your agreement with the students. The students are given options to choose how they wish to payback to your foundation. What do you say?"

"That means you have not got the full copy of the agreement. Our funding their education is unconditional. The reference is to, how they wish to pay back to the society, after they start earning. There are three options.

1. I donot want to repay.

2. I am prepared to work for half the salary, at any of the offices suggested by Sreepals, for the next 5 years. The other half of my salary will be paid to to foundation, for strengthening their activities. Or, I promise to remit 50% of my net salary, to Sreepals for the next five years, in case I choose to join a different organisation than suggested by SreePals.

3. I am prepared to offer my services, free of charge, for three months every year, for the next fifteen years at any of the institutions suggested by SreePals.

These are the only conditions in the agreement. The quantum of their repayment is never mentioned anywhere. You can simply refuse to payback to the society. No questions will be asked. We will have the satisfaction of funding the education of one American.

In the second option, you may work for a thousand dollors a month, or for a million dollors a month. We just expect that you will remit 50% of your Net salary to sreePals, so that Sreepals can continue to spot talented students and encourage them like you were funded earlier. These funds are in turn, used for the development of American Society only.

There is another point. You may draw a gross of few hundred thousand, but you net salary may be much smaller. Even in that case, we don't insist on your paying more.

Even when you choose the second option at the time of getting this scholarship, you always have the option to switch your options, at a later date. Say the first option. Again, no questions will be asked.

As long as you remember that you owe a debt to the society, and you are trying your best for the establishment of a more developed society, we don't mind how much you contribute. It is the student who decides, and not we at the foundation.

The third choice is completely non monetary. Those who come up with the help of the society should work for the welfare of the society. Just let them devote their services for 3 months a year, for the next 15 years. We think that for the first 15 years, the student will have less encumberance, and will be in a position to devote his time for the service of the society.

Even in this case, the student has the option to switch over to the first option.

Hence, this being the case, we treat those exercising the first option as more honest, than those who exercise the other two, and then default.

If they choose the first option, we need not look forward to their contribution. In the next two choices, we are at the mercy of the student and not vice versa.

So, we want to hear from the Tribune, if they have any more suggestions to help the students. Are you satisfied?"

The Tribune reporter was mumbling.

The Daily Telegraph's reporter said, "Yes madam. We have the full copy of your agreement. It deals with how these students are going to repay their debt to the society, and not how they propose to repay the foundation. After hearing you, we have more clarity now. It is the turn of these brilliant students, to help and encourage similar ones. We appreciate your ideology. Please accept our sincere good wishes."

"Thank you. If you have no more questions, I will ask the fourth generation ford, who is also on the selection board of our trust, to give his concluding remarks. You all know very well that the Ford foundation has an independent management, and Mr. Ford is helping the transition. Mr. Ford, Please."

Mr. Ford said, "This is really a marvelous idea. We at the ford foundation simply dole out grants, but never insisted on the students repaying to the society. Sreepals is striving for a more educated, well established order. This is highly laudable. All of us are part of the society, and we must all work in unison to realize the goal of a more developed society.

Here, sreepals is reminding us of our duty to the society, with no strings attached. We can turndown the agreement.

But, are we Americans so ungrateful? Are we not Christians? Don't we like to live in a better neighborhood devoid of crime? To renege on a promise is as bad as cheating or backstabbing. Do we forget Judas? Are we not aware of Brutus?

Is it not better, not to promise at all, than to renege on a promise made? What type of morals we are projecting to the outside world? And what morals are we passing on to our next generation?

It is not only the duty of the Government, or of other philanthropic institutions, but of all of us, to encourage foundations like Sreepals. I wish them all the best."

The entire audience gave a standing ovation to Henry Ford!

ఈ ప్రెస్ కాన్ఫరెన్స్ వివరాలు, అమెరికా లోని పేపర్స్ లోనే కాదు, లండన్ లో 'టైమ్స్' లోనూ, 'గార్డియన్' లోనూ, ఇండియాలో 'ఇండియన్ ఎక్స్ ప్రెస్,' 'హిందూ' లోనూ కూడా కవర్ అయ్యాయి. అప్పటినుంచీ శ్రీపాల్స్ అన్నా, పద్మ అన్నా, అమెరికాలో అందరికీ తెలిసిపోయింది.

ఇంకో విశేషం తెలుసా? ఆ మర్నాడే నాకు వైట్ హౌస్ నుంచి ఇన్విటేషన్ వచ్చింది వీకెండ్ డిన్నర్ కి అటెండ్ అవ్వమని. అప్పటినుంచీ అమెరికన్ ప్రెసిడెంట్ తో విందులు మాకు సాధారణం ఐపోయాయి.

ఇంకా వినండి ఆ ఏడు అక్టోబర్ లో అనుకుంటాను, ఇస్కాన్ ఛీఫ్ శ్రీ ప్రభుపాద మా ఆఫీస్ కి వచ్చి, మా కార్యక్రమాల్ని మనఃస్ఫూర్తిగా మెచ్చుకున్నారు. ఇస్కాన్ వారితో టై అప్ కూడా పెట్టుకున్నాం. మాదగ్గర సెలెక్టయి, ఫిలాసఫీ లో రిసెర్చ్ చేసిన స్టూడెంట్స్ ని వారు ఫర్దర్ గా ట్రైన్ చేసి 'ఇస్కాన్' లో తీసుకోడానికీ, అలాగే తిరుపతి లోని మన వేదపాఠశాలలో, ఇస్కాన్ వాళ్ళు ఆధ్యాత్మిక ప్రసంగాలు ఇవ్వడానికీ. అప్పటి బంధం ఇంకా కొనసాగుతోంది. ఆనాటి ఫోటో కూడా ఆఫీసులో ఉందికదా?

అప్పటినుంచీ మన భారతీయులు కూడా కొంత విరాళాలు పంపడం మొదలెట్టారు. ఈ ఫౌండేషన్ కి ఇచ్చే విరాళాలకి టాక్స్ ఎక్జెంప్షన్ ఉందని ముందే చెప్పాం కదా? అప్పటినుంచీ అస్సలు వెనక్కి చూడలేదు. మన శ్రీపాల్స్ ఎంతగానో అభివృద్ధి సాధించింది.

మొదట్లో మాకు ఓ ఏభై మంది స్టూడెంట్స్ ఎడ్రెస్ కూడా ఇవ్వకుండా తప్పించుకు పోయారు. ఆ తరువాత మా మెగాకేర్ లో జాయిన్ అయిన వాళ్లూ, మా కన్సల్టెన్సీ లో జాయిన్ అయిన వాళ్లూ, మా ఫౌండేషన్ వర్క్ ని ఎంతో ఎప్రిషియేట్ చేశారు. వాళ్ళ సాలరీ లోంచి 50% వదులుకోడానికి, సంతోషంగా, స్వఛ్ఛందంగా ముందుకు వచ్చారు. వాళ్ళకి మొదటి ఆప్షన్ గురించి జ్ఞాపకం చేశాం. అయినా వాళ్ళు, తమ మాటకి కట్టుబడిపోయారు.

అలాగే ఈ 'మూడునెలల సర్వీస్ ఆప్షన్' లోంచి కూడా చాలామంది తప్పుకున్నారు. వ్యక్తిగత కారణాలు, ఆరోగ్య సమస్యలూ చెప్పి మినహాయింపు పొందారు. "సరే" అన్నాం.

కానీ ఈ మూడు నెలల సర్వీస్ స్లాట్ లో చేరిన వాళ్ళు మాత్రం, కెరీర్ పరంగానూ, పేరు ప్రఖ్యాతుల్లోనూ, ఎంతో పైకొచ్చారు. ఆ డాక్టర్స్ పుట్టపర్తి లోని సత్యసాయి హాస్పిటల్ లోనూ, ఢిల్లీ లోని ఎస్కార్ట్స్ లోనూ, బెంగళూరు లోని మణిపాల్ హార్ట్ ఇన్స్టిట్యూట్ లోనూ, బొంబాయి లోని జస్లోక్ లోనూ, పనిచేసి, అనుభవం తో పాటు అక్కడి సిబ్బంది ప్రశంసలూ పొందారు. మరుసటి ఏడాది నుంచీ అటువంటి అవకాశం కోసం ఎదురుచూడసాగారు.

ఇంకొంత మంది 'రెడ్ క్రాస్' తరఫున ఆఫ్రికన్ కంట్రీస్ లోనూ చక్కగా సేవచేసి వచ్చారు. ఈ సర్వీస్ స్లాట్ లో కూడా, అంతకుముందు వారు తెచ్చుకుంటున్న జీతాలే, యధావిధిగా పే చేశాం.

మాకు వాళ్ళ సర్వీసెస్ కావాలి కానీ, వాళ్ల సంపద కాదు కదా? అయితే వాళ్ళు దీనికి ఎంతో సంతోషించి, మళ్లీ మా ఫౌండేషన్ కి, వారి సంపాదనలో 50%, తిరిగి విరాళంగా ఇచ్చేశారు.

రెండు మూడు బాచ్ ల తర్వాత మేం కూడా వాలంటరీ సర్వీస్ చేస్తాం అనేవాళ్ళ లిస్ట్ పెరగసాగింది. శ్రీ ఇంజినీరింగ్ వాళ్లయితే, దూబాయ్ లోనూ, ఇతర గల్ఫ్ కంట్రీస్ లోనూ, కన్స్ట్రక్షన్ ప్రాజెక్ట్స్ సూపర్వైజ్ చేస్తూ అనుభవం గడించారు.

మెక్సికో, ఛిలీ దేశాల్లో భూకంప బాధితుల సహాయ కార్యక్రమాల్లోనూ, మా సంస్థ తరఫున శిక్షణ పొందిన పైలట్స్ కొన్ని సార్టీలు నడిపారు. ప్రాక్టీస్ చేస్తున్నలాయర్స్ అయితే, శ్రీపాల్స్ రిఫర్ చేసిన కేసుల్ని పూర్తిగా ఉచితంగానో, లేక నామినల్ ఫీజ్ కో వాదిస్తున్నారు.

అందరూ, ఇలా ఎవరి శక్తి మేరకు వారు, ఈ సమాజ సేవలో పాలుపంచు కుంటున్నారు.

మాది లాభాపేక్షలేని సేవా సంస్థ అని ప్రభుత్వం కూడా గుర్తించింది. గ్రాంట్సూ వస్తున్నాయి. ప్రసాద్ తన ఇన్ఫ్లుయెన్స్ ఉపయోగించి సిటీబాంక్ నుంచి కొంత ఛారిటీ సంపాదించాడు. దాదాపు హాఫ్ మిలియన్ అనుకుంటాను.

ఆ వెంటనే పోటీగా బాంక్ ఆమ్ కూడా అంతే సొమ్ము విరాళంగా ఇచ్చింది. దాంతో మాకు ఫండ్స్ ప్రోబ్లెం సాల్వ్ అయిపోయింది. ఇప్పుడు మనకి చాలామంది డోనార్స్ ఉన్నారనుకో!

మాకు పర్మనెంట్ రెసిడెన్సీ వచ్చింది. మాతో చేతులు కలిపితే చాలు, వాళ్లకి కలిసొస్తుంది అనిపించేది.

నేనూ, రాజీ, వాణీ, లక్ష్మణ్, సుధాకర్, శ్రీ, చాలా సంస్థల్లో హానరరీ డైరెక్టర్స్ గా అపాయింట్ అయ్యాం. అమెరికా ప్రభుత్వం వారి ఎవార్డులూ, అమెరికన్ సొసైటీ సన్మానాలూ...అయితే లెక్కేలేదు. అమెరికన్ యూనివర్సిటీస్ నుంచి మాకందరికీ గౌరవ డాక్టరేట్స్ కూడా వచ్చాయి.

ప్రసాద్ మాత్రం తిరస్కరించాడు తన గౌరవ డాక్టరేట్ ని.

“ఇండియా లోని మన వేదపాఠశాల విశ్వవిద్యాలయ స్థాయికి ఎదుగుతుంది. అప్పుడు దాని ద్వారానే డాక్టరేట్ తీసుకుంటాను. అంతవరకూ నా లక్ష్యాన్ని సాధించినట్టుకాదు” అన్నాడు.

అలాంటి ‘టీతింగ్ ట్రబుల్స్’ లోంచి బయటపడి, సక్సెస్ ఫుల్ గా రన్ అవుతున్న మెగాకేర్ నీ, శ్రీపాల్స్ నీ, శ్రీ ఇంజినీరింగ్ నీ, రన్ చేసేందుకు మీతరం వాళ్ళు ఎప్పుడు సిద్ధం అవుతారు?” పూర్తిచేశాను నేను.

“వుయ్ ఆర్ ఆన్ ది జాబ్. యూ విల్ బీ ఊస్టెడ్ వెరీ షార్ట్ లీ.” అంది వైదీ.

“దీని భాష మండిపోనూ. ఇది రౌడీ పీనుగే! రాజీ జూనియర్.” ప్రేమగా అన్నాడు శ్రీనాథ్.

“గుడ్ నైట్ మావయ్యలూ అండ్ అత్తయ్యలూ! నేను రేపు మళ్లీ డ్యూటీకి వెళ్ళాలి. బై.” అంటూ వైదీ తన రూమ్ లోకి వెళ్ళిపోయింది.

మిగతా అందరూ తమ తమ రూమ్స్ లోకి వెళ్లిపోయారు.

35

***14th Jan 2005*, న్యూయార్క్**

రెండురోజుల తరువాత, సుధాకర్, వాణీ, వైదేహీ, శ్రీనాధ్, పద్మా అందరూ న్యూయార్క్ కి కలిసి వెళ్లారు. తర్వాత అపర్ణా, శ్రీధర్ లూ కూడా కలిశారు.

ఆ శుక్రవారమే మెగా హాస్పిటల్స్ లో, కొత్త విధానం లో చేస్తున్న సర్జరీని, క్లోజ్ సర్క్యూట్ టీ వీ స్క్రీన్స్ మీద మిగతా డాక్టర్స్ ఆత్రం గా చూస్తున్నారు. థియేటర్ లో లక్ష్మణ్, సుధాకర్, వైదీ, తో పాటు ఇంకో నలుగురు సీనియర్ ప్రొఫెసర్స్ కూడా ఉన్నారు. పీ జీ స్టూడెంట్స్ తమ లాప్ టాప్స్ లో పాయింట్స్ నోట్ చేసుకుంటూంటే, ఇంకొంత మంది, ఆ స్క్రీన్ కి వీడియో తీస్తున్నారు.

ఆపరేషన్ పూర్తయింది. పేషెంట్ ని ఐ సీ యూ లోకి షిఫ్ట్ చేశారు. ఆ తరువాత లక్ష్మణ్, సుధాకర్ లు తమ సర్జరీ విధానాన్ని ఇతర స్పెషలిస్ట్ లకి విడమర్చి చెప్పారు.

"ఈ విధానం వల్ల, సర్జరీ చెయ్యాల్సిన ప్రాంతాన్ని, ఏక్యురేట్ గా పిన్ పాయింట్ చెయ్యగలం. అలాగే అక్కరలేని టిస్యూ ని కూడా డిస్ట్రాయ్ చెయ్యగలం. అలాగే బ్లడ్ వెసెల్స్ లోపల కొలెస్టరాల్ పెరిగి పోయి, బ్లడ్ వెసల్స్ బ్లాక్ అయిన సందర్భం లోకూడా, దీన్ని ఉపయోగించగలం. ఇలాంటి సందర్భాల్లో, ఇంతవరకూ 'బెలూన్ ఏంజియో ప్లాస్టీ' చేసేవాళ్లం. ఇప్పుడది అక్కరలేదు. అన్ వాంటెడ్ టిష్యూని ఈ లేసర్ డిస్ట్రాయ్ చేస్తుంది. అది కూడా ఇతర సైడ్ ఎఫెక్ట్స్ లేకుండా! అలా రిమూవ్ చెయ్యబడ్డ టిస్యూ బ్లడ్ స్ట్రీమ్ ద్వారా, డిశ్చార్జ్ అయిపోతుంది. అలాగే 'బై పాస్' సర్జరీ' ని కూడా ఇది రిప్లేస్ చేస్తుంది. దీన్ని మిగతా టిస్యూస్ మీద కూడా వాడచ్చు. అంటే, లివర్, లంగ్స్, కిడ్నీస్, బ్రెన్ సెల్స్ లో వచ్చే కాన్సర్స్ ని ఇది పూర్తిగా నయం చేస్తుంది. రేడియేషన్ ట్రీట్ మెంట్లూ, సర్జరీ లూ, చాలా మట్టుకు తగ్గిపోతాయి.

అయితే ఈ టెక్నాలజీ ఇంకా కమర్షియల్ గా అందుబాటు లోకి రాలేదు. దీని వెనక, మెగా హాస్పిటల్స్ రిసెర్చ్ స్టాఫ్ తో బాటు, శ్రీ ఇంజినీరింగ్ కన్సల్టెన్సీ వారి బయో ఇంజినీరింగ్ వింగ్ కూడా ఈ టూల్ డిజైన్ చెయ్యడం లోనూ, ప్రోటోటైప్ తయారు చెయ్యడం లోనూ సహాయ పడ్డారు. మిలియంత్ మిల్లీమీటర్ పరిధి లో, లేసర్ కిరణాలని, అనుకున్నంత వేగంగా, వాడిగా, విడుదలయ్యేలా, ఈ టూల్ ని తయారు చేశారు. డాక్టర్స్ సరైన లొకేషని, ఇంటెన్సిటీనీ, డ్యురేషన్ నీ, డిసైడ్ చేస్తే, చాలు.

ఈ రోబో హాండ్ మిగతా వాటిని హాండిల్ చేసేస్తుంది. దీని ప్రెసిషన్ 100%. ఈ ప్రక్రియ ని మొదటగా మా హాస్పిటల్ లోనే, సక్సెస్ ఫుల్ గా, ఉపయోగించినందుకు, మేము చాలా గర్విస్తున్నాం.

డాక్టర్ సుధాకర్ ఈ హాస్పిటల్ కార్డియాలజీ ఛీఫ్. అలాగే రిసెర్చ్ వింగ్ కి కూడా! ఏ పీ గవర్నమెంట్ ఇన్విటేషన్ మీద, అక్కడ నిమ్స్ లో కాథ్ లాబ్ ని ఆధునికీకరించడానికి వెళ్ళారు. అక్కడ కూడా తమ

రిసెర్చ్ ని కొనసాగించే కండిషన్ మీద, తనతో పాటు డాక్టర్ వైదేహి ని కూడా తమ రిసెర్చ్ అసోసియేట్ గా తీసుకెళ్ళారు.

అలాగే ఎస్కార్ట్స్ హార్ట్ ఇన్స్టిట్యూట్ కి కూడా, మా మెగా హాస్పిటల్స్ నుంచి ఇంకో ఇద్దరు డాక్టర్లు వెళ్ళారు. వాళ్ళు హార్ట్ సెల్ రీజెనరేషన్ మీద రిసెర్చ్ చేస్తున్నారు. వాళ్ళు కూడా సక్సెస్ అయ్యారని ఈమధ్యే తెలిసింది. అయితే దానికి కూడా కమర్షియల్ వయబిలిటీ టెస్ట్ చెయ్యాలి.

డాక్టర్స్ వైదేహి, సుధాకర్ లు కలిసి, హైదరాబాద్ లోని నిమ్స్ లో కాథ్ లాబ్ ని మోడర్నైజ్ చేసారు. అలాగే, ఓ పక్క రోగులని చూస్తూనే, తమ పరిశోధనలకి సమయం వెచ్చించారు. ఆఖరుకి విజయం సాధించారు. వీరు మా మెగా హాస్పిటల్ స్టాఫ్ అని చెప్పుకోడానికి చాలా గర్విస్తున్నాం.

ఇక మన మెడికల్ ఫ్రాటర్నిటీ కి ఏమన్నా డౌట్స్ ఉంటే అడగవచ్చు" తన ప్రసంగాన్ని ముగించాడు లక్ష్మణ్.

"ఈ విధానాన్ని మీరు ఎంతమంది పేషెంట్స్ మీద టెస్ట్ చేశారు? సైడ్ ఎఫెక్ట్స్ లేవని మీరు ఎలా కన్ఫర్మ్ చేస్తున్నారు?"

డా. సుధాకర్ సమాధానం చెప్పాడు.

"ఈ ప్రొసీచర్ తో దాదాపు పది మంది పేషెంట్స్ ని ట్రీట్ చేశాం. అన్నీ పూర్తి సక్సెస్. అలాగే దేనికీ కూడా సైడ్ ఎఫెక్ట్స్ రాలేదు. గత ఆరునెలల్లో, పది మంది పేషెంట్స్ మీద, అంటే సెలెక్టెడ్ పేషెంట్స్ కే ఈ ఆపరేషన్ చేశాం. ఆంజియోగ్రామ్ చేసినంత సేపే పడుతుంది. పేషెంట్స్ కూడా అలాగే అనుకున్నారు. ఇప్పటికీ ఆ పేషెంట్స్ అందరూ, ఆరోగ్యంగా కులాసాగా ఉన్నారు.

ఓల్డెస్ట్ పేషెంట్ 87 సంవత్సరాల వాడు. అలాగే యంగెస్ట్ పేషెంట్ 82 సంవత్సరాల వయస్సు వాడు. వాళ్లకి ఏజ్ రిలేటెడ్ ప్రోబ్లెమ్స్ తప్ప ఇతర సమస్యలు ఏమీ లేవు. అందుకనే, ఆ విశ్వాసం తోనే, ఆ ప్రొసీచర్ ని ఇక్కడ, మీ ఎదురుగా డిమాన్ స్ట్రేట్ చేశాం."

"మీరు సెలెక్ట్ చేసిన పేషెంట్స్ ఏజ్ గురించి మాకు అనుమానం వస్తోంది. యంగెస్ట్ పెషెంట్స్ అంటే యుక్త వయస్సులో ఉన్నవాళ్ళదగ్గరనుంచీ, మీరు చెప్పిన 87 సంవత్సరాల వృద్ధుల వరకూ ఈ టెస్ట్స్ చేసుంటే బాగుండేది కదా? ఈ ఏజ్ గ్రూప్ రేంజ్ మరీ నారో గా లేదా?"

"మేము కావాలనే ఈ ఏజ్ గ్రూప్ పేషెంట్స్ ని సెలెక్ట్ చేశాం. ఎందుకంటే, ఈ వయస్సులోని పేషెంట్స్ కి సర్జరీ చెయ్యడానికి డాక్టర్స్ కొంచెం సందేహిస్తారు. వీళ్ళు ఆ సర్జరీని, దాని పరిణామాలనీ తట్టుకోలేక పోవచ్చని. అందుకనే, వీళ్ల మీదే ఈ ప్రయోగం చేశాం. వీళ్లందరూ ఈ సర్జరీని తట్టుకోవడమే కాదు, తరువాతి సైడ్ ఎఫెక్ట్స్ కూడా ఏమీ లేవు వీళ్ళకి.

మెడికల్ గా ట్రీట్ చేస్తే, వీళ్ళు జీవితాంతం ఆ మందుల్ని వాడాల్సి వస్తుంది. ఎప్పుడు మందులు మానేస్తే, అప్పుడు మళ్ళీ ఈ హార్ట్ ప్రోబ్లెం తిరగబెడుతూంటుంది. కానీ ఈ ప్రొసీచర్ ప్రకారం ట్రీట్ చేసిన పేషెంట్స్ కి ఇకముందు ఎటువంటి మెడిసిన్స్ కూడా అక్కరలేదు. వాళ్ళ హార్ట్ పనితీరు, నార్మల్ హార్ట్ లాగే ఉంటుంది. ఆ విషయాన్నే మేం హోల్టర్స్ ద్వారా కన్ఫర్మ్ చేసుకున్నాం కూడా.

కాబట్టి వయసు మీరిన వాళ్లే ఈ సర్జరీని తట్టుకోగలుగుతున్నప్పుడు, ఇతర పేషెంట్స్ సంగతి వేరే చెప్పక్కరలేదనుకుంటాను. ఇప్పుడు అర్థం అయ్యిందా?"

"అయితే, డాక్టర్ వైదేహి లాంటి జూనియర్ డాక్టర్ కూడా, ఇలాంటి సర్జరీ చేసెయ్యచ్చా?"

"యస్. కానీ ఒక కరెక్షన్. డాక్టర్ వైదేహి జూనియర్ కాదు. ఎమ్ డీ అయ్యాక, తన రిసెర్చ్ లో భాగంగా, ఈ ప్రాజెక్ట్ చేసింది. ఇక్కడ మెగా హాస్పిటల్స్ లోనూ, అక్కడ నిమ్స్ లోనూ, కలిపి ఎనభై దాకా

ఆపరేషన్స్ చేసింది. అందులో భాగంగానే ఈ సర్జరీ కూడా చేసింది. She may be junior in age, but senior in experience. Don't under estimate her" సుధాకర్ చెప్పాడు.

"అయితే ఈ లేసర్ గన్, కమర్షియల్ ప్రొడక్షన్ లోకి రావడానికి ఎంత టైం పడుతుంది?"

"ఇప్పుడు NIH ఛీఫ్, హెల్త్ సెక్రెటరీ కూడా ఈ సర్జరీ చూశారు కదా? వీరు కూడా దీని ఫైనాన్షియల్ ఏస్పెక్ట్స్ కన్సిడర్ చేసి, ఈ పరికరం త్వరలోనే మార్కెట్ లో లభ్యమయ్యేలా చర్యలు తీసుకుంటారు. We can't say anything now. It is for M/s sree engineering and the US govt to decide."

"అంతవరకూ ఇలాంటి సర్జరీ లు నిలిపేస్తారా?"

"హెల్త్ సెక్రెటరీ నుంచీ పర్మిషన్ వచ్చేవరకూ అంతే. అయితే వాళ్ళు కూడా తమ కర్తవ్యాన్ని త్వరలోనే పూర్తిచేస్తారని నమ్మకం ఉంది." అన్నాడు లక్ష్మణ్.

అందరూ లక్ష్మణ్ నీ, సుధాకర్ నీ, వైదేహి నీ, అభినందించి వెళ్ళిపోయారు.

హాస్పిటల్ టీ వీ లో ఈ ప్రెస్ మీట్ ని చూస్తున్న ప్రసాద్, రాజేశ్వరీ, అపర్ణా... టీవీ లోని వైదేహికి ముద్దిచ్చేశారు.

36

***14.01.2005*, న్యూయార్క్**

హాస్పిటల్ నుంచి వైదీ ఇంటికి వచ్చేసరికి, హాల్లోనే ఓ బొకే రెడీగా ఉంది 'ఫ్రం ప్రశాంత్' అని. "బతికిపోయాడు వీడు" వైదీ అనుకుంది మనస్సులో. "అమ్మా, మమ్మల్ని అందరూ అభినందిస్తూంటే, మీరు కనీసం ఫోన్ చేసి కూడా విష్ చెయ్యరా? ఎలాగన్నా మీకు ఈ అప్పలమ్మ అంటేనే ప్రేమ ఎక్కువ." ఉక్రోషంగా అంది అపర్ణని చూపిస్తూ.

"చూడు వైదీ. ఎప్పుడూ ఇతరుల మీద కంప్లైంట్స్ ఇచ్చే అలవాటు మానెయ్. హాస్పిటల్లో టీ వీ లో చూడగానే, నేనూ, డాడీ, ఆ స్క్రీన్ కే ముద్దు పెట్టేశాం. అప్పూ కూడా! నిన్ను స్వయంగా అబినందిద్దామనే ఇలా వైట్ చేస్తున్నాం. వు ఆర్ వెరీ హాపీ డియర్!." కూతుర్ని దగ్గరికి తీసుకుని అంది రాజేశ్వరి.

కోపం తగ్గింది వైదీకి. అయినా అక్క వైపు గుర్రు గా చూస్తూంటే, "అలా ఏదో పోగొట్టుకున్న దానిలా చూడకు. నీ డ్యూటీ నువ్వు చేశావ్. సుధాకర్, లక్ష్మణ్ అంకుల్స్ నీ పక్కన ఉన్నారు. నాకూ అలాంటి సపోర్టర్స్ ఉంటే, నేను ఇంతకంటే బాగానే చేస్తాను. అలా ఏడుపు మొహం పెట్టకు. ఇంకా మూడునెలలు నువ్వు హైదరాబాదు లోనే, నా దగ్గరే ఉండాలి. అది జ్ఞాపకం పెట్టుకో"అంది అపర్ణ. వెంటనే వైదీ "ఓహో! అలా ఏమీ బెదిరించక్కరలేదు. అయినా నేను ఉండేది పుట్టపర్తి లో. ఈ సారి 'త్రీ మంత్స్ స్లాట్' లో నాకు డ్యూటీ అక్కడ కదా? కాబట్టి నేనేమీ నీదగ్గర ఉండనులే!" అని,

"సరేలే! మా అన్నగారికి ఇంకా బుద్ధి రాలేదా?" అమ్మని అడిగింది వైదీ.

"వాడూ నీకు బొకే పంపాడు. నీ రూమ్ లో ఉంది. వాడి టీవీ లో ఇది రాదుకదా? మేమే చెప్పాం. "దానికి ఓ బొకే పంపుతున్నాను. అసలే అది రాక్షసి. నా అభినందనలు కూడా చెప్పండి. అది ఇంటికొచ్చాక ఫోన్ చేస్తే, నేను కూడా మాట్లాడతాను." అన్నాడు. వాడితో మాట్లాడు. పాపం వాడు చూడలేదు కదా తమ ఘనకార్యాన్ని?" అంది రాజీ. "సరేలే, వాడిని నేను డీల్ చేస్తాలే" అనుకుంటూ లోపలికి వెళ్లిపోయింది వైదీ.

37

***15th Jan 2005*, న్యూయార్క్**

ఆ మర్నాడు అందరూ...లక్ష్మణ్, వాణి, శ్రీనాథ్, పద్మ, ప్రసాద్, రాజీ, అపర్ణా శ్రీధర్, వైదీ,... కూర్చుని ప్రసాద్ ఇంట్లో కబుర్లు చెప్పుకుంటున్నారు. ముందు రోజు రాత్రే, వైదీ, అపర్ణలు తమ తాతగారి సంగతులు పొల్లు పోకుండా చెప్పారు.

లక్ష్మణ్ అన్నాడు. "వాళ్ళలో ఎటువంటి మార్పూ రాలేదు. నువ్వుకూడా 'వాళ్లని వదులుకున్నానే' అని బాధపడక్కరలేదు."

శ్రీనాథ్ కూడా లక్ష్మణ్ ని వెనకేసుకొస్తూ, "మేం అక్కడ ఉన్న నెళ్ళాళ్ళలోనూ, ఆదివారాలన్నీ మీ బాబాయ్ తోటే గడిపారు వీళ్ళు. నా అభిప్రాయం అయితే, యూ నీడ్ నాట్ రిగ్రెట్ యువర్ డెసిషన్."

ప్రసాద్ అన్నాడు. "వైదీ, వాళ్ళు మనవాళ్ళే. మా చిన్నాన్న గారే! అప్పటికీ ఇప్పటికీ వాళ్ల మనస్తత్వం లో ఏమైనా మార్పు వస్తుందేమో అని ఎదురు చూశాను. నన్ను గెంటెయ్యలేదు, కానీ నా అంతట నేనే వెళ్ళిపోయే పరిస్థితులు కల్పించారు. వాళ్ళ పిల్లల అభివృద్ధి కోసం నన్నూ, నా ఆస్తినీ వాడుకున్నారు. తీరాచూస్తే, వాళ్ళు సాధించిందేమిటో నాకు అర్ధం కావడం లేదు.

మా మోహన్ అన్నయ్య IAF లో ఉన్నాడు. అప్పటి వాడి ప్లాన్స్ ప్రకారం వాడు ఇంజినీర్ అవ్వాలి కదా? అలాగే మా చెల్లెలు కూడా ఏ మెడిసినో చేసుండాలి కదా? అలాగే మా తమ్ముడు కూడా ఏదో పెద్దపోస్ట్ లో స్థిరపడి ఉండాలి కదా? ఇవన్నీ ఎందుకు జరగ లేదు? బికాజ్ దే నో దట్ దే ఆర్ రాంగ్. రాంగ్ మీన్స్ తో రైట్ ఎండ్స్ ఎప్పటికీ సాధ్యం కావు. తప్పుడు విధానాలతో, సక్రమమైన ఫలితాలు ఎప్పటికీ రావమ్మా.

అప్పూ, అయినా నువ్వు మామూలుగా వారాంతాల్లో వెళ్ళి, వాళ్లని చూసొస్తూండు. విశేషాలు చెబుతూనే ఉంటావు కదా? అనవసరంగా మన విషయాలేవీ బయట పెట్టకు. వాటంతట అవే తెలుస్తే, సరే! బట్ బీ కేర్ ఫుల్. నువ్వు IAS ఆఫీసర్ వి. నేను వేరే చెప్పక్కరలేదు."

అప్రయత్నంగా ప్రసాద్ కళ్లల్లో నీళ్ళు తిరగడం గమనించింది అపర్ణ.

"ఏంటి నాన్నగారూ చిన్నపిల్లాడిలా? నేను IAS అయినా ఇక్కడ నేను మీకు అప్పూనే. అలాగే చూడండి నన్ను. అనవసరంగా కళ్ళల్లో నీళ్లెందుకు డాడ్? మీ డాడ్ ని నేను సరిగ్గానే చూసుకుంటాలే." అంది అపర్ణ.

"లేదు తల్లీ. అందుగ్గాదు. ఎందుకో నిన్ను చూస్తూంటే, నాకు ఆపుకోలేనంత ఉద్వేగం వచ్చేసింది. చిన్నపిల్లవి. పెద్ద ఉద్యోగం చేస్తున్నావని."

"టాపిక్ మార్చకు డాడ్. I know you miss us. రిటైర్ అయిపోయాక, ఇండియా వచ్చేసి, నాతోనే ఉండండి. సరేనా?"

"అలాగే తల్లీ!" కంట్రోల్ చేసుకుంటున్నాడు ప్రసాద్.

"ఒరేయ్, అందరం హైదరాబాద్ లోనే, శ్రీధర్ దగ్గరే ఉందాం సరేనా? అలా అయితే మీ పేరెంట్స్ ని కూడా కలుసుకుంటూ ఉండచ్చు" అన్నాడు శ్రీనాధ్.

పద్మ కలగజేసుకుంది. "ఏమిటి ప్రసాద్? ఎందుకు బాధపడతావు? మమ్మల్నే నీ కుటుంబం అనుకుంటాను అని అన్నావు కదా? మరిప్పుడు మీవాళ్ల గురించి తెలుసుకుని, తలచుకుని, బాధపడుతున్నావెందుకు?"

"చా. అదేంలేదు పద్మక్కా. తన తాతగారికి వైదీ ఈ కొత్తవిధానం లో ట్రీట్ మెంట్ ఇచ్చిందని, ఆ తాతగారికి తెలియదు. ఊహించలేరు కూడా. నిజంగానే వీళ్ళకి స్వంత తాత ఉంటే ఎంతగా అభినందించి ఉండేవారు వీళ్ళని? అది తలుచుకుని బాధపడుతున్నాను. అంతే. అయితే నేనిప్పుడు ఆల్ రైట్ అక్కా. అయామ్ హాపీ. రియల్లీ హాపీ."అన్నాడు ప్రసాద్.

"ఓ కే. అలా అయితే, ఈనాటి హోటెల్ బిల్ నీదే మావయ్యా! మేం అందరం కూడా ఈ వైదమ్మ గారిని మరోసారి అభినందిస్తాం. అంతగా కావాలంటే సుధాకర్ మావయ్య పేరెంట్స్ చేత కూడా అభినందనలు చెప్పిస్తాం. ఆ విధంగా తాతగారి అభినందనలు కూడా వైదీకి దక్కుతాయి." అన్నాడు శ్రీధర్.

"సారీ. పార్టీ బిల్ మా డాడీది ఎందుకవుతుంది?" ఎదురడిగింది అపర్ణ.

"తన కూతురు ఇంత ప్రయోజకురాలైందని, తెగ సంతోషపడిపోతున్నాడు కదా? అందుకని, ఆ కూతురి తండ్రిగా, నిన్న వైదీ కొత్తరకం ఆపరేషన్ విధానాన్ని ప్రదర్శించిన సందర్భం లో, పార్టీ అన్న మాట" అన్నాడు శ్రీధర్.

"అయితే అసలే ఇవ్వక్కరలేదు. ఈ సక్సెస్ లో లక్ష్మణ్ మావయ్యకీ, సుధాకర్ బాబాయ్ కీ కూడా వాటా ఉంది. పైగా శ్రీ ఇంజినీరింగ్ కీ ఉంది. కాబట్టి మెగా కేర్ ఛీఫ్ వాణత్తకే ఈ బిల్." అంది వైదీ.

"ఎటొచ్చి ఎటుపడ్డా నాకే...పద. నిజంగానే సుధాకర్ సాయంత్రం పార్టీ ఇస్తున్నాడు. వాడింటికి వెడదాం. అందరూ రెడీ కండి." అన్నాడు లక్ష్మణ్. అందరూ సుధాకర్ ఇంటికి బయలుదేరారు.

38

15.01.2005, **న్యూయార్క్**

ఆ సాయంత్రం అందరూ సుధాకర్ ఇంట్లో సమావేశం అయ్యారు. "కంగ్రాట్స్ సుధాకర్. నువ్వు మన మెగా హాస్పిటల్స్ సత్తా ఏమిటో అందరికీ తెలియజెప్పావు. హార్టీ కంగ్రాట్స్ వన్స్ ఎగైన్." అన్నాడు ప్రసాద్

"థాంక్ యూ, మీరంతా ఇలా నా మీద దాడికి వచ్చారంటే, ఏదో విశేషం ఉన్నట్టే. కమాన్. చెప్పండి."

"చూడు. సుధాకర్. నీ సర్జరీని చూసి అభినందించడానికే, ప్రసాద్ లండన్ నుంచీ, ఇక్కడికి వచ్చాడు. నెక్స్ట సండే మళ్ళీ ఎలాగూ వెళ్ళిపోతాడు. అందుకనే ఈ సారి పార్టీ బిల్ నీకు వేద్దామని అందరూ డిసైడ్ చేశారు... కాబట్టి, నెక్స్ట సాటర్ డే ఫుల్ గా గడిపేలా, ప్రోగ్రాం వెయ్యి. ప్రశాంత్, ప్రవీణ్, ప్రకాష్, విజయా కూడా అప్పటికి వచ్చేస్తారు. అన్నీ సవ్యంగా జరిగితే, శుభకార్యాలు కూడా ఎనౌన్స్ చేసేద్దాం." అన్నాడు శ్రీనాథ్.

"తప్పకుండా శ్రీనాథ్. ష్యూర్." లోపల్నించి సుధాకర్ భార్య శారద చెప్పింది.

"ఇంకా నిర్ణయాలు పెండింగ్ లో పెట్టద్దు. పిల్లలు జీవితాల్లో స్థిర పడ్డారు కాబట్టి, వాళ్ళకి ఇప్పుడే ఈ భాధ్యతలు అప్పగించెయ్యడం మనకి లాభం. ఈ పెళ్ళిల్లూ, మన సంస్థల్లో కొత్త యాజమాన్యం రావడం, వెంటనే జరిగి పోవాలి." అన్నాడు ప్రసాద్.

"అలాగే. నాకూ ఆ తొందర ఉంది." అన్నాడు సుధాకర్.

లోపలినుంచి శారద అడుగుతోంది. "ఈ పూటకి లైట్ గా టిఫిన్స్ కానిచ్చేద్దాం. హాయిగా కబుర్లు కూడా చెప్పుకోవచ్చు. ఏమంటావ్ అప్పూ?"

"అలాగే కానీ, భార్గవా, లావణ్యా, గౌతమి లకి కూడా ఇన్ఫార్మ్ చెయ్యి పిన్నీ. వీక్ ఎండ్ అందరం సరదాగా గడుపుదాం." అంది వైదేహి.

"అందరూ వస్తారు, యూ డోంట్ వర్రీ. మాక్కూడా మీ అందరితోనూ వ్యవహారం ఉంది" అన్నాడు జయశంకర్.

"వీళ్ళెప్పుడు వచ్చారబ్బా?" అని అప్పూ ఆశ్చర్య పడుతోంటే, జై భార్య సరోజ చెప్పింది.

"మేం ఇందాకటినుంచీ లోపలే ఉన్నాం. మీరు సుధాకర్ తో మాట్లాడాక ఎలాగూ లోపలికి వస్తారు కదా, అప్పుడే పలకరించచ్చు అని ఊరుకున్నాం. అయినా సుధాకర్ మీ ఒక్కళ్ళకే పార్టీ ఇచ్చేస్తాడని ఎలా అనుకున్నారు?"

"సరే. నువ్వొచ్చేశావంటే, ఎవరూ ఇక్కడ నీకు రాచ మర్యాదలేమీ చెయ్యరు కానీ, ముందు మన భోజన ఫలహారాల గురించి చెప్పు." ఎదురడిగింది వైదీ.

"అయితే రాత్రి అందరికీ పుల్కాలే!" డిక్లేర్ చేసింది సరోజ.

"ఈవాళ పండుగ కాబట్టి, స్పెషల్ పుల్కాలూ, కూరానూ" శారద ఫైనలైజ్ చేసింది.

"ఏదో వకటి. ముందు తిండి. ఆ తరువాత నిద్ర. పిన్నీ వీళ్ళు గత నెల్లాళ్లుగా, ఆదివారాల్లో, వాళ్ళ ఫ్లాష్ బాక్ చెప్పి, నా బుర్ర తినేశారు. శారద పిన్ని కూడా ఉంది అప్పుడు. ఇప్పటికి సగమే అయ్యింది. కాబట్టి, మీ కబుర్లు మీరు చెప్పుకోండి. నన్ను మాత్రం వీళ్ళబారి నుంచీ కాపాడు. నేను ఆకలికీ, నిద్ర కీ, ఆగలేను." వైదీ తన అత్తల మీద కంప్లైంట్ చెప్పింది తన సరోజ పిన్నికి.

"అలాగా! అయితే ఎక్కడ దాకా చెప్పారు?" అమాయకంగా ప్రశ్నించింది సరోజ.

"ఎక్కడ దాకా ఏమిటి? ఈ పద్మత్త గారి మొదటి ప్రెస్ కాన్ఫరెన్స్ వరకూ."

"అలాగా? అయితే చెప్పాల్సింది ఇంకా చాలా ఉంది. నేను కంటిన్యూ చెయ్యనా?" అడిగింది సరోజ.

"బాబోయ్... మీ ఫ్రెండ్ షిప్ మండిపోనూ! నువ్వు కూడా వాళ్ళతో పాటేనా?"

"అవును వైదీ. అందరం దాదాపు ఒకేసారి అమెరికా వచ్చాం. కలుసుకున్న క్షణం నుంచీ, మేంఅందరం ఇలా అతుక్కు పోయాం." అన్నాడు జయశంకర్.

"సారీ, ఈ రాత్రి నువ్వు పెట్టే ఈ మాత్రం టిఫిన్లకి, ఇవన్నీ వినాలంటే కుదరదు." ఖరాఖండీగా చెప్పేసింది వైదీ. ఇంతలో మిగతా వాళ్ళు కూడా లోపలికి వచ్చారు.

"పిన్నీ ఏంటీ కధ? వైదీ గోల చేస్తోందా?" అడిగింది అపర్ణ.

"నువ్వు కూడా గోల చేస్తావు ఇది వింటే. ఇప్పుడు ఈ శారదమ్మగారూ, సరోజమ్మ గారూ కూడా, వీళ్ళ కధని కంటిన్యూ చేస్తారుట." ఉక్రోషంగా అంది వైదీ.

"అయితే నువ్వే చెప్పు శారదా. మధ్య మధ్యలో మేం నీకు హెల్ప్ చేస్తాం లే." అంది వాణి. ఇక వినక తప్పదు అనుకుంది వైదేహి. భోజనాలయ్యాక, అందరూ హాల్లో, సోఫాల్లో సెటిల్ అయిపోయారు.

39

1973-74, న్యూయార్క్

"వైదీ. మీ పద్మత్తగారు శ్రీ పాల్స్ ని ఎలా మేనేజ్ చేస్తున్నారన్నది నీకు ఐడియా ఉంది కదా? ఇప్పుడు మెగా కేర్ కి వద్దాం." శారద తన కథనాన్ని మొదలు పెటింది.

ప్రసాద్, పద్మా, శ్రీనాథ్ లు నవ్వుతూ శారదకి గ్రీన్ సిగ్నల్ ఇచ్చారు.

"పద్మా, వాణీ లు చెప్పినట్టుగా మేం చెప్పలేం కానీ, నాకు తోచిన రీతిలో చెప్పేస్తాను. సరేనా? అయితే వినండి" అని, శారద మొదలెట్టింది. పిల్లలందరూ శారద చుట్టూ సోఫాలో చేరిపోయారు.

"మేము కూడా డిల్లీ లో AIIMS లో మెడిసిన్ చేసి పీ జీ కోసం ఇక్కడికి వచ్చిన వాళ్లమే. సుధాకర్, లక్ష్మణ్ ఇద్దరూ బాచ్ మేట్స్ అలాగే, నేనూ వాణీ కూడా. అలాగే హైదరాబాదు లోని నిమ్స్ ఆర్థో ఛీఫ్ బద్రీ కూడా వీళ్ళ బాచ్ మేటే. సుధాకర్ హైదరాబాద్ లోని నిమ్స్ లో భాధ్యతలు తీసుకోడానికి ఇది కూడా ఒక కారణం.

వాణి డిల్లీ నుంచి వచ్చేసిన కొత్తలో వాణి అన్నయ్య రాఘువ మా హాస్టల్ కి వచ్చి ఎంక్వైర్ చేసాడు. అప్పటికి లక్ష్మణ్ నిజంగానే నాకు తెలియదు. అందులోనూ లక్ష్మణ్ ఎడ్రెస్ కేరాఫ్ బీ జే ఎస్ ఆఫీస్ అని చెప్పారు. కాబట్టి అతనెవరో నాకు తెలియదనీ, వాణి ఎప్పుడూ తనగురించి చెప్పలేదనీ చెప్పాను. ఆ తరువాత వాణి ఇంటి వాళ్లు నన్ను కలుసుకోలేదు. నా పెళ్ళి కోసం నేనూ హైదరాబాదు వచ్చేశానాయె!

మాది కూడా మేనరికం- కం- ప్రేమ వివాహం లాంటిదే! సుధాకర్ కి తల్లితండ్రులూ, చిన్నాన్నలూ, చిన్నమ్మలూ, వాళ్ళ పిల్లలూ కూడా ఉన్నారు. అలాగే నాకూను. మా కుటుంబాలు రెండూ కూడా మొదటినుంచీ, ఒకరికొకరు తెలుసున్నవే కాబట్టి, మా పెళ్ళికి ఎటువంటి ఆటంకమూ రాలేదు. సుధాకర్ నాకు వరుసకి మా చిన్నత్త కొడుకే! మా ఇద్దరి పెద్దలూ కూడా ఇప్పటికీ హైదరాబాద్ లోనే ఉన్నారు. హైదరాబాద్ లో మీరు మీ పిల్లల ఇళ్ళల్లో ఉంటే, మేము మా అమ్మానాన్నల వద్దా, అత్త మామల వద్దా ఉంటున్నాం అన్న మాట. సరే, సుధాకర్ కి పీజీ లో సీట్ రాగానే, ఇంకో ఆర్నెలల్లో లక్ష్మణ్ తో కలిసి పోలీక్లినిక్ ఓపెన్ చేశాడని మీకు తెలుసుకదా?

అప్పుడే మా పెళ్లవడం, నేను కూడా న్యూయార్క్ లో అడుగెట్టడం, పీజీ కోర్స్ చేస్తూనే ఈ మెగా కేర్ లో జేరిపోవడం జరిగింది. వాణీ నేనూ ఒకటే బాచ్ కదా? ఇక్కడికి వచ్చాక మా స్నేహం పెరిగింది.

మొదట్లో మా హాస్పిటల్ కి గవర్నమెంట్ నుంచి రిఫరల్ రోగులు చాలా మంది వచ్చేవాళ్ళు. మేం ప్రామిస్ చేసిన 25% కన్నా, దాదాపు రెట్టింపు మందిని ట్రీట్ చేసిన సందర్భాలు చాలా ఉన్నాయ్. 1975 లో అనుకుంటాను...ఈ విషయం శ్రీనాథ్ కి చెప్పాం.

వెంటనే పద్మ గవర్నమెంట్ నామినీతో మాట్లాడడం, అతను వచ్చి స్వయంగా పరిస్థితిని సమీక్షించడం, మేం చెప్పింది కరెక్టే అని, ప్రభుత్వానికి నివేదిక పంపించడం జరిగిపోయాయి.

నెక్స్ట వీక్ హెల్త్ సెక్రెటరీ తో మీటింగ్ పెట్టుకున్నారు వీళ్ళు. ప్రసాద్ కూడా అటెండ్ అయ్యాడు.

"So, what is the problem? You cannot turndown or refuse to treat the patients. You accepted to treat the patients referred by our state hospitals. Is it a matter of funds then?"అన్నాడు సెక్రెటరీ.

ప్రసాద్ చెప్పాడు. "No. We donot want any funds from you. We have never turned down any patient, nor have we refused the treatment. There is another aspect to this point. We just wanted to make sure that you are aware of it."

The secretary had to change his stance.

"Well then, tell me, what do you want me to know?"

"More and more patients are being referred to us, even for minor ailments. Most of the patients get well with in two or three days of treatment.

We wanted to know from you, whether the state run hospitals are so ill equipped, that they are unable to treat these common ailments? Or do your doctors think it is beyond their capacity?

In either case, it requires your immediate attention. Meagacare Hospitals is meant to be a super speciality Hospital and Research institution. Most of the cases referred to us do not require any super speciality treatment.

If the same trend continues, patients requiring critical care, and emergency care may not be accommodated due to non availability of beds. And it is easier for us to treat these minor ailments.

We do not wish to overburden our specialist doctors in this regard. If you permit, our GPs will treat them in a different block.

You may remember what we have told you earlier, about the health delivery system in the Government sector. It seems, it is in a mess now. Please see that we get cases that are really beyond the capacity of the state run hospitals, and are a challenge to our specialists. We promise to deliver the best results.

"hope Iam making sense."

The secretary was stunned!

"Oh sure Prasad, we will definitely call for a review. I have noted your points. Thanks for the suggestion."

అందరూ నవ్వుకుంటూ బయటకి వచ్చేశారు.

అంతే! నెక్స్ట్ వీక్ నుంచీ, మాకొచ్చే రిఫరల్స్ చాలా మట్టుకు తగ్గిపోయాయి. కేవలం కార్డియాలజీ, న్యూరో, ట్రామా కేసెస్ మాత్రమే మా వద్దకు వచ్చేవి. ట్రీట్ మెంట్ విషయం లో వుయ్ ఆర్ ది బెస్ట్. Mega care Hospitals have won many awards in this regard."

ఇంకా చెబుతోంది శారద. "చాలు చాలు నువ్వు చెప్పింది. మిగిలింది నేను చెబుతాను" అని జై శంకర్ భార్య సరోజ కొనసాగించింది.

"ఐ థింక్ ఇట్ ఈజ్ సెవెంటీ ఫైవ్. ఓ రోజు లక్ష్మణ్ చెప్పాడు ప్రసాద్ తో.

"సుధాకర్ ని కూడా తీసుకోవాలి మెగాకేర్ బోర్డులోకి నాకూ వర్క్ లోడ్ ఎక్కువైపోతోంది. బోర్డ్ ని ఇంకొంచెం విస్తరించి, కొత్తవాళ్లకి మరికొన్ని అధికారాలూ, బాధ్యతలూ ఇద్దామని ఉంది. పద్మవదిన కూడా నా అభిప్రాయం కరెక్టే అని చెబుతుంది. తను కూడా మా అకౌంట్స్ ఆడిట్ చేస్తోంది కదా? బిజినెస్ ఎంత పెరుగుతోందో చెబుతుంది. సుధాకర్ విల్ బీ ది జాయింట్ ఎమ్ డీ. ఏమంటావ్?"

పద్మ చెప్పింది. "లక్ష్మణ్ చెప్పింది కరెక్టే ప్రసాద్. సుధాకర్ ని బోర్డ్ లోకి తీసుకోవడం, జాయింట్ ఎమ్ డీ గా చెయ్యడం, మనకే మంచిది. మెగా హాస్పిటల్స్ కి సుధాకర్ ఈజ్ ఎన్ అసెట్."

ప్రసాద్ ఏమీ మాట్లాడలేదు. లక్ష్మణ్ మళ్లీ అడిగాడు. "ఒరేయ్...ఏదో ఒకటి మాట్లాడు. నీ కిష్టమైతేనే ఈ ఎరేంజ్ మెంట్." అప్పటికే ప్రసాద్ కళ్ళల్లో నీళ్ళు తిరుగుతున్నాయి. పద్మ భరించ లేకపోయింది.

"ప్రసాద్? ఏంటీ విషయం? సుధాకర్ ని బోర్డ్ లోకి తీసుకోవద్దు లే! సరేనా? ఇంకొన్నాళ్ళు లక్ష్మణ్ ఇలాగే రన్ చేస్తాడులే. నువ్వు బాధ పడకు. నీ కళ్ళల్లో నీళ్ళు, నేను చూడలేను." అంది పద్మ.

"అది కాదు అక్కా. శ్రీపాల్స్ అంటే మన ముగ్గురమే అని అనుకున్నాను. ఇప్పుడు లక్ష్మణ్ గాడు సుధాకర్ ని కూడా బోర్డ్ లోకి ఆహ్వానిస్తున్నాడు. అంటే, అప్పుడే, శ్రీపాల్స్ విడిపోవడం స్టార్ట్ అయ్యిందన్నమాట. I can't bear to think of it." అన్నాడు ప్రసాద్. అర్థం అయ్యింది లక్ష్మణ్ కి.

"ఒరేయ్. నువ్వు అలా అంటే నేనూరుకోను. నీ తరువాతే నాకెవరైనా. నీకోసం ప్రాణాలు ఇచ్చేస్తానని ఎన్నోసార్లు చెప్పాను కదా? నీకిష్టం లేకపోతే, సుధాకర్ ని తీసుకోను. నువ్వు నవ్వుతూ ఉండు. నాకదే చాలు." అన్నాడు లక్ష్మణ్.

పద్మ విడమర్చి చెప్పింది... "ప్రసాద్. నువ్వు అనవసరంగా ఎక్సైట్ అవుతున్నావ్. మన శ్రీపాల్స్ సంస్థకి కానీ, మనందరి ఐకమత్యానికి కానీ, దీనివల్ల ఎటువంటి ప్రమాదమూ రాదు. సుధాకర్ విల్ బీ ఆన్ ది బోర్డ్ ఆఫ్ మెగా, నాట్ ఆన్ ది బోర్డ్ ఆఫ్ శ్రీపాల్స్. వుయ్ ఆర్ శ్రీపాల్స్. కొంచెం క్లియర్ గా ఆలోచించు. శ్రీ కూడా తన కన్సల్టెన్సీ లో ఇంకో ఇద్దరిని బోర్డ్ లోకి తీసుకోవాలనుకుంటున్నాడు. నువ్వు బాధపడతావేమో అని చెప్పడం లేదు. శ్రీ ఇంజినీరింగ్ కి కూడా వర్క్ పెరుగుతోంది కదా? మనం విడిపోవడం అన్నది ఈ జన్మ లో జరగదు. ఐ ప్రామిస్. నన్ను నమ్ము."

ప్రసాద్ తన భావోద్వేగాన్ని అదుపులోకి తెచ్చుకుని "అవును. వీళ్లకి కూడా బాధ్యతలూ, అధికారాలూ, హక్కులూ ఇవ్వాలి. మన తరవాత ఇందులో జాయిన్ అయినా, వీళ్ళుకూడా మనంతగానూ కష్టపడుతున్నారు. సారీ. అయామ్ సారీ రా లక్ష్మణ్. నేను చాలా ఫూలిష్ గా ఆలోచించాను.

లెట్ అజ్ వెల్కం సుధాకర్ ఇన్ టూ మెగా. అలాగే శ్రీ ఇంజినీరింగ్ లో కూడా జై నీ, మరో ఇద్దరినీ కూడా తీసుకోమను అక్కా. అలాగే సరోజ ని కూడా కంపెనీ సెక్రెటరీగా శ్రీపాల్స్ లోనే చేర్చుకుందాం. ఫార్మల్ ఫంక్షన్ ఒకటి ఎరేంజ్ చేద్దాం. సుధాకర్, జై, ఇద్దరూ కూడా నాకు మంచి ఫ్రెండ్స్. కానీ, శ్రీనాథ్, లక్ష్మణ్ లు నా మరోప్రాణం అన్న మాట. అర్థం అయ్యిందా పద్మక్కా?" అన్నాడు.

ఆ విధంగా మెగా హాస్పిటల్స్ బోర్డ్ లోకీ, శ్రీ ఇంజినీరింగ్ బోర్డ్ లోకీ, శ్రీపాల్స్ లోకీ కొత్త డైరెక్టర్లు వచ్చారు. అంటే, డా.సుధాకర్, శారద, జయశంకర్, సరోజ, ప్రకాశ్, విజయా అన్న మాట.

గవర్న మెంట్ అనుమతి సంపాదించి, మెగా హాస్పిటల్స్ కి ఇంకో టవర్ కట్టాం. అలాగే బెడ్ స్ట్రెంగ్తూ పెరిగింది, సూపర్ స్పెషాలిటీ విభాగాలూ పెరగాయి. శ్రీ ఇంజినీరింగ్ కూడా ఈ ఆవరణలోనే తమ హెడ్ క్వార్టర్స్ కోసం ఇంకో బిల్డింగ్ కట్టుకుంది. శ్రీపాల్స్ అందులో మొదటి మూడు ఫ్లోర్స్ తీసుకుంది.

ఈసారి మాకు బాంక్ లోన్స్ ఈజీగా వచ్చాయి. పబ్లిక్ ఇష్యూ కి కూడా మంచి రెస్పాన్స్ వచ్చింది. ఆర్థిక లావాదేవీలు అన్నీ పద్మ చూసుకునేది. తను ఛార్టర్డ్ అకౌంటెంట్ కదా! మిగతా వ్యవహారాలు నేను చూసుకునేదాన్ని.

ఆ విధంగా మెగా హాస్పిటల్స్ అండ్ రిసెర్చ్ ఇన్స్టిట్యూషన్ అన్నది అమెరికాలోని పేరొందిన హాస్పిటల్స్ లో ఒకటైంది. అలాగే, శ్రీ ఇంజినీరింగ్ కూడా ప్రముఖ ఇంజినీరింగ్ కన్సల్టెన్సీల్లో ఒకటైంది." సరోజ తను చెప్పడం ముగించింది. అందరూ తప్పట్లు కొట్టారు.

శ్రీధర్ అన్నాడు. "అన్నీ చాలా టూకీగా చెప్పేశావు అత్తా. అలాగే శారదత్త కూడా చాలా క్లుప్తంగా చెప్పింది. ఇదే మా అమ్మ అయినా, వాణి పిన్నయినా, కనీసం నాలుగు గంటలు సాగదీసే వారు."

పద్మ అందుకుంది. "శ్రీధర్, దానికి నా ముందు మాట్లాడాలంటే భయం. అందుకనే అలా చెబుతుంది. రేపు విజయ గానీ, ప్రకాష్ కానీ వచ్చాక, వీళ్ళిద్దరికీ ఎంత పొగరు వస్తుందో నువ్వే అబ్జర్వ్ చెయ్యి. వాళ్ళ మూడుజంటలూ ఇంకొక బాచ్ అన్న మాట."

"పద్మా, నువ్వే చెప్పు బాబూ. మేమే వింటాము." అంది శారద. పద్మ తన ఫ్లాష్ బాక్ కొనసాగించింది

40

1973-74, న్యూయార్క్

"ఒరేయ్ శ్రీధర్. ఈ విషయాలు నువ్వు జాగ్రత్తగా విను. మా జీవితాల్లో వచ్చిన మరికొన్ని మార్పులూ, వాటికి మేం ఏవిధంగా ఎడ్జస్ట్ అయ్యామో తెలుసుకో."

"అలాగే. చెప్పమ్మా."

"ఇక్కడికి వచ్చిన కొద్ది నెలలకే, ప్రసాద్ మాకు స్పష్టంగా చెప్పేశాడు. శ్రీ పాల్స్ ఫౌండేషన్ ని నడిపించే భాధ్యత నాదే అని. ఫౌండర్ మెంబర్స్ గా వాళ్ళుంటారు, కానీ ప్రసాద్ ఎటువంటి ఇతర హోదా తీసుకోడు. అలాగే రాజీ కూడా. లక్ష్మణ్, వాణీ, మెగాకేర్ ని చూసుకుంటారు. శ్రీనాథ్ శ్రీ ఇంజినీరింగ్ ని చూసుకుంటాడు. కాబట్టి, ఈ శ్రీపాల్స్ మొత్తం భాధ్యత నాదే! నాక్కావలసినప్పుడల్లా, ప్రసాద్, రాజీ, నాకు కావలసిన సహకారం అందిస్తారు.

వాళ్ళ పాయింట్ ఏమిటంటే, ఈ ఫౌండేషన్ అన్నది పబ్లిక్ విరాళాలతో రన్ అవుతున్నది. కాబట్టి మనమే వివిధ హోదాల్లో, ఇందులోంచి సేలరీలు డ్రా చెయ్యకూడదు. అలాగే శ్రీ ఇంజనీరింగ్, మెగాకేర్ కూడా ఓ రకమైన వ్యాపార సంస్థలు. ఒకవేళ నష్టం వచ్చినా, అవి మూతబడి పోయినా, మన భవిష్యత్ ఏమిటి? అందుకే, తనూ రాజీ ఉద్యోగాల్లో ఉంటారు.

ఎటువంటి ఒడిదుడుకులు ఎదురైనా మమ్మల్ని ఆదుకునే భాధ్యత వాళ్ళది. అంతా సవ్యంగా జరుగుతున్నంతవరకూ ఓకే. ఏదైనా అత్యవసరం వస్తే, ప్రసాద్ మాకు గాడ్ ఫాదర్ లా ఉంటాడన్న మాట.

దీనికి అందరం ఒప్పుకున్నాం.

రాజీకి కూడా సిటీబాంక్ లో పార్ట్ టైం జాబ్ వచ్చింది. అలాగే అది మాస్టర్స్ కోర్సులోనూ అడ్మిట్ అయ్యింది. అప్పుడు ఓ రోజు వాణి డిక్లేర్ చేసింది, తను తల్లి కాబోతున్నట్టు. ఓ వారం రోజుల తరువాత నేను కూడా డిక్లేర్ చేశాను.

శ్రీ చెప్పాడు. "ఇదీ మన మంచికే. మీ ఇద్దరినీ మా చెల్లెలు రాజీ ఇక్కడ చూసుకుంటుంది లెండి."

"ఒరేయ్. రాజీ కాదు, నేను. వాళ్లకి పుట్టిల్లు అంటే నేను. అర్థం అయ్యిందా? నాతోపాటు రాజీ కూడా చూసుకుంటుంది. అలా చెప్పు" అన్నాడు ప్రసాద్.

ఈ లోపులో ప్రకాష్ నుంచి ఓ టెలిగ్రామ్, తరవాత ఓ లెటర్ వచాయి. మా ఇద్దరి పురుళ్ళూ, అక్కడే తిరుపతి లో, తన ఆధ్వర్యం లోనే జరగాలని అత్తయ్యగారు కోరుకుంటున్నారనీ, ఎదురుచెప్పకుండా, వెంటనే బయలు దేరమనీ, వాటి సారాంశం.

రాజీ చెప్పింది. "పద్మా, అలా మొహమాటాలూ అవీ పెట్టుకుంటే, మనం అంతా ఒకే కుటుంబం అన్నదానికి అర్థం ఏముంటుంది? నేను కూడా వస్తాను. దగ్గరుండి, మీ పురుళ్ళు పోయించి, మళ్లీ ఇక్కడికి తీసుకొస్తాను. ఏడోనెల రాగానే బయలు దేరుదాం. నా జాబ్ కి ఇబ్బందేమీ లేదు. ఎలాగూ పార్ట్ టైమే కదా?"

41

***May 1974-76*, న్యూయార్క్, ఢిల్లీ**

ఆ విధంగా నేనూ, వాణీ, తిరుపతిలో మా అత్తగారింట్లో పురుడు పోసుకున్నాం నెళ్ళాళ్ల తేడాలో. ముందు నాకు శ్రీధర్, ఆ తరువాత వాణి కి శరత్ పుట్టారు. మూడో నెలలో అందరం మళ్లీ అమెరికా వచ్చేశాం. ఈ ఆరునెలలూ, మళ్లీ ఈ ముగ్గురు స్నేహితులూ, పూర్వం రోజుల్లో లాగా, హాయిగా వండుకుంటూ, ఖబుర్లు చెప్పుకుంటూ, అసలు మమ్మల్ని పూర్తిగా మరిచి పోయి కాలం గడిపేశారు.

ఓ వారం రోజులు పోయాక మమ్మల్ని పిక్నిక్ కి తీసుకెళ్ళారు. అదే ఈ ప్రదేశం. మేం తల్లులు కాబోతున్నాం అని తెలిసిన వెంటనే, రియల్ ఎస్టేట్ ఫ్రెండ్స్ తో తనకున్న ఇన్ఫ్లుయెన్స్ అంతా ఉపయోగించి, మెగా హాస్పిటల్స్ కి ఇరవై కిలోమీటర్ల దూరం లో ఓ హెక్టేర్ స్థలాన్ని కొన్నాడు శ్రీ... అందులో ఓ గేటెడ్ కమ్యూనిటీ, ఆరు ఇండిపెండెంట్ విల్లాల్లూ కట్టించారు వీళ్ళు. వీళ్ల ముగ్గురితోబాటు, ప్రకాష్, జయశంకర్, సుధాకర్ లు అన్నమాట. 'పాల్స్ విల్లె' అని దీనికో పేరు కూడా వీళ్లే పెట్టేశారు. ఈ ఏడాది కాలం లోనూ వీళ్ళందరూ సమిష్టిగా కాపాడిన రహస్యం ఇదొక్కటేనేమో! అఫ్కోర్స్ దీని లే ఔట్, డిజైన్, డెకరేషన్, అన్నీ శ్రీ ఇంజినీరింగ్ వే.

నాకూ, వాణీ, రాజీ లకేకాదు, శారదా, సరోజ లకి కూడా ఇది ఆశ్చర్యమే! ఆవిధంగా తమ తరువాతి తరానికి ఆహ్వానం పలుకుతూ, స్వంత భవనాలు నిర్మించి, వాళ్లకోసం ఎదురుచూశారు ఈ ఫ్రెండ్స్ అందరూ. ఆరోజు మాకు చాలా సరదాగా, హాయిగా గడిచిపోయింది. ఇంకో వారం రోజుల్లో ముహూర్తాలు పెట్టుకుని, మా ఇళ్ళల్లో గృహప్రవేశాలు కూడా చేసేశాం.

ఇంకో ఏడాది తరువాత, అంటే మార్చి 1975 లో, రాజీ, శారదా, సరోజా కూడా, ఇండియా ప్రయాణం అయ్యారు. ఈ సారి వాళ్ల పురుళ్ళకి అన్నమాట. ఈ మధ్య కాలం లో ప్రకాష్ కి ఓ కొడుకు పుట్టాడు. వాడే ఆదిత్య. ఎలాగా రాజీ పురుటి కోసం మేం ఇండియా రావాలి కదా అని, అప్పుడు మేం వెళ్ళలేదు.

ఇండియా వెళ్ళిన మూడు నెలలకే ఇది కవలల్ని కనేసింది. అంటే, అపర్ణా, ప్రవీణ్ లని అన్నమాట. కానీ ఇంకో విశేషం శారద కూడా అలాగే కవలని కనేసింది. బార్గవ, గౌతమి లన్నమాట. సరోజ మట్టుకు ఒక్క అరుణ తో నే సరిపెట్టేసుకుంది. ఈ బాలింతరాళ్లని తీసుకురావడానికి, మా యావన్మందీ మళ్లీ ఇండియా వచ్చాం. డిల్లీ నుంచి సుధాకర్, జయశంకర్ లు హైద్రాబాద్ కీ, మేం మద్రాస్ కీ బయలు దేరాం.

ఇక్కడ ఇండియాలో రాజకీయ పరిస్థితులు పూర్తిగా మారిపోయాయి. దేశం లో ఎమర్జెన్సీ విధించారు. ఇందిరా గాంధీకి వ్యతిరేకంగా విపక్షాలన్నీ కలిసి ఎదురు తిరిగాయి. వాజ్ గారు, రాజ్ మాతా

కూడా జైల్లో ఉన్నారు. రాజ్ మాతా ఇంటికి వెళ్లి ధరణిని కలుసుకున్నాం. వాజ్ గారి తో ప్రసాద్ టచ్ లోనే ఉన్నాడు. ఆయన జైల్లోకి వెళ్ళాక కంటాక్ట్ తగ్గిపోయింది.

ధరణి చెప్పింది. "ఇట్ ఈజ్ నో ప్రోబ్లెం ప్రసాద్. గాంధీ గారి స్వరాజ్య ఉద్యమం తరువాత, ఇన్నాళ్ళకి కదా ఈ రాజకీయ నాయకులందరూ జైలు కెళ్ళింది? వాళ్ళు త్వరలోనే విడుదల అవుతారు లే... ఎందుకంటే, ఈ ప్రతిపక్ష నాయకులని జైల్లల్లోంచి విడుదల చేసి, మళ్ళీ ఎన్నికలు జరిపించమని, దేశం లోనూ, విదేశాలనుంచీ కూడా, ఒత్తిడి ఎక్కువౌతోంది. ఈ సారి కాంగ్రెస్ కి ఈ కంబైన్డ్ అపోజిషన్ సరైన జోడీగా నిలుస్తుంది. అదే కదూ, నువ్వు చెప్పింది ప్రసాద్?"

"Yes. This temporary loss will lead to permanent gain. I hope he will succeed." అన్నాడు ప్రసాద్.

మళ్లీ ధరణి అంది. "సారీ, మీకు బాబు పుట్టినప్పుడు శ్రీనాధ్ కీ, లక్ష్మణ్ కీ, గ్రీటింగ్స్ కూడా పంపలేక పోయాను. అప్పుడు రాజకీయ వత్తిళ్ళు ఎంతగా ఉన్నాయంటే, ఇంట్లో వాళ్లనే ఒకల్నొకళ్ళు పట్టించుకోలేదు. సారీ పద్మా, సారీ వాణీ" అని శ్రీధర్ నీ, శరత్ నీ దగ్గరికి తీసుకుంది.

తరువాత జ్ఞాపకం వచ్చినట్టుగా, "ప్రసాద్, you better speak to Oberoi once. The canteen is not running." అంది.

ప్రసాద్ చెప్పాడు. "మాకు మద్రాస్ ఫ్లైట్ సాయంత్రం ఉంది. నీ కభ్యంతరం లేకపోతే, అంతవరకూ, పద్మా, వాణీ ఇక్కడే ఉంటారు. నేనూ, లక్ష్మణ్, శ్రీ, వెళ్ళి ప్రధాన్స్ ని కలుసుకుని వస్తాం." అన్నాడు.

"It is a pleasure. వీళ్లని ఇక్కడే ఉండనీ. దానికి నన్ను రిక్వెస్ట్ చెయ్యడం ఎందుకు? వీళ్ళు నాకూ ఫ్రెండ్సేకదా? మీరు కూడా మీ పని అయిపోగానే ఇక్కడికే వచ్చేయ్యండి. ఇప్పుడు నా కారు లో ప్రధాన్స్ దగ్గరికి వెళ్ళండి. అతను ఇంట్లోనే ఉంటాడు ఇప్పుడు." అంది ధరణి.

వీళ్ళు ముగ్గురూ మధుకర్ సింగ్ ని కలుసుకున్నారు. అతను ముందు కొంచెం మొహమాటంగా మాట్లాడినా, ఆ తరువాత వ్యవహారం లోకి వచ్చేసరికి, ఖచ్చితంగానే మాట్లాడాడు. ఈ లోపులోనే చరణ్ రాజ్ కి ఫోన్ వెళ్ళినట్టుంది. అతను కూడా జాయన్ అయ్యాడు వీళ్లని.

మధుకర్ సింగ్ చెప్పాడు. "ప్రధాన్స్ -శ్రీపాల్స్ అన్నది ఓ ఫైల్యూర్. అప్పో జిషన్ లీడర్స్ అందరినీ జైల్లో పెట్టేశారు. BJS ఆఫీస్ కి అసలు ఎవరూ రావడం లేదు. దానికి డిమాండ్ లేదు. ఈ ఆఫీస్ కి వచ్చి, ఈ కాంటీన్ లో కాఫీ తాగాలన్నా, ప్రజలు జంకుతున్నారు. వాళ్లని కూడా అపోజిషన్ పార్టీ సపోర్టర్స్ అనుకుని, ఈ ప్రభుత్వం వాళ్లని జైల్లో వేసేస్తుందేమో అని. కాబట్టి, this venture is as good as closed. It is a loss."

"Oh. You are very frank uncle. కానీ ఈ 'వెంచర్ రన్ అవడం లేదు' అని అందాం. అంతేకానీ, క్లోజ్ అయింది అని అనొద్దు. ఎందుకంటే, రేపోమాపో ఈ అపోజిషన్ లీడర్స్ అందరూ రిలీజ్ అవుతారు. అప్పుడు మళ్ళీ ఈ ఆఫీస్ కేంద్రస్థానం అవుతుంది. వాజ్ గారు కీలక పాత్ర వహిస్తారు. మనం ఇప్పుడు ఈ వెంచర్ క్లోజ్ చేస్తే, అప్పుడు మళ్ళీ ఓపెన్ చెయ్యలేకపోవచ్చు. అందుకని, ఒక సజెషన్ ఇవ్వనా?" అన్నాడు ప్రసాద్.

"వాట్ ఈజ్ ఇట్?" అడిగాడు చరణ్ రాజ్ .

“ఇలా వెంచర్ ని నష్టాలతో క్లోజ్ చెయ్యడం మీకు కూడా ప్రెస్టిజ్ ఇష్యూ యే! అలాగే మాక్కూడా. అందుకని ‘Hotel under renovation’ అని బోర్డ్ పెట్టేద్దాం. ఈ లీడర్స్ అందరూ రిలీజ్ అవుతున్నారన్న టైంకి, మళ్ళీ స్టార్ట్ చేద్దాం. ధరణి చెబుతున్న ప్రకారం, ఇదంతా ఇంకో రెండుమూడు నెలల్లో జరిగి పోవచ్చు. ఇంకొక రెండు నెలలు వేచి చూద్దాం. కుదరదూ అంటే, ఇప్పుడే మీ అకౌంట్స్ సెటిల్ చెయ్యడానికి కూడా మేము సిద్ధమే.” అన్నాడు ప్రసాద్.

“ఓహ్! That is not necessary.” అన్నాడు చరణ్ రాజ్. “హోటెల్ అండర్ రినోవేషన్ అని బోర్డ్ పెట్టే ఐడియా చాలా బాగుంది. వుయ్ విల్ ట్రై. మళ్ళీ రీ ఓపెన్ అయ్యాక కూడా, ఇంకా లాస్ వస్తే, అప్పుడే సెటిల్ చేసుకుందాం. అంతవరకూ వుయ్ కెన్ వైట్.” అన్నాడు చరణ్ రాజ్ సింగ్.

“థాంక్ యూ…” ముగ్గురూ కూడబలుక్కున్నట్టుగా ఒక్కసారే అన్నారు.

అప్పుడు చరణ్ రాజ్ మళ్లీ అన్నాడు, “శ్రీనాథ్, మా ‘గ్రాండ్ ప్రధాన్స్ టొంటే’ కి నువ్విచ్చిన ఇంటీరియర్ డిజైన్ అప్రూవ్ చేశాం. అలాగే ఇండోనేసియా లో ‘ప్రధాన్స్ బాలి’ కి కూడా నువ్విచ్చిన డిజైన్ ఎప్రూవ్ చేశాం. Works are in full swing. ఇంతవరకూ మేము మీకు ఏమీ పే చెయ్యలేదు. ఫ్రెండ్ షిప్ ఈజ్ డిఫరెంట్ ఫ్రం బిజినెస్. నువ్విచ్చిన డిజైన్స్ కి, నువ్వు మా దగ్గరనుంచి ఎంత ఆశిస్తున్నావో చెప్పు?”

మధుకర్ సింగ్ వెంటనే కలగజేసుకుని, “చరణ్ రాజ్, అన్నిటికీ ఫుల్ పేమెంట్స్ అయిపోయాయి అనే అనుకుంటున్నాను. ఇప్పుడే తెలుస్తోంది శ్రీనాథ్ కి మనం డ్యూ అని. అరె బాబా, యే బహుత్ అఛ్ఛా కామ్ కర్తాహై. Pay him liberally.” అన్నాడు.

“ఓ కే. మా పాదర్ కూడా చెబుతున్నారు కాబట్టి, నెక్స్ట్ బెస్ట్ కొటేషన్ కి మేమెంత పే చేసేవాళ్ళమో, అది ఇస్తాను. విత్ ది కాంప్లిమెంట్స్ ఫ్రం ది ప్రధాన్స్.” అన్నాడు చరణ్ రాజ్ సింగ్.

“థాంక్ యూ. అలా అయితే, మాకిచ్చేదాంట్లో సగం శ్రీ ఇంజినీరింగ్ సంస్థకి పంపండి. మిగిలిన సగం, మీ దగ్గరే మా ఖాతాలో ఉంచండి. ఈ వ్యవహారంలో నష్టం సర్దుబాటుకి గానీ, మీ ప్రధాన్స్ లో మా వాటాకి గానీ, దీన్ని తరువాత సర్దుబాటు చెయ్యచ్చు” అన్నాడు శ్రీనాథ్.

మధుకర్ సింగ్ మాకు షేక్ హాండ్ ఇస్తూ, “Oh! You three are so nice. I am really happy to meet you again.” అన్నాడు.

అప్పుడు చరణ్ రాజ్ కలగజేసుకుని, “సారీ శ్రీనాథ్, లాస్ట్ ఇయర్ మీ శ్రీధర్, శరత్ లని విష్ చెయ్య లేకపోయాం. The political scenario was so tense here. We are really sorry. మీరు న్యూయార్క్ రిటర్న్ వెళ్లేటప్పుడు, ఇక్కడికి రండి. వుయ్ విల్ హోస్ట్ ఎ పార్టీ ఇన్ ఆనర్ ఆఫ్ అవర్ జూనియర్ పార్ట్నర్స్.” అన్నాడు. ఆ తరువాత ముగ్గురూ ప్రధాన్స్ తో మీటింగ్ అయిపోయాక, ధరణి ఇంటికి వచ్చేశారు.

ధరణి ఆశ్చర్యంగా అంది. “ఇంకా మీకే ప్రధాన్స్ బాకీ పడ్డారా? వండర్ఫుల్ శ్రీ! నీ ప్లానింగ్ సింప్లీ వండర్ఫుల్. శ్రీపాల్స్ వెంచర్ లో లాస్ ని, ప్రధాన్స్ లో షేర్స్ తో ప్రాఫిట్స్ గా మార్చుకుంటారన్నమాట. ఇలాంటి తెలివైన వాళ్ళని మధుకర్ సింగ్ వదులుకోడు.” అందరం మళ్లీ కబుర్లు చెప్పుకుంటూ, సాయంత్రం దాకా అక్కడ గడిపేసి, డిల్లీకి వీడ్కోలు చెప్పి, మద్రాస్ మీదుగా తిరుపతి చేరుకున్నాం.

42

1975 ఆగస్ట్, తిరుపతి

కుశల ప్రశ్నలూ, పలకరింపులూ అయ్యాక, రాజీ పిల్లల్ని ఎత్తుకున్నాను. అంతే! అప్పట్నుంచీ, ఈ అప్పూ, ప్రవీణ్, ఇద్దరూ నాకు అలవాటయి పోయారు. అప్పుడు వీళ్లకి మూడో నెల అనుకుంటాను. శ్రీధర్ కి ఏడాది దాటింది. వాణి కొడుక్కీ అదే ఈడు. ఆదిత్య కూడా ఇంచుమించు ఆ వయస్సు వాడే! బాలింతలం, చూలింతలం, అందరం కలిసిపోయి, పిల్లల్ని అత్తయ్య గారికి వదిలేసి, ఓ వారం రోజుల పాటు అక్కడి చుట్టుపక్కల చూడ దగ్గ ప్రదేశాలన్నీ, చూసేశాం. అహోబిలం వెళ్ళడం మాకు అదే మొదటిసారి.

ఆ తరువాత ఓ రోజు మేమందరం హాల్లో సమావేశం అయినప్పుడు, ప్రసాద్ అడిగాడు. "ప్రకాష్, ఈ కుటుంబ బాధ్యతలు నువ్వు చక్కగా నిర్వహిస్తున్నావు. కంగ్రాట్స్. శ్రీపాల్స్ బ్రాంచ్ బాగా రన్ అవుతోందా? నీ 'లా' చదువు ఎంతవరకూ వచ్చింది?"

"ఎవిరీ థింగ్ ఈజ్ ఓ కే ప్రసాద్. నాకప్పగించిన భాధ్యతలు సక్రమంగానే నెరవేరుతున్నాయి. నేను ఫైనల్ ఇయర్ లో ఉన్నాను. నా చదువయిపోయిన వెంటనే, ప్రాక్టీస్ మొదలెడతాను. ఇక ఈ శ్రీపాల్స్ పాఠశాల అంటావా? దాన్ని విజయ రన్ చేస్తోంది. తనే ఆ సంగతులన్నీ నీకు చెబుతుంది" అన్నాడు ప్రకాష్.

విజయ చెప్పింది. "అన్నయ్యా, ఇక్కడి శ్రీపాల్స్ గురించి వర్రీ అవక్కరలేదు. మీరు యూ ఎస్ లో సాధించినంత సక్సెస్ లు సాధించకపోయినా, ఈ వెంచర్ కూడా సక్సెస్సే అని ఖచ్చితంగా చెప్పగలను. వేదం అభ్యసించే విధ్యార్ధుల సంఖ్య ఇప్పుడు ఏభై కి పెరిగింది. నార్మల్ స్కూల్లో మూడొందల మంది దాకా స్టూడెంట్స్ ఉన్నారు. ఈ గణాంకాలు చూస్తే ఇది విజయవంతం అయినట్టే లెఖ్క. కానీ మాకు ఏ గ్రాంటూ రాలేదు. మైంటెనెన్స్ కి ఇంకా యూ ఎస్ హెడ్ క్వార్టర్స్ మీదనే ఆధార పడుతున్నాం."

ప్రసాద్ ప్రశ్నార్ధకంగా శ్రీ వైపు చూశాడు.

వెంటనే శ్రీ, "గ్రాంట్స్ సంగతి నాకు వదిలెయ్. ఎందుకు రావో నేను చూస్తాను. పద్మా, మన ఫౌండేషన్ లెటర్ హెడ్ మీద, ఆంధ్ర ప్రదేశ్ ప్రభుత్వ చీఫ్ సెక్రెటరీకీ, కాశీ విద్యాపీఠ్ రిజిస్ట్రార్ కీ, అలాగే అలహాబాద్ యూనివర్సిటీ వీ సీ కీ, రిప్రెజెంటేషన్స్ పంపెయ్.

రెండేళ్ళుగా ఈ స్కూల్ ప్రాచ్య భాషా పరిరక్షణకి పాటుబడుతోందనీ, వీళ్ళ ప్రోత్సాహం, సహకారం ఉంటే, మరింత ముందుకు వెడతామనీ, వాళ్ళ సమాధానం కోసం ఎదురు చూస్తున్నామనీ రాయి.

అమెరికన్ సంస్థలు విరాళాలు ఇచ్చి ప్రోత్సహిస్తాయి కానీ, భారత ప్రభుత్వం దీన్ని ప్రోత్సహించదా? వ్యక్తిగత విరాళాలు, ధరణి దగ్గరనుంచీ, ప్రధాన్స్ దగ్గరనుంచీ, పాట్రిక్ దగ్గిరినుంచీ నేను సంపాదించగలను. అదికాదు. ప్రతీ ఏటా క్రమం తప్పకుండా వచ్చే గ్రాంట్స్ కావాలి. నువ్వు ఆ లెటర్స్ పంపు. గ్రాంట్స్ ఎందుకు రావో నేను చూస్తాను. అలాగే, ఇక్కడి ఎకౌంట్స్ కూడా చెక్ చేసెయ్. ఆడిటర్ సర్టిఫై చేసిన కాపీ నీ దగ్గర పెట్టుకో. మన ఫాలో అప్ కి ఇది పనికొస్తుంది." అన్నాడు శ్రీ.

వెంటనే ఆ లెటర్స్ పోస్ట్ చెయ్యబడ్డాయి. స్కూల్ అకౌంట్స్ ఆడిట్ అవ్వడం, ఆడిటర్ సర్టిఫై చేసిన కాపీ, నా దగ్గర పెట్టుకోవడం కూడా జరిగి పోయింది. కాశీ విద్యాపీఠ్ నుంచీ, అలహాబాద్ యూనివర్సిటీ నుంచీ రెస్పాన్స్ వచ్చింది. మరికొన్ని వివరాలు అడిగారు వాళ్ళు. ఏ పీ గవర్నమెంట్ నుంచి ఎటువంటి సమాధానమూ రాలేదు. ఛీఫ్ సెక్రెటరీకి రాసిన లెటర్ కాపీ తీసుకుని, మేమంతా మా తిరుగు ప్రయాణానికని డిల్లీ వచ్చాం.

ప్రకాష్, విజయా కూడా మాతోపాటు డిల్లీ వచ్చారు. మేమంతా PMO ఆఫీస్ లో పని చూసుకోడానికి డిల్లీ వచ్చాం కద? ధరణి మా శ్రీపాల్స్ కి, రిఫరెన్సులూ, రికమెండేషన్ లెటర్సూ ఇచ్చింది.

మాకు సెండాఫ్ ఇచ్చాక, ప్రకాష్, విజయలు ఆ లెటర్స్ తీసుకుని, కాశీ, అలహాబాద్ లలో పని చక్కబెట్టుకుంటారన్న మాట.

మీ చిన్నపిల్లలందరినీ, ధరణి దగ్గర వదిలేసి వచ్చాం. ఆ తరువాత ఆ ఆనవాయితీ కంటిన్యూ అయిపోయింది. వాళ్ళపిల్లలు కూడా తిరుపతి వచ్చేవాళ్ళు. అత్తయ్యగారే పిల్లల ఇన్ ఛార్జ్. అలాగే ధరణి యూఎస్ వచ్చినప్పుడు మా దగ్గరే ఉండేది. మన క్రెచ్ లోనే తన పిల్లలు కూడా! ఇప్పుడు తన కొడుకు కూడా మీ బాచ్ మేటే కదా? సరే అసలు విషయం లోకి వద్దాం.

మేము PMO ఆఫీస్ కి వెళ్ళి, మాకు అపాయింట్ మెంట్ కావాలని అడిగాం. "సారీ. నో" అని మేము ముందుగా ఊహించినట్టుగానే సమాధానం వచ్చింది పీ ఎమ్ సెక్రెటరీ నుంచి. అప్పుడు మా అందరి విజిటింగ్ కార్డ్సూ ఇచ్చాం. శ్రీపాల్స్ ఫౌండేషన్ ఛైర్మన్ పద్మ, శ్రీ ఇంజినీరింగ్ ఎమ్ డీ శ్రీనాధ్, మెగా కేర్ హాస్పిటల్స్ ఛైర్మన్ లక్ష్మణ్, వాణీ, ఫౌండర్ ట్రస్టీస్ ఆఫ్ శ్రీపాల్స్ ప్రసాద్ అండ్ రాజేశ్వరి అని, మా హోదాలు తెలియజేస్తున్న కార్డ్స్ ఇచ్చి,

"మాకు పదినిముషాలు టైం ఇస్తే చాలు. పొలిటిక్స్ గురించీ, వ్యక్తిగత ఫేవర్స్ గురించీ మాట్లాడడానికి మేం రాలేదు. మేం ఆవిడ అభిమానులం. ఈ రాత్రి మేం న్యూయార్క్ వెళ్ళిపోతున్నాం. కాబట్టి అపాయింట్ మెంట్ ఇస్తే, ఆవిడని కలుసుకుని, పలకరించి వెళ్ళిపోతాం" అన్నాడు లక్ష్మణ్.

ఆ సెక్రెటరీ గారు ఫోన్లో పీ ఎమ్ తో ఏం మాట్లాడాడో తెలియదు కానీ, "మీరు మధ్యాహ్నం 1.10–1.20 మధ్యలో పీ ఎమ్ ని కలవ్వచ్చు. బీ బ్రీఫ్. టైం లిమిట్ మాత్రం పాటించండి. మీ తరువాత చాలా అపాయింట్ మెంట్స్ ఉన్నాయి" అన్నాడు మాతో.

చాలు. అది చాలు మాకు. ఒక పని సాధించాం.

ఇక ఎవరు ఏది మాట్లాడాలో చర్చించుకుంటూంటే, నేను చెప్పాను. "లీవ్ ఇట్ టూ మీ. దిస్ ఈజ్ రిలేటెడ్ టూ శ్రీపాల్స్ ఫౌండేషన్. ఐ విల్ డీల్ దీ మేటర్. విజయా, ప్రకాష్... మీరిద్దరూ నాకు అవసరమైన ఇన్ఫర్మేషన్ ఇస్తూండండి. అదిచాలు."

అనుకున్నట్టుగానే, 1.10 కి లోపలికి వెళ్ళాం. మూడు సోఫాల్లో అందరం సర్దుకున్నాం. ఇందిరాగాంధీ మాకెదురుగా ఒక సోఫాలో కూర్చున్నారు. ఆ పక్కనే ఉన్న ఇంకో చిన్న సోఫాలో, ఆవిడ

పీ ఏ కూర్చున్నాడు. బహుశా అతను ఎం ఎల్. ఫోతేదార్ అయ్యుండచ్చు. పరిచయాలు అయ్యాక ఆవిడే ముందు మాట్లాడారు.

"అయామ్ సో ప్లీజ్ డ్ టూ మీట్ యూ ఆల్. వెల్ జంటిల్ మెన్? వాట్ కెన్ ఐ డూ ఫర్ యూ?"

నేను చెప్పసాగాను. "మేడం. మీకు అమెరికా లోని శ్రీపాల్స్ ఫౌండేషన్ గురించి కొంత తెలిసే ఉంటుంది. ఇట్ ఈజ్ ప్యూర్ లీ ఎ ఛారిటబుల్ ట్రస్ట్. అలాగే భారతీయ భాషల్ని, భారతీయ సంస్కృతినీ పునరుద్ధరిస్తూ, ఆధునిక యుగం లోని పాశ్చాత్యులతో పోటీ పడేందుకు ధీటుగా, భారతీయ యువతకి శిక్షణ ఇవ్వడానికే, శ్రీపాల్స్ సంస్థ, తిరుపతిలో తమ బ్రాంచ్ స్టార్ట్ చేసింది.

రెండేళ్ళుగా ఈ స్కూల్ రన్ అవుతోంది. ఇప్పటివరకూ మా యూ ఎస్ కార్యాలయం యొక్క డోనేషన్స్ వల్లే ఇది నడుస్తోంది. కానీ, మన ప్రభుత్వం కూడా ప్రాచీన బాషల్నీ, కళలనీ, సాంప్రదాయాల్నీ, ప్రోత్సహిస్తోందనీ, దానికోసం, కేంద్రం లోనూ, రాష్ట్రాల్లోనూ కూడా ప్రత్యేక విభాగాలున్నాయనీ తెలిసింది. అయితే, ఈ శాఖలకి మేం ఎన్ని విజ్ఞప్తులు పంపినా, మాకు సరైన సమాధానం రావడం లేదు. అన్నిటికీ ఒకటే ఆన్సర్. 'ఎమర్జెన్సీ!'

Is it such an emergency that the students can be allowed to suffer, for learning sankrit and their mother tongue? Is it such an emergency that even for routine matters like this, we have to run from pillor to post? Do we have to personally seek your intervention, to see that these departments do their work? It is a simple thing. You can say Yes, or No, on the spot. Then, why this callousness?

What sort of image do we project to the westerners? That in India things will not move unless you grease the palms, or have high level contacts? Do you wish us to put up with that?

Will you please instruct the A P government to respond to our letters? They need not release any grants, but atleast respond!! Am I asking for the moon Madam?" అని, ఆంధ్ర ప్రదేశ్ ఛీఫ్ సెక్రెటరీ కి రాసిన లెటర్ కాపీ ఇచ్చాను.

"I know your activities in the U S. Infact, I wanted to meet you and congratulate you, during my next visit to the U S. I am not aware of the troubles faced by your Indian wing. The matter will be definitely looked into. You may go back to U S happily" అన్నారు ఇందిరాగాంధీ. మా ఎదురుగానే, మేమిచ్చిన విజ్ఞప్తి మీద ఏదో ఏండార్స్ చేసి, తన పీ ఏ కి ఇచ్చారు.

ఆవిడకి థాంక్స్ చెప్పి, బయటకి వచ్చేసి, మళ్లీ ధరణి ని కలుసుకుని జరిగింది చెప్పాం. తరువాత ఆ రాత్రి ఫ్లైట్ లో అమెరికా వచ్చేశాం.

ఆ తరువాత ప్రకాష్, విజయా, మాకు ఫోన్ చేసి చెప్పారు. ఫైల్స్ చకచకా కదిలాయిట. డొనేషన్స్ తో పాటు గ్రాంట్స్ కూడా రిలీజ్ అయ్యాయిట. శ్రీపాల్స్ కార్పస్ ఒక్కసారిగా దాదాపు పదిలక్షల రూపాయలదాకా చేరుకుంది.

విశేషం ఏమిటంటే, శ్రీమతి ఇందిరా గాంధీ కూడా, స్వయంగా పదివేల రూపాయలు వ్యక్తిగత విరాళం ఇవ్వడం. ఆంధ్రప్రదేశ్ ప్రభుత్వం కూడా తన స్తబ్దత వదిలించుకుంది.

పీ ఎమ్ గారే డొనేషన్ ఇస్తే, ఏ పీ ప్రభుత్వం ఎందుకు ఇయ్యదు? డీ ఈ వో గారు ఇన్స్పెక్ట్ చెయ్యడం, రిపోర్ట్ పంపడం, గ్రాంట్స్ రావడం, అన్నీ చకచకా జరిగిపోయాయి.

వెంటనే నేను అమెరికానుంచి, ఇందిరాగాంధీ గారికి ఓ బొకే పంపుతూ, మా థాంక్స్ తెలియజేస్తూ లెటర్ రాశాను" చెప్పడం ఆపింది పద్మ.

"ఇప్పుడు బ్రేక్. మిగతా భాగం అన్నయ్యలు వచ్చాకే" అంది వైదీ.

43

23rd Jan 2005, న్యూయార్క్

డిల్లీ నుంచి ప్రవీణ్, బాంకాక్ నుంచి ప్రశాంత్, అమెరికాలోనే ఇతర స్టేట్స్ నుంచి లక్ష్మణ్ పిల్లలూ, ప్రకాష్ పిల్లలూ, సుధాకర్, జై శంకర్ ల పిల్లలూ, తిరుపతి నుంచి ప్రకాష్, విజయా, అందరూ ఆ అదివారం పొద్దున్న 'పాల్స్ విల్లే' లో, సుధాకర్ ఇంట్లో కలిశారు.

మా తాత ప్రసాద్ మొదటగా చెప్పారు.

"ఇప్పటి వరకూ మా జనరేషన్ వాళ్ళు ఈ సంస్థల అభివృద్ధికి పాటు పడ్డారు. ఇది రెండో జనరేషన్ వారు భాధ్యతలు స్వీకరించాల్సిన సమయం. "మాకు వేరే వ్యాపకాలు ఉన్నాయి. మేము ఈ భాధ్యత తీసుకోము" అనడానికి వీల్లేదు. మీరు మీ వ్యాపకాల్లో ఉంటూనే, వీటి అభివృద్ధి కోసం, మీ సమయాన్నీ, అవసరమైతే, మీ సంపదనీ కూడా ఖర్చుపెట్టాలి. ఆర్ యూ రెడీ?"

పిల్లలందరూ చేతులెత్తారు.

"ఓ కే. మెగా హాస్పిటల్స్ కి ఇప్పటికే రెండో తరం అందుబాటు లోకి వచ్చింది. వైదీ, భార్గవా, లావణ్యా, శరత్ లు మెగా బోర్డ్ లోకి వస్తారు. లక్ష్మణ్, వాణి, సుధాకర్, శారద లు రిటైర్ అయిపోతారు. అయితే, వాళ్ల సర్వీసెస్ మాత్రం మెగా హాస్పిటల్స్ కి ఎప్పుడూ అందుబాటులోనే ఉంటాయి.

ఈ ప్రొపోజల్ కి మీరంతా అంగీకరిస్తున్నట్టేనా?" మా తాత కాస్సేపు ఆగాడు.

అందరూ ఒప్పుకుంటున్నట్టుగా, చప్పట్లు కొట్టారు.

ఈ సారి లక్ష్మణ్ తాతయ్య చెప్పాడు. "శ్రీ ఇంజినీరింగ్ ని, ఇప్పుడు శ్రీనాథ్, జై శంకర్ లు చూస్తున్నారు. వీళ్ల పిల్లలు కూడా ఇంజినీరింగ్ చేసిన వాళ్లే కాబట్టి, వాళ్ళు ఈ భాధ్యతల్లో ఈజీ గా ఇమిడిపోతారు. కాబట్టి, శ్రీకాంత్, ఆదిత్య, గౌతమి, అరుణ, వీళ్ళు నలుగురూ కలిసి, శ్రీ ఇంజినీరింగ్, శ్రీ కన్సల్టెన్సీలని చూసుకుంటారు. శ్రీనాథ్, జయశంకర్, పద్మా, బోర్డు లోంచి తప్పుకుంటారు. ఇది అందరికీ సమ్మతమేనా?"

మళ్లీ తప్పట్లు.

"ఇక శ్రీపాల్స్ ఫౌండేషన్ ని పద్మక్క ఎంతో నేర్పుగా నిర్వహించింది. ఇదే మా అందరినీ ఒక తాటి మీద నిలిపి ఉంచింది. ఇది మన ఫ్లాగ్ షిప్ కంపెనీ అన్న మాట. ఇదే మనందరి హోల్డింగ్ కంపెనీ కూడా! దీన్ని పద్మక్కలా నిర్వహించగలిగే టాలెంట్ ఉన్నవాళ్ళు ఎవరు?" మా తాత ప్రసాద్ అడిగారు.

"వారసత్వం బట్టి అపర్ణా, శ్రీధర్ లే తీసుకోవాలి." భార్గవ అన్నాడు.

"నో. ఇందులో వారసత్వం ప్రసక్తే లేదు. కేవలం ఎబిలిటీ. I think Prashant will fit the job. మిగతా వాళ్లంతా వాడిని అసిస్ట్ చెయ్యండి. వాడు ఎంత U S ఫారిన్ సర్వీస్ లో ఉన్నా, ఎప్పటికైనా U S లో సెటిల్ అవ్వాల్సిన వాడే. ఒకప్పుడు పాట్రిక్ మనకి పనికొచ్చినట్టుగా, ప్రశాంత్ ఇన్ఫ్లుయెన్స్, స్టేచర్, మనకి చాలా పనికొస్తాయి. కాబట్టి, Prashant will be the chairman of Sreepals Foundation. Others will assist him. ఎనీ అబ్జెక్షన్స్?" అన్నాడు శ్రీనాధ్ తాతయ్య.

అప్పుడే ప్రశాంత్ ని అందరూ అభినందించేస్తున్నారు. అప్పుడు మా తాత అన్నారు. "వన్ మినిట్. కాస్సేపు ఆగండి. ప్రశాంత్ ఈ భాధ్యతలని స్వీకరిస్తున్నప్పుడు, వాడితోబాటు గా, వైదీ, శ్రీదేవీ, శరత్, గౌతమీ, అరుణలు కూడా బోర్డ్ లో జాయిన్ అవుతారు. పద్మక్క, నేనూ, శ్రీనాధ్, లక్ష్మణ్, వాణి, రాజేశ్వరి, బోర్డ్ లోంచి తప్పుకుంటాం. దీన్ని కూడా మీరందరూ ఆమోదించినట్టు భావించచ్చా?"

"ఓ కే." అందరూ ముక్త కంఠం తో చెప్పారు.

సుధాకర్ తాతయ్య తన వంతు తీసుకున్నాడు. "ఇండియాలో కూడా మనకి 'శ్రీపాల్స్ ఫౌండేషన్,' 'ఒబేరాయ్ శ్రీపాల్స్' ఉన్నాయి. వాటిని ఇండియాలోనే ఉంటున్న, అపర్ణ, శ్రీధర్, ప్రవీణ్, సత్య లు చూసుకుంటారు. మన అమెరికన్ సంస్థలూ, ఇండియన్ సంస్థలూ పోటాపోటీగా అభివృద్ధి చెందుతాయి. ప్రశాంత్ విల్ బీ ది ఓవరాల్ ఇన్ ఛార్జ్. అలాగే ప్రకాష్, విజయా కూడా బోర్డ్ లోంచి తప్పుకుంటారు."

"ఇంకొక పాయింట్ ఉంది" లక్ష్మణ్ తాతయ్య చెప్పాడు.

"ఈ కంపెనీలని మీ ఇష్టం వచ్చినట్టు నడపడానికి వీల్లేదు. ప్రధాన ఆశయాలకి విరుద్ధంగా పోకూడదు. ఈ శ్రీపాల్స్ అన్నది మనందరినీ కలిపి ఉంచే సంస్థ గా ఉండాలి. అందుకే మన సంస్థలన్నిటిలోనూ, క్రాస్ హోల్డింగ్స్ ఉంటాయి. అలా, ఒక సంస్థలోని డైరెక్టర్లు మరో సంస్థలోనూ, మరో సంస్థలోని డైరెక్టర్లు ఈ సంస్థలోనూ కూడా ఉంటారు. కేవలం హోదాలూ, భాధ్యతలూ మారుతాయ్. దీన్ని ఇలాగే అభివృద్ధి చేసి, మీ తరువాతి తరానికి అందజేస్తారని ఆశించచ్చా?"

పిల్లలందరూ ఏక కంఠం తో అన్నారు. "యస్. యూ కెన్ బాంక్ ఆన్ అజ్."

"థాంక్ యూ మై బాయ్స్." అన్నాడు శ్రీనాధ్ తాతయ్య.

అప్పుడు మా మామ్మ రాజేశ్వరి అంది.

"మై డియర్ ఛిల్డ్రన్... ఇంకొన్ని అనౌన్స్ మెంట్స్ ఉన్నాయ్. మేము ఈ సంస్థల భాధ్యతలనుంచి తప్పుకుని, విశ్రాంతి తీసుకుంటున్నట్టే, వ్యక్తిగత జీవితాల్లో కూడా విశ్రాంతి కోరుకుంటున్నాం. మాకూ మనశ్శాంతి కావాలి. మీతో బాధలు మేం పడలేం. అందుకని మీ అందరికీ పెళ్ళిళ్ళు చేసేస్తున్నాం. వచ్చే మే నెలలో, అంటే ఇంకో మూడు నెలల్లో ముహూర్తాలు కుదురుతున్నాయి అన్నమాట.

రెండేళ్ళక్రితం అపర్ణా, శ్రీధర్, ల పెళ్ళి చేశాం. అప్పుడు మీరందరూ ఇచ్చిన సహాయ సహకారాలే, ఇప్పుడూ కోరుకుంటున్నాం. ఈసారి కూడా, పెళ్ళిళ్లన్నీ యధాప్రకారంగా తిరుపతి లోనే, పద్మావతీ అమ్మవారి సమక్షం లోనే జరుగుతాయి. రిసెప్షన్లు, ఇండియాలోనూ, న్యూయార్క్ లోనూ కూడా చేద్దాం. ఇది మనందరి కుటుంబాలనీ కలిపే ఈ పే...ద్ద శుభకార్యం. సో, అందరూ ఈ మెగా ఈవెంట్ కి ప్రిపేర్ కండి. షల్ ఐ ఎనౌన్స్?"

"అలాగే అనౌన్స్ చెయ్యి కానీ, ముందుగా మీ అమ్మాయి వైదీ పెళ్ళి శరత్ తోటి అన్నది అనౌన్స్ చెయ్యి" అంది వైదీ. అందరూ నవ్వులే నవ్వులు.

"మొదటి అనౌన్స్ మెంట్ నాది" అని "మా మేనకోడలు వైదేహీ భరద్వాజ్ కి, మా మరిది లక్ష్మణ్ కొడుకు శరత్ ని ఇచ్చి పెళ్ళి చెయ్యడానికి మేమందరం అంగీకరిస్తున్నాం" అంది పద్మమ్మమ్మ.

తను ఇంకా పూర్తిచేయకుండానే, శరత్ నీ, వైదీ నీ అప్పుడే విష్ చేసేస్తున్నారు మిగతావాళ్ళు. శ్రీకాంత్ లోపలికి వెళ్ళి ఓ లడ్డూ పట్టుకొచ్చి చిదిమి, వీళ్ళిద్దరి చేతా తినిపించాడు.

మా మామ్మరాజేశ్వరి ముందుకు వచ్చి "అలాగే మా మేనకోడలూ, లక్ష్మణ్ వాణీ ల కూతురూ డాక్టర్ లావణ్యని, మా మరిది సుధాకర్, శారదాల కొడుకు డా. భార్గవ కి ఇచ్చి పెళ్ళిచెయ్యడానికి నిశ్చయించడమైనది" అంది.

ఆ ఎనౌన్స్ మెంట్ ఇంకా పూర్తికాకుండానే, లావణ్యా, భార్గవలు పెద్దలందరికీ దణ్ణాలు పెట్టేయడం ప్రారంభించారు.

"ఒరేయ్. మీ ఆత్రం మండిపోనూ. ఇంకా ఎనౌన్స్ చెయ్యాల్సినవి ఉన్నాయి. కాస్త ఆగండి" అని సరోజ మామ్మ వాళ్లని మందలించింది.

ఈసారి వాణమ్మమ్మ చెప్పింది. "అలాగే మా మేనల్లుడు ప్రవీణ్ కి, మా మరిది ప్రకాష్ కూతురు సత్తెమ్మ కీ పెళ్ళి నిశ్చయించడమైనదొహో!"

"హలో! I am not sattemma. I am satya, the Chief economic advisor at Morgan stanley" అంది సత్తెమ్మ...మా అమ్మ.

"కొయ్. కొయ్. 'సత్తెమ్మ ది ఛీఫ్ ఎకనమిక్ ఎడ్వైజర్స్ అసిస్టెంట్'...ఇదీ నీ డిజిగ్నేషన్" అన్నాడు శ్రీకాంత్.

"హలో. నేను నీకన్నా ఓ నెల పెద్ద. అంటే నీకు అక్కని. అది జ్ఞాపకం పెట్టుకో" అంది సత్య.

"ఒరేయ్. ఏం ఫర్వాలేదు. నీ వెనుక నేనున్నాను కదా?" అభయం ఇచ్చాడు ప్రశాంత్. వీళ్ళిద్దరినీ గుర్రుగా చూసింది సత్య.

మా ప్రకాష్ కొడుకు ఆదిత్యా, మా జయశంకర్ కూతురు అరుణ ల పెళ్ళికి మిమ్మల్నందరినీ ఆహ్వానిస్తున్నాం." డిక్లేర్ చేసింది శారద మామ్మ

"ఇది ఫైనల్ ఎనౌన్స్ మెంట్. అందరూ శ్రద్ధగా వినండి." సరోజ మామ్మ చెబుతోంది.

"మా మేనల్లుడు శ్రీకాంత్, మా శారద కూతురు గౌతమి ల పెళ్ళి కూడా ఇదే సమయం లో చేసేద్దామని ఉంది."

"....కాకపోతే, ఎవరు ముందుగా మాకు లాంఛనాల సంగతి తేలిస్తే, వాళ్ళ పెళ్ళి ముహూర్తం ముందుగా నిర్ణయిస్తాం. అంతే!" పూర్తి చేసింది విజయ అమ్మమ్మ.

"అయితే, ప్రశాంత్, శ్రీదేవీ, మిగిలి పోయారన్నమాట." అంది సరోజ మామ్మ.

"వాళ్ళింకా ప్రొబేషన్ లో ఉన్నట్టు లెక్క. నెక్స్ట్ ఇయర్ వాళ్ళ సంగతి చూద్దాం. ఈ వైదీ ఆ శరత్ గాడితో పెళ్ళికి వెంపర్లాడి పోతోంది. అందుకే ఈ పెళ్ళిళ్ళు నిశ్చయించేస్తున్నాం" అంది విజయమ్మమ్మ.

"వెంపర్లాడి పోవడం కాదు. ఈ శరత్ నే చేసుకున్నాననుకో, అప్పుడు ఎలాగా లక్ష్మణ్ మావయ్యా, వాణత్తా, సుధాకర్ బాబాయ్, శారద పిన్నీ, ...వీళ్లంతా నావంతు హాస్పిటల్ వర్క్ ని ఎలాగూ చూసుకుంటారు కదా? పనీ పాటా లేకుండా ఇంట్లో గడిపెయ్యచ్చని ఆశ పడ్డాను" అంది వైదీ.

అంతే! ఇంకా వైదీ మాటలు ముగించకుండానే, ఈ సారి విజిల్ వెయ్యకుండానే, వైదీ తల బొప్పికట్టేసింది, అందరి మొట్టికాయలతో.

44

***23rd Jan 2005*, న్యూయార్క్**

సాయంత్రం అందరూ మళ్లీ పద్మ ఇంట్లో సమావేశం అయ్యారు. "అత్తా. పిల్లలందరూ వచ్చాక మళ్ళీ మీ ఫ్లాష్ బాక్ కొనసాగిస్తానన్నావు కదా? ఇప్పుడు మొదలెట్టు. రాత్రి ఏ తొమ్మిదో, పదో అవుతుంది నువ్వు పూర్తి చేసే సరికి. కాబట్టి, తొందరగా మొదలెట్టు." అంది వైదీ.

పిల్లలందరూ పద్మఅమ్మమ్మ చుట్టూ చేరి పోయారు.

పద్మమ్మమ్మ అంది. "ఒక్క విషయం. మా గత జీవితాల గురించి నేను తప్పకుండా చెబుతాను. నేనే కాదు, మా ఆరు జంటల్లోంచీ ఎవరైనా చెబుతారు. కానీ, ఈ రిటైర్ అయిపోతున్న మా పాత తరం గురించి, మీ అభిప్రాయాలు తెలుసుకోవాలని ఉంది. మేమంతా కూడా ఇండియా లోనే స్థిరపడుతున్నాం. ఇక్కడికి వచ్చే అవకాశాలు చాలా తక్కువ. కాబట్టి మీ అందరి అభిప్రాయాలూ, నిర్మొహమాటం గా చెప్పండి. ఏదో మెప్పుకోసం, ఫార్మాలిటీ కోసం చెప్పద్దు. వుయ్ ఆర్ ఆల్ ఈగర్ టూ హియర్ యూ."

ప్రసాద్, రాజీ, లక్ష్మణ్, వాణీ, శ్రీనాధ్, మెచ్చుకోలుగా చూశారు పద్మని. జయశంకర్, సుధాకర్, ప్రకాష్ దంపతులు తమ ఆమోదాన్ని తెలుపుతూ బొటనవేళ్ళు పైకెత్తారు.

"Now It is Aparna Sripaad to speak" అనౌన్స్ చేసింది జయశంకర్ తాతయ్య కూతురు అరుణ.

అపర్ణ హాల్లో అందరి మధ్య లోకి వచ్చి, చేత్తో మైక్ పట్టుకున్నట్టుగా అభినయిస్తూ.... "మా అందరి అభిప్రాయాలూ చెప్పాలంటే, కొన్ని వ్యక్తిగత మైనవీ, కొన్ని వ్యవహారిక మైనవీ కూడా వస్తాయి. మమ్మల్ని మీరు తీర్చి దిద్దిన తీరు, మా వ్యక్తిత్వాలని నిలబెట్టింది. మిమ్మల్ని చూసే సరైన వ్యవహార జ్ఞానం నేర్చుకున్నాం.

నాకు మా అమ్మా వాళ్ళ దగ్గరకన్నా, పద్మత్త దగ్గరే చనువెక్కువ. మా అత్త గుండెల మీద హాయిగా నిద్రపోయే వాళ్లం నేనూ ప్రవీణ్ కూడా. అమ్మమీద, నాన్న మీదా ఎన్నో కంప్లైంట్స్ ఇచ్చాను అత్తకి. అన్నిటినీ నవ్వుతూ తీసి పారేసి, "మీకెందుకూ ఆ బాధ? అన్నింటికీ ఈ అత్త ఉంది అనుకోండి" అనేది.

ఇక శ్రీనాధ్ మావయ్య అయితే చెప్పనక్కర లేదు. తను ఆఫీస్ నుంచి వచ్చేసరికి, మేం ఇంట్లో లేకపోతే, "ఏం? రాజీ పిల్లలు ఇంకా రాలేదా? శ్రీధర్ ని వెళ్ళి వాళ్లని పిలుచుకు రమ్మను" అన్న సందర్భాలు ఎన్నో గుర్తున్నాయి. వాళ్ళ ఇళ్ళల్లో నేనే మొదటి ఆడపిల్ల అవడంతో, నన్ను చాలా గారం చేశారు. వాణత్త కూడా తక్కువేం కాదు. అయితే, నేను వాణత్తనీ, లక్ష్మణ్ మావయ్యనీ అస్సలు లెక్క చేసేదాన్ని కాదు.

శరత్ కూడా నా ఈడు వాడే కదా? వాణ్ణి తీసుకుని, మేమంతా మా ఇంట్లోనో, లేకపోతే పద్మత్త దగ్గరో గడిపేసేవాళ్లం. శ్రీధర్, శ్రీకాంత్, లతో కూడా అలాగే చనువు వచ్చింది. అందరూ 'అమ్మ' అనే పదం ముందు నేర్చుకుంటారు, కానీ నాకు 'అత్తా' అని వచ్చిందేమో అని డౌట్.

అమ్మ రాజీ, డాడీ ప్రసాద్ లు ఆఫీస్ నుంచి లేట్ గా వచ్చేవారు. మాకోసం పద్మత్త చాలా ముందుగా వచ్చేసి, మేం స్కూల్ నుంచి వచ్చేసరికే మాకు నవ్వుతూ ఆహ్వానం చెప్పేది. ఇక వాణత్త అయితే, ఒకవేళ తనకి ముందుగా డ్యూటీ అయిపోయినా, తన ఇంటికి వెళ్లకుండా, డైరెక్ట్ గా పద్మత్త దగ్గరకే వచ్చేసేది, మా అందరి తోనూ గడపడం కోసం. లక్ష్మణ్ మావయ్య కూడా వచ్చాక, తను కూడా మాతో గడిపాక, అప్పుడు శరత్ నీ, లావణ్యనీ, తీసుకుని వెళ్ళిపోయేవారు.

ఒకవిధంగా చెప్పాలంటే, నేనూ, ప్రవీణ్, శరత్, భార్గవా, లావణ్యా, వైదీ...ఇలా మా అందరినీ కూడా పద్మత్తే పెంచిందనచ్చు. వీళ్ళు చెప్పే మాటలే, మాలో ఒకరకమైన ఆవేశాన్నీ, స్ఫూర్తినీ నింపేవి. ఏం? సంస్కృత భాష నేర్చుకుని, మన సంస్కృతిని పరిరక్షించుకుంటూ, జీవితంలో ఉన్నత స్థానాలకి ఎదగలేమా? అందుకు ఈ ఇంగ్లీష్ మీడియం చదువులూ, మమ్మీ డాడీ కల్చర్, అమెరికా కనెక్షన్, ఉండి తీరాలా?- ఇలా మా నాన్న తరచూ ప్రశ్నించేవారు.

మా అమ్మకీ, అత్తలకీ కూడా సంస్కృత బాషా జ్ఞానం ఉంది. కొన్నాళ్ళు ఆ భాషని బోధించారు కూడా. కానీ, అమ్మ ఇక్కడ అమెరికా లో, ఎకనామిక్స్ లో మాస్టర్స్ చేసింది. సిటీబాంక్ లో అసిస్టెంట్ వైస్ ప్రెసిడెంట్ గా చేస్తోంది. అలాగే పద్మత్త కూడా తన ఛార్టర్డ్ అకౌంటెన్సీ కంప్లీట్ చేసింది. శ్రీపాల్స్ తో పాటు, అనేక సంస్థలకి తన కన్సల్టెన్సీ సేవలు అందిస్తోంది. అలాగే, మానాన్నా, మావయ్యలూ కూడా జీవితంలో తాము అనుకున్న లక్ష్యాల్ని సాధించారు.

మరి వీళ్ళు అందరూ తెలుగు మీడియం లో చదువుకున్నవారే! అదే స్ఫూర్తితో నేను డిగ్రీ అయిన వెంటనే IAS ఎక్జామ్ రాశాను. టాప్ టెన్ లో ఒకరిగా సెలెక్ట్ అయ్యాను. నాలో పోటీ తత్వం ఎంతగా ఉండేదంటే,... అప్పటికి ముందు బాచ్ లో శ్రీధర్ సెలెక్ట్ అయ్యాక, నేను మాత్రం ఇది ఎందుకు సాధించలేను? అని అనిపించేది. నేను కూడా IAS అయితీరాలి అనుకున్నాను. పైగా పద్మత్తా, మావయ్య ల ప్రోత్సాహం ఉండనే ఉంది.

మా ఉద్యోగాల్లో మాకు ఎన్నో టెంప్టింగ్ ఆఫర్స్ వచ్చాయి. కానీ వాటికి లొంగలేదు. న్యాయబద్ధంగా డబ్బు సంపాదించే అవకాశం ఉన్నప్పుడు, ఇలా అవినీతిని ప్రోత్సహించడం ఎందుకు? మా నాన్నా, మావయ్యలూ, అవినీతిని ప్రోత్సహించకుండా, ఈ నాటికీ మిలియన్ డాలర్ల సంస్థలకి అధిపతులుగా ఉన్నారే? మేం మాత్రం ఎందుకు ఉండలేం? Legality, Morality, ethics...వీటిని చిన్నప్పటి నుంచే, మాకు నేర్పించిన అమ్మకీ, నాన్నగారికీ, అలాగే అత్తయ్యలకీ, మావయ్యలకీ ఏమిచ్చి ఋణం తీర్చుకోగలం?" ఉద్వేగంగా అంది అపర్ణ.

"వెంటనే వాళ్లకి తాతయ్యల హోదా ఇచ్చెయ్ వదినా" శరత్, శ్రీకాంత్, ఆటపట్టించారు.

ఈ లోగా తన 'కరోకె మైక్' ని తమ 'టూ- ఇన్- వన్' కి కనెక్ట్ చేసింది గౌతమి.

"నెక్స్ట్, శ్రీ శ్రీధర్ శ్రీపాద్ మాట్లాడుతారు" ప్రకాష్ తాతయ్య కూతురు శ్రీదేవి అనౌన్స్ చేసింది శ్రీధర్ మైక్ తీసుకోగానే, ప్రవీణ్ తన వీడియో కెమెరాని స్టార్ట్ చేశాడు.

"వీళ్ల గురించి నిజంగా ఎంతచెప్పినా అది తక్కువే అవుతుంది. ఏ మాత్రం రక్త సంబంధం లేని ముగ్గురు కుర్రాళ్ళు, తమ బతుకుతెరువు చూసుకుంటూ, తమ కలల సామ్రాజ్య నిర్మాణానికి

ఒక్కొక్క ఇటుకా పేర్చుకుంటూ, నీతి నియమాలు తప్పకుండా, ఇతరులకి ఆదర్శంగా నిలవడం...ఇది తలచుకుంటేనే నాకు ఉద్వేగం వచ్చేస్తుంది. నిజమే, అప్పూ చెప్పిందంతా కరెక్టే.

దానికి మా అమ్మా వాళ్ల దగ్గర ఎంత చనువో, నాకూ శ్రీకాంత్ కీ, శరత్ కీ కూడా, రాజత్త తో అంతే చనువు ఉంది. ముందే 'అత్తా' అని పిలిచానో లేదో తెలియదు కానీ, మేం అత్తా ఇది కావాలీ అని అడక్కుండానే అన్నీ అమర్చి పెట్టేసేది రాజత్త. ఇక శారదత్తా, సరోజత్తా సరేసరి. బర్త్ డే లు అందరివీ కలిసి సంయుక్తంగా నిర్వహించేవాళ్ళు. నా బర్త్ డే పార్టీ కేవలం మా అమ్మావాళ్లే నిర్వహించిన సందర్భాలు నాకు జ్ఞాపకం లేవు. అందరూ ఈ 'పాల్స్ విల్లే' పిల్లలే! అదే మాకు కామన్. అందుకే రాజత్త ఇప్పటికీ నా ఫేవరిట్.

వీళ్లందరూ కష్టాల్లోంచి పైకొచ్చినా, స్వార్ధంతో డబ్బు సంపాదనే ధ్యేయంగా పెట్టుకోకుండా, ఉన్నంతలో ఇతరులకి సాయపడాలనే తపన పెంచుకోవడం, ఈ 'శ్రీపాల్స్' అన్నది మా కుటుంబ సంస్థ గా మారడం, ఇలా మాలోమాకు బంధుత్వాలు కలవడం,......ఇవన్నీ నాకు సంతోషాన్నీ, గర్వాన్నీ కూడా కలుగచేస్తాయి. నాకూ అపర్ణకీ ప్రవీణ్ కీ, ఆదిత్యకీ, శరత్ కీ ఇండియన్ పాస్ పోర్ట్స్ ఉన్నాయి. మేం అక్కడే పుట్టాం కదా?

కాబట్టి, భారతీయ భాషల్లో చదువుకున్న యువకులు ఆధునికుల తో పోటీ పడగలరని రుజువుచేసే భాధ్యత మామీద పడింది. నేనూ అపర్ణా IAS సాధించాం. ప్రవీణ్ కూడా 17 ఏళ్ళకే NDA లో సెలెక్ట్ అయ్యాడు. వాడి ట్రైనింగ్ లోనే వాడు ప్రెసిడెంట్స్ మెడల్ తెచ్చుకున్నాడు. శరత్ అమెరికాలో మెడిసిన్ చేసి, మెగా హాస్పిటల్స్ రిసెర్చ్ వింగ్ కూడా చూసుకుంటున్నాడు. ఆదిత్య అయితే మా నాన్నకి కుడిభుజంగా మారాడు. వాడు ఇంజినీరింగ్ చెయ్యడమే కాదు, శ్రీ కన్సల్టెన్సీ రిసెర్చ్ ప్రాజెక్ట్స్ ని కూడా చూస్తాడు. ఇవన్నీ కూడా వీళ్ల పెంపకం లో ఉండడం వల్లనే సాధ్యం అయ్యాయి.

దీనికి మా అమ్మనాన్నలతో పాటు, రాజత్తకీ ప్రసాద్ మావయ్యకీ కూడా థాంక్స్ చెబుతున్నాను. మేము 'శ్రీపాల్స్ ఇండియా' బ్రాంచ్ ఎలా పైకి తీసుకొస్తామో మీరే చూడండి. ఇద్దరు I A S లూ, ఒక టెస్ట్ పైలట్, ఒక ఎకనామిస్ట్...ఇంతమందిమి ఉన్నాం ఈ బోర్డ్ లో. ఇక్కడి సంస్థల్ని మిగతా వారంతా ఎలా అభివృద్ధి చేస్తున్నారో మేమూ గమనిస్తాం.

థాంక్ యూ అత్తా, I am what I am today, because of you." రాజేశ్వరికీ, ప్రసాద్ కీ శారదకీ, సుధాకర్ కీ, సరోజకీ, జయశంకర్ కీ నమస్కారాలు పెట్టి, మళ్లీ తన సీట్లోకి వచ్చేశాడు శ్రీధర్.

"మిస్టర్ ప్రశాంత్ ప్లీజ్. ఏడీ? ఎక్కడున్నాడు?" వెతుకుతోంది లావణ్య.

"సీరియల్ ఆర్డర్ ప్రకారం ముందు వైదీ, ఆ తరువాత నేను" అన్నాడు ప్రశాంత్. అప్పటివరకూ కాబోయే వదిన సత్య తో, కబుర్లు చెబుతున్నాడు మరి!

"ఓ.... కే." అంటూ విజిల్ వేసింది వైదీ. అయితే ఈసారి మొట్టికాయలు తప్పించుకుంది.

"నేను అల్లరి చేసే వైదీ గానే తెలుసు మీకందరికీ. మెడిసిన్ లో చేరడానికి ఫౌండేషన్ ఫండ్స్ కి అప్లై చేస్తాను, అని అమ్మతో చెప్పాను. "మన ఫౌండేషన్ నుంచి మనమే లబ్ధి పొందే బదులు, ఇంకొక 'మోర్ డిజర్వింగ్ స్టూడెంట్' కి ఆ అవకాశం ఇవ్వడం భావ్యంగా ఉంటుంది వైదీ. మేం నిన్ను చదివించగలం. నువ్వు సీట్ తెచ్చుకో" అంది అమ్మ. నా జీవితం లో మరచిపోలేని లెసన్ అది.

జూనియర్ డాక్టర్ గా స్టైపండ్ తెచ్చుకుంటున్నప్పుడూ కూడా, ఖచ్చితంగా సగం స్టైపండ్ శ్రీపాల్స్ ఫౌండేష న్ కి విరాళంగా ఇచ్చాను. శరత్ కీ నాకూ పెళ్ళి అని చిన్నప్పుడే ఫిక్స్ అయిపోడంతో, శరత్

తో బాహాటంగానే తిరిగాను. కానీ చదువులో ఎప్పుడూ ఫస్ట్ రాంక్ తెచ్చుకుంటూనే ఉన్నాను. ఆర్నెల్ల క్రితం సుధాకర్ బాబాయ్ నన్ను హైదరాబాద్ కి రిసెర్చ్ అసిస్టెంట్ గా తీసికెళ్ళాడు. మా రిసెర్చ్ సక్సెస్ ఫుల్ గా పూర్తయింది. మొన్ననే దాని డిమాన్ స్ట్రేషన్ కూడా చూపించాం కదా?

మళ్ళీ బాక్ టూ మెగా. ఈ మెగా హాస్పిటల్స్ తో నా అనుబంధం ఎంతగా అల్లుకు పోయిందీ అంటే, ఒకవేళ నన్ను మెగా బోర్డ్ లోంచి తీసేసి, ఇండియా లోని శ్రీపాల్స్ బోర్డ్ లో అపాయింట్ చేసినా, వెంటనే "నో!" అనేదాన్ని. కావాలంటే, మెగాలో ఉంటూ కూడా, ఇండియా వ్యవహారాలు చూడగలను. నేను మెడిసిన్ చదువు స్టార్ట్ చేసినప్పటినుంచీ, ఈ మెగాకేర్ నా జీవితంలో ఓ భాగం అయిపోయింది. ఈ మెగా కేర్ అన్నది శ్రీపాల్స్ లో భాగం. ఆ శ్రీపాల్స్ అన్నది, ఒకప్పుడు ఈ ముగ్గురినీ, ఇప్పుడు మనందరినీ ఒకే రాటకి కట్టిపడేసే సంస్థ. ఇంతకంటే నాకేం కావాలి?

మీ అందరిచేతా మొట్టికాయలు తింటున్నానూ అంటే, మీరందరినీ నా కుటుంబ సభ్యులుగానూ, ఆత్మీయులు గానూ భావిస్తున్నాను కాబట్టే! శ్రీధర్ ముందే చెప్పాడు. రక్త సంబంధాలు లేని మన ముందుతరం నుంచీ, సంబంధ భాంధవ్యాలు కలుపుకునే తరువాతి తరం మనది.

రేపు మన పిల్లలు కూడా ఇదే ట్రెండ్ కొనసాగించాలి. అందరం శ్రీపాల్స్ కిందే పనిచెయ్యాలి. మాకిలాంటి ఆలోచనల్ని చిన్నప్పటినుంచే నేర్పించిన, మా అత్తకి...సారీ మా అమ్మకి... I am always grateful." అంటూ పద్మత్తని ఎంతో ఆర్తితో కౌగలించుకుంది వైదీ.

"ఛా...అలా ఏడవకు. నీకు అత్తనీ, అమ్మనీ కూడా... ఈ శరత్ గాడేమన్నాఅన్నాకూడా నాకు చెప్పు. నేను చూసుకుంటాను." అంది పద్మమ్మమ్మ.

"ఎవరైనా తమ కొడుకులకి సపోర్ట్ చేస్తారు కానీ, ఇలా కాబోయే కోడళ్ళకి కూడా సపోర్ట్ ఇచ్చే అత్తగార్లు భ్రష్టు పట్టి పోతారు" పెద్దమ్మ తో అన్నాడు శరత్.

"పోరా...పో. అది కన్నీళ్ళు పెట్టిందంటే నేనూ సహించను." అంది వాణమ్మమ్మ.

కొద్ది నిముషాల తరువాత మళ్ళీ మూడ్ లో కొచ్చేసింది వైదీ.

"అయితే ఇప్పుడు అరుణక్క మాట్లాడుతుంది" ఎనౌన్స్ చేశాడు ప్రశాంత్.

"థాంక్యూ ప్రశాంతా! నాకు ఛాన్స్ ఇవ్వవేమో అనుకున్నాను."

"అదేమిటి? ఎందుకివ్వను? ఇద్దరు బ్రహ్మరాక్షసులకి తమ్ముడ్నిఅయి. ఒకర్తి ఇప్పుడే మాట్లాడింది కదా? నీక్కూడా ఛాన్స్ ఇచ్చేస్తే, నాకు నిజంగా ప్రశాంతత వస్తుందని, సుధాకర్ బాబాయ్ కూతురూ, మంచి పిల్లా అయిన గౌతమక్క నాకు సజెస్ట్ చేసింది. తను ఇంజినీరింగ్ లోనూ, హెచ్ ఆర్ లోనూ కూడా మాస్టర్స్ చేసింది కదా? అందుకని గౌతమక్క సలహాప్రకారం, అరుణక్కకి ఛాన్స్ ఇవ్వడమైనది" చేతులు కట్టుకుని బుద్ధిమంతుడిలా మాట్లాడాడు ప్రశాంత్.

"నువ్వు మాట్లాడవే ముందు. వీడి సంగతి మనం తరవాత చూసుకుందాం" అంది వైదీ.

"అలాగే పనిలో పనిగా గౌతం సంగతి కూడా చూసేద్దాం. నువ్వు ఇండియా లో ఉన్నన్నాళ్ళూ, వీళ్ళిద్దరూ నన్ను అస్సలు కేర్ చెయ్యలేదు" ఉక్రోషంగా జవాబిచ్చింది అరుణ.

"అరూ, నువ్వు మాట్లాడుతావా, లేకుంటే మమ్మల్ని ఆ ఛాన్స్ తీసుకోమంటావా?" అడిగింది లావణ్య.

"సరే, నేనే మాట్లాడుతాను" అని అరుణ తన వాక్ప్రవాహాన్ని వదిలిపెట్టింది.

"మేమందరం 'పాల్స్ విలె' పిల్లలమే! కాబట్టి దాన్ని గురించే చెబుతాను. మా అత్తలూ, పెద్దమ్మలూ అంతా కలిసి ఈ 'పాల్స్ విలే' ని ఒకే ఒక పే...ద్ద ఉమ్మడి కుటుంబంగా నిర్వహించారు. మేము పుట్టేసరికే ఈ పాల్స్ విలే ఉందని మీకు తెలుసుగా?

అలాగే శ్రీధర్ చెప్పాడు చూడండి... "మా బర్త్ డేలు కేవలం మా ఇంట్లోనే చేసుకున్న సందర్భం నాకు గుర్తుకు రావడం లేదు" అని? యస్! హీ ఈజ్ రైట్.

కానీ ఇలాంటి ఆచారాన్ని మాకో అలవాటుగా అంటగట్టింది ఎవరో తెలుసా? పద్మత్తే! ఆవిడకి మా అమ్మ సరోజ గారు తోడయ్యారు.

'పాల్స్ విలె' కట్టిన కొత్తలోనే, ఈ లేడీస్ అంతా ఓ సారి సమావేశం అయ్యారు. "మనమంతా ఎప్పటికీ ఒకే కుటుంబంలా ఉండాలనే ఆశయంతోనే కదా, మనవాళ్ళు ఈ 'పాల్స్ విలె' ని ఇక్కడ కట్టారు? మనకి మాత్రం ఈ దేశంలో వీళ్ళుతప్ప ఇంకెవ్వరున్నారు? కనుక వీళ్ళు అనుకున్నది సాధిస్తూనే, దానికన్నా మించింది కూడా సాధిద్దాం. మీ అందరికీ ఇప్పటికే కొంత ఐడియా ఉంది కాబట్టి, దాన్ని మనం మరింత త్వరగా ఆచరణలోకి తీసుకొద్దామా?' అంది పద్మత్త.

"నువ్వేంచేసినా, అది మనందరి బంధాన్నీ, మరింత పటిష్టం చెయ్యడానికే కదా? మాకు తీరిక దొరికే సందర్భాలే చాలా తక్కువ. కాబట్టి, నువ్వూ సరోజా లీడ్ తీసుకోండి. మేమంతా మీ నిర్ణయాలకి కట్టుబడి ఉంటాం." అంది వాణత్త.

"అయితే సరే, వినండి. ఈ నిర్ణయాలన్నీ తక్షణం అమల్లోకి వస్తున్నాయి. నువ్వు ఎనౌన్స్ చెయ్యి సరూ" అంది పద్మత్త.

మా అమ్మ సరోజ ఎనౌన్స్ చేసింది.

"మనందరం న్యూయార్క్ లోనే ఏదో ఫ్లాట్స్ లో ఉన్నా, వాటికి మైంటెనెన్స్ కోసం నెలనెలా కొంత పే చెయ్యాల్సి ఉంటుంది కదా? ఆ సొమ్మునే పక్కకి పెట్టి, మన 'పాల్స్ విలె' మైంటెనెన్స్ కి ఉపయోగిద్దాం. ఇప్పటినుంచీ, ఈ గేటెడ్ కమ్యూనిటీకి ఇద్దరు వాచ్ మన్, ఇద్దరు గార్డెనర్స్, ఇంకో ఆఫీస్ అసిస్టెంట్ ఉంటారు. వారి సేలరీ 'పాల్స్ విలె' మైంటెనెన్స్ లోంచే."

"డన్." అంది పెద్దమ్మ రాజి.

"అలాగే, ఈ 'పాల్స్ విలె' కరెంట్ బిల్లూ, వాటర్ బిల్లూ, స్విమ్మింగ్ పూల్ మైంటెనెన్సూ, గాస్ బిల్లూ కూడా మైంటెనెన్స్ లోంచే ఇస్తాం. కొన్నాళ్లకి ఈ మైంటెనెన్స్ అకౌంట్ లో సరిపడినన్ని రిజర్వ్స్ చేరినప్పుడు, అప్పుడు అందరికీ ఏడాది బాటూ సరిపోయే, ప్రొవిజన్స్ కూడా తెప్పించేస్తాం.

కేవలం కూరలూ, పాలూ, పళ్లూ, బ్రెడ్డూమాత్రమే బయట కొనుక్కోవాల్సి వస్తుంది అన్నమాట... ఇవన్నీ కూడా మన సెంట్రల్ స్టోర్ రూమ్ లో ఉంటాయి. ఇది ఓకేనా?"

"చాలా బాగుంది. మనం షాపింగ్ చేసే సమయం కూడా కలిసొస్తుంది. అలాగే ఛీపర్ రేట్స్ కీ కొనచ్చు. ఓకే." అంది పెద్దమ్మ శారద.

"నెక్స్ట్. మన ఇళ్ళల్లో శుభకార్యాలగురించి. మన పిల్లలందరి బర్త్ డేలూ, ఇక్కడే పాల్స్ విలే లోనే, ఇంకో చిన్న స్టేజ్ కట్టించి, అక్కడే జరిపిద్దాం. కొన్నాళ్ళ తరువాత ఇక్కడే మన పిల్లలు తమ తమ

నాట్య ప్రదర్శనలూ, గాత్ర ప్రదర్శనలూ, నాటక ప్రదర్శనలూ... అన్నీ...మనముందే ఇస్తారు. వాళ్లకి స్టేజ్ ఫియర్ కూడా పోతుంది. ఇది అందరూ ఒప్పుకున్నట్టయితే, నెక్స్ట్ మంత్ కల్లా స్టేజ్ కంప్లీట్ చేద్దాం. మొదటి గాత్ర కచేరీ శారదా, వాణీ, రాజీలు ఇస్తారు. సరేనా?"

"ఇది ఇంకా బాగుంది. మన మిని స్టేజ్ మీదే పక్కవాళ్ళ ప్రదర్శనలూ ఇప్పించొచ్చు" అంది వాణత్త.

"అలాగే 'ఈ పాల్స్ విలె' లోని పిల్లలందరివీ, బర్త్ డేలూ, పరీక్షల్లో పాసవ్వడాలూ, ఇంటర్వ్యూస్ లో సెలెక్ట్ అవ్వడాలూ, లాంటివన్నీ, 'పాల్స్ విలె' ఉమ్మడి ఖాతాలోంచి ఖర్చుపెట్టబడతాయి. ఏమంటావు రాజీ?"

"నా గురించి మీరు ఏమాత్రం డౌట్ పెట్టుకోనక్కరలేదు. అందరు పిల్లలకీ ఈ 'పాల్స్ విలె' లోనే, ఈ స్టేజ్ మీదే బర్త్ డేలూ, ఫెలిసిటేషన్ లూ చేయడం అన్నది చాలా చక్కని ఆలోచన. ఇది మనందరినీ ఇంకా దగ్గరికి చేరుస్తుంది" అంది మా పెద్దమ్మ రాజీ.

"అయితే ప్రతీ నెలా ఓ వెయ్యి డాలర్స్ తో స్టార్ట్ చేద్దామా?" అడిగింది పద్మత్త.

"అలాగే పద్మా. క్రమంగా దీన్ని పెంచుకుంటూ పోదాం. కొన్నాళ్ళకి మనకి కావలిసిన కూరలు కూడా 'పాల్స్ విలె' లోనే పండించుకునేలా, అన్నమాట. శ్రీనాధ్, ప్రసాద్ లకే కాదు. మనకీ కూడా కొన్ని లక్ష్యాలు ఉంటాయనీ, వాటిని మనం ఈజీగా...వారి సహాయం ఏమాత్రం లేకుండా చేరుకోగలమనీ నిరూపిద్దాం. ఈ విషయం మాత్రం వాళ్ళెవరికీ తెలియకూడదు. ఇదంతా మన మధ్యే ఉండాలి. అలాగయితే, దీనికి మేం రెడీ." అంది పెద్దమ్మ శారద.

అలా స్టార్ట్ అయ్యింది 'పాల్స్ విలె' మైంటెనెన్స్ కమిటీ. ఇప్పుడు మంత్లీ 6000 డాలర్స్ కలెక్ట్ చేస్తున్నాం ఒక్కొక్కళ్ళ దగ్గరనుంచీ. కమీటీ బాంక్ బాలన్స్ కూడా బాగుంది. రెండేళ్ళకి సరిపడా మైంటెనెన్స్ రిజర్వ్ వుంది. ఇదంతా ఈ ఛార్టర్డ్ అకౌంటెంట్స్, ఎకనామికి అడ్వైజర్స్, కంపెనీ సెక్రెటరీల ప్రభావమే!.

అప్పటినుంచీ అందరి బర్త్ డే ఫంక్షన్సూ, ప్రతీ సాటర్ డే మా పిల్లల ప్రొగ్రామ్సూ, సండే నాడు పెద్దల ప్రొగ్రామ్సూ... ఇలా గడిచిపోయింది. అంతెందుకు? మా ఫ్రెండ్స్ కూడా కొంతమంది, ఈ స్టేజ్ మీంచే ఆరంగ్రేటం చేశారు. వీక్ ఎండ్స్ ఆవిధంగా బిజీగానూ, ఉత్సాహంగానూ గడిచిపోయేవి. మాకున్న ఫెసిలిటీస్ ని అందరం పంచుకోవడం లో ఉన్న ఆనందం మాకు అప్పుడు తెలిసొచ్చింది.

మొదట్లో పద్మత్తా వాళ్లే ఈ స్టేజ్ ఇన్ ఛార్జ్ గా ఉన్నారు కానీ, గత పదేళ్ళ నుంచీ, మేమే అంటే, మా పిల్లలమే ఈ స్టేజ్ ఇన్ ఛార్జ్ లం. మొన్నటిదాకా ప్రశాంత్, లావణ్యా ఈ భాధ్యత తీసుకున్నారు.

ఇప్పుడు నేనూ, శ్రీకాంత్ భాధ్యతలు తీసుకుంటున్నాం. సమ్మర్ వెకేషన్స్ లో వేదపాఠశాల కూడా ఈ స్టేజ్ మీదే రన్ అయ్యేది. చినజీయర్ స్వామి వారు తమ బృందం తో సహా వేంచేసి, 'పాల్స్ విలె' లోనే గడిపారు. ఈ స్టేజ్ మీంచే తమ అనుగ్రహ భాషణాన్ని ప్రసాదించారు.

ఇలాంటి ఆలోచనలతో మమ్మల్ని పెంచినప్పుడు, శ్రీధర్ చెప్పినట్టుగా బర్త్ డే ఫంక్షన్స్ కామన్ గా కాక, ప్రత్యేకంగా ఎప్పుడొస్తాయి? వాటి అవసరం ఏముంది? ఇలాంటి టెక్నిక్స్ గురించి నా మాస్టర్స్ కోర్స్ లో చదువుకున్నాను. కానీ వీటిని అప్పటికే ఆచరణలోకి తీసుకొచ్చారు పద్మత్తా, మా అమ్మా.

హేట్స్ ఆఫ్ టూ దెమ్. ఉమ్మడి కుటుంబాలు ఇండియాలోనే ప్రాముఖ్యం కోల్పోతున్న ఈ రోజుల్లో, మన ఉమ్మడి కుటుంబాన్ని స్థాపించి, దాన్ని పెంచి పెద్దచేశారు. ఈ విషయాన్ని మేము

ఎప్పటికీ మరువలేం. మేము తప్పకుండా మీకు తగిన వారసులం అనిపించుకుంటాం" అని పద్మత్తని కౌగలించుకుంది అరుణ.

"దీన్లో నా గొప్పేమీ లేదు. అందరం పరస్పరం సహకరించుకున్నాం. నేనూ అమ్మా లీడ్ తీసుకున్నాం అంతే" అరుణని ముద్దుపెట్టుకుంటూ అంది పద్మ.

"మా పెద్దమ్మ దగ్గరినుంచి మాం...చి ప్రైజ్ కొట్టేశావు పో అన్నాడు ఆదిత్య.

"ఒరేయ్ దాన్ని బాధపెట్టినా మేం ఊరుకోము" అంది రాజీ.

"బుద్ధొచ్చింది అత్తా. బుద్ధొచ్చింది. దాన్ని ఏడిపించను. అయామ్ సారీ." అన్నాడు ఆదిత్య.

"Now It is Prashant, the most useless fellow." అంది వైదీ.

ప్రశాంత్ వస్తూనే వైదీకి షేక్ హాండిచ్చాడు. "బాబోయ్ వదులు...అలా వేళ్ళు మెలిపెట్టకు. మా మెగా లో ఆర్థో డిపార్ట్ మెంట్ ఇంకా పూర్తిగా ఎస్టాబ్లిష్ కాలేదు. దేనికైనా సర్జరీయే మందు అంటూ, నా వేళ్ళు కట్ చేసేస్తారు వాళ్ళు" అంది వైదీ.

అయినా ప్రశాంత్ తన పట్టు వదల్లేదు. "సారీ రా ప్రశాంత్. సారీ తమ్ముడూ" అంది వైదీ.

"దట్ట్ గుడ్." అని తన చెయ్యి వెనక్కి తీసుకున్నాడు ప్రశాంత్.

"మా అభిప్రాయాలు చెప్పాలంటే, అవేమన్నా ఎప్పటికప్పుడు మారిపోయేవా? ఇదేమైనా జాబ్ సెలెక్షనా? పరిస్థితిని బట్టి, తదనుగుణంగా వ్యవహరించడానికి? మా అభిప్రాయాల్లో మార్పేమీ ఉండదు అత్తా! మేము పుట్టినప్పటినుంచీ, మమ్మల్ని అదే భావాలతో, అలాగే పెంచారు మీరు.

కేవలం అమ్మా నాన్నా అంటూ వాళ్ళకే పరిమితం అయిపోలేదు కదా మేము? వాణత్త, లక్ష్మణ్ మావయ్య, శారదపిన్ని, జయశంకర్ బాబాయ్, సుధాకర్ బాబాయ్, వీళ్ళందరూ కూడా మాకు దిశా నిర్దేశం చేసినవారే. నా ఒక్కడికే కాదు. మా అందరికీ. అందుకే పిల్లలందరం జీవితాల్లో ఉన్నత స్థాయి చేరుకునే దారి లో ఉన్నాం.

నేను కూడా డిగ్రీ ఫైనల్ లో ఉండగానే, U S ఫారిన్ సర్వీస్ కి అప్లై చెయ్యడం, టెస్ట్ రాయడం, సెలెక్ట్ అవడం జరిగి పోయాయి. వైదీ ఇంకా మాస్టర్స్ లోకి రాకుండానే, నాకూ ట్రైనీ గా ఛిలీ లో పోస్టింగ్ వచ్చింది. కానీ నా భారతీయతని నేనెప్పుడూ మరిచి పోలేదు. ఒకవిధంగా చెప్పాలంటే, మీరు నన్ను మరచిపోనియ్యలేదు.

నేను అమెరికన్ సిటిజన్ నే అయినా మన శ్రీపాల్స్ ఆశయాలు తెలుసు. దానివల్ల ఎంతమంది లాభపడుతున్నారో కూడా తెలుసు. కేవలం ఫోర్డ్ ఫౌండేషన్, కార్నిజీ పౌండేషన్, మాత్రమే కాదు, ఒక ఇండియన్ ట్రస్ట్ కూడా అమెరికా డెవలప్ మెంట్ లోభాగం పంచుకోగలదని ప్రూవ్ చేశారు మీరు.

ఇటువంటి ఛారిటీస్ కోసం, ఎవరైనా డబ్బుఖర్చుపెట్టడానికి వెనకాడే ఆ రోజుల్లోనే, మీరు ఇంతటి సాహసం చేసి, ఈ మెగా హాస్పిటల్స్ నీ, శ్రీ ఇంజినీరింగ్ నీ, శ్రీపాల్స్ నీ, నెలకొల్పారు. ఇవి పేరుకి ఇండియన్ వే అయినా, ఇందులో పనిచేసేవారంతా, అమెరికన్సే. అది కూడా టాప్ ప్రొఫెషనల్స్. మీ ఈ సాహసం వెనుక వున్న ఆశయాన్నీ, స్ఫూర్తినీ మేము గమనించలేమా?

మీరంతా ఎప్పటికీ ఒక్కటిగా ఉండిపోవాలనే ఆశయమే కదా, ఇప్పుడు మా అందరి పెళ్ళిళ్లూ ఈ విధంగా ఖాయం చెయ్యడం వెనుక ఉన్నది?

సరే, మా పిల్లలందరి తరఫునా చెబుతున్నాను వినండి. ఈ శ్రీపాల్స్ ఎలా ఉన్నా, మేము కూడా ఎప్పటికీ విడిపోం. ఎప్పటికీ ఒకే కుటుంబం లాగే ఉంటాం. ఈ శ్రీపాల్స్ ఫౌండేషన్ ని, మా తరువాతి తరానికి వారసత్వంగా అందజేస్తాం. మిగతావాళ్ళు ఇండియన్ సైడ్ నుంచి వర్క్ చేస్తే, మేము యూ ఎస్ సైడ్ నుంచి వర్క్ చేస్తాం. మాలో నలుగురు సూపర్ స్పెషలిస్ట్ లు ఉన్నారు. ఒక ఫారిన్ సర్వీస్ ఆఫీసర్ ఉన్నాడు. నలుగురు ఇంజినీర్లు ఉన్నారు. కాకుండా లాయర్లూ, ఛార్టర్డ్ అకౌంటెంట్లూ ఉండనే ఉన్నారు మా దగ్గర. ఈ సంస్థలని మేం తప్పకుండా పైకి తీసుకొస్తాం. మీ ఆశయాలని గౌరవిస్తూ, మీకు తగిన వారసులం అనిపించుకుంటాం." అన్నాడు ప్రశాంత్.

"ఈ మాటొక్కటే చాలు ప్రశాంత్. మా అందరికీ ఎంతో సంతోషంగా ఉందీనాడు." జయశంకర్ బాబాయ్ అన్నాడు. "ముందు ప్రసాద్ వాళ్ళతో స్టార్ట్ అయినా, ఆ తరువాత ఈ సంస్థలన్నిటీలోనూ నేనూ సుధాకర్ కూడా కలిశాం. దాదాపు ముప్పై ఏళ్ళ నుంచీ, మాకు మీ అందరితోనూ, ఈ సంస్థలతోనూ అనుబంధాలు ఉన్నాయి. మా కుటుంబ సభ్యులంటే, ముందు మీరే గుర్తుకొస్తారు.

మా ఫ్రెండ్షిప్ ని గౌరవిస్తూ, మీ నైతిక విలువలు కోల్పోకుండా, ఈ సంస్థల్ని మీరు నిర్వహిస్తామంటే, మాకు అంతకంటే ఏంకావాలి?" జయశంకర్ తాతయ్య ఇంకా పూర్తిచెయ్యనే లేదు.

"మనవలు" అంది వైదీ. ఈ సారి మళ్ళీ మొట్టికాయలు తప్పలేదు.

ప్రవీణ్, లావణ్య, సత్య, శ్రీదేవీ, ఆదిత్య, భార్గవ, గౌతమి, శరత్, శ్రీకాంత్ లూ కూడా మాట్లాడారు. అందరిదీ ఒకటే అభిప్రాయం. "పద్మత్తా ఈజ్ గ్రేట్!"

"అత్తా, ఈ సందర్భంలో మనందరం కలిసి ఓ ఎంటర్ టైన్ మెంట్ ప్రోగ్రాం పెట్టుకుంటే ఎలా ఉంటుంది?" మా మామ్మని అడిగింది శ్రీదేవి.

అందుకు మా మామ్మ రాజేశ్వరి "ఇంకా అడగడంలోనే ఉన్నావా మొద్దూ. ఈ పాటికే అవన్నీ ఎరేంజ్ చేసి ఉండాల్సింది కదా? నీ పెళ్ళి ఫిక్స్ చెయ్యలేదని అలకా?"

"అటువంటిదేం లేదు. మిగిలింది మా జంటే. ఖచ్చితంగా ఎనౌన్స్ చేస్తావ్. నా డాక్టరేట్ అనౌన్స్ అయ్యాకే, పెళ్ళి అనౌన్స్ చెయ్యి. ఐ కెన్ వైట్. మరి నేను స్టేజ్ దగ్గరికి వెళ్ళిపోతున్నాను" అని,

"పదవే గౌతం, మనకి ప్రోగ్రాం ఇచ్చే పని పడింది" అంటూ గౌతమిని తీసుకుని వెళ్ళిపోయింది శ్రీదేవి.

ఇది గమనించిన ప్రకాష్ తమ నైబర్స్ ప్రభాకర్, వాసూ, మురలీలకీ, అలాగే శారద తన ఫ్రెండ్స్ మాగీ, ఆనీ లకీ కూడా ఫోన్లు చేశారు, 'పాల్స్ విలె' లో ప్రోగ్రాం కి అటెండ్ అవ్వమని. పదినిముషాల్లో అక్కడ ముప్పైమంది ఆడియన్స్ పోగయ్యారు. అందరూ అందరికీ ఫ్రెండ్సే! ప్రవీణ్, భార్గవా, కెమేరా ఆపరేట్ చేస్తూంటే, గౌతమీ, లావణ్యా సౌండ్ సిస్టం, స్టేజ్ ఎరేంజ్ మెంట్స్ చూడసాగారు.

"కంగ్రాట్స్ శ్రీనాథ్!" రాగానే అన్నారు వాసూ మురళీ ఇద్దరూ కలిసి.

"మొగపిల్లల పెళ్ళి కాబట్టి, ఆ వచ్చేకట్నం లో ఏదైనా కొంచెం మిగిలితే నా రెండో కూతురు పెళ్ళికి సర్దుబాటు చెయ్యి. ప్లీజ్" శ్రీనాథ్ చేతులు రెండూ తనచేతిలోకి తీసుకుని అన్నాడు ప్రభాకర్.

"మేం ఒకవేళ బయట సంబంధాలకి వెడితే, అప్పుడు మాకు డబ్బులు అవసరం పడితే మాత్రం, నిన్నే అడుగుతాం పద్మా" అంది వాసు భార్య మైత్రి.

"అసలు డబ్బులు ఎక్కడ వస్తున్నాయి? ఎవరు ఇస్తున్నారు? ఎంత మిగులుతున్నాయి? ఈ పెళ్ళిళ్లవల్ల మాకు మనఃశ్శాంతి దక్కితే అంతే చాలు" అంది పద్మ.

"హౌ సో?" అడిగింది మురళీ భార్య నందా.

"ఇది మాకు డబ్బులు వచ్చే కార్యక్రమం కాదు నందూ. కేవలం మా మనఃశ్శాంతి కోసం ఈ కార్యక్రమం చేస్తున్నాం. ఈ పెళ్ళిళ్ళు ఇప్పుడు ఎనౌన్స్ చెయ్యకపోతే, మా పిల్లలు మాకు దక్కేట్లా లేరు. నీకేం? ఇంకో ఇద్దరు ఆడపిల్లలున్నారు. హాయిగా ఉంటావ్. నాకే...నాకే...వచ్చింది బాధ అంతా. నా కొడుకులిద్దరినీ కోడల్లు ఎగరేసుకుపోతున్నారు" దుఃఖం అభినయిస్తూ అంది పద్మ.

"మరిన్ని వివరములు కోరడమైనది" అంది ప్రభాకర్ భార్య కళ్యాణి. ఆవిడ తన లాయర్ బుద్ధిని బయటపెట్టింది.

"నా కొడుకు ఐ ఏ ఎస్ అయినా, వాడికి రిటెన్ టెస్ట్ లోనూ, ఇంటర్వ్యూ లోనూ కూడా చాలా టిప్స్ ఇచ్చి అపర్ణ గారు సాయం చేశారుట. అందుకని ఈ అప్పూగారు తన అప్పు కింద శ్రీధర్ ని లెక్కేసుకుంది. కాబట్టి మాకు వచ్చింది ఏమీలేదు సరికదా, 'పోన్లే ఇంతటితోఐనా ఈ గండం గట్టెక్కాం' అని సరిపెట్టుకున్నాం.

ఇప్పుడు శ్రీకాంత్ కీ అంతే! ఆ గౌతమి వీడి బీ టెక్ ప్రాజెక్ట్ లో సహాయ పడిందిట. తన మాస్టర్స్ టైమ్ వచ్చే సరికి తను మాత్రం బయట కంపెనీల ప్రాజెక్టులు చేసుకోవలసి వచ్చిందిట. వాళ్ళ బాబాయ్ శ్రీ ఇంజినీరింగ్ కి జాయింట్ ఎమ్ డీ గా ఉన్నా, వాళ్ళ నాన్న మెగా హాస్పిటల్స్ కి జాయింట్ ఎమ్ డీ గా ఉన్నా, తన పాట్లు తనకి తప్పలేదుట. తన హెల్ప్ లేకపోతే, వాడి మాస్టర్స్ మాట అటుంచు, శ్రీకాంత్ అసలు డిగ్రీ యే పాసయ్యేవాడు కాదుట. ఇప్పటికీ ఆ విషయం లో నన్నూ, శ్రీకాంత్ నీ దెప్పుతూనే ఉంది. దాని దెప్పుళ్ళ బాధ వదిలించుకోడానికే ఈ పెళ్ళి చేసేస్తున్నాం. కనీసం నేనూ, శ్రీనాధ్ అయినా ప్రశాంతంగా ఉంటాం" అంది పద్మ.

"డిటో విత్ మీ" అంది రాజేశ్వరి. నా కొడుకు ప్రవీణ్ చిన్నప్పుడే ఐ ఏ ఎఫ్ లో సెలెక్ట్ అయ్యాడు అని నేను సంతోషించే వీలు లేదు. వాడి ఇంటర్వ్యూ కి ఈ సత్యా, శ్రీదేవీ, లావీ లు వాడి కన్నా ఎక్కువగా ప్రిపేర్ అయ్యారుట. గౌతమీ, అరుణా, అప్పూ, వైదీలు కూడా ప్రిపేర్ అయ్యారు అనుకో. కానీ ఆ ఇంటర్వ్యూ లో వీళ్ళు చెప్పిన లాంటి ప్రశ్నలే ఎక్కువగా అడిగారట.

"తిరుమలలో పుష్కరిణి పక్కన గుడి వుందా? అది ఎవరిది?"లాంటివి. కాబట్టి, ఆ సత్యని చేసుకుంటేనే నాకు మనశ్శాంతి.

అలాగే, ప్రశాంత్ ఫారిన్ సర్వీసెస్ ఇంటర్వ్యూ కి కూడా, శ్రీదేవీ అండ్ కో ఎక్కువ శ్రద్ధ తీసుకుని వాణ్ణి ప్రిపేర్ చేశారుట. వాడు సౌత్ ఈస్ట్ ఆసియా గురించి చక్కగా చెప్పగలిగాడుట. అందుకనే వాడిని మిడిల్ ఈస్ట్ లోనూ, గల్ఫ్ లోనూ కాకుండా థాయ్ లాండ్ లాంటి దేశాల్లోనే పోస్ట్ చేస్తున్నారుట. అదీ వాళ్ళ చలవే అట. వాడి సెలెక్షన్ విషయం లో, వైదీ వాళ్ల హెల్ప్ సెకండరీ అట. ఈ దెప్పుల్లు నేనింక భరించలేను. అందుకే ఈవాళ ఈ పెళ్ళిల్లు ఎనౌన్స్ చేశాం" పూర్తి చేసింది రాజేశ్వరి.

"అండ్ వుయ్ ఆర్ బయింగ్ మెంటల్ పీస్ విత్ దట్" ప్రసాద్ తన మనసులో మాట చెప్పాడు.

"మావయ్యా. నువ్వు మన పార్టీ కి ద్రోహం చేస్తున్నావ్. గుర్తుంచుకో" ఎక్కడనుంచి వచ్చిందో కానీ, ఓ వార్నింగ్ లాంటిది పడేసి శ్రీదేవి చక్కా పోయింది.

"అయితే నా మాట కూడా విను కళ్యాణీ" మొదలెట్టింది వాణి.

"నా కొడుకూ కూతురూ, ఇద్దరూ కూడా డాక్టర్లే అని నేను ఏమాత్రం సంతోషించడానికి లేదు. వాడి న్యూరాలజీ ఫైనల్ లో ఈ వైదీ గారు చాలా టిప్స్ ఇచ్చారుట. తన కార్డియో విషయాలు కూడా పట్టించుకోకుండా, వీడి న్యూరాలజీ విషయాలు పట్టించుకున్నారుట. లావీ హెల్ప్ ఉన్నా కూడా, అది లెక్కలోకి రాదట. ఒకవేళ శరత్ ఎమ్ డీ రిపీట్ చెయ్యాల్సొస్తే, అప్పుడు నా గర్వం అణిగేదట. అలాకాకుండా నా పరువు నిలబెట్టినందుకు గాను, ఈ వైదీనే చేసుకోవాల్సి వస్తోంది. వీళ్లంతా లక్ష్మణ్, శ్రీనాధ్ ల తో బాగానే ఉంటారులే. నాతోనే ఈ దెప్పుళ్లూ, పుల్లవిరుపు మాటలూనూ. కాబట్టి మాకు ఈ మాచ్ తప్పట్లేదు నందూ!" సునంద భుజంమీద తలవాల్చి ఏడ్చేస్తోందేమో అన్నట్టుగా మాట్లాడింది వాణి.

"ఐ టూ యామ్ నాట్ వెరీ హాపీ విత్ ది మాచ్. బట్ హాపీ బికాజ్ వుయ్ ఆర్ గెటింగ్ సం మెంటల్ పీస్" అంది శారద.

"వాట్జ్ ఫ్రం యువర్ సైడ్?" లాయర్ కళ్యాణి గారు మళ్లీ అడిగారు.

"నా కొడుకూ పెద్ద డాక్టరే అని నేను గొప్పలు చెప్పుకోకూడదట. అది కూడా తనముందు. ఈ విధమైన ఆర్డర్స్ వేసింది మా కాబోయే కోడలు లావణ్య గారే! తను ఆర్థో చేస్తూ కూడా, తన భార్గవ బావ కార్డియో విషయాలన్నీ ప్రిపేర్ అయి, వాడు ఎక్జామ్ లో ఫస్ట్ వచ్చేందుకు సాయ పడిందిట. లేకపోతే, మెగా హాస్పిటల్స్ గైనీ ఛీఫ్ గారి కొడుకు మెడిసిన్ రిపీటర్స్ లిస్ట్ లో ఉండేవాడుట. ఈ దెప్పుళ్ళు ఇంకా ఎన్నాళ్ళు పడాలి? అందుకే లావణ్య ని భార్గవ కి ఇచ్చి చేసేస్తున్నాం. ఆ తరవాత వాళ్ళు మమ్మల్ని పట్టించుకున్నా, పట్టించుకోకపోయినా, మేము మాత్రం వాళ్ల జోలికి వెళ్ళం. ఇదే నా శపధం మిత్రమా. అతః మమ ప్రతిజ్ఞా అసి మితూ మిత్రమా" మైత్రీ తో అంది శారద. అందరూ విజయ వైపు చూశారు. ఇక మిగిలింది తనొక్కర్తే కదా?

"ఒక్కడే కొడుకు కదా, బ్రహ్మాండంగా కట్నాలూ, లాంఛనాలూ రాబట్టేద్దాం అని నేను ఆశపడ్డం లో తప్పులేదుకదా? అయితే, అటువంటి భావాన్ని కొన్నేళ్ల క్రితమే నా మనస్సులోంచి తీసేసింది మా అరుణమ్మగారు. ఆదిత్య కి ఇంజినీరింగ్ లో సీట్ రావడం దగ్గరనుంచీ, వాడు చదువు పూర్తిచేసి, శ్రీ ఇంజినీరింగ్ లో జాయిన్ అయ్యేవరకూ, ప్రతీ స్టెప్ లోనూ తన ప్రమేయమూ ప్రోత్సాహమూ ఉన్నాయిట. తనే కనక సమయానికి హెల్ప్ చేసి, టిప్స్ ఇవ్వకపోతే, ఈ ఆదిత్యగారు తిరుపతి లోనే వేదపాఠశాలలో టీచర్ గా ఉండేవాడుట. తను మాస్టర్స్ లోకి వచ్చినా, ఆదీ గాడి డిగ్రీ పుస్తకాల్లోవన్నీ, మళ్లీ వాడికి అర్ధం అయ్యేలా వివరించి పుణ్యం కట్టుకున్నారుట అరుణమ్మ గారు.

తను చేసిన హెల్ప్ మాటల్లో చెప్పలేనిదిట. ఎన్నిజన్మలెత్తినా తన ఋణం నేను తీర్చుకోలేనుట. ఇలాంటివే మాటలు అందరిలోనూ అనేస్తోంది మా అరుణమ్మ గారు. కాబట్టి, నాకు వేరే ఛాయిస్ లేదు. తనే దిక్కు. అయితే తను మంచిపిల్ల కాబట్టి, నాకో కన్సెషన్ ఇచ్చింది.

మనవల్లని చూసుకునేటట్టయితే, మేం తనదగ్గరే ఉండచ్చుట. ఇప్పుడు చెప్పండి. ఏమ్ ఐ ఎనీ బెటర్?" అడిగింది విజయ.

"సారీ డియర్. అందరిలోకీ సరోజే బెటర్ అన్నమాట" మైత్రీ అంది.

"అఘోరించినట్లే వుంది నీ నిర్ణయం." సరోజ చెప్పసాగింది. "ఒక్కర్తే పిల్ల కదా అని మేం దాన్ని గారం చేసిన మాట వాస్తవమే. కానీ దీనికి శ్రీనాధ్, ప్రసాద్, లక్ష్మణ్, సుధాకర్ ల ఇళ్లల్లో కూడా గారం

ఎక్కువే! రోజూ మాకు దాని బెదిరింపులే! "నీ పని పద్మత్త తో చెప్పేస్తానూ...నీ పని రాజిపెద్దమ్మ తో చెప్పేస్తానూ... లేకపోతే శ్రీనాధ్ మావయ్య తో చెప్పేస్తానూ. లేకపోతే వాణత్త తో చెప్పేస్తానూ అదీ కాకపోతే శారద పెద్దమ్మ తో చెప్పేస్తానూ"... ఇలాగే... రోజూ దీని బెదిరింపులే. ఆఖరికి దాని కిష్టం ఐన కోర్స్ లోనే, అది జాయిన్ అయ్యింది.

ఆదీ గాడికి ఎంత హెల్ప్ చేసిందో నాకు తెలవదు గానీ, వీళ్ల రౌడీగాంగ్ అంతా ఇక్కడే, నా ఇంట్లోనే సమావేశం అయ్యేవాళ్ళు. వీళ్ల రహస్య మీటింగ్స్ అయ్యాక, ఇంట్లో ఫర్నిచర్, ఇతర ఐటమ్స్ వగైరా లు అన్నీ సరిగ్గా ఉన్నాయో లేదో చూసుకోవడం... సర్దుకోవడం, ఉన్నవాటిని రిపేర్ చేయించుకోవడమో, లేక కొత్తవాటిని కొనుక్కోవడమో... నా పని అన్నమాట.

ఈ పెళ్ళి మేం ఇప్పుడు ఎనౌన్స్ చెయ్యకపోతే, ప్రసాద్ కానీ, శ్రీనాధ్ కానీ దగ్గరుండి జరిపించేస్తారుట. అదీ బెదిరింపే! కాబట్టి, మా పరువు నేను నిలబెట్టుకోవడం కోసం, ఈ పెళ్ళి ఎనౌన్స్ చేశాం. అంతా దాని ఇష్టం ప్రకారమే జరుగుతోంది. ఈ పెళ్లయ్యే లోపులో మమ్మల్ని ఇంకా ఎంతగా, ఎలా బాధ పెడుతుందో? దీంతో ఎలా లాక్కురావాలిరా నాయినా? అని రోజూ ఆ భగవంతుణ్ణి ప్రార్ధిస్తున్నాం. ఇంక కొన్ని నెలల్లోనే మాకు బాధలనుంచి విముక్తి అని ఈరోజే తెలిసింది కదా? అందుకే ఈ పార్టీ."

"అయితే ఇందువల్ల పిల్లలు ఏమయినాకానీ, పెద్దలకి మాత్రం మనఃశ్శాంతి వస్తోందని తెలుస్తోంది. కాబట్టి, మేం కూడా మీ పార్టీలో పాల్గొని, తథాస్తు అని దీవిస్తున్నాం" అన్నాడు ప్రభాకర్.

"మా అబ్బాయిల పెళ్ళిళ్ళప్పుడు కూడా ఇలాగే అనుకున్నాంలే. అయితే మాకింకా పెళ్ళిల్లు కావల్సిన పిల్లలుండిపోయారు. మీకందరికీ ఒక్కసారే మనఃశ్శాంతి లభిస్తోంది. అదే డిఫరెన్స్" అన్నాడు మురళి.

"మా దగ్గర పిల్లల పెళ్ళిళ్లకి ఖర్చు తక్కువే అయినా, ఆ తరువాత వాళ్ళ ఇళ్ళల్లో ఫర్నిచర్ కీ, ఎక్విప్ మెంట్ కీ... మా దగ్గరనుంచి పూర్తిగా లాగేస్తారు. పోన్లే మా మనవలే వాటిని వాడుకుంటారు కదా అని సరిపెట్టుకోడానికి లేదు. ఎందుకంటే, మనవలు వచ్చిన వెంటనే, వాళ్ళని మా వద్దే వదిలేసి, వీళ్ళు ఆఫీసులకీ, వీకెండ్స్ గడపడానికీ వెళ్ళిపోతారు. అంటే అటు పిల్లలకీ పెట్టాలి. ఇటు మనవలకీ పెట్టాలి. అది మా బాధ. సో, మేమూ మీతోబాటే" అంది డాక్టర్ మార్గరెట్...అలియాస్ మాగీ.

"ఆమెన్" అన్నారు మిగతా అందరూ.

వాసూ మురళీ ప్రభాకర్ లు మిగతావాళ్ళందరినీ కౌగలించుకుని గ్రీటింగ్స్ చెప్పారు.

ఆడవాళ్లు కూడా డిటో. ఈ లోపులోనే అక్కడ స్టేజి వద్ద హడావుడి మొదలయ్యింది.

ప్రభాకర్ కూతురు సుమన స్టార్ట్ చేసింది "మా వైదమ్మ పెళ్ళికూతురాయెనే" అంటూ.

"కాదు బాబోయ్... నీ తెలుగు మండిపోనూ. అమెరికన్ సిటిజన్ వైనంత మాత్రాన, తెలుగు మరిచి పోవాలని రూలేం లేదు. నేనింకా పెళ్ళికూతుర్ని కాలేదు...అవుతాను. ఆ మాట తప్పే తల్లీ. నువ్వు నిజంగా సుమనవి కానే కాదు. కుమనవి. ఈ విషయం అర్జెంట్ గా నీ మొగుడితో చెప్పాలి. ఏడీ చైతన్య?" అని వైదీ కసురుకుంది.

"సరే. అయితే నేను పాడతాను" అంటూ మాగీ కూతురు జూలీ అందుకుంది "మా అప్పలమ్మ పెళ్ళికూతురాయెనే..." అంటూ.

"మా భాషని తగలెట్టేస్తున్నావే. నేను ఎప్పుడో పెళ్ళికూతుర్నైపోయాను. 'పెళ్ళికూతురాయెనే' అన్నది ప్రెజెంట్ టెన్స్. కాబట్టి "మా లావణ్య పెళ్ళికూతురౌతున్నదీ" అని పాడు. అయినా నీకు తెలుగు పాటలెందుకు? మాడోన్నా పాటలు పాడుకో" అంది అపర్ణ.

అప్పటికే చైతన్యా, జూలీ మొగుడు జార్జ్ కూడా, పిల్లల బాచ్ లో చేరి పాటలు రిహార్సల్ చేసేస్తున్నారు.

ఈ లోపులో ప్రసాద్ డ్రమ్స్ తోటీ, శ్రీనాధ్ గిటార్ తోనూ, లక్ష్మణ్, పాడడానికీ స్టేజ్ ముందుకు వచ్చారు. "పాశ్చాత్య నాగరికతని వద్దంటూ మళ్లీ ఆ వాయిద్యాలేమిటి?" అని పద్మా, వాణీ, రాజీ శారదా, సరోజా తమ వీణ, వయెలిన్, మృదంగాలతో స్టేజ్ మీదకి వచ్చారు.

ఇకచూడాలి. మగపిల్లలు శాస్త్రీయ సంగీత రాగాలు పాడుతూంటే, ఆడపిల్లలు మాడోన్నా, బీటిల్స్ పాటల తో హోరెత్తించారు. వీళ్ళకి తమ నైబర్స్ పిల్లలు కూడా జాయిన్ అయ్యారు.

శ్రీధర్, అపర్ణా, జూలీ, జార్జ్ ల వెస్టర్న్ డాన్సులూ, వైదీ శరత్, ప్రశాంత్ గౌతమీల శాస్త్రీయ పదాలు ఒకదాని కొకటి పోటీ పడ్డాయి. వాళ్ళందరి ఆటాపాటా తో ఆ నైట్ మరో మరపురాని రోజుగా మిగిలిపోయిందనీ వేరే చెప్పాలా?

ఓహ్! పద్మమ్మమ్మ ఎంత గర్వంగా ఫీలయ్యిందో ఆ రోజు.

45

***24th Jan 2005*, న్యూయార్క్**

మళ్లీ అందరూ కబుర్లు చెప్పుకుంటున్నప్పుడు, ప్రశాంత్ అడిగాడు. "అత్తా మీ జీవిత విశేషాలన్నీ చాలా మట్టుకు తెలిశాయి. కానీ మధ్యలో కొన్ని గాప్స్ ఉండి పోయాయి కదా? అదెందుకు చెప్పలేదు మీరు?"

"ఒరేయ్ ప్రశాంత్. అంతా అలా క్రోనోలాజికల్ ఆర్డర్ లో చెప్పడానికి మేమేమైనా ప్రొఫెషనల్ బయోగ్రాఫర్స్ మా, లేక ప్రొఫెషనల్ హిస్టోరియన్స్ మా? మేమేమీ డైరీ లు రాసుకోలేదు. వాటిని చూసి డేట్స్ ప్రకారం చెప్పడానికి. ఆయా సందర్భాల్లో, అప్పటికి ప్రస్తుతమనుకున్నది చెప్పాం. అంతే. మీకు తెలియనివీ, మీ దగ్గర దాచే విషయాలూ ఏమీ లేవు" అంది పద్మ.

"సరే. నీ డౌట్స్ అడిగెయ్. నేను క్లియర్ చేస్తాను. నాకు తెలియనివి ఏమున్నాయి?" అంది విజయ.

"అత్తా, అయితే చెప్పు. అక్కా వాళ్ళు పుట్టిన సందర్భం గొప్పగా చెప్పారు. మరి మేము పుట్టినప్పుడు? ఆ తరువాత ఈ కంపెనీలు ఎలా నిలదొక్కుకున్నాయి? చిన్నప్పుడు ఎప్పుడూ అక్కడే ... తిరుపతిలోనే ... ఆ ఇంట్లోనే ఆడుకునే వాళ్ళం కదా? అదెందుకు చెప్పలేదు? నన్నేదో బ్లఫ్ చెయ్యకు. I am the secretary in the American embassy at Bangkok."

"ఆ డిజిగ్నేషన్ కి ఎవడూ హడిలి పోడు. ప్రశాంత్ అన్నవాడు నా మేనల్లుడు. అంతే తెలుసు. Others, I don't know." అంది విజయత్త.

"సరే తల్లీ. చెప్పు. మళ్లీ మేం ఎవరి డ్యూటీల్లో వాళ్ళు జాయిన్ అయితే, ఇలా అందరం కలిసి కబుర్లు చెప్పుకునే అవకాశం రాదు."

"అలాగే. అయితే అప్పటినుంచీ ఇప్పటిదాకా జరిగిందంతా టూకీగా చెప్పేస్తాను విను. అంటే 1975 నుంచీ 2005 వరకూ అన్నమాట.

వైదీ పుట్టినప్పుడూ అంటే.... రాజీ తన రెండో పురుడు అమెరికాలోనే పోసుకుంటానంది. అప్పటికి వాణి కూడా తోడైంది. "రాజీ డెలివరీ ఇక్కడే మా హాస్పిటల్లోనే చేస్తాను. ఇప్పటికే రాజీ కి రెండు పురుళ్ళు పోశారు మీరు అది చాలు" అంది వాణి.

మీరిద్దరూ కూడా మెగా హాస్పిటల్ లోనే పుట్టారు. మీ వాణత్తే డెలివరీ విషయం చూసుకుంది.

అప్పటికే మాకు ఆదిత్య పుట్టేశాడు కదా? శారదకీ కవలలు పుట్టేశారు కదా? సరోజకీ అరుణ పుట్టేసింది కదా? అత్తయ్య గారికీ ఆరోగ్యం బాగుండడం లేదు. ఇవన్నీ ఆలోచించి మేం కూడా రాజీని అక్కడే పురుడు పోసుకోమన్నాం.

అప్పటికి వీళ్లకి అమెరికాలో ఇన్ఫ్లుయెన్స్ పెరిగింది. నేను కూడా తల్లిని కాబోతున్నాను అని తెలవగానే, నాకు ప్రకాష్ కీ వీసా పంపారు. అత్తయ్య గారికి బాగుండడం లేదు కదా? అందుకని అన్నమాట. అయితే నేనొక్కర్తినే యూ ఎస్ వచ్చాను. ప్రకాశ్ వచ్చి వెడుతూండే వాడు.

నేను కూడా ఇక్కడికి వచ్చిన మూడు నెలల్లో సత్యనీ, శ్రీదేవినీ కన్నాను. వీళ్ళూ కవలలే. వంశాచారం అన్నమాట. అంటే, మీరందరూ మెగా హాస్పిటల్ పిల్లలే. ఇంకో నెలరోజుల కల్లా, పద్మా, వాణీ కూడా మళ్లీ డెలివరీలకి సిద్ధం అయ్యారు. ఆ విధంగా శ్రీకాంత్, లావణ్యా, పుట్టారు. మీ అందరికీ కేవలం నెలల తేడా. మీ అమ్మలకి పురుళ్ళు పోసి, మొట్టమొదటగా మీ గొంతులు విన్నది ఈ వాణీ, శారదలే. రాజీకి ఈ సారీ కవలలే! వైదీ, నువ్వూ పుట్టారు. అంటే సత్యా, శ్రీదేవి, శ్రీకాంత్, లావణ్య, వైదీ, నువ్వూ...ఇదీ సీరియల్ ఆర్డర్ అన్నమాట.

అప్పట్నుంచీ క్రిస్మస్ సెలవులకి అంతా తిరుపతి లో కలవడం ఆనవాయితీ అయిపోయింది. పిల్లలందరూ, ఇక్కడే తిరుపతిలోనే, క్రిస్మస్ సెలవులు గడిపేవారు. సమ్మర్ వెకేషన్స్ లో యూఎస్ లో గడిపేవాళ్ళు. ఆ సందర్భం లోనివే, నువ్వు చెప్పిన ఆటలు. మీరిద్దరూ పుట్టిన కొత్తలో, ఎలక్షన్స్ లో కాంగ్రెస్ ఓడిపోవడం, ఎమర్జెన్సీ రద్దయి, జనతా పార్టీ అధికారం లోకి రావడం జరిగాయి. అప్పుడు వాజ్, విదేశాంగ శాఖ చూస్తున్నారనుకుంటాను. బహుశా అప్పుడు 1980 సంవత్సరం జరుగుతూండచ్చు.

ఆయన అధికార హోదాలో ఎంత బిజీగా ఉన్నా, ఆయన ఇంటిదగ్గర మాత్రం మీ నాన్నతో మామూలుగా నే మాట్లాడే వారు. అపాయింట్ మెంట్స్ లాంటివి అక్కరలేని వాళ్లలో మీ నాన్న ఒకడు అన్నమాట. అప్పుడు మీ నాన్నతో, వాజ్ అన్నారు.

"ప్రసాద్. అప్పోజిషన్ పార్టీలన్నీ కలిసి కాంగ్రెస్ పార్టీని ఛాలెంజ్ చేశాయి. విజయం సాధించాయి. కానీ ఈ పార్టీలకి అభివృద్ధి కార్యక్రమాలపై ఏకాభిప్రాయం లేదు. ఇందిరా గాంధీని గద్దె దింపడమే తమ గొప్ప మహత్కార్యంగా చెప్పుకుంటున్నారు.

వీళ్ళందరికీ జయప్రకాశ్ నారాయణ్ ఉమ్మడి నేతగా ఉన్నారు. మొరార్జీ, చరణ్ సింగ్, రాజ్ నారాయణ్,... వీళ్ళెవరికీ ఎందులోనూ ఏకాభిప్రాయం లేదు, అధికారం పంచుకోవడం లోతప్ప. మొదటిసారిగా అధికారం లోకి వచ్చినవాళ్ళు, ఇంకా అదే హాంగోవర్ లో ఉంటున్నారు. Iam not happy."

"అలాక్కాదు. ఆ విషయం మరిచిపోండి. ఇదే మంచి సమయం అంకుల్. ఇప్పుడు మీకు అధికారం, హోదా కూడా ఉన్నాయి. ఇప్పుడు మీ పార్టీని బలోపేతం చేసే కార్యక్రమానికి శ్రీకారం చుట్టండి. RSS, VHP లతో పాటు, ఇతర చిన్నా చితకా హిందూ ఆర్గనైజేషన్స్ ని మీతో కలుపుకోండి. మీరు హిందూ సంస్కృతిని కాపాడడానికీ, దేశం లో అవినీతిని రూపుమాపడానికీ, ప్రయత్నిస్తున్నారనే ఇంప్రెషన్ క్రియేట్ చేసుకోండి.

ఆ ప్రయత్నంలో, విఫలమైన అమరవీరుడుగా మారడానికైనా సిద్ధం అని అందరికీ తెలియజెప్పండి. మిగతా లీడర్స్ అందరికన్నా మీ ఇమేజ్ పెరుగుతుంది. మీ పార్టీ కార్యకర్తల స్థాయినుంచీ బలోపేతం అవుతుంది. ఇప్పుడున్న అవకాశాన్ని సద్వినియోగం చేసుకోండి. Really this is the best time."

ఈసారి అద్వానీ కూడా కలిశారు. "Yes. Prasad is right." అన్నారు. "పార్టీని బలోపేతం చేసే కార్యక్రమాలు ఇప్పటినుంచే మొదలుపెడతాం." అని అద్వానీ కూడా హామీ ఇచ్చారు.

ఆ తరువాత వీళ్ళు యధాప్రకారం తిరుపతి వచ్చేశారు.

మా తిరుపతి శాఖ క్రమంగా పురోభివృద్ధి సాధించింది. ఊరి చివర స్థలంకొని, అక్కడ హైస్కూల్ సెక్షన్ ఓపెన్ చేశాం. ఫండ్స్ ప్రోబ్లెం లేదు. అన్నీ యధావిధిగా వస్తున్నాయి. ప్రకాష్ తన లా కోర్స్ కంప్లీట్ చేశాడు. ఈ సంస్థలో పనికి నాకు సాయపడతానన్నాడు. నేనే వారించాను.

"ఫౌండేషన్ బోర్డ్ లో ఉండు చాలు. ఈ స్కూల్ ని నేను రన్ చెయ్యగలను. మిగతా విషయాలు నువ్వు చూసుకో. నీ ప్రాక్టీస్ మొదలెట్టు" అన్నాను.

అప్పటినుంచీ యూఎస్ ఫౌండేషన్ లీగల్ ఎడ్వైజర్ గానూ, ఇండియా బ్రాంచ్ హెడ్ గానూ పూర్తి భాధ్యతల్లో ఇమిడిపోయాడు ప్రకాష్. 'శ్రీపాల్స్' కే కాక, ఇంకా చాలా కంపెనీలకి లీగల్ ఎడ్వైజర్ గా ఉండడంతో, రెండు దేశాలమధ్యా షటిల్ చెయ్యడం ప్రారంభించాడు ప్రకాష్. కొన్నాళ్లకి ప్రకాశ్ కీ యూఎస్ లో పర్మనెంట్ రెసిడెన్సీ వచ్చింది.

ఈ లోపులో నా బీ ఎడ్, ఎమ్ ఏ కూడా అయిపోయాయి. ఇప్పుడు నేను ఫుల్లీ క్వాలిఫైడ్ అన్నమాట. సంస్కృతం లో రిసెర్చ్ సీట్ కి అప్లై చేశాను. అప్పటికి నా సీట్ విషయం ఏమీ తేలలేదు.

మధ్యమధ్యలో మా స్కూల్ కి జీయర్ స్వాములూ, శంకరాచార్యలూ, కూడా వస్తూండేవారు. వారి అనుగ్రహ భాషణం, వారి ఆశీస్సులూ, మా సంస్కృత విద్యార్థులకి ప్రత్యేకం అన్నమాట.

అలాగే ఓ సారి సత్య సాయి కూడా వచ్చారు మా స్కూల్ పిల్లల్ని ఆశీర్వదించడానికి. మా స్కూల్ ని సందర్శించి, మమ్మల్ని ఎంతో అభినందించారు. ఈ విషయం తెలియగానే, ప్రసాద్, శ్రీనాధ్, లక్ష్మణ్ లు ముగ్గురూ తిరుపతిలో వాలిపోయారు. స్వామి వారిని తిరుపతిలోనే కలుసుకున్నారు. వాళ్ల మెగా హాస్పిటల్స్, శ్రీ ఇంజినీరింగ్, శ్రీపాల్స్ ఫౌండేషన్ ...వీటిగురించి ఆయనకి వివరంగా చెప్పారు.

"మేము కూడా ఓ సూపర్ స్పెషాలిటీ హాస్పిటల్...అన్నిరకాల అనారోగ్యాలకీ ఫ్రీ ట్రీట్ మెంట్ అందించేలా ప్లాన్ చేస్తున్నాం. అది ఇంకా డ్రాయింగ్ బోర్డ్ స్టేజ్ లోనే ఉంది. పుట్టపర్తి లో ఓ చిన్న హాస్పిటల్ ఉంది. దాన్ని అప్ గ్రేడ్ చెయ్యాలి. ఇందులో మీరు కూడా జాయిన్ అవుతారా?"

"యస్. తప్పకుండా" అని ముగ్గురూ జవాబు చెప్పారు. వెంటనే ఆయన పుట్టపర్తిలోని తన ఆఫీస్ కి ఫోన్ లో మాట్లాడడం, వీళ్ళు పుట్టపర్తి వెళ్ళి అక్కడి విషయాలు చక్కబెట్టుకు రావడం... చకచకా జరిగిపోయాయి.

వీళ్ళు చెప్పిన దాని ప్రకారం, ప్రతీ ఏటా మూడు నెలలు మెగా హాస్పిటల్ డాక్టర్స్ ఇక్కడికి వచ్చి ఉచిత వైద్యం చేస్తారు. వారందరికీ వసతీ, భోజన సదుపాయాలు, ప్రశాంతి నిలయం చూసుకుంటుంది.

అలాగే కట్టబోయే సూపర్ స్పెషాలిటీ హాస్పిటల్స్ కి బిల్డింగ్ ప్లాన్స్ తయారు చెయ్యడానికి శ్రీ ఇంజినీరింగ్ భాధ్యత తీసుకుంటుంది. ఒకవేళ వేరే ప్లాన్ అప్రూవ్ అయినా, కన్స్ట్రక్షన్ టైం లో సూపర్విజన్ భాధ్యత తీసుకుంటుంది శ్రీ ఇంజినీరింగ్. ఇంజినీరింగ్ కన్సల్టెన్సీ సేవలు వీళ్ళవే! ఇవన్నీ ఉచితంగానూ, సేవాభావం తోనూ చేస్తున్నారు వీళ్ళు. బాబా ఆశీస్సులు ఉంటే చాలు వీళ్ళకి.

అయితే బాబా వీళ్ళ ఆఫర్ ని మెచ్చుకున్నారు. కొన్ని ఫండ్స్ మా స్కూల్ కి విరాళంగా పంపించారు. ఇప్పటికీ, ఏడాది పొడుగునా, మెగా హాస్పిటల్స్ స్టాఫ్ ఆ "త్రీ మంత్స్ స్లాట్" లో పనిచేస్తున్నారు. దీనికి డిమాండ్ చాలా ఎక్కువగా ఉందని నువ్వే చెప్పావు కదా ప్రశాంత్?

ఆవిధంగా మెగా హాస్పిటల్స్ డాక్టర్లకీ, శ్రీ ఇంజినీరింగ్ స్టాఫ్ కీ ఇంటర్నేషనల్ అనుభవం వచ్చింది అన్నమాట.

ఆ తరువాతి పదేళ్లలో రాజకీయాలు పూర్తిగా మారిపోయాయి. BJS పార్టీ BJP గా మార్పుచెందింది. ప్రాంతీయ పార్టీలకి ఆదరణ పెరిగింది. కేంద్రం లో ఈసారి NDA ప్రభుత్వం ఏర్పడింది. అందులో BJP మేజర్ ప్లేయర్. 1983లో ఆంధ్రలో NT రామారావ్ గారు అధికారం లోకి వచ్చారు. 1984లో ఇందిరా గాంధీ గారు హత్య చెయ్యబడ్డారు.

అయితే ఈ మధ్యకాలంలో వాజ్ గారు చాలా కష్ట పడ్డారు. అద్వానీ కూడా. ఒకరు ప్రభుత్వ అవినీతిని బయట పెట్టడం, ఇంకొకరు హిందూత్వ నినాదాన్ని ప్రజల్లోకి తీసుకెళ్లడం.

బోఫోర్స్ అవినీతి గురించి మీకందరికీ తెలిసిందే కదా? అద్వానీ గారు 'రామ్ జన్మ భూమి' ఉద్యమాన్ని ప్రజల్లోకి తీసుకెళ్లారు. 1999 లో BJP ప్రభుత్వం ఏర్పాటయ్యింది. వాజ్ గారు ప్రధాన మంత్రి అయ్యారు.

మన కుటుంబాల్లో మరీ చెప్పుకోదగ్గ మార్పులేమీ రాలేదు. 1984 లో మా అత్తయ్యగారు చనిపోవడం, ఆ సందర్భం లో వీళ్ళందరూ, సుధాకర్ తో సహా, ఆ కార్యక్రమాల్ని శ్రద్ధతో జరిపించడం, ప్రకాష్ ప్రాక్టీస్ పెరగడం, నాకు డాక్టరేట్ రావడం, లాంటివి తప్ప. అలాగే, మీలో ఇండియన్ పాస్ పోర్ట్ ఉన్నవాళ్ళు, మన స్కూల్ లోనే హైస్కూల్ చదువులు కంప్లీట్ చేశారు. మిగతావాళ్ళు, సెలవులకి వచ్చినప్పుడల్లా, తమ వేద పఠనాన్ని, సంస్కృత భాషాధ్యయనాన్నీ కొనసాగించారు. ఆవిధంగా మీ అందరికీ, సంస్కృత భాషలోనూ, వేదాధ్యయనం లోనూ మంచి పట్టు వచ్చింది.

"మరీ ఇంత టూకీగా చెప్పెయ్యద్దత్తా. ఈ పదేళ్ళ వివరాలూ కూడా చెప్పు." అంది అరుణ. విజయ తలెత్తి హాలంతా ఒకసారి పరికించి చూసింది. మొత్తం పిల్లలందరూ అక్కడున్నారు!

"అయితే సరే. చెబుతాను వినండి. మరి ఈవాళ్టికి వంటా వార్పూ అన్నీ మీ అమ్మ చూసుకుంటుందా?" అడిగింది విజయ.

"మా చెల్లెళ్లెందుకు చేస్తారు? దటీజ్ యువర్ డ్యూటీ" అన్నాడు ప్రకాష్. వీళ్ళంతా కూడా అప్పుడే వచ్చేశారన్నమాట.

"అయితే నా చెల్లెల్లు కూడా చెయ్యరు" వెంటనే సమాధానం ఇచ్చాడు జయశంకర్.

"బాబూ. మీరెవ్వరూ వంట చెయ్యద్దు. కంపెనీల్లో యాజమాన్య మార్పులొస్తున్నాయికదా? అలాగే ఇంటి యాజమాన్యాల్లో కూడా! ఈవాల్టినుంచీ మీరెవ్వరూ వంటింటి జోలికి రాకండి. అవన్నీ కూడా మేమే చూసుకుంటాం." అంది అపర్ణ.

వెంటనే శ్రీదేవీ, సత్యా, గౌతమీ, వైదీ, అరుణా, లావణ్యా అంగీకార సూచకంగా తమ బొటనవేళ్ళెత్తారు!

"అయితే మరీ మంచిది. హాయిగా చెబుతాను వినండి. కానీ నాకూ, మా ప్రసాద్ అన్నయ్యకీ కూడా, ప్రతీ అరగంటకీ కాఫీ ఇస్తుండాలి. వంటింటి ఇన్ ఛార్జ్ ఎవరైనా ...ఇదిమాత్రం తెలుసుకోండి" అంది విజయ. అప్పటికే వాణీ, రాజీ, శారదా, సరోజ లు కూడా అక్కడికి చేరిపోయారు.

"1980 కే నాకు డాక్టరేట్ వచ్చినా... అప్పుడప్పుడు నేను కూడా అమెరికా వచ్చిపోతున్నా.... నేను ప్రొఫెషనల్ కార్యకలాపాలు మొదలెట్టింది మాత్రం అత్తయ్యగారు చనిపోయాకే!

1986 లో అనుకుంటాను, ఓ సారి మన జీయర్ స్వామి వారి బృందంతో బాటుగా ఇక్కడికి వచ్చాను. స్వామి వారి విడిది ఇక్కడే! మన 'పాల్స్ విలె' లోనే! ముందే స్వామీజీతో కలిసి వస్తున్నట్టు చెప్పడంతో, ఇక్కడ వీళ్ళంతా ఉత్సాహంగా అన్ని ఏర్పాట్లూ చేశారు.

రోజూ ఉదయం 5.00 నుంచీ ఉదయం 8.00 వరకూ స్వామివారి పూజా, ప్రసాద వితరణా. అలాగే సాయంత్రం 6.00 నుంచీ రాత్రి 9.00 వరకూ మళ్ళీ స్వామివారి అనుగ్రహ భాషణాలు, ప్రసాద వితరణలూ! మధ్యాహ్నం పూట స్వామివారు తమని ఆహ్వానించిన గృహస్థుల ఇండ్లకి వెళ్ళి, వారిని ఆశీర్వదించి వచ్చేవారు. హెడ్ క్వార్టర్స్ మాత్రం మన 'పాల్స్ విలె' నే!

అప్పట్లో శని ఆది వారాల్లో వేదాధ్యయనాలూ, విష్ణు సహస్ర నామ సంకీర్తనలూ, భగవద్గీతా పారాయణలూ... వాటి భాష్యాలూ చెబుతూండేవారు జీయర్ స్వామి వారు. ఆయనే ఓ సారి మాతో అన్నారు.

"ప్రసాద్, మా పర్యటన ఖర్చంతా మీరే భరించడం అన్నది అంత సమంజసం గా లేదు. అలాగని, అక్కడి మా ఆశ్రమం కూడా నిధులతో నిండుగానూ లేదు. మధ్యలో 'ఫారెక్స్' బాధొకటి. అందుకని నేను ఓ సలహా ఇస్తున్నాను. రేపటినుంచీ ఇక్కడ ఓ హుండీ లాంటిది పెడదాం. అందులో వచ్చే ఆదాయాన్ని మా పర్యటన ఖర్చులకి గాను ఎడ్జస్ట్ చేసుకోండి. ఏమన్నా మిగిలితే...అప్పుడు ఆలోచిద్దాం మిగతావన్నీ. ఏమంటారు?"

శ్రీనాధ్ వెంటనే జవాబిచ్చాడు. "అటువంటిదేమీ అఖ్ఖరలేదు స్వామీ. మీరు మా ఆహ్వానం మీద అమెరికా వచ్చారు. అటువంటప్పుడు మీ అమెరికా పర్యటనకి కావలిసిన ఏర్పాట్లు చెయ్యడం అన్నది మా బాధ్యత. కాబట్టి హుండీ ఆదాయం అంతా మీరే తీసుకోండి. మాకేమీ వద్దు."

శ్రీనాధ్ ఇంకా పూర్తిచెయ్యకుండానే, "వద్దు స్వామీ... ఖర్చవుతోందని మాకు ఏ బాధా లేదు. మీ అనుగ్రహం వల్ల మాకు ఆర్ధిక సమస్యలేవీ లేవు. కాబట్టి ఆ హుండీ ఆదాయాలు మాకొద్దు. మీ ఆశీస్సులు ఉంటే అవే పదివేలు" చేతులు జోడించి అన్నారు రాజీ, పద్మా, వాణీలు.

తరువాత జీయర్ స్వామి తన ఆంతరంగిక శిష్యులతో సమావేశం అయ్యారు. ఆ తరువాత మమ్మల్నందరినీ దగ్గర కూర్చోబెట్టుకుని, "రేపట్నుంచీ ఒక హుండీ ఏర్పాటు చేద్దాం. ఎవరైనా భక్తులు భగవంతుడికి ఎంతోకొంత తమ శక్త్యానుసారం నివేదన చేద్దామంటే, ఇక్కడ ఏర్పాట్లేమీ ఉండడం లేదు. అందరికీ నన్ను వారివారి గృహాలకి ఆహ్వానించగలిగే స్థోమత ఉండకపోవచ్చుకదా? చిన్నచిన్న మొత్తాలూ... తక్కువ మొత్తాలూ ఇవ్వదలచుకున్నవాళ్ళకోసం ఇటువంటి హుండీ ఏర్పాటు చాలా బాగుంటుంది. వారికీ వెసులుబాటుగా ఉంటుంది.

ఇప్పుడు అట్లాంటా లోనూ, డెట్రాయిట్ లోనూ కూడా వేంకటేశ్వర స్వామి వారి దేవాలయాల్ని కట్టాలనే ఆలోచన ఉంది మాకు. దానికి చాలా డబ్బు అవసరం పడుతుంది. అదంతా మీరెలాగూ భరించలేరు. అది భావ్యం కాదు కూడా. అందుకని రేపటినుంచీ మేము హుండీ ఏర్పాటు చేస్తున్నాం. అది మా సంరక్షణ లోనే ఉంటుంది. సరేనా?" అన్నారు.

ఇందులో అభ్యంతర పెట్టాల్సింది మాకేమీ కనబడలేదు. అందరం 'సరే' అన్నాం.

కొంతమంది 'ఇస్కాన్ భక్తులు కూడా మాతో జాయిన్ అయ్యారు. ఆ మర్నాడు హుండీ ఎరేంజ్ చేశాం. కానీ అది ప్రతీరోజూ నిండిపోయేది. వారాంతాల్లో అయితే, రోజుకు రెండుమూడు సార్లు కూడా హుండీని మార్చిన సందర్భాలు ఉన్నాయ్.

ఆ ఏడాది జీయర్ స్వామి తన పర్యటన ముగించుని వెళ్ళిపోయిన నెల్లాలకి, శ్రీపాల్స్ సంస్థకి జీయర్ స్వామి వారి వద్దనుండి ఓ డ్రాఫ్టు వచ్చింది. హుండీ ఆదాయం అంచనాలని మించిపోయిందనీ, అందుచేత, శ్రీపాల్స్ కి కొద్దిగానైనా ప్రోత్సాహకరంగా ఉంటుందని ఈ డబ్బు పంపుతున్నామనీ... తిరస్కరించొద్దనీ ...ఆ డ్రాఫ్టుతోపాటు ఓ లెటర్ కూడా వ్రాశారు.

అప్పటినుంచీ, స్వామివారి పర్యటన ఖర్చులు శ్రీపాల్స్ భరించడం, ఆ తరువాత జీయర్ స్వామి వారి ఆశ్రమం నుంచి మాకు మళ్ళీ ఆ ఖర్చంతా తిరిగివచ్చెయ్యడం జరుగుతోంది. పైగా మాకు స్వామివారి అనుగ్రహం, ఆశీర్వచనం కూడా పుష్కళంగా దొరుకుతున్నాయి.

అనుకున్నట్టుగానే అట్లాంటాలోనూ, డెట్రాయిట్ లోనూ కూడా శ్రీవేంకటేశ్వరస్వామి దేవాలయాలు ప్రారంభం అయ్యాయి. అయితే మాకు ఈ విషయంలో, అమెరికా లోని 'తానా' వారూ, 'ఆటా' వారూ, ఇంకా 'ఇస్కాన్' సభ్యులూ, స్వామీ నారాయణ్ తపోవనం సభ్యులూ, ఇంకొంతమంది 'బ్రహ్మకుమారీస్' సభ్యులూ కూడా సహకారం అందించారు. ప్రభుత్వ సహకారం సరేసరి. అన్ని అనుమతులూ, ఎటువంటి కొర్రీలూ లేకుండా మంజూరయ్యాయి.

అందుకే నేను ఇప్పటికీ, ఇండియాలోనూ... అమెరికాలోనూ కూడా స్వామివారి ఆలయాలకీ, పర్యటనలకీ ఇన్ ఛార్జ్ గా ఉంటున్నాను. పద్మా, రాజీ, శారదా, వాణీ కూడా సంగీతంలో ప్రవేశం ఉన్నవారేకదా? ఈ ఆలయాల్లో చాలా తరచుగా వారి కచేరీలు జరుగుతూ ఉండేవి. ఇప్పుడు నేను తితిదేవారి ఆలయాల్లోకూడా సంగీత కార్యక్రమాలు నిర్వహిస్తున్నానూ అంటే... అదంతా జీయర్ స్వామి వారి చలవే!"

నా డాక్టరేట్ నీ, ప్రిన్సిపాల్ హోదానీ ... ఆయన సమక్షం లో పక్కనపెట్టేస్తాను. "నేను ఆయన సేవకురాలిని మాత్రమే" అని అనుకునేలాగా ఉంటాను. పద్మా, వాణీ, రాజీ, శారదా కూడా అంతే. మేం అందరం భలే కలిశాం అని అనుకుంటూ ఉంటాను ఎప్పుడూ.

ఈ జీయర్ స్వామి గారంటే మాకు ఎంత క్రేజ్ వచ్చేసిందంటే... మీ చిన్నపిల్లల్ని కూడా ఇక్కడే వదిలేసి...ఇవన్నీ పాపం సరోజ చూసుకునేది... తిరుపతిలో జీయర్ స్వామి ప్రోగ్రాములు అనీ... అమెరికాలో స్వామివారి ప్రోగ్రాములు అనీ... ఈ ఆడాళ్ళంతా తమ ఆఫీసులూ... మీ క్రెచ్ నీ కూడా మానేసి... ఆయన అనుమతి ఉన్న చోట్లన్నిటికీ తిరిగాం.

ఇప్పుడు అమెరికాలో స్వామి వారి స్వంత సంస్థ 'జెస్ట్' ఉన్నా... అమెరికా వచ్చినప్పుడల్లా జీయర్ స్వామి వారు మాత్రం పద్మా వాళ్ళని మాత్రం తప్పకుండా కలుస్తారు. స్వామి వారి కార్యక్రమాల నిర్వహణ 'శ్రీపాల్స్ & జెట్' సంస్థల సమిష్టి భాధ్యత అయిపోయింది.

ఇంక అత్తయ్యగారు చనిపోయాక, సుధాకర్ తల్లితండ్రులూ, జయశంకర్ తల్లితండ్రులే మాకు అత్తామావయ్యలు గా భాధ్యతలు తీసుకున్నారు. శారదా, సరోజా అమెరికాలో ఉన్నా సరే, వాళ్ళ పేరెంట్స్ మాత్రం...నాతోటీ ప్రకాష్ తోటీ వాళ్లకి కావలసిన వన్నీ చేయించుకునేవారు. వీళ్లందరికీ తిరుపతిలో మన ఇల్లే హెడ్ క్వార్టర్స్ అన్నమాట. అందుకనే వాళ్ళతో నాకు బాగా చనువొచ్చేసింది.

మొదట్లో ప్రకాష్ కేవలం ఈ శ్రీపాల్స్ ఫౌండేషన్ కే తన సర్వీసెస్ అందించినా, జీయర్ స్వామి సిఫార్సులతోటీ, పద్మ ఇన్ఫ్లుయెన్స్ తోటీ... మొత్తానికి అమెరికాలో కూడా తన లీగల్ అడ్వైజర్ వృత్తిని కొనసాగించాడు. అలాగే స్థిరపడ్డాడు కూడా.

ఇప్పుడు ప్రసాద్, శ్రీనాధ్ ల కంటే, ప్రకాషే తరచుగా అమెరికా, ఇండియాల మధ్య షటిల్ చేస్తున్నాడు. అటువంటప్పుడు సత్యా, శ్రీదేవీ, ఆదిత్యా ఇక్కడే స్థిరపడడం లో ఆశ్చర్యం ఏముంది?" ముగించింది విజయ.

అందరూ చప్పట్లు కొట్టారు. "అమ్మా... నీకు కొంత వయస్సు వచ్చాకే ఈ జీయర్ స్వామిగారు తెలుసు. మాకైతే చిన్నప్పటినుంచీ తెలుసు. కాబట్టి మేమే గ్రేట్" కాలర్ ఎగరేస్తూ అన్నాడు ఆదిత్య.

"ఆ తరువాత విషయాలు కంటిన్యూ చెయ్ అత్తా." ఈ సారి గౌతమి అసహనంగా అడిగింది.

"అయితే వినండి. అయినా నేను బుద్ధిగా మఠం వేసుకుంటే కాని ఫ్రీగా మాట్లాడలేను బాబూ..." అంటూ నేలమీదకి దిగి, బాసింపట్టు వేసుకుని కూర్చుంది.

"అలా అయితే ఇంతవరకూ హాయిగా ఆ సోఫా మీదే కూర్చున్నావు కదా? అప్పుడు బాగానే మాట్లాడావు కదా?" భార్గవకి అనుమానం వచ్చింది.

"అప్పుడు కూడా సోఫాలో మఠం వేసుకునే కూర్చున్నాను. మీరు గమనించలేదేమో... స్వామివారి విషయం చెబుతున్నాను... మధ్యలో అలా కిందకి దిగి వచ్చెయ్యడం బాగుండదని... సోఫా మీదే కూర్చుండిపోయాను." అంది విజయ.

"సరెలే పిన్నీ. ఏదో ఒకటి. ముందు నువ్వు ఆ విషయాలనీ చెప్పు" అడిగాడు శ్రీకాంత్.

"విజయా చెప్పకు. మనకింకా కాఫీ రాలేదు" అన్నారు మా తాత ప్రసాద్.

"నీకెందుకు డాడీ...అమ్మ అయితే అట్టెక్షన్స్ చెప్తుంది. ఇప్పుడు మాది కదా యాజమాన్యం? హాయిగా నువ్వు కాఫీ తీసుకో. అయినా ఇంకా అయిదు నిమిషాలు టైం ఉంది కదా అని ఊరుకున్నాను. షరతులకి మేమూ కట్టుబడతాంలే." అంది వైదీ.

మా తాతా, విజయమ్మమ్మా...ఇద్దరూ కాఫీలు తాగాక, విజయమ్మమ్మ మళ్లీ కొనసాగించింది.

"ఆ సమయంలో, అంటే 2001 లో, వాజ్ ప్రధాన మంత్రీ, ధరణి విదేశాంగ శాఖ సహాయ మంత్రి గానూ ఉన్న ఆ రోజుల్లో, ఢిల్లీ లో వాజ్ గారి తో సమావేశం అయ్యారు వీళ్ళు. అప్పటికి శ్రీధర్, అపర్ణా కూడా ఐ ఏ ఎస్ కేడర్ లో ఉన్నా... వాళ్ళు బొత్తిగా జూనియర్స్.

"ప్రసాద్. మిమ్మల్ని ఎప్పటినుంచో ఓ మాట అడగాలను కుంటున్నాను. మీరు అప్పుడే అమెరికాలో స్థిరపడి పాతికేళ్ళు దాటిపోయింది కదా? మీ టాలెంట్స్ మన దేశానికి ఎందుకు ఉపయోగించరు?" వాజ్ గారు వీళ్లని అడిగారు.

"అదేంటి అంకుల్. మీరు సజెస్ట్ చెయ్యండి. రాజకీయాల్లో తప్ప, ఇంకెక్కడ పనిచెయ్యడానికైనా మేం రెడీ" అన్నాడు ప్రసాద్.

"అయితే మీ మెగా హాస్పిటల్ లాంటిది ఇండియా లో కూడా ఎందుకు ఏర్పాటు చెయ్యకూడదు? ఇక్కడైతే మీక్కావలసిన అనుమతులన్నీ తక్షణం లభించేలా నేను చూస్తాను."

"థాంక్ యూ. అయితే హైదరాబాద్ లో ఓపెన్ చేస్తే మీకేమన్నా అభ్యంతరమా?" లక్ష్మణ్ అడిగాడు.

"అక్కడి గవర్నమెంట్ తో నిజంగా నాకు చెప్పుకోదగ్గ మంచి సంబంధాలు లేవు. అక్కడి పర్మిషన్ లన్నీ ఆ నాయుడే చూసుకుంటాడు. ఢిల్లీ లో అయితే, మీకు వెంటనే అన్ని పనులూ జరిగేలా నేను చూడగలను" అన్నారు వాజ్.

"పోనీ మా రాజస్థాన్ లో పెట్టెయ్ ప్రసాద్. మా పాలెస్ ని మీ హాస్పిటల్ గా వాడుకోండి. మీరు ఒప్పుకుంటే పేపర్స్ రెడీ చేస్తాను." అంది ధరణి.

"మీరు ఒక్కసారి AP CM తో మా గురించి చెప్పండి. CM గారి PA ని నేను కలుసుకుంటాను. అక్కడి పరిస్థితులు మాకు ఒకవేళ నచ్చకపోతే, ఢిల్లీ లోనే మెగా హాస్పిటల్స్ ఓపెన్ చేస్తాం." అన్నాడు లక్ష్మణ్.

"అలాగే, మీరు ఆ పని మీదే ఉండండి. నాకు వేరే అపాయింట్ మెంట్స్ ఉన్నాయి. ధరణి తో అన్నీ చెప్పండి" అని వెళ్ళిపోయారు వాజ్.

ధరణి తో వీళ్లకి చనువు బాగా పెరిగిపోయిందని మీకు చెప్పక్కరలేదు కదా? లక్ష్మణ్ శ్రీనాధ్ లు కూడా తమకి పనులున్నాయని బయటకి వెళ్ళిపోయారు.

ధరణి అంది. "ప్రసాద్. మీ వెంచర్స్ అన్నీ సక్సెస్సే! ఇక్కడ శ్రీపాల్స్ ప్రధాన్స్ కూడా ఫుల్ ఫ్లెడ్జ్ డ్ హోటల్ గా మారింది. లాభాలూ వస్తున్నాయి. మీరు గౌరవపూర్వకం గా మా కిచ్చిన షేర్స్, మా అమ్మ పేరా, వాజ్ అంకుల్ పేరా ఉన్నవి, బాగానే డివిడెండ్లు సంపాదిస్తున్నాయి. కాకపోతే, ఆ డివిడెండ్స్ అన్నీ, మళ్లీ మీ శ్రీపాల్స్ కే విరాళం గా ఇచ్చేస్తున్నారు వాజ్. అలాగే మా అమ్మ పేరుమీదున్న షేర్స్ నాకు ట్రాన్స్ఫర్ అయ్యాయి.

ఇవన్నీ నేను ఏమీ పెట్టుబడి పెట్టకుండా వచ్చినవే. వీటిని మళ్లీ మీకే ఇద్దా మనుకుంటున్నాను. మీ ఫౌండేషన్ కి ట్రాన్స్ఫర్ చెయ్యనా?"

"అది చాలా ఈజీ ఆప్షన్ ధరణీ. అలాకాదు. మీవీ కొన్ని ఛారిటీస్ ఉన్నాయి కదా? వాటికి పంపించు. కాదూ, మనందరం మళ్లీ ఇంకో ఛారిటీ స్టార్ట్ చేద్దాం. దానికి రాజ్ మాతా-శ్రీపాల్స్ తరఫున వీటిని పెట్టుబడిగా పెట్టు. కావాలంటే, జైపూర్ లోనే, నువ్వు చెప్పినట్టుగా, ఓ హాస్పిటల్ కట్టిద్దాం. మనతో ప్రధాన్స్ కూడా కలుస్తారు.

వాజ్, నువ్వు, మెగా హాస్పిటల్స్, శ్రీపాల్స్- ప్రధాన్స్... ఒక్కసారి ఈ నాలుగూ కలిపి చూడు. మనం ఎంత శక్తివంతంగా తయారవ్వచ్చో నీకే తెలుస్తుంది. వాజ్ గారినీ, మీ మదర్ నీ కూడా ప్రజలు రోజూ తలుచుకుంటారు. నీకు ఇప్పుడు అధికారం, హోదా రెండూ ఉన్నాయి. ప్రారంభ పెట్టుబడులకి ఢోకా లేదు. పద్మక్క వీటికి సంబంధించిన అకౌంట్స్ అన్నీ చూస్తుంది.

ఇండియాలో దీనికి సరైన ఋణసదుపాయం దొరకక పోతే, యూ ఎస్ నుంచి, నేను ఎరేంజ్ చేయిస్తాను. అమెరికా లోని, మా సంస్థలన్నీ, ఈ అప్పుకి హామీ ఇస్తాయి. ఇదే మంచి అవకాశం" అన్నాడు ప్రసాద్.

ధరణి లోపలకి వెళ్ళి, కాస్సేపు పోయాక వచ్చి ప్రసాద్ ని పిలిచి వారి పూజా గదికి తీసుకెళ్ళింది.

"ఇప్పుడే 'రాజ్ మాతా శ్రీపాల్స్ సూపర్ స్పెషాలిటీ హాస్పిటల్' కి శ్రీకారం చుడుతున్నాను ప్రసాద్. మీ శ్రీపాల్స్ కి ఇద్దామనుకున్న రెండు లక్షలూ, నావి మరో ఐదు లక్షలూ కలిపి ముడుపు గట్టి అమ్మవారి పాదాల ముందు ఉంచాను. అక్కడున్న మూట అదే. ఈ జాయింట్ వెంచర్ లో భాగస్వామిగా, నువ్వుకూడా వచ్చి అమ్మవారికి నమస్కరించి, ఆశీస్సులు తీసుకో" అంది ధరణి.

ప్రసాద్ కొంచెం ఆలోచించాడు.

"అయితే మా మెగా హాస్పిటల్స్ అమెరికా తరఫున ఇంకో మూడు లక్షలు నేనిస్తున్నాను. ఇదుగో ఈ చెక్ తీసుకో. దాన్ని కూడా మన మొదటి పెట్టుబడిలో కలిపెయ్. మన వెంచర్ తప్పకుండా సక్సెస్ అవుతుంది. మీ మదర్ జ్ఞాపకార్థం ఇంతకంటా మంచిపని నువ్వు వేరే ఏం చెయ్యగలవు?

ఈ విధంగా అయితే, రాజ్ మాతాని ప్రజలందరూ రోజూ తలచుకుంటారు.

మెగా హాస్పిటల్స్ అమెరికా, శ్రీ ఇంజినీరింగ్ అమెరికా, వాళ్ల తోడ్పాటుతో, ప్రధాన్స్ వారి భాగస్వామ్యం తో, వాజ్ గారి ఆశీస్సులతో, రాజ్ మాతా పేరు మీద కట్టబోయే హాస్పిటల్ తప్పకుండా సక్సెస్ సాధిస్తుంది. ప్రామిస్. నీ వెనుక మేమంతా ఉన్నాము కదా?" అన్నాడు ప్రసాద్.

"తప్పు తప్పు. 'మనమంతా కలిసే ఉన్నాము కదా?' అని అను." అంది ధరణి. అనుకోకుండా ఒక చక్కని డెసిషన్ తీసుకున్నందుకు, ఇద్దరూ చాలా సంతోషించారు. ఆ తరువాత వాజ్ కూడా. శ్రీనాథ్, లక్ష్మణ్ లు సరేసరి.

వీళ్లంతా హైదరాబాద్ వచ్చారు. అక్కడ CM గారి PS ని కలుకున్నారు వీళ్ళు.

"ష్యూర్. AP లో industrial development చాలా fast గా జరుగుతోంది. మీ ప్రొపోజల్ కూడా మాకు అందింది. మీరు కూడా మీ యూనిట్ ఇక్కడ స్టార్ట్ చెయ్యచ్చు. అయితే, హైదరాబాద్ లో కానీ, చుట్టుపక్కల కానీ, మీకోసం ముప్ఫై ఎకరాల భూమి ఎలాట్ చెయ్యడం కష్టం. సిద్దిపేటలో కానీ, కుప్పం లో కానీ, అదిలాబాద్ లో కానీ ఎలాట్ చెయ్యగలం. మీకిష్టమైతే చెప్పండి. ఆ కలెక్టర్స్ కి ఫోన్ చేసి చెబుతాను, మీరు వస్తారని" అన్నాడు ఆ P S.

దాంతోనే తెలిసిపోయింది వీళ్ళకి, ఈ హాస్పిటల్ గురించీ, దీని ఆశయాల గురించీ ఈ ప్రభుత్వానికి ఏమాత్రం అవగాహన లేదనీ, industrialisation అంటే, ముందుగా ఆ భూముల్ని వీళ్ళే కొనేసుకుంటారనీ, ఆ తరువాత ప్రభుత్వానికి అమ్మి బోలెడు లాభాలు గడిస్తారనీ. అయితే, వీళ్ళు ప్రధాన్స్ తో మాట్లాడారు.

చరణ్ రాజ్ చెప్పాడు. "మాది కూడా అదే ప్రోబ్లెం. మా హోటల్ కి స్థలం ఎలాట్ చెయ్యమంటే, శంషాబాద్ కి అవతల, ఇరవై కిలోమీటర్ల దూరం లో ఎలాట్ చేస్తామన్నారు. ఎయిర్ పోర్ట్ దగ్గరగా కూడా కాదు. పైగా ఎయిర్ పోర్ట్ పనులు ఇంకా మొదలు కాలేదు. మేం రెండేళ్ళలో మా హోటల్ ని ఓపెన్ చెయ్యగలం. వీళ్ళు పదేళ్ళయినా అక్కడ ఎయిర్ పోర్ట్ ఓపెన్ చెయ్యక పోతే? అప్పుడు మా బిజినెస్ క్లోజ్ చేసుకోవలసిందే కదా? అందుకనే మా డెసిషన్ పెండింగ్ లో ఉంచాం. మాదీ అలాంటి అనుభవమే."

"అయితే అందరం ఒకసారి ఢిల్లీలో వాజ్ గారిని కలుద్దామా? ఆయనకి కూడా A P గురించి వాస్తవాలు తెలుస్తాయి." అన్నాడు ప్రసాద్.

మూడు రోజుల తరువాత ధరణీ రాజె ఇంట్లో, బ్రేక్ ఫాస్ట్ టైం లో కలుసుకున్నారు అందరూ. వాజ్ కూడా వచ్చారు. ఆయనకి వీళ్ళ పరిస్థితి అర్థం అయ్యింది.

"అందుకే మిమ్మల్ని ఢిల్లీ లో ఓపెన్ చెయ్యమన్నాను. ప్రధాన్స్ కి ఇప్పటికే ఢిల్లీలో ఓ సెవెన్ స్టార్ హోటెల్ ఉంది కదా? వాళ్ళు హైదరాబాద్ లో ఇంకో బ్రాంచ్ ఓపెన్ చేసుకోక పోయినా బాధలేదు." అన్నారు వాజ్.

"అవన్నీ ఎందుకు ప్రసాద్? నీకు ముందే చెప్పాను కదా? జైపూర్ లో మా పాలస్ లో ఓపెన్ చెయ్యమని? పర్మిషన్స్ తీసుకొచ్చే బాధ్యత నాది" అంది ధరణి

"నిజమే. మీ పాలెస్ ని హోటల్ గానో, హాస్పిటల్ గానో మార్చేశాం అనుకుందాం. రేపు ఎవరన్నా ఇది 'హెరిటేజ్ బిల్డింగ్' అని కోర్ట్ లో కేసేస్తే, మన గతేం కావాలి?" అడిగాడు శ్రీనాధ్.

"నాకు టైం అవుతోంది. మీరు డిసైడ్ చేసుకుని ధరణి కి చెప్పండి. ఐ విల్ డూ మై బెస్ట్." అని వాజ్ పేయి అక్కడినుంచీ వెళ్ళిపోయారు.

అప్పుడు ప్రసాద్ మాట్లాడాడు. "ముందుగా చుట్టుపక్కల భూములన్నీ, తనూ తన అనుచరులూ చవగ్గా కొనేసి, ఆ తరువాత అక్కడో ముఖ్యమైన ప్రభుత్వ ఆఫీస్ నో, ప్రజా సౌకర్యాన్నో ఏర్పాటు చేస్తున్నామని ప్రకటించడం, అప్పుడు పెరిగిన ధరలకి తమ భూములు అమ్ముకుని లాభాలు గడించడం....నాయుడి గారి ప్రభుత్వం చేస్తున్న అభివృద్ధి ఇదే.

అందుకే మీకు శంషాబాద్ దాటిన ఇరవై కిలోమీటర్ల తరువాత, లాండ్ ఎలాట్ చేస్తామంటున్నారు. మాకైతే వంద కిలోమీటర్ల లోపులో కూడా లాండ్ అలాట్ అయ్యే అవకాశం లేదు. అందుకే చరణ్ రాజ్ సింగ్ జీ, ఓ పని చేద్దాం. షల్ ఐ ప్రొసీడ్?"

"Sure. We must pay the government in the same coin. అలా ఉండాలి మన ప్లాన్." అన్నాడు చరణ్ రాజ్.

"అయితే శ్రద్ధగా వినండి. ధరణీ మేడమ్, ప్లీజ్. మీరు కూడా వినండి. శంషాబాద్ కి 20 కిలోమీటర్ల దూరంలో 7 star hotel ఓపెన్ చేస్తే, దానికి డిమాండ్ ఉండదు. ఎయిర్ పోర్ట్ కి దగ్గర్లో చాలా హోటల్స్ కి ఎప్రూవల్ వచ్చేసింది. ఇప్పుడిప్పుడే ఆ కొత్త విమానాశ్రయం కూడా రాదు. ఒకవేళ వచ్చినా మన హోటల్ కి డిమాండ్ రాదు. ఇదే కదా మన పొజిషన్ ప్రధాన్స్?" ప్రసాద్ చెపుతున్నాడు.

"యస్. యూ ఆర్ రైట్." అన్నాడు చరణ్ రాజ్ .

"అలాగే మెగా హాస్పిటల్స్ కి కూడా, హైదరాబాద్ కి 100 కిలోమీటర్ల లోపులో ఎక్కడా స్థలం రాదు. I T hub అనీ, శిల్పారామం అనీ, బిజినెస్ స్కూల్ అనీ, మాధాపూర్ ఏరియా అంతా డెవలప్ చేసేస్తున్నారు. ఆవిధంగా వారి భూములకి వాల్యూ పెరుగుతోంది. మనం కూడా అదే పని చేద్దాం."

మనకి ఈ గవర్నమెంట్ ఎలాట్ మెంట్స్ వద్దు. శంషాబాద్ కి దగ్గరలోనే, మనం ప్రైవేట్ భూమిని కొనేద్దాం. పక్కపక్కనే ఉండేలా ప్రధాన్స్-శ్రీపాల్స్, మెగా హాస్పిటల్స్ కి ప్లాన్ చేద్దాం. రెండూ కూడా ఇంచుమించు ఒకే సమయంలో స్టార్ట్ అయ్యేలాగా అన్న మాట.

అంటే ఇప్పటినుంచీ రెండేళ్ళల్లో, ఈ శంషాబాద్ ఎయిర్ పోర్ట్ ప్రారంభం అయినా కాకపోయినా, ఆ ప్రొపోజల్ మొదటికే కాన్సిల్ అయినా సరే, మన కార్యకలాపాలు మాత్రం ఆరంభం అయ్యేలా, ప్లాన్ చేద్దాం.

కేవలం తిండి తినడానికే అయితే, ఇంతదూరం ఎవడొస్తాడని ఆలోచిస్తారు ఎవరైనా. కానీ అదే తమ అనారోగ్యాన్ని నయం చేసుకోవాలంటే, హైదరాబాద్ నుంచీ మద్రాస్ కైనా, ఢిల్లీకైనా పరుగెత్తడానికి సిద్ధ పడతారు. మన సూపర్ స్పెషాలిటీ హాస్పిటల్ వాళ్ళకి ఆశ్రమ తగ్గిస్తుంది. 'మెగా హాస్పిటల్స్ ఆఫ్ అమెరికా' అంటేనే చాలు, దీనికి ఫుల్ గా డిమాండ్ వచ్చేస్తుంది. పేషెంట్ ని మేము బాగానే చూసుకుంటాం. అదిసరే! కానీ వారి అటెండెంట్స్ మాటేమిటి?

సరిగ్గా ఇక్కడే మన ప్రధాన్స్ రంగం లోకి దిగుతుంది. మెగా హాస్పిటల్స్ లో పేషెంట్స్ ని అటెండ్ అవుతున్న వాళ్లకి రూమ్స్ కేటాయించడం లో, ఇక్కడ ప్రయారిటీ ఉంటుంది. మన హాస్పిటల్ కి వచ్చే

రోగులని బట్టి నీ రూమ్స్ కి డిమాండ్ ఊహించుకో. ఊరికి ఇంత దూరం లో, చుట్టుపక్కల మంచి హోటెల్స్ ఏవీ లేని ఆ పరిస్థితుల్లో ...తప్పకుండా మన హోటెల్ నే ఆశ్రయిస్తారు వాళ్ళు. ఆ విధంగా మనకి మనమే డిమాండ్ క్రియేట్ చేసుకుంటున్నాం అన్నమాట.

ఇప్పుడున్న ఎయిర్ పోర్ట్ నుంచీ మన హోటెల్ వరకూ, ఫ్రీ పిక్ అప్ అండ్ డ్రాప్ సౌకర్యాన్ని ఆఫర్ చెయ్యి. అలాగే మా హాస్పిటల్ కూడా ఉచిత ఏంబులెన్స్ సౌకర్యాన్ని ఏర్పాటు చేస్తుంది.

మనం ప్రభుత్వ భూములని వాడుకోక పోవడం వల్ల, వాళ్ళు రోగుల్ని ఫ్రీ గా ట్రీట్ చెయ్యమని నియంత్రించలేరు. అలాగే స్టేట్ వీఐపీ లకి రూమ్స్ ఎలాట్ చెయ్యమనీ మనల్ని నిర్బంధించలేరు. ఇది ప్యూర్ లీ కమర్షియల్ వెంచర్ గానే ఉంటుంది. ఆలోచించండి." అన్నాడు ప్రసాద్.

"నువ్వు చెప్పిందంతా బాగానే ఉంది. కానీ మన ఫౌండేషన్ ఆశయాలు ఇందులో నెరవేరడం లేదు కదా?" అడిగాడు లక్ష్మణ్.

దానికి శ్రీనాధ్ సమాధానం ఇస్తూ "నిజమే. అమెరికాలోని మన మెగాహాస్పిటల్ లాగా నడపలేకపోతున్నాం. ఎందుకంటే, ఆంధ్ర ప్రదేశ్ ప్రభుత్వం వారు మన ప్రాజెక్ట్ ని అప్రూవ్ చేసి, మనకి అన్ని సహాయ సహకారాలూ అందిస్తామంటే, మన ఫౌండేషన్ ఆశయాలకి అనుగుణంగానే చేసేవాళ్ళం. కానీ, ప్రభుత్వమే మనల్ని ప్రోత్సహించడం లేదు.

మన ధార్మిక సంస్థలూ, వాటి ఆశయాలూ అలాగే ఉంటాయి. అవేవీ ఈ వెంచర్ లోకి రావు. పైగా, ఈ వెంచర్ ప్రాఫిట్స్ లోంచి కూడా సగం మన 'శ్రీపాల్స్' ఫౌండేషన్ కే వస్తుంది కదా? అప్పుడు మన ఫౌండేషన్ కి మరింత ఆర్థిక పుష్టి వస్తుంది దాని ద్వారా మన ధార్మిక కార్యక్రమాలు అమలు చేద్దాం. దీనికి మన జైపూర్ వెంచర్ కూడా తోడవుతుంది కదా?" అన్నాడు.

"ఓ కే. ఒకసారి వాజ్ గారితో కూడా చెబుతాను. ఆయనకి కూడా విషయం తెలియాలికదా? నీ ఐడియా బాగుంది. ఇంకోసారి ఫీజిబిలిటీ స్టడీ చేసి, నీకు చెబుతాను. ఆ తరువాత నా రియల్ ఎస్టేట్ ఫ్రెండ్స్ తో రంగం లోకి దిగుతాను. అప్పుడు మనం వర్క్ స్టార్ట్ చేద్దాం." అన్నాడు ప్రధాన్స్.

"ధరణీ, మన జైపూర్ ప్రాజెక్ట్ కి కూడా చాలా మట్టుకు ఇవే పాయింట్స్ వర్తిస్తాయి. మీ పాలస్ నీ, మీ గార్డెన్స్ నీ, ఈ హాస్పిటల్ కి ఇవ్వద్దు. వాటిని హామీగా పెట్టి, మనం ఋణ సదుపాయం పొందుదాం. ఈ జైపూర్ వెంచర్ కి కూడా ఫీజిబిలిటీ స్టడీ ప్రధాన్స్ నే చెయ్యమను. హైదరాబాద్ లో లాగే, జైపూర్ లో కూడా, శ్రీపాల్స్-ప్రధాన్స్ హోటెల్ స్టార్ట్ అవుతుంది.

ఆ రెండూ ఒకదాని కొకటి సపోర్ట్ గా ఉంటాయి. పేపర్ వర్క్ పూర్తయిన వెంటనే, ప్రధాన్స్-శ్రీ పాల్స్, శ్రీ ఇంజినీరింగ్, మెగా హాస్పిటల్స్ అన్నీ కూడా రంగం లోకి దిగుతాయి. అంకుల్ తో చెప్పి, రెండు వెంచర్లూ, ఆయన ద్వారానే ఒకే రోజు అనౌన్స్ చేయిద్దాం" అన్నాడు ప్రసాద్.

"అలాగే" అంది ధరణి.

వీళ్ళు మళ్ళీ తిరుపతిలో కొన్నాళ్ళు గడిపి, న్యూయార్క్ వచ్చేశారు.

ఆ తరువాత ఓ సారి మన బాబు గారు డిల్లీ వెళ్ళినప్పుడు, వాజ్ గారు సున్నితంగా మందలించారు బాబు గారిని.

"మీ స్టేట్ కి ఓ సూపర్ స్పెషాలిటీ హాస్పిటల్ ని ఇద్దా మనుకున్నాం. దాన్ని పబ్లిక్ సెక్టార్ లోకి మీరు తీసుకుంటారని అనుకున్నాం. కానీ, మీకు అటువంటివి అక్కరలేదు. రాజస్థాన్ గవర్నమెంట్

ఫ్రీ గా లాండ్ ఇవ్వడానికీ, ఇతర రాయితీలు ఇవ్వడానికీ రెడీగా ఉంది. ఇదే విషయం గుజరాత్ లో మోడీ కి తెలిస్తే, ఈ ప్రొజెక్ట్ ని ఈ పాటికే తన రాష్ట్రానికి ఎగరేసుకు పోయేవాడు. Now tell me, how do you expect us to develop your state? Only by funding the projects you are personally interested in?"

ధరణి కూడా చెప్పింది. "కేరళ చూడండి. గోవా చూడండి. టూరిజం ని ఎంతబాగా అభివృద్ధి చేస్తున్నారో? ప్రధాన్స్ కి మీరు లాండ్ ఎలాట్ చెయ్యలేరు. ఊరికి ఏభై కిలోమీటర్ల దూరం లో, ఓ సెవెన్ స్టార్ హోటల్, ప్రాఫిటబుల్ గా ఎలా రన్ అవుతుంది?

లాండ్ అవైలబిలిటీ లేదూ అనుకుంటే, సిటీకి సెంటర్ లో ఆ సినిమా హాల్ I Max కి, లాండ్ ఎలా అలాట్ చేశారు? ఫైనాన్స్ మినిస్టర్ కీ, మేజర్ ఇండస్ట్రీస్ మినిస్టర్ కీ కూడా ఇది తెలుసు. వాళ్ళతో జాగ్రత్తగా డీల్ చేసుకోండి."

బాబు గారు 'తేలు కుట్టిన దొంగ' లాగా నోరుమూసుకుని, తన డిల్లీ పర్యటన ముగించుకుని వచ్చేశారు.

ఇప్పుడు శంషాబాద్ కి ఐదు కిలోమీటర్ల దూరం లో, జీయర్ స్వామి ఆశ్రమానికి దగ్గర్లో, మెగా హాస్పిటల్స్, ప్రధాన్స్-శ్రీపాల్స్ కూడా రావడం తో, అక్కడ చుట్టుపక్కల భూములకి డిమాండ్ పెరిగింది. కానీ చాలా మట్టుకు భూమి ప్రధాన్స్ దగ్గరే ఉంది. ఈ ఖాలీ భూమిని హామీగా పెట్టే, జైపూర్ లోని తమ వెంచర్ కి ఋణసదుపాయం తెచ్చుకున్నారు 'రాజ్ మాతా మెగా హాస్పిటల్స్' వారు! ఆవిధంగా బాబు గారు ఇరకాటం లో పడ్డారు.

నెక్స్ట ఇయర్ నుంచీ, ఇవి ఫుల్ స్కేల్ లో రన్ అయినప్పుడు, అప్పుడు మీ సత్తా చూపించండి. ఎలాగూ శ్రీపాల్స్ ఇండియా లో కూడా, కొత్త మేనేజ్ మెంట్ వస్తోంది కదా?" ముగించింది విజయత్త.

"మమ్మల్ని తక్కువగా అంచనా వెయ్యకు అత్తా. మా దగ్గర ఫ్యూచర్ ప్లాన్ రెడీగా ఉంది. వుయ్ ఆర్ IAS ఆఫీసర్స్. మైండ్ దట్." అంది అపర్ణ.

46

29th Jan 2005, హైదరాబాదు

ఈసారి ప్రసాద్, శ్రీనాధ్, శ్రీధర్ దంపతులు మళ్లీ ఇండియా వచ్చేశారు. మిగతావాళ్ళు అమెరికాలో ఉండిపోయారు. ప్రవీణ్, ప్రశాంత్ లు మళ్లీ తమ విధుల్లో చేరి పోయారు.

"అప్పూ...ఈ సారి ఆదివారం తాతగారింటికి వెళ్ళేముందు మాకు చెప్పు. మేం కూడా వస్తాం." అన్నాడు ప్రసాద్.

"ఓహ్. ష్యూర్." అంది అపర్ణ.

47

2nd ***Feb 2005*****, హైదరాబాదు**

సెక్రెటేరియట్ లో ఛీఫ్ సెక్రెటరీని కలుసుకుని, తన ఛాంబర్ కి నడిచి వస్తోంది అపర్ణ.

ఎదురుగా దీపక్!

"హల్లో దీపక్ ఎలా ఉన్నావు?" పలకరించింది అపర్ణ.

"నేను బాగానే ఉన్నానులే. కిందటి వారం నిమ్స్ కి వెళ్ళాను. సుధాకర్ గత నెళ్ళాల్లుగా రావడం లేదనీ, ఆయన ఎక్కడికి వెళ్ళిపోయాడో తెలియదనీ, చెప్పారు అక్కడ. వైదేహి కూడా ఓ రెండు మూడు రోజులు ఆయన రూమ్ దగ్గరే, ఆయన వస్తారేమో అని ఎదురు చూసి, ఆ తరువాత తనుకూడా రావడం మానేసిందనీ చెప్పారు.

వైదేహి కూడా అసలు నిమ్స్ స్టాఫ్ కాదు అనీ, కేవలం సుధాకర్ పర్సనల్ స్టాఫ్ అనీ చెప్పారు. వైదీ కూడా ఆయనతోనే వెళ్ళిందా? ఆయన తోనే కలిసుంటోందా? లేకపోతే ఇంకెవరినైనా వెతుక్కుంటోందా?" చాలా పొలైట్ గా అడిగాడు దీపక్.

దీపక్ మాటలకి కోపం వస్తోంది అపర్ణకి.

"భలే తెలుసుకున్నావ్. మరి ఇప్పుడు సెక్రెటేరియట్ లో ఏం పని?"

"నాకు వేరే పనేం లేదు. నీ గురించి తెలుసుకోవడమే నా పని. లాస్ట్ వీక్ సెక్రెటేరియట్ కి వచ్చాను. మేజర్ ఇండస్ట్రీస్ డిపార్ట్ మెంట్ లో అపర్ణ పేరు గల క్లార్క్ ఎవ్వరూ లేరని చెప్పారు. మా నాన్న గారి ఫ్రెండ్ జీఏడీ లో పనిచేస్తున్నాడని చెప్పాను కదా, లాస్ట్ వీక్ ఆయన రాలేదు. ఈవాళ ఆయన్ని కలుసుకోడానికి వచ్చాను. నీ సంగతి కూడా కన్ఫర్మ్ చేసుకుందామని. ఇంతకీ నీది ఏ డిపార్ట్ మెంట్?"

"మేజర్ ఇండస్ట్రీస్ నుంచీ, పంచాయత్ రాజ్ కి లాస్ట్ వీక్ ట్రాన్స్ఫర్ అయ్యింది దీపక్. లాస్ట్ వీక్ అంతా లీవ్ పెట్టేశాను. ట్రాన్స్ఫర్ మార్పించుకోడానికి ట్రై చేస్తున్నాను.

కనీసం ఎండోమెంట్స్ లో నైనా వెయ్యమని అడుగుదామని, జీఏడీ లో అసిస్టెంట్ సెక్రెటరీ తో మాట్లాడదామని వచ్చాను. తీరా చూస్తే ఆయన ఇంకా రాలేదు."

"ఫరవాలేదులే. మా అంకుల్ ఇక్కడ సెక్షన్ ఆఫీసర్ కదా? ఆయనతో చెబుతాలే. ఈ సారి నువ్వు ఆయన్ని కలుసుకో. ఆయన పేరు రామకృష్ణ." అన్నాడు దీపక్.

"ఓహ్. థాంక్స్. నా కంటే నీకే ఎక్కువ ఇన్ఫ్లుయెన్స్ ఉందే సెక్రెటేరియట్ లో?" అడిగింది అపర్ణ.

అలాంటివి తనకి మామూలే అన్నట్టుగా ఓ లుక్ ఇచ్చాడు దీపక్.

"పోనీ కానీ, గత నెళ్ళాలుగా మీరు రాలేదేం? మిమ్మల్ని కంటాక్ట్ చేద్దామనే లాస్ట్ వీక్ 'నిమ్స్' కి వచ్చాను. అక్కడ వైదీ లేదు. అలాగే ఇక్కడకీ వచ్చాను. నువ్వూ లేవు. ఇవన్నీ తెలిసి తాతగారు చాలా బాధపడుతున్నారు.

పెద్ద పెద్ద జాబ్స్ లేకపోతే, లేవూ అని చెప్పెయ్యండి. ఎందుకీ లేనిపోని అబద్ధాలు? ఎప్పటికైనా దొరికిపోతారుకదా?" కోపంగా అన్నాడు దీపక్.

"నువ్వు ఇంత త్వరగా రంగం లోకి దిగుతావనుకోలేదు. అందుకే వైదీ అలా చెప్పింది. అది కేవలం సుధాకర్ గారి పర్సనల్ అసిస్టెంట్."

"మరలాగే, మా ప్రసాద్ బాబాయ్ లండన్ లో ఉన్నాడన్నదీ అబద్ధమేనా?"

"అవును. మా నాన్న ఇక్కడే ఉన్నారు. ఇంకా రిటైర్ అయ్యే వయస్సు రాకపోయినా శుబ్బరంగా ఇంట్లోనే కూర్చుంటున్నారు."

"ఇవన్నీ నేను ముందే ఊహించాను. మీరు ఎంత గొప్పగా డాక్టర్లం అని చెప్పినా, మీ కట్టూ బొట్టూ తెలియదా? ఒంటిమీద ఒక్క గ్రాము బంగారం లేదు. మా మామ్మా, అమ్మా కనిపెట్టరా? అందుకనే, మీచేతే అన్నీ చెప్పించడానికనే, ఇన్నాళ్లూ మీకు అవకాశం ఇచ్చాం. మిమ్మల్ని నమ్మినట్టు నటించాం. ఇక ముందు నుంచీ ప్లీజ్ డోంట్ బ్లఫ్."

"అలాగే. నువ్వు మీ రామకృష్ణ అంకుల్ తో నా సంగతి చెప్పకు. ఆయనకి నా పేరు దొరకదు. ఎందుకంటే, నేను కంట్రాక్ట్ స్టాఫ్ ని." అంది అపర్ణ.

"ఈ సమాధానాన్నీ ఊహించాను. నాకు నిజం తెలిసిపోయిందిలే! అసలు నువ్విక్కడ స్టాఫ్ వే కాదు. ఇది నీ అడ్డా. అంతే! నేను ఇవేమీ చెప్పనులే. ఈ వారం రోజులూ, నువ్వు ఎక్కడ, ఎలా గడిపినా, నెక్స్ట్ సన్ డే మాత్రం బేగంపేట వచ్చెయ్. వీలైతే, మీ వైదీని కూడా ఈలోపులో కాస్త వెతికి పట్టుకో. ఆరోజు కైనా ఇద్దరూ కలిసి రండి. ఎప్పటిలాగే ఓ గంట గడిపి వెళ్ళిపోండి. మా తాతగారికి కూడా మనసు కుదుట పడుతుంది." వెళ్ళిపోయాడు దీపక్.

48

***2nd Feb 2005*, హైదరాబాదు**

శ్రీనాథ్ ఎదురుగా, జరిగిన విషయాన్ని తండ్రి కి చెప్పింది అప్పూ.

"వాళ్ళు మారరురా! వాళ్ళేకాదు, వాళ్ళపిల్లలు కూడా మారలేదు. అదే వారసత్వం కొనసాగిస్తున్నారు. వాళ్ళ ఉద్దేశ్యం లో పైదీ ఒక రంకులాడి. అప్పూవన్నీ అబద్ధాలే! నువ్వు లండన్ లోవూ లేవు, గాడిదగుడ్డు లోనూ లేవు, ఇక్కడే మొండాలోనో, రాణీగంజ్ లోనో మూటలు మోసుకుంటున్నావు. ఇలా ఊహించుకుంటేనే వాళ్ళకి తృప్తిగా ఉంటుంది. అంతేకానీ, స్వశక్తి తో పైకి రావచ్చనే అభిప్రాయమే వాళ్ళకి రాదు. ఇంకా వాళ్ళని ఈ పెళ్ళిళ్ళకి పిలుద్దామని అనుకుంటున్నావు. Don't do such things." అన్నాడు శ్రీనాథ్.

"ప్రసాద్, కొన్నేళ్ళ క్రితం... ఓ సారి మావాళ్లని కూడా చూసొచ్చి మనం అవమానం పాలయ్యాము కదా? ఈసారి మీవాళ్ళ దగ్గర కూడా మళ్ళీ అలాంటి అనుభవం ఎందుకు తెచ్చుకోవాలి? ప్లీజ్ డోంట్ గో దేర్" అంది పద్మమ్మమ్మ.

"ఏమిటీ, ఓ సారి మీ వాళ్ళని చూసొచ్చారా? అవమానించబడ్డారా? నాకెందుకు చెప్పలేదు? Your son is an IAS officer. అది జ్ఞాపకం ఉందా?" కోపంగా అడిగాడు శ్రీధర్ మావయ్య.

"అది నువ్వు పుట్టిన మూడేళ్లకి...అంటే దాదాపు పాతికేళ్ళ క్రితం అన్న మాట. అప్పటికి నువ్వింకా IAS కాదుకదా?" అంది మా మామ్మ రాజీ.

"అయితే నాన్నగారు వాళ్ళ ఫాదర్ ని కలిశారా? తాతగారు మిమ్మల్ని గెంటేశారా?" ఆత్రంగా అడిగాడు శ్రీధర్.

"అటువంటిదేమీ జరగలేదు కానీ, పడరాని మాటలు పడ్డారు వీళ్ళు." అంది మా మామ్మ.

"అదేంటత్తా? ఇప్పుడా చెప్పడం నాకు? అయినా ఫరవాలేదులే. వాళ్ళ పేరూ అడ్రెస్ చెప్పు. అక్కడ కూడా మా బాచ్ మేట్స్ కానీ, IPS వాళ్ళు కానీ డెఫినిట్ గా దొరుకుతారు. మీ అవమానానికి తగిన ప్రతీకారం చేద్దురు గాని." అన్నాడు శ్రీధర్.

"అదేం అఖ్ఖరలేదు. మా విషయాలన్నవి పాతబడిన సంగతులు. ప్రసాద్ కూడా అలా బాధపడ కూడదనే పద్మ చెబుతోంది." అంది మా మామ్మ రాజేశ్వరి.

"అయితే అత్తా, మరి వీళ్లతో నువ్వూ ఉన్నావు కదా అప్పుడు? ఏంజరిగిందో చెప్పు." అడిగాడు శ్రీధర్.

"ప్రసాద్, చెప్పనా?" అడిగింది మా మామ్మ.

"అయామ్ ఆల్ రైట్. నువ్వెందుకు? కావాలంటే నేనే చెబుతాను." అని, శ్రీనాథ్ తో, "ఒరేయ్, అప్పటి విషయం నేను చెప్పనా?" అడిగారు మా తాతగారు.

"ఇప్పుడు మాకేం బాధా లేదు. ప్రొసీడ్." అనుమతి ఇచ్చాడు శ్రీనాథ్ తాతయ్య.

"నువ్వొద్దు ప్రసాద్. విను శ్రీధర్. నేనే చెబుతాను." మా మామ్మ పిల్లలతో అంది.

పైదీ లాగ విజిల్ వెయ్యబోయి, చేతకాక మానుకున్నాడు శ్రీధర్.

"రెడీ అత్తా." అన్నాడు.

"అలా విజిల్ వెయ్యడం రాజీకీ, పైదీకీ మాత్రమే సాధ్యం. నీకు ట్రై చేసినా రాదు. రాజీ విజిల్ వేసి, ఇప్పుడు ఈ విషయం చెబుతుందిలే." అన్నాడు శ్రీనాథ్ తాతయ్య శ్రీధర్ తో.

"ఉండు రాజీ. ఇంట్లో చిరుతిళ్ళు ఏవన్నా ఉన్నాయేమో తీసుకొస్తాను. అవి తింటూ నువ్వు చెపుతూంటే, మేము వింటాం." అంది పద్మమ్మమ్మ.

"లోపల బందరు లడ్డూ, సున్నుండలూ, మిక్చర్, ఉన్నాయి. ఆ మూడు డబ్బాలు తెచ్చెయ్ అత్తా" అపర్ణత్త ఆర్డర్.

చిరుతిళ్ళు తింటూ, అందరూ వింటున్నారు మా అమ్మ చెబుతూంటే...

"ముందుగా భగవంతుణ్ణి ధ్యానించుకుని, ఓ విజిల్ వేస్తే కానీ స్టార్ట్ చెయ్యలేను" అని రెండు వేళ్ళూ నోట్లో పెట్టుకుని, రెండు నిమిషాల పాటు విజిల్ వేసింది మా మామ్మ.

"ఇది రికార్డ్ అత్తా. పైదీ కూడా ఇంతసేపు విజిల్ వెయ్యదు" అన్నాడు శ్రీధర్.

"అలాగే రాజీ ఈసారి మాచేత మొట్టికాయలూ తప్పించుకుంది. ఇదీ రికార్డే." అన్నాడు శ్రీనాథ్ తాతయ్య.

"థాంక్ యూ. మరి మొదలెట్టనా?" అని అందరి వైపూ చూసి, మళ్ళీ చెప్పసాగింది మా మామ్మ.

"నేను వెళ్ళలేదు వీళ్ళతో. అప్పుడు వాళ్ళు నాకు చెప్పిందే, నేను మీకు చెబుతాను. అప్పటికి ఎమర్జెన్సీ ప్రభావం తగ్గుతోంది ప్రజల మీద. ఎలక్షన్స్ అయ్యాయి. ఇంకా రిజల్ట్స్ డిక్లేర్ కాలేదు.

వాజ్ లాంటి అతిరధులూ, మహారధులూ, సంతోషంగా BJS ఆఫీస్ లో సభలూ సమావేశాలూ నిర్వహిస్తున్నారు. వీళ్ళు వాజ్ గారిని కలుసుకుని గ్రీట్ చేసి వచ్చేశారు.

"I will contact you later Prasad." అని చెప్పి వాజ్ గారు తమ సమావేశాల్లో బిజీ అయిపోయారు.

తన ఫాదర్ తన పిన్నిని పెళ్లిచేసుకుని భిలాయ్ వెళ్ళిపోయారని శ్రీనాథ్ కి తెలుసు కదా? పద్మ కూడా ఓసారి వాళ్లన్నయ్యని చూసి తల్లి పోయిన విషయం కూడా చెబ్దామనుకుంది. పద్మా, శ్రీనాథ్, ప్రసాద్ లు ముగ్గురూ, డిల్లీ నుంచి భిలాయ్ బయలు దేరారు.

అక్కడి స్టీల్ ప్లాంట్ క్వార్టర్స్ లో, శ్రీనాథ్ తన తండ్రి పేరు చెబితే ఎవరూ గుర్తుపట్టలేదు కానీ, తన పిన్ని పేరు చెప్పగానే, ఓ పే...ద్ధ క్వార్టర్ ని చూపించారు అక్కడివాళ్ళు. ఆ ఇల్లే అవునో కాదో, అని సందేహిస్తూనే, ఆ కాంపౌండ్ లోకి అడుగుపెట్టారు వీళ్ళు. ప్రసాద్ ముందు లోపలికి వెళ్ళాడు. వాళ్ల పిన్ని ప్రసాద్ ని గుర్తు పట్టింది.

"రారా...ప్రసాద్. ఇక్కడికెలా వచ్చావ్? నేనిక్కడున్నానని నీకెలా తెలిసింది? అప్పుడు ఇంట్లోంచి పారిపోయారు కదా? నీతోపాటు మావాడూ వచ్చాడనుకుంటాను? ఎక్కడున్నారు ఇన్నాళ్లూ?" ప్రశ్నల వర్షం కురిపించింది వాళ్ళ పిన్ని.

"మేం బాగానే ఉన్నాం అత్తా. ఏరీ? మావయ్యగారేరీ? ఆఫీస్ కి వెళ్ళారా?మార్నింగ్ షిఫ్టా?" అడిగాడు ప్రసాద్.

ఆవిడ సమాధానం చెప్పే లోపునే, శ్రీనాధ్, పద్మా లోపలికి వచ్చారు. తన పిన్నిని విష్ చేశాడు శ్రీనాధ్. "ఒరేయ్ ఎస్ పీ! నువ్వు వీళ్ళతో కలిసే వచ్చావని తెలిస్తే, నిన్ను కూడా లోపలికి రానిచ్చేదాన్ని కాదు. ఇది సంసారుల ఇల్లు. సానికొంప కాదు."

ఆవిడ ఎందుకిలా మాట్లాడుతోందో తెలియక ఆశ్చర్య పోయారు వీళ్ళు.

"మీ నాన్న ఎలా ఉన్నాడో చూద్దామని వచ్చావా శ్రీ? ఆ ఇల్లు నాపేర రాయించుకున్నానే కానీ, నిన్ను అందులో ఉండద్దనలేదే? అమ్మకం బేరం సెటిల్ అయ్యేవరకూ, అక్కడే ఉండమని చెప్పాను కదా? అమ్మమ్మా, తాతా, పై దారి చూసుకున్నారు. తరువాత నీ దారి నువ్వు చూసుకున్నావు."

"సారీ పిన్నీ. మిమ్మల్ని చూద్దామనే, నిన్నూ నాన్నగారినీ ఓ సారి కలుద్దామనే, పద్మని కూడా తీసుకుని వచ్చాను." శ్రీనాధ్ ఎంతో శాంతంగా చెప్పాడు.

"ఇదెక్కడ తగులుకుంది నిన్ను? మీ నాన్నే దీన్ని వదిలించేసుకున్నా, నువ్వెలాగోలా, దీన్ని తగిలించుకున్నావా? మీరు పారిపోయినా, ఇంకా ఆ లక్ష్మణ్ గాడి అన్న జనార్ధన్ తోటీ, ఈ ఎస్ పీ గాడి పేరెంట్స్ తోటీ మాకు ఉత్తరాల కంటాక్ట్ ఉంది. విషయాలూ తెలుస్తున్నాయి.

ఈ దొమ్మరిది ఎవరో ఇద్దరు కుర్రాళ్లతో లేచిపోయిందని తెలిసింది. అప్పుడే మీనాన్న బాధపడ్డాడు, ఇంతకి తెగించిందా అని. కానీ ఇది మీరిద్దరే అని తెలిస్తే, అందులో తన కొడుకూ ఒక భాగమే అని తెలిస్తే, అప్పటికప్పుడే గుండాగి చచ్చేవాడు. ఓ వైపు కొడుకూ, ఇంకోవైపు సవతి చెల్లెలూ, తన పరువు తీసేస్తున్నారని బాధపడిపోయే వాడు. నయం, ఇవేమీ తెలుసుకోకుండానే పోయాడు." అంది.

"అంటే, మా నాన్న చనిపోయారా?" అడిగాడు శ్రీనాధ్.

"అప్పుడే మీ నాన్న పోయి, మూడేళ్ళు అవుతోంది. ఇది దీపాంకర్ బెనర్జీ అని స్టీల్ ప్లాంట్ డీజీయంగారి క్వార్టర్స్. మీ నాన్న పోయాక ఈయన్ని పెళ్లి చేసుకున్నాను. మీ నాన్న ఉన్నప్పటినుంచే పరిచయం. మీ నాన్న పోయాక, ఈయనే నాకు మగదిక్కు గా మారారు."

శ్రీనాధ్ కి వాళ్ల నాన్న చనిపోయాడని తెలవగానే, కళ్లమ్మట నీళ్ళు తిరుగుతున్నాయ్.

"పోనీలే వదినా. ఓసారి మిమ్మల్ని చూసి పోదాం అని వచ్చాం. ఉండిపోడానికి రాలేదు. వెళ్ళొస్తాం." అంది పద్మ.

"మళ్లీ రావద్దు. ఇప్పటికే వీళ్ళిద్దరినీ వలలో వేసుకున్నావ్. ఇక మా ఆయన్ని కూడా నీవెంట తిప్పుకుంటే, నా కాపురం కూలిపోతుంది. నా మాజీ భర్తకే మీతో సంభంధం లేదు. ఇక నాకెందుకు? గెట్ ఔట్."

ముగ్గురూ, ఏడుపు మొహాలతో బయట పడ్డారు. దగ్గర్లో ఉన్న కేంటీన్ కి వెళ్లి, వాష్ బేసిన్ దగ్గర మొహాలు కడుక్కుని, కాఫీ లు ఆర్డరిచ్చారు. వీళ్ల వాలకాలు గమనిస్తున్నాడు ఆ ప్రొప్రైటర్. భిలాయ్ లో చాలామంది తెలుగువాళ్ళు ఉన్నారు.

అతను అడిగాడు. "మీరు తెలుగు వారేనా? ఆ క్వార్టర్స్ లోంచి వస్తున్నారేంటి?"

"అవును. ఇక్కడ డీజీయం గారి క్వార్టర్స్ కి వచ్చాం." అన్నాడు ప్రసాద్.

"బెనర్జీ గారు ఇప్పుడు ఆఫీస్ లో ఉంటారు. ఆయన భార్య ఒక్కర్తే ఉంటారు ఇంట్లో. ఆవిడ మీకు చుట్టమా?"

"అవును. ఆవిడ మా పిన్నే" అన్నాడు శ్రీనాధ్.

"అయితే రమణమూర్తి గారు మీకేమవుతారు?"

"ఆయన మా ఫాదర్. ఇంతకు ముందు రైల్వేస్ లో పని చేసే వారు."

"ఇక్కడా రైల్వేస్ లోనే! ఇక్కడి స్టీల్ ప్లాంట్ రైల్వే యార్డ్ ఇన్ ఛార్జ్. ఇక్కడ 'బీ' క్వార్టర్స్ లో ఉండే వాళ్లు."

"మా ఫాదర్ మీకు తెలుసా?"

"మీ ఫాదర్ మాత్రమే కాదు. ఇక్కడున్న తెలుగు వాళ్లంతా నాకు తెలుసు. అందరూ నా కేంటీన్ కే వస్తారు."

"అయితే మా ఫాదర్ చనిపోయి ఎన్నాళ్ళయ్యింది? ఏదైనా ఏక్సిడెంటా?"

"రమణ మూర్తి చనిపోయి మూడేళ్ళు దాటింది. ఏక్సిడెంటో కాదో నేను చెప్పలేను గానీ, హఠాత్తుగా పోయాడని మాత్రం చెప్పగలను. మీ పిన్ని గారూ, రమణ మూర్తి గారూ కూడా ఈ బెనర్జీ గారికి ముందునించే తెలుసు.

మీ పిన్ని గారిని ఓదార్చి, రమణ మూర్తి గారి అంత్యక్రియలకి భాధ్యత తీసుకున్నాడు బెనర్జీ. ఈయన డీజీయం కాబట్టి, యూనియన్ వాళ్లూకూడా, మీ నాన్న పోస్ట్ మార్టం గురించి ఒత్తిడి తేలేదు. కంపెనీ ఖర్చు తోనే అంత్యక్రియలు జరిగాయి. అవన్నీ బెనర్జీ గారే చూసుకున్నారు.

అయితే రమణమూర్తిగారు పోయిన వారం రోజులకే, మీ పిన్ని గారిని పెళ్లిచేసుకుని, ఈ క్వార్టర్స్ లోకి వచ్చాడు బెనర్జీ.

అప్పుడు స్టీల్ ప్లాంట్ లేడీస్ అసోషియేషన్ వారు, ఈయన్ని ఘనంగా సన్మానించారు కూడా.

"ఒక విడో అని కూడా చూడకుండా, తను బెంగాలీ అయినా, ఓ తెలుగు స్త్రీ ని ఆదర్శం తో భార్యగా స్వీకరించాడు. ఆవిధంగా, ఆదర్శాలని ఆచరణలో పెట్టేందుకు బెంగాలీలు ఎప్పుడూ ముందుంటారని నిరూపించాడు బెనర్జీ" అన్నారు వాళ్ళు. అందుకే ఈ బెనర్జీ గారూ, వారి భార్యా నాకు బాగా గుర్తు" అన్నాడు ఆ ప్రొప్రైటర్.

"అయితే మా నాన్నగారి పీ ఎఫ్ సెటిల్ అయ్యిందా? ఆ ఫైల్ ఎవరు చూస్తున్నారు?" అడిగాడు శ్రీనాధ్.

"అవన్నీ ఎప్పుడో సెటిల్ అయిపోయుంటాయి బాబూ. డీజీయం తలుచుకుంటే, అలాంటి పనులన్నీ క్షణాల్లో అయిపోతాయి. ఆ విషయాలు చూసేవాడు హనుమంతరావు."

"థాంక్స్ అంకుల్." అని బయటపడ్డారు వీళ్ళు. ఆ తరువాత స్టీల్ ప్లాంట్ ఆఫీస్ కి వెళ్ళారు.

ఆ హనుమంతరావ్ తొందరగానే దొరికాడు వీళ్లకి. "పీ ఎఫ్, గ్రాట్యుటీ, లాంటివి ఇక్కడ వెంటనే సెటిల్ అయిపోతాయి. గవర్నమెంట్ ఆఫీసుల్లా కాదు." అన్నాడు హనుమంతరావ్.

"మాకు అవేమీ అక్కరలేదు. మా ఫాదర్ పోయిన తేదీ, సమయం తెలిస్తే చాలు." అన్నాడు శ్రీనాథ్.

"అంతేనా? అది ఇప్పుడే చెబ్తాను. డెత్ సర్టిఫికెట్ లో ఉంటుంది కదా?" అని చెప్పి, ఆ సర్టిఫికెట్ పట్టుకొచ్చి చూపించాడు. ఆ డేట్, టైం నోట్ చేసుకుని బయట పడ్డారు వీళ్ళు. రాత్రి భిలాయ్ లో బయలు దేరి, పొద్దున్నకల్లా నాగపూర్, అక్కడినుంచీ మళ్లీ డిల్లీ చేరుకున్నారు. లక్ష్మణ్ పొద్దున్నే అమెరికా నుంచి డిల్లీ వచ్చాడు. మధ్యాహ్నం మద్రాస్ ప్రయాణం.

లక్ష్మణ్ కి జరిగిన విషయం తెలిసింది. "ఓ రోజు ముందుగా వెళితే, డిల్లీలో కొన్ని పనులు చక్కబెట్టుకోవచ్చు అని కదా మీరు నాకు చెప్పారు? అందుకే కదా, నేను తరువాతి ఫ్లైట్ లో వచ్చి మిమ్మల్ని కలుసుకున్నది?

మీరు భిలాయ్ వెళుతున్నారూ అని తెలిస్తే, నేను కూడా కలిసుండేవాడిని. ఇలా మీ ముగ్గురే అవమానం పొంది వచ్చుండేవారు కాదు. ఇవన్నీ చూస్తూంటే, మీ నాన్నగారి చావుకు మీ పిన్ని పరోక్షం గా నైనా కారణం అయ్యుండచ్చు అని అనిపిస్తోంది."

శ్రీనాథ్ చెప్పాడు. "పోన్లేరా. ఓ బంధం తెగిపోయింది అనుకుంటాను."

"అది ముందే తెగిపోయింది. ఇప్పుడు మీరు మళ్లీ కన్ఫర్మ్ చేసుకున్నారంతే. మీ ఫాదర్ ఉన్నా కూడా, మీ పిన్ని గారు మిమ్మల్ని లోనికి రానిచ్చేవారు కాదు. ఇవే మాటలో, లేకుంటే ఇంతకంటే ఘోరమైన మాటలో అని వుండే వారు. మీ పెళ్ళినీ, మీ అభివృద్ధినీ వాళ్ళు ఎప్పటికీ సహించలేరు" అన్నాడు లక్ష్మణ్.

"ఏ ఎల్ గాడు చెబుతున్నది కరక్టే గానీ, ముందు జరగాల్సిన పని గురించి తిరుపతి వెళ్ళాక ఆలోచిద్దాం. ఇంతవరకూ నేనూ, ఏఎల్ గాడూ కూడా, మా పేరెంట్స్ ఆబ్దీకాలు అక్కడే పెడుతున్నాం కదా? నువ్వు కూడా మీ అమ్మగారి ఆబ్దీకాలు అక్కడే పెడుతున్నావు కదా? ఆ పురోహితుడే మనకి సలహా ఇస్తాడు. ప్రకాష్ మనకి ఎలాగూ ఉండనే ఉన్నాడు." అన్నాడు ప్రసాద్.

యధావిధిగా మద్రాస్ మీదుగా తిరుపతి చేరుకున్నారు వీళ్ళు. వీళ్ళు చెప్పింది నేను మీకు చెప్పాను. అంతే." ముగించింది రాజేశ్వరి.

"ఇలాంటి మనుషులు కూడా ఉంటారని ఇప్పుడే తెలుస్తోంది. మమ్మల్ని మంచిగా బతకమని పెంచారే కానీ, ఇలాంటి దుష్టులతో కూడా డీల్ చెయ్యాల్సి వస్తుందని, మీరు మాకెప్పుడూ చెప్పలేదు. కష్టాలన్నీ మీరే అనుభవించేసి, సుఖాలన్నీ మాకు ఇచ్చామని మీరనుకుంటే అది చాలా తప్పు. మాక్కూడా మంచి చెడ్డలన్నవి తెలియాలికదా?

తాతగారు మిమ్మల్ని వదిలేశారు. అలాగే అమ్మనీ వదిలేశారు. ఇద్దరినీ వదిలేసి, మీ పిన్ని గారిని పెళ్ళి చేసుకున్నారు. మీ పిన్నితాతగారిని వదిలేసి ఇంకొకరితో సంబంధం పెట్టుకుంది.

అది భరించలేక తాతగారు గుండెనొప్పి తో చనిపోయారు. ఆ తరువాత మీ పిన్ని మరో పెళ్ళి చేసుకుంది. Am I right?" అడిగాడు శ్రీధర్ మావయ్య.

"Yes dear. You are right." అన్నాడు శ్రీనాధ్ తాతయ్య.

"అయితే ఈ ఆబ్దీకాలకోసమేనా ప్రతీ సంవత్సరం మీరంతా ఇండియా వస్తున్నది? ప్రకాష్ బాబాయ్ కానీ, విజయ పిన్ని కానీ నాకు ఎప్పుడూ ఈ విషయం చెప్పలేదే?" అడిగాడు శ్రీధర్.

అపర్ణ ఈ విషయాలని మొదటిసారిగా ఆశ్చర్యంగా వింటోంది.

"అవును అందుకే. ఆ ఎరేంజ్ మెంట్స్ అన్నీ ప్రకాష్ అన్నయ్య చూస్తాడు." అంది అమ్మ.

49

13th Feb 2005, హైదరాబాదు

ఆ ఆదివారం నాడు అపర్ణా, శ్రీధర్, శ్రీనాధ్, పద్మా, ప్రసాద్, రాజేశ్వరీ, లక్ష్మణ్, వాణీ, అందరూ కలిసి తాతగారింటికి బయలుదేరారు. వీళ్ళు వస్తున్నట్టు ముందుగానే ఇన్ఫర్మేషన్ వుండడం తో, మోహన్ గారూ, సుహాసినీ కూడా తమ తమ పిల్లలతో వచ్చి వీళ్లకోసం వైట్ చేస్తున్నారు.

అయితే, వీళ్లందరికీ ఆ ఆదివారం తాతగారింట్లో ప్రోగ్రాం ఉందని తెలియగానే, వైదీ తన లక్ష్మణ్ మావయ్యని రిక్వెస్ట్ చేసింది. "మావయ్యా, వాళ్ళంతా తాత గారింటికెళ్లే ప్రోగ్రాం వేసుకున్నారని అక్క ఫోన్ చేసి చెప్పింది. నాకైతే వాళ్లమీద సదభిప్రాయం లేదు. నీకూ తెలుసుగా, వాళ్ళెల్లాంటి వాళ్ళో? డాడీ వాళ్ళకి తోడుగా నువ్వుకూడా ఉంటే బాగుంటుంది. ప్లీజ్ గో."

"అలా అయితే నేను తప్పకుండా వెడతాను. ఎస్ వీ గాడు కూడా ఓసారి తన వాళ్ళ దగ్గర అవమానం పాలయ్యాడు. నా సంగతీ అంతే. నన్ను మళ్లీ గుమ్మం తొక్కొద్దని మా వదిన ఖచ్చితంగా చెప్పేసింది. నేను రావడం వల్ల తన సంసారం లో సమస్యలు రావచ్చుట. ఎస్ పీ గాడు కూడా అలా అవమానం పాలయితే నేను సహించలేను. వాడితో పాటు నేనూ ఉంటాను. ఆ విషయం నా కొదిలెయ్." అని లక్ష్మణ్, వాణీ లు వెంటనే యూ ఎస్ నుంచి బయలుదేరి హైదరాబాద్ లో వీళ్లని కలుసుకున్నారు.

అందరూ తమ కార్లని రైల్వేస్టేషన్ లో పార్క్ చేసి, అక్కడనుంచీ తాతగారింటికి నడుచుకుంటూ వచ్చారు. అందరూ ఎప్పటిలాగే సాదా డ్రెస్సుల్లోనే ఉన్నారు.

తాతగారు ప్రసాద్ నీ, శ్రీనాధ్ నీ, లక్ష్మణ్ నీ, గుర్తుపట్టారు. అలాగే పద్మా, రాజీ లని కూడా!

కుశల ప్రశ్నలూ పలకరింపులూ పూర్తయ్యాయి. అవి పూర్తయిన వెంటనే, మామ్మగారు, మోహన్ తాతగారు, సుహాసినీ, పిల్లలూ, అందరూ లోపలికి వెళ్ళిపోయారు తమకేదో పనున్నట్టుగా. అపర్ణ తాతగారి ముఖ కవళికలని గమనిస్తోంది, కొడుకుని దగ్గరకి తీసుకుంటారేమో అని. కానీ అలా జరగలేదు. వీళ్ళందరినీ హాల్లోనే ఉంచి, ఆయన కాస్సేపు లోపలికి వెళ్ళి ఏదో మాట్లాడి వచ్చారు.

"ఒరేయ్ చిన్నాడా. నిన్ను ఇప్పటికీ అలా పిలవచ్చో లేదో నాకు తెలియదు. అతి చనువు తీసుకుంటే నన్ను క్షమించు." అన్నారు తాతగారు.

"అదేంటి బాబాయ్. నన్ను చిన్నాడా అనే కదా పిలిచేవాడివి? ఇప్పుడూ అలాగే పిలువ్. దానికేమంది?"

"అహ. అప్పటికీ ఇప్పటికీ పరిస్థితులు చాలా మారాయి. దాదాపు నలభై సంవత్సరాలు అయిపోతోంది కదా? అయినా నీ గురించి మేము ఎంక్వైర్ చేస్తూనే ఉన్నాం లే.

నీలాగే, ఈ ఏఎల్ గాడూ వాడి తల్లితండ్రుల గురించి ఆలోచించలేదు. చెప్పాపెట్టకుండా పారిపోయాడు. పాపం వాడి అన్న ఒక్కడే, తన తల్లితండ్రుల ఆఖరి రోజుల్లో, సేవ చేసి ఋణం తీర్చుకున్నాడు. వాడి ఉద్యోగం వైజాగ్ లో కాబట్టి, విజయనగరం లో ఇల్లు అమ్మేసి, అక్కడ ఇంకో ఇల్లు కొనుక్కున్నాడు. ఇప్పటికీ మా దగ్గరికి వస్తూనే ఉంటాడు.

ఒరేయ్ ఏ ఎల్! ప్రసాద్ కూతుళ్ళమంటూ వీళ్ళు వచ్చినప్పుడే, మీ అన్న జనార్ధన్ కి చెప్పాం... 'ప్రసాద్ దొరికాడూ' అని. వాడేమన్నాడో తెలుసా? "ఎప్పటికైనా ప్రసాద్ మీ దగ్గరికి రాకపోడు. అలాగే ఎస్ వీ గాడు కూడా! వాడితోపాటు ఈ లక్ష్మణ్ గాడు కూడా వస్తాడు" అని అన్నాడు. ఆ విధంగా జరగబోయేదాన్ని ఖచ్చితంగా ఊహించాడు మీ అన్న.

ఇంకా వాడేమన్నాడో తెలుసా? "మీరు వాళ్ళని ఎలాగయినా డీల్ చెయ్యండి కానీ, లక్ష్మణ్ గాడిని నా దగ్గరికి మాత్రం పంపకండి. ఎప్పుడో చనిపోయాడనుకున్నాను. మా పిల్లలకి కూడా వీడంటూ ఒకడున్నట్టు తెలియదు. వచ్చేనెలలో నా రెండో కూతురికీ, మీ మోహన్ కొడుకు దీపక్ కీ ఎంగేజ్ మెంట్ కూడా ఫిక్స్ అవుతోంది కదా? వీడి రాక వల్ల అది చెడిపోవచ్చు. నన్ను రక్షించండి. నన్ను సుఖంగా ఉండనివ్వండి బావగారూ" అన్నాడు మీ అన్న. భగవంతుడి దయవల్ల, క్రిందటి గురువారమే ఆ ఎంగేజ్ మెంట్ కార్యక్రమం కూడా అయిపోయింది లే.

పారిపోయి ఏం సాధించావురా? ఏం సాధించ గలనని పారిపోయావు? మీరంతా కలకత్తాలో రిక్షాలు తొక్కుకుంటున్నారని, మీ ఫ్రెండ్ కాంతారావు చెప్పాడు. అది నిజమే కదా? వాడిని కలిసి ఏదైనా ఉద్యోగం ఇప్పించమని అడిగారు కదా? అదీ నిజమే కదా? వాడు లాయర్ గా సెటిల్ అయ్యాక మీకు ఉద్యోగాలు ఇప్పిస్తానని చెప్పాడు కదా? అప్పటికి అలా తప్పించుకున్నాడు వాడు.

వాడు కూడా ఇక్కడ హైదరాబాద్ లోనే లాయర్ గా ప్రాక్టీస్ చేస్తున్నాడు. వాడూ మమ్మల్ని 'పిన్నీ బాబాయ్' అనే పిలుస్తాడు. బుద్ధిగా చదువుకున్నాడు. జీవితం లో పైకొచ్చాడు. సరైన వయస్సులో సరైన ఉద్యోగం రాకపోతే, నీలాగే, వెధవ పనులు చేసి, పొట్ట పోషించుకోవలసి వస్తుంది. అలా కాలేదు వాడికి. అమ్మానాన్నల మాట విన్నాడు కదా?

వీళ్ళిద్దరినీ ఆ కాంతారావు దగ్గరికి రాయబారం పంపే బదులు, నువ్వే మీ అన్న దగ్గరకి వెళ్ళి, వాడి కాళ్ళమీద పడితే, ఏ కళాసీ గానో నీకు ఉద్యోగం ఇప్పించే వాడు కదా? ఇప్పటికి TC గానో, గ్రేడ్ II మెకానిక్ గానో, ఉండేవాడివి. రైల్వే క్వార్టర్స్ ఉండేవి. ఎందుకురా అందరినీ అలా బాధపెడతావు? అలా బాధ పెట్టి ఏం బావుకుంటావు?

నువ్వు రహస్యంగా మీ వదిన్ని కలుసుకున్న సంగతి మాకు తెలియదనుకుంటున్నావా? ఆ కృష్ణశాస్త్రి నీకు దారిలో ఎదురవ్వడం, నువ్వు అతన్ని గుర్తు పట్టి అతని తో పాటే మీ అన్నయ్య ఇంటికి వెళ్ళడం, మీ అమ్మానాన్నల తిధులు తెలుసుకోవడం, మీ వదిన నీ డబ్బు నీ మొఖాన కొట్టడం... నిన్ను వెళ్ళిపొమ్మనడం... ఇవేవీ మాకూ, నీ అన్నయ్యకీ తెలియవనే అనుకుంటున్నావా?

లక్ష్మణ్ అన్నాడు. "ఆగండి బావగారూ, ఆగండి. నేను చెప్పేది వినండి."

తాతగారు ఆగకుండా మళ్లీ కొనసాగించారు. "ఎందుకురా? ఈ వయస్సులో కూడా ఇంకా మీ అబద్ధాలు వింటూ, మిమ్మల్ని నమ్ముతూ... ఇలా ఎన్నాళ్ళు మోసపోతాం? తల్లికీ తండ్రికీ సేవచేయలేనివాడివి, ఎందుకురా నీ జన్మ? ఛీ ఛీ."

వెంటనే ప్రసాద్ కేసి చూస్తూ, "మాకు అన్నీ తెలుసు. నువ్వేదో బుకాయించాలని చూడకు. నీ కూతుళ్ళవన్నీ అబద్ధాలే. దాని పేరు వైదేహినా? అసలది డాక్టరేనా? కనీసం నర్స్ ట్రైనింగ్ అయినా అయ్యిందా?... అదీ లేదా? అంతా ఆ సుధాకర్ ఇన్ఫ్లుయెన్స్ తోటే నడిపించేస్తోందా? ఏదో పెద్ద చదువులు చదువుకున్నట్టూ, పెద్ద డాక్టర్ లాగా పోజ్ కొట్టేసింది. ఇంటికి పిలిచి, చీరా జాకెట్టూ పెట్టాం.

తీరా దీపక్ పోయి ఆరా తీస్తే ఏముంది? అసలు అది డాక్టరే కాదు, నిమ్స్ స్టాఫ్ లో దాని పేరే లేదు. కాకపోతే, ఆ సుధాకర్ దగ్గర... నాకు మాట సరిగా రావడం లేదు. ఆ సుధాకర్ దగ్గర పీ ఏ లా ఉంటుంది. అందుకనే, మేం పిలిచిన వెంటనే, తన అక్కతో కలిసి మా దగ్గరికి వచ్చింది.

నీ దగ్గరనుంచి మా విషయాలూ తెలుసుకుంది. 'మెడిసిన్ విషయాలు అడగొద్దూ...అష్టా చెమ్మా ఆడుతానూ' అని అదన్నప్పుడే మాకో డౌట్ వచ్చింది. నిమ్స్ లో కూడా, ఇది మళ్ళీ నన్ను చెక్ చెయ్యలేదు. తరువాత ఆ సుధాకర్ ని కూడా ఇప్పుడు నిమ్స్ లోంచి తీసేశారు. వాడూ, ఇదీ కూడా కనబడడం లేదు. ఇప్పుడు మున్నా బషీర్ ఆ సుధాకర్ స్థానం లో ఉన్నాడు.

ఆ సుధాకర్ ఎవర్ని ఉంచుకుంటే నాకేమిటి? ఇది నా మనవరాలంటూ వచ్చింది కద? అందుకనీ పట్టించుకోవడం. మీ అమ్మానాన్నా నీ చిన్నప్పుడే చచ్చారు. ఆ విధంగా వాళ్ళు బతికి పోయారు. మేమే, ఈ వయస్సులో, నీ విషయం లో మాత్రం, నీ గురించి వినకూడని మాటలు వింటూ జీవచ్ఛవాల్లా బతుకుతున్నాం. ఎందుకురా ఈ అబద్ధపు బ్రతుకులు?

నీ పిల్లలు...వీళ్ళిద్దరూ మమ్మల్ని మాటలతో భలే మోసం చేశామని అనుకుంటూండవచ్చు. కానీ, మాకూ కాస్త తెలివితేటలు ఉన్నాయ్. మమ్మల్ని కలిసినన్ని సార్లూ, వాళ్ళంతట వాళ్ళే వచ్చారు కానీ, దీపక్ గాడు తన కారులో పికప్ చేసుకుంటానన్నా, డ్రాప్ చేస్తానన్నా కూడా వద్దన్నారు. ఎందుకంటే, పికప్ చేసుకున్నా, డ్రాప్ చేసినా వీళ్ళు ఉంటున్న ఇల్లూ, పరిసరాలూ కూడా తెలిసిపోతాయ్. ఇది మేము గమనించలేదు అని అనుకోకు.

ఒకవేళ తప్పుడు అడ్రెస్ లో వీళ్లని దించినా, 'ఇది మా ఫ్రెండ్ ఇల్లు' అని వీళ్ళు చెప్పినా, దాన్లోని నిజానిజాలు తెలుసుకోగలిగే నేర్పు ఉంది దీపక్ కి. డోంట్ అండర్ ఎస్టిమేట్ అజ్.

ఇది అపర్ణ. పేరైతే బాగుంది. గొప్పగా ఉంది కానీ, ఏం చదివిందో తెలియదు. సెక్రెటేరియట్ లో తిరుగుతూ కనిపిస్తుంది. అక్కడి వాచ్ మెన్ లూ, సెక్యూరిటీ గార్డ్ లూ ఏమంటారో తెలుసా? "ఇది గాంధీ భవన్ లోనూ, NTR భవన్ లోనూ కూడా కనిపిస్తుంది. ఇది బిజినెస్ వ్యవహారం కుదిరిస్తే, ఆ చెల్లెలు చక్కబెడుతుంది మిగతా పని." ఆడపిల్లల్ని ఇలా చెయ్యడం మన కుటుంబాల్లో ఎక్కడైనా ఉందా? ఇది ఆ రామకృష్ణని పట్టుకుని, మా గురించి వివరాలు తెలుసుకుంటుందన్న మాట. ఛీ ఛీ!

మనకెందుకు పోనీయండి అని మీ పిన్ని చెబుతున్నా, ఎంతైనా అన్నగారి కొడుకువి కదా అని పట్టించుకోవలసి వస్తోంది. అప్పుడే మాకు డౌట్ వచ్చింది. కన్న తల్లితండ్రులయితే, ఇలా పిల్లల్ని ఇటువంటి బిజినెస్ లోకి దింపి, పబ్బం గడుపు కుంటారా? అని.

ఈ మధ్యే ఆ జనార్ధన్ చెప్పాడు. కాంతారావూ చెప్పాడు. సెక్రెటేరియట్ లో పని చేస్తున్న మీ ఫ్రెండ్ రామకృష్ణా చెప్పాడు. అంతెందుకు? ఈ ఎస్ వీ గాడి పిన్ని సరస్వతి కూడా మమ్మల్ని కలిసి చెప్పింది. ఇలాంటి దిక్కుమాలిన బతుకులు బతకడానికి సిగ్గుగాలేదూ?

ఆ 'ప్రవీణ్' అనే పేరుగల వాడెవ్వడూ ఎయిర్ ఫోర్స్ లో లేడని, మోహన్ కన్ఫర్మ్ చెయ్యలేదా? అసలు 'ప్రవీణ్' అనేవాడు ఉన్నాడా? ఉంటే వాడు నీ కొడుకేనా? లేకపోతే, అప్పటికప్పుడు తమకి తోచిన పేరూ, హోదా చెప్పేశారా నీ కూతుళ్ళు?

నువ్వు లండన్ లోనూ లేవూ, బాంక్ జాబూ కాదు అని ఈ అపర్ణే, దీపక్ గాడి దగ్గర ఒప్పుకుంది కదా? దాన్నిబట్టే అది చెప్పినవన్నీ అబద్ధాలు అని తెలిసిపోతోంది కదా? ఇంకో కొడుకు ప్రశాంత్ న్యూయార్క్ లో ఉన్నాడా? ఇలా ఎన్ని అబద్ధాలు చెప్పుకుంటూ పోతారు?

అ రామకృష్ణ దగ్గరికి కూడా తన మేటర్ తీసుకెళ్ళద్దని రిక్వెస్ట్ చేసింది కదా? వాడూ మీ ఫ్రెండే కదా? వాడయితే ఇది స్టాఫో కాదో చెప్పేస్తాడు. స్టాఫే అయితే, దీని తండ్రి పేరేమిటో కూడా చెప్పేస్తాడు. నువ్వే దాని తండ్రయితే అది అలా గాభరా పడక్కరలేదు. ఎందుకురా ఈ అబద్ధాలు? **నువ్వేం చదివావో, ఆ చదువుకి నీకేం జాబ్ వస్తుందో మాకు అంత తెలియదా?**

ఆ కాంతారావూ, జనార్ధన్ చెప్పిన దాని ప్రకారం, నువ్వూ ఈ ఎస్ వీ గాడూ కలిసి ఈ పద్మని లేపుకు పోయారు. ఆ తరువాత ఈ రాజేశ్వరి మీతో ఎలాగో కలిసింది. ఒకే బిజినెస్ లో ఉన్నారు కాబట్టి, శుభ్రంగా కలిసి పోయారు. ఆ బిజినెస్ లో ఉన్నవాళ్ళు కడుపు తీయించుకోవడమే కానీ, కడుపు ఉంచుకోరు కదా? కాబట్టే... ఈ అపర్ణా, వైదేహీలు, మీ పిల్లలో కాదో, అవి వాళ్ళ నిజమైన పేర్లు అవునో, కాదో... నాకు డౌటే. వీళ్ళకి ఎలాగూ పెళ్లిళ్లు అవవు. అయినా ఆలోటు లేకుండా గడిపేస్తున్నారు. మీ అందరి అండదండలూ ఉన్నాయి కదా?

ఈ పద్మ విజయనగరం లో ఎలా ఉండేదో మాకు తెలియదా? అప్పటికే వాళ్ళన్నయ్య దీన్ని వదిలేసు కున్నాడు కదా? "సానివీధుల్లో ఉండాల్సిన వాళ్ళు, ఈ వీధిలో ఉంటున్నారు. ఎలా తలెత్తుకోవడం?" అని అప్పుడు ప్రతీవాడూ వీళ్ళ గురించి అనుకునే వారు కదా?

పద్మా! నువ్వు అప్పట్లో సంస్కృత పాఠశాల వద్ద ఉన్న సత్రం లో, టైమ్ కి కేరేజీ తీసుకెళ్ళి అన్నం తెచ్చుకునేదానివి కదా? అప్పటి నీ బతుకేమిటో మాకు తెలియదా? మీ అమ్మ కూడా చచ్చింది కదా అని, బరితెగించావా? నువ్వు వీళ్ళతో లేచిపోతే, ఎవరికీ తెలియదనుకుంటున్నావా?

మీ ఇంటి యజమానే, ఆ జనార్ధన్ దగ్గర మొత్తుకుని ఏడ్చాడు. జనార్ధన్ ఇల్లు కొనుక్కున్నది కూడా వాళ్ళవాడే కద? అందుకని అన్నమాట.

"స్వంత పిల్లల్లాగా చూసుకున్నాను. పద్మా వెళ్ళిపోయిందీ, దాంతో బాటే ఆ రెండోదీ వెళ్ళిపోయింది. వీళ్లకి వెంటనే ఎవడు ఉద్యోగాలిచ్చాడో తెలియదు. ఆ బిజినెస్ లో ఉండేవాళ్లకి ఎవడో ఉద్యోగం ఇవ్వడం ఎందుకు?" అన్నాడు అతను. మేం తలెక్కడ పెట్టుకోవాలి?

ఈ రాజేశ్వరి? దీని బాబు అర్ధాంతరం గా చచ్చాడు. అప్పటికి వీళ్ళమ్మ వయస్సులోనే ఉంది. తంజావూర్ లో తన బంధువులు ఉన్నారని చెప్పి, అక్కడికి వెళ్ళిపోయింది. నేను హైదరాబాద్ వచ్చాక, మాధవన్ పెన్షన్ ఫైల్ చూశాను. పెన్షన్ తిరుపతి ఎడ్రెస్ కి వెడుతోంది. తిరుపతిలో వీళ్ళ బంధువులెవరున్నారబ్బా? అని అప్పుడే ఓ డౌట్ వచ్చింది. కానీ నేను బయట పడలేదు. తిరుపతికి వచ్చాక ఈ రాజేశ్వరికి కూడా ఈడు వచ్చుంటుంది. తిరుపతి అంటేనే వచ్చే పోయే జనం. ఎటువంటి వ్యాపారానికీ డోకా లేదు. అదే జరిగింది.

నువ్వూ, ఈ ఎస్ వీ గాడూ కలిసి, ఈ పద్మ ని లేపుకు పోయి, ఈ రాజేశ్వరిని కలుపుకున్నారు. ఒకేగూటి చిలకలు ఒకే చోటికి చేరినట్టు, ఈ లక్ష్మణ్ గాడూ మీరూ కలిసి ఆర్డర్స్ తెస్తారు. మీకు పెళ్ళిళ్ళు

అవకపోయినా, ఆ ఆర్డర్స్ ని మీ పెళ్ళాళ్ళా ఉంటున్న ఈ ముగ్గురూ అమలు పరుస్తారు. మీకూ వయసయి పోతోంది కాబట్టి, సెక్రెటేరియట్ లోని ఈ బోగందాన్ని పట్టారు. దీని చెల్లెలు ఆ సుధాకర్ ని పట్టింది. వీళ్ళ పుణ్యమా అని ఆ సుధాకర్ జాబ్ ఊడింది. ఛీ ఛీ.

అంతేనా ఎస్ వీ? ఇలాంటివి చూడాల్సొస్తుందనీ, ఇలాంటివాటికి తను సమాధానం చెప్పాల్సి వస్తుందనీ ఊహించే కాబోలు మీ నాన్న హఠాత్తుగా గుండె ఆగి చచ్చాడు. ఆ విధంగా వాడు బతికి పోయాడు. ఇక ఈ ఏ ఎల్ గాడి భార్య డాక్టర్ వాణీయా? 'డాక్టర్' అంటేచాలు, మేము చొంగ కార్చుకుంటూ, మీ వైదీ కి చేసినట్టుగా అతిధి మర్యాదలు చేసేసి, చీరా సారే పెట్టేస్తామనే? మేం మీకంటే ఎక్కువగానే... ఇంకా బాగానే ఆలోచించగలం.

నువ్వు నిజంగా రిక్షా లాక్కుంటూ బతికినా, నేను నిన్ను ఆదరించే వాడినేమో గానీ, నీ పాపిష్టి బతుకు గురించి తెలుసుకున్నాక, నువ్వంటేనే రోత పుడుతోంది. పిల్లి కళ్ళు మూసుకుని పాలు తాగుతున్నట్టుగా ఉంది నీ వ్యవహారం. నీ విషయం 'ఎవరికీ తెలియడం లేదు' అని అనుకోకు.

నిమ్స్ లోనూ, సెక్రెటేరియట్ లోనూ, దీపక్ లాగ పెళ్ళి ఎంక్వైర్ చెయ్యి. ఎవరు ఏం అనుకుంటున్నారో తెలుస్తుంది.

మీ పెళ్ళాలు అని చెప్పుకుంటున్న వీళ్ల గురించి, మీ ఫ్రెండ్స్ కాంతారావునీ, రామకృష్ణనీ, ఇది వదిలేసి వచ్చిన ఆ ఇంటి యజమానినీ అడుగు. మీ ఇద్దరితో కలిసి లేచిపోయిందని, భిలాయ్ లో కూడా తెలుసు.

పాపం ఆ సరస్వతి మా ఇంటికి వచ్చి చెప్పింది.

"అన్నయ్యగారూ... అది సిగ్గు లేకుండా ఇద్దరు రంకు మొగుళ్లతోటీ కలిసి, మా ఇంటికి వచ్చింది. బహుశా భిలాయ్ లో వ్యాపారం మొదలెట్టాలనుకుందో ఏమో?

ఈ కులుకులాడిని చూస్తే, నా మొగుడు నాకు దక్కకుండా పోతాడు. ఈ కాపరం కూడా పాడైపోతుందని, వాళ్లని వెళ్ళిపొమ్మన్నాను. కానీ వాళ్ళు అక్కడున్న కేంటీన్ కి వెళ్ళి, నా మొగుడి గురించి ఎంక్వైర్ చేశారు.

తరువాత ఆఫీస్ కి వెళ్ళికూడా ఈయన గురించి ఎంక్వైర్ చేశారు. నా అదృష్టం బాగుంది. ఆయన ఎందుకో బయటకి వెళ్ళారు. లేకపోతే, ఈ వగలాడి ఆయన్ని తన వలలో వేసుకునేదే!

ఆ ఆఫీసులో వర్క్ చేస్తున్న హనుమంతరావు తో ఏదో మాట్లాడబోతే, అతను కోపంగా జవాబిచ్చాడట. "మా డీజీయం గురించి ఎక్కువ తక్కువ మాట్లాడకండి. అతని గురించి చెడ్డగా వాగితే అతనే కాదు, మా స్టాఫే మీ ఒళ్ళు హూనం చేసేస్తారు. ఆయన ఎంతో ఆదర్శం గా పెళ్ళిచేసుకున్నారు. నేను కూడా తెలుగువాడినే. మా తెలుగింటి ఆడపడుచు మీద ఈగ వాలనివ్వను." అన్నాడుట. వాళ్ళు మళ్ళీ వస్తామని వెళ్ళిపోయారు." అంది.

అప్పటికే మీ భాగోతం తెలుసు. మీ బతుకులూ తెలుసు. కలకత్తా నుంచి తిరుపతికీ, అక్కడినుంచీ భిలాయ్ కీ మీ అడ్డా మార్చుకునే ప్రయత్నం చేశారన్నమాట. ఫైనల్ గా హైద్రాబాద్ లో మీ దుకాణం పెట్టుకున్నారు.

ఈ సరస్వతికి లేకలేక పుట్టిన కొడుక్కీ, నీ తమ్ముడు మధుసూధన్ పెద్ద కూతురికీ కూడా పెళ్ళి నిశ్చయం చేసేశాం. వాళ్ళ చదువులయ్యాక వాళ్ళ పెళ్ళి. కాబట్టి బెనర్జీ విషయాలూ, సరస్వతి

విషయాలు కూడా మేం పట్టించుకుంటాం. మీలాంటి వాళ్ళు కూడా ఈ వంశాల్లో పుట్టారూ అని తెలుస్తే, ఈ పెళ్ళిళ్ళకొచ్చేవాళ్ళు నవ్విపోతారు. వాళ్ళెవరికైనా, మీరో, మీ ఆడాళ్ళో తెలిసే అవకాశం ఉంది. అదో అప్రతిష్ట. మీరంతా నిజంగా పెళ్ళిల్లు చేసుకున్నారో లేదో కూడా డౌటే! ఇప్పుడు మేము మీతో కలిస్తే, ఇతరులకి కూడా మామీద అనుమానం వస్తుంది. ఇంతవరకూ, మా పెద్దల పేరుకి హాని కలక్కుండా, వంశ మర్యాదని నిలబెట్టుకుంటూ, ఏదో గుట్టుగా బతుకుతున్నాం. మా మానానికి మమ్మల్ని వదిలెయ్యండి.

అందుకనే ఖచ్చితంగా చెబుతున్నాను వినండి. మీ బతుకంతా మాకు పూర్తిగా తెలుసు. ఎవరెవరినో తీసుకొచ్చి, వాళ్ళని మీ పెళ్ళాలూ, కూతుర్లూ అంటే, వాళ్ళకి చీరా సారే పెట్టి పంపే పరిస్థితి లేదిక్కడ. అది తెలుసుకోండి"

వీళ్ళందరి మొహాలూ కందగడ్డల్లా అయిపోయాయి.

తన వాణి పిన్ని కోపంగా జవాబివ్వబోతూంటే, శ్రీధర్ వారించాడు. అసలు శ్రీధరే కోపాన్ని అణుచుకో లేక పోతున్నాడు.

"వద్దు. నువ్వు మాట్లాడద్దు పిన్నీ. దీన్ని నాకు వదిలెయ్." అని తాతగారితో, "సారీ, వీళ్ళెవ్వరూ మీకు ఏమీ కాకపోయినా, నేను మాత్రం మీ వయసు దృష్ట్యా, మిమ్మల్ని తాతగారూ అనే అంటాను. మీ మాటలన్నీ అర్ధం చేసుకున్నాను. మీ తప్పుల్ని వీళ్లెక్కడ బయట పెడతారో, అప్పుడు మీ పరువు ఏమవుతుందో అని ఆలోచించి, ముందుగానే అఫెన్స్ ప్రయోగిస్తున్నారు. ఇలాంటి లౌక్యాల్ని ఎలా ఎదుర్కోవాలో నాకు బాగా తెలుసు.

ఏమిటీ? మీ దీపక్ ఎంక్వైర్ చేశాడా? ఎవరిని? ఎక్కడ? అక్కడుండే వాచ్ మన్ లనీ, సెక్యూరిటీ గార్డ్ లనీ అడిగితే, మీక్కావలసిన సమాధానమే వస్తుంది తప్ప నిజం రాదు. అక్కడున్న డాక్టర్లనీ, పర్మనెంట్ స్టాఫ్ నీ అడిగితే, అసలు విషయం తెలుస్తుంది. కానీ వాళ్ళు మీతో మాట్లాడరు. ఎందుకంటే, మన లెవెల్ కూడా వాచ్ మన్ లెవెలే! కాకపోతే ఇంత వయసు వచ్చినా, చిన్నాచితకా జాబ్స్ చెయ్యనూ, మా ఫాదర్ ఫ్రెండ్ బిజినెస్ మేనేజ్ చేస్తానూ అంటూ ఎవడూ కూర్చోడు.

మీరు పేపర్ చదువుతారో లేదో, టీవీ లో న్యూస్ చూస్తారో లేదో తెలియదు కాబట్టి, చెబుతున్నాను. దాదాపు నెల్ళాళ్ళ క్రితం, పేపర్లలోనూ, టీ వీ లోనూ హెడ్ లైన్స్ వచ్చాయి చూశారా?

NIMS కార్డియాలజీ మాజీ ఛీఫ్ సుధాకర్, మెగా హాస్పిటల్స్ ఛీఫ్ లక్ష్మణ్ కలిసి, అమెరికాలోని మెగా హాస్పిటల్స్ లో, కొత్త ప్రక్రియ ద్వారా గుండె ఆపరేషన్ చేశారని తెలుసా? అందులో సుధాకర్ కి ఛీఫ్ అసిస్టెంట్ గా డాక్టర్ వైదేహీ భరద్వాజ్ ఉందని తెలుసా?

ఆదే ప్రాసెస్ లో తను మిమ్మల్నీ ట్రీట్ చేసిందని తెలుసా? దానికి డా. సుధాకర్ ని ఒప్పించి, అలాంటి ట్రీట్మెంట్ మీ కివ్వడానికి వైదేహి లీడ్ తీసుకుందని తెలుసా? అంతకు ముందు మిమ్మల్ని మా లక్ష్మణ్ బాబాయ్ చెక్ చేశాడన్నదీ మీకు తెలుసా? తను కూడా మీకు అటువంటి ట్రీట్ మెంట్ ఇవ్వచ్చు అని కన్ఫర్మ్ చేశాడనీ మీకు తెలుసా? ఇండియన్ ప్రెసిడెంట్ దగ్గరనుంచి, అమెరికన్ ప్రెసిడెంట్ వరకూ, వాళ్ళకి గ్రీటింగ్స్ పంపారే? NIMS లో ఆ రోజు ప్రత్యేకంగా సెలబ్రేట్ చేసుకున్నారే? సుధాకర్ ని ఊస్ట్ చేశారా? ఎవరు? ఎప్పుడు?

అసలు డాక్టర్ సుధాకర్, ఏపీ గవర్నమెంట్ ఇన్విటేషన్ మీద ఇక్కడి నిమ్స్ కి వచ్చాడని తెలుసా? తన రిసెర్చ్ ఇక్కడ కూడా కొనసాగించే కండిషన్ మీద, తనతో పాటు రిసెర్చ్ అసిస్టెంట్ గా వైదేహిని తెచ్చుకున్నాడు. అది తెలుసా?

వైదేహి స్టాన్ ఫర్డ్ యూనివర్సిటీ ఏమ్ డీ టాపర్, మెగా హాస్పిటల్స్ లో సీనియర్ కార్డియాలజిస్ట్. ఇవి తెలుసా? అది అమెరికాలో పుట్టి, అక్కడే పెరిగింది. అది తెలుసా? మీ ఇంటికి వీళ్ళు నడిచి వచ్చారు, ఆటోల్లో వెళ్లిపోతాం అన్నారు కాబట్టి, వాళ్ళకి పెద్ద పెద్ద జాబ్స్ చేసే అవకాశం లేదా?

కేవలం మీ అబ్బాయి మోహన్ గారే, కష్టపడి పైకొచ్చి, ఆఖరున ఓ కారు కొనుక్కున్నారు కాబట్టి, ఎయిర్ ఫోర్స్ లో ఎవరైనా అలాగే సర్వీస్ ఆఖరులోనే, తమ గ్రాట్యూయిటీ డబ్బుతోనే, కారు కొనుక్కుంటారా? అలా కాకపోతే, వాళ్లంతా తప్పుడు మార్గాల్లో డబ్బు సంపాదిస్తూండాలి. అంతేనా?

నా భార్య... ఈ అప్పూ... తన డిగ్రీ తో పాటే సివిల్స్ కి ప్రిపరేషన్ స్టార్ట్ చేసిందని ఊహించగలరా? She was civil services topper in her batch. దాదాపు ఏడేళ్లక్రితం పేపర్లు మీరు చూసున్నా, అప్పటివి జ్ఞాపకం ఉన్నా, ఈ అపర్ణా భరద్వాజ్ సివిల్ సర్వీసెస్ టాపర్ అని తెలుస్తుంది. Now she is the deputy secretary, Major Industries. ఆ రామకృష్ణ ద్వారా కాదు, నా ద్వారా తెలుసుకోండి. నేను చెబుతున్నాను, అంటే శ్రీధర్ శ్రీపాద్, సెక్రెటరీ టు ది గవర్నమెంట్, మినిస్ట్రీ ఆఫ్ ఫారెస్ట్స్. అర్థం అయ్యిందా? ఆ రామకృష్ణ గారు, మా డాడీ వాళ్లని వదిలేసి, ఈ కాంతారావుతో పాటు కలకత్తా నుంచి వెనక్కొచ్చిన శాల్తీయే కదా? ఇప్పుడైనా సరిగ్గా ఎంక్వైర్ చెయ్యమనండి మీ దీపక్ ని.

ప్రవీణ్ గాడు స్క్వాడ్రన్ లీడర్ ఇంట్లో పనిచేస్తున్నాడా? వాడు తన ఇంటర్ అవ్వగానే, NDA కి సెలెక్ట్ అయ్యాడు. అంటే, వాడి 17th యియర్ నుంచే సంపాదించడం మొదలెట్టాడు. వాడి ట్రైనింగ్ లో 'బెస్ట్ కాడెట్' గా ప్రెసిడెంట్స్ మెడల్ తెచ్చుకున్నాడు. ఇంకో రెండు నెలల్లో వాడు వింగ్ కమాండర్ కూడా అవుతాడు. 'సోమయాజుల ప్రవీణ్' గురించి IAF Hq లో ఎంక్వైర్ చేస్తే ఆ పేరూ దొరకదు. వివరాలు కూడా! ఫైటర్ పైలట్స్ వివరాలు తెలుసుకోడానికి వేరే పాస్ వర్డ్ ఉంటుంది. దాన్ని ఉపయోగించి, 'ప్రవీణ్ భరద్వాజ్' అని వెతకండి. స్క్వాడ్రన్ లీడర్ అని తెలుస్తుంది. అలాగే వాడు టెస్ట్ పైలట్ అనీ తెలుస్తుంది. యంగెస్ట్ స్క్వాడ్రన్ లీడర్ అనీ, యంగెస్ట్ టెస్ట్ పైలట్ అనీ చెప్పుకోలేడు, ఎందుకంటే, వాడి బాచ్ అందరూ ఒకటే వయస్సు వాళ్ళు.

దీని తమ్ముడు ప్రశాంత్ భరద్వాజ్... U S ఫారిన్ సర్వీస్ లో సెలెక్ట్ అయ్యాడు. డిగ్రీ అయిన వెంటనే ఆ ఎక్జామ్ పాసయ్యాడు. ట్రైనింగ్ అయిన వెంటనే, చిలీ లో పోస్ట్ అయ్యాడు. ఇప్పుడు వాడికి డిప్లొమాట్ వీసా ఉంది. ప్రస్తుతం వాడు బాంకాక్ లో యూఎస్ ఎంబసీ లో ఫస్ట్ సెక్రెటరీ. వాడికీ ఆరేళ్ళ సర్వీస్ ఉంది.

ప్రసాద్ మావయ్య సిటీ బేంక్ వైస్ ప్రెసిడెంట్ ఐటీ ఆపరేషన్స్. ఇప్పుడు యూరోప్ ఆపరేషన్స్ హెడ్ గా లండన్ లో ఉంటున్నాడు.

రాజత్త కూడా సిటీబాంక్ అసిస్టెంట్ వైస్ ప్రెసిడెంట్ అండ్ ఎకనామిక్ పోలసీ ఎడ్వైజర్. ఇలాంటి కుటుంబాన్ని మీరు ఊహించ గలరా?

మా డాడ్ శ్రీనాధ్, శ్రీ ఇంజినీరింగ్ ఛీఫ్. దాంట్లో ఇప్పటికీ 25000 మంది స్టాఫ్ పనిచేస్తున్నారు. ఇట్ ఈజ్ ఎ మల్టినేషనల్ కంపనీ.

మా అమ్మ పద్మ ఛార్టర్డ్ అకౌంటెంట్. శ్రీపాల్స్ ఫౌండేషన్ ఛైర్మన్. ఎన్నో ఇతర ఆర్థిక సంస్థల్లో హానరరీ మెంబర్, కన్సల్టెంట్. వీళ్లందరికీ కూడా డాక్టరేట్స్ ఉన్నాయి. అమెరికన్ ప్రెసిడెంట్ తో విందులు... వీళ్లకి 'ఎ మేటర్ ఆఫ్ రొటీన్.'

మెగా హాస్పిటల్స్ గురించి విన్నారా? అమెరికాలో ఒకటుంది. ఇండియాలో రెండు స్టార్ట్ అవబోతున్నాయ్. మా లక్ష్మణ్ బాబాయ్ దానికి ఛీఫ్. మావాణి పిన్ని లీడింగ్ గైనకాలజిస్ట్ అండ్

జాయింట్ ఎమ్ డీ. వాళ్ళ పిల్లలు శరత్, లావణ్య ల గురించి విన్నారా? అమెరికాలో లీడింగ్ డాక్టర్స్. డా.సుధాకర్ మెగా హాస్పిటల్స్ కి వైస్ ఛైర్మన్ అండ్ జాయింట్ ఎమ్ డీ. అంతెందుకు? ఆఫీసుల్లో మమ్మల్ని మీరు కలుసుకోవాలంటే, మీకు అపాయింట్ మెంట్ దొరకడమే కష్టం.

అందరినీ అలా తీసిపారెయ్యడం, మీరు తప్ప మిగతావాళ్లంతా అవినీతి పరులని ప్రచారం చెయ్యడం వలన మీకు ఒరిగేదేముంది? మీ జీవితాలు మాత్రం 'ఎక్కడ వేసిన గొంగళీ అక్కడే ఉన్నట్టు' లాగే ఉన్నాయే?

సరే. నేనే అడుగుతాను చెప్పండి. లోపలున్న, మా సరస్వతి మామ్మగారినీ, జనార్ధన్ పెదనాన్నగారినీ కూడా పిలవండి. వాళ్ళు లోపల ఉన్నారనీ, నా మాటలు వింటున్నారనీ నాకు తెలుసు. మీరు చెప్పినట్టే లాస్ట్ గురువారం జరిగిన ఫంక్షన్ కి వీళ్ళూ వచ్చుంటారు కదా?

అలాగే మీ కాంతారావూ, రామకృష్ణ నీ కూడా, ఉంటే పిలవండి. కనీసం ఆ రామకృష్ణ అయినా నేనొక ఐ ఏ ఎస్ ఆఫీసర్ననీ, సెక్రెటరీననీ అని గుర్తుపడతాడు కదా? మీ మోహన్ గారినీ, ఆ దీపక్ గారినీ కూడా పిలవండి.

ఇప్పుడు నేనడిగే వాటికి సమాధానం చెప్పేముందు, మీకు మీరే ఆత్మశోధన చేసుకోండి. ప్రసాద్ మావయ్య వెళ్ళిపోయాడా, లేక వెళ్ళిపోయే పరిస్థితులు మీరే కల్పించారా?

మీరు అనుకున్న దానికి విరుద్ధంగా అయన పారిపోయినట్టయితే, వెంటనే పోలీస్ కంప్లైంట్ ఇచ్చారా? ఒకవేళ తొందరగా తిరిగి వచ్చేస్తాడేమో అని, ఇంకా తొందరగా విజయనగరం నుంచి హైదరాబాద్ మకాం మార్చేశారు కదా? ఒకవేళ ప్రసాద్ మావయ్య తిరిగొస్తే మీ దగ్గరికి పంపమని ఎవరికైనా చెప్పారా? ఈ కాంతారావూ, రామకృష్ణ ల పేరెంట్స్ మీకు కూడా తెలుసు కదా?

ఆయన వాటా ఆస్థిని పూర్తిగా వాడేసుకుని, పిల్లల చదువు నెపంతో, మీరు హైదరాబాద్ వెళ్ళిపోవడానికి ప్లాన్ వేసుకున్నారు కదా? అమలాపురం వెళ్ళి బ్రాహ్మణార్థాలు చేసుకోమని, అమ్మమ్మ గారే సలహా ఇచ్చినట్టున్నారు? అప్పుడు ఆ చదువుతోనే, మావయ్య ఏదో కూలి పనిలోనో, పౌరోహిత్యం లోనో, సెటిల్ అయిపోయే వాడు కదా? అదే కదా మీరు ఊహించింది? ఆయన ఆస్థికి అంతా లెక్కజెప్పేసి, అదంతా ఆయన చదువుకీ, వాళ్ళ తాతగారి వైద్యానికీ సరిపోయిందంటే, ఇక మీరు చేసిందేముంది? మీ ఆస్థి మాత్రం మీ పిల్లలకి పూర్తిగా దక్కాలా?...దీనికి అడిగేవాడు లేడు.

మా డాడీ మిమ్మల్ని అత్తయ్యా అని పిలిచే వారేమో కదా అమ్మమ్మగారూ? మా తాతగారు మిమ్మల్ని అక్కయ్యా అని పిలిచేవారు కదా?

అప్పుడు మీరు మా తాతగారి కి కానీ, వారు కట్టుకోబోయే భార్యకి గానీ, "ఇప్పటికే మీ పిన్నినీ, చెల్లెళ్ళీ పట్టించుకోకుండా చాలా తప్పు చేస్తున్నావు. ఇలా శ్రీనాధ్ ని వాడి మానానికి వాడిని వదిలెయ్యడం అన్నది ఇంకో తప్పు. ఈ వయసులో వాడిని వదుల్చుకుంటే, వాడు జీవితం లో ఎలా పైకి వస్తాడు?" అని మా తాతగారికి సలహా ఇచ్చారా ఎప్పుడైనా?

లేదే? పైగా సరస్వతి మామ్మని కూడా మీరు ప్రోత్సహించారు. "ఇప్పుడే పెళ్ళి చేసుకుంటున్నావ్. ఇంత వయసున్న కొడుకున్నాడంటే అందరూ నవ్వుతారు" అని చెప్పారు. ఆవిడకి కావలసిందీ అదే. "పోతే పోనీ. వీడు కూలిపని చేసుకుంటే మాత్రం నాకేం నష్టం?" అని అనుకున్నారు మా సరస్వతి మామ్మగారు. ఆవిధంగా, మీ అబ్బాయి ప్రసాద్, మా డాడీ శ్రీనాధ్, జీవితం లో పైకి రాకుండా

ఉండడానికీ, మీరూ, మీ పిల్లలూ మాత్రం హాయిగా నగర జీవితం, సౌకర్యాలూ అనుభవించడానికీ, చక్కని ప్లాన్ వేశారు.

లక్ష్మణ్ బాబాయ్ అన్న జనార్ధన్ గారితో మీకు ఇంకా సంబంధాలు ఉన్నాయి కదా? ఆయన కూడా లోపల నుంచి నా మాటలు వింటున్నారు కదా? గుడ్.

"తల్లితండ్రులనీ చూసుకోవాలి. అలాగే తమ్ముడిని కూడా చూసుకోవాలి. అంతే కానీ, ఆస్థంతా నీ పేర రాస్తేనే, తల్లితండ్రులని చూస్తానూ అనడం చాలా తప్పు. వాడింకా కుర్రకుంకే. వాడికి వయసు వచ్చాక వాడే చూస్తాడు. అప్పుడు కావాలంటే లెక్కలు తేల్చుకోండి." అని ఎందుకు చెప్పలేక పోయారు? "ఈ లక్ష్మణ్ గాడు కూడా ప్రసాద్ ఫ్రెండే...ముగ్గురినీ కట్టకట్టుకు చావనీ" అనుకున్నారు. అంతే కదా?

పైగా మీ ప్రోత్సాహం, దన్నూ ఉన్నప్పుడు, మా లక్ష్మణ్ బాబాయ్ అన్నగారు కానీ, మా డాడీ పిన్ని గారు కానీ, వేరేలా ఎలా ప్రవర్తిస్తారు? నిజమే. ఒకే గూటి చిలకలు ఒకే చోటికి చేరాయన్న మాట! మీరంతా కూడా ఒకేలా ఆలోచిస్తారూ, ప్రవర్తిస్తారూ కాబట్టే... ఈ మోహన్ మావయ్య గారి కొడుకు దీపక్ కి జనార్ధన్ పెదనాన్న గారి కూతురు తోటీ, అలాగే మా సరస్వతి మామ్మ గారి కొడుక్కి మీ మధుసూధన్ కూతురి తోటీ పెళ్ళిల్లు ఫిక్స్ అయ్యాయి. సరే, అది కాస్సేపు పక్కన పెడదాం.

మా రాజత్త కూడా మీకు తెలుసుగా? చిన్నప్పుడే తన తండ్రి పోయాడు, 'ఈ వయసులో మా మాధవన్ భార్య ఎంత కష్ట పడుతోందో ఏమో?' అని మీరు కానీ, అమ్మమ్మగారు కానీ, ఎప్పుడైనా తిరుపతి వెళ్లి, వీళ్లని చూసొచ్చారా? మీకు వీళ్ళ అడ్రెస్ కూడా తెలుసుగా? అప్పుడే వాళ్లని మందలించి సరైన మార్గం లో పెట్టి ఉంటే, చనిపోయిన మీ ఫ్రెండ్ మాధవన్ కూడా సంతోషించి ఉండేవాడు కదా?

కానీ, అలాంటి పనులు మనకి వద్దు. "ఉంటే వాళ్లని అదే రొంపిలో ఉండనీ. అసలు అలా కాక వేరేలా ఎలా బతుకుతారు వీళ్ళు?" అనుకుని సంతోషించారు. అంతేకానీ, అప్పట్లోనే ప్రకాష్ బాబాయ్ గోవిందరాజ స్వామి గుడిలో బొమ్మలు అమ్మాడనీ, తరువాత అర్చకుడు గా ఉన్నాడనీ, అలాగే మా అత్త సంగీత పాఠాలు చెప్పేదనీ మీరు ఊహించలేరు కూడా.

ఎవరికైనా డబ్బువిదిల్చి సాయం చేద్దామంటే, చేతులు రావు మనకి. "ఏమో, ఈ సాయంతో, ఒకవేళ వీళ్ళు మనకన్నా గొప్పవాళ్లయి పోతే?" అన్న స్వార్ధమే మీది.

అప్పట్లో మా అమ్మ కూడా మీకు తెలుసుగా? తను ఎంతో బీదరికం లో ఉంది. సత్రం నుంచి అన్నం తెచ్చుకుని తన తల్లికి పెడుతోంది. మరి మీరేం ఆదరించారు?

తను కూడా మీకు వరసకి చెల్లెలవుతుంది కదా? ఎప్పుడైనా పిలిచి ఓ రోజు భోజనం పెట్టారా? మా అమ్మకి కానీ, కనీసం వాళ్లమ్మకి కానీ?

అలాంటి సందర్భం ఏదైనా ఒక్ఖటి... ఒక్ఖటి మీరు జ్ఞాపకం చేసుకోగలరా? అప్పటికే మా అమ్మ మహారాజాస్ ప్రాచ్య కళాశాల లో సంస్కృత టీచర్ గా పనిచేస్తోందన్నది మీకు జ్ఞాపకం ఉందా?

మా అమ్మ ఎవరితోనో లేచిపోయిందా? తప్పుతప్పు. ఎవరో ఇద్దరితో లేచిపోయిందా? మీరు దానికి తెగ బాధ పడిపోయారా? సరస్వతి మామ్మగారు కూడా మీకు కన్ఫర్మ్ చేశారా? ఆవిడని బయటకి రమ్మనండి. నేనే అడిగేస్తాను.

మా అమ్మ, వాళ్ళాయన్ని వలలో వేసుకుంటుందా? ఈవిడ తన కాపురం కాపాడుకుందా? మా తాతగారు చనిపోయిన తేదీ కనుక్కుని, అప్పటినుంచీ శ్రాద్ధ కర్మలు చేయడానికి ఆ హనుమంత రావుని కలుసుకున్నారు వీళ్ళు. ఈవిడ మాజీ భర్త గారైన మా తాతగారు ఎలా అర్ధాంతరంగా చనిపోయారో, ఈ సరస్వతి గారు, ఆ టెనర్జీ గారిని ఎలా వలలో వేసుకున్నారో భిలాయ్ స్టీల్ ప్లాంట్ లో అందరూ ఏమనుకుంటున్నారో, మీ దీపక్ ని పంపించి తెలుసుకోండి. ఇలాంటి పనుల్లో తనకి చాలా అనుభవం ఉంది కదా?

మా అమ్మ అప్పటికే శ్రీపాల్స్ ఛైర్మన్. థౌజండ్స్ ఆఫ్ డాలర్స్ సంపాదిస్తోంది. కానీ అలాంటివి మీరు, అప్పుడే కాదు, ఇప్పుడు కూడా ఊహించలేరు కదా? “హమ్మయ్య. వాళ్ళు అదే రొంపిలో ఉన్నారు. మన కాలి గోరుకి కూడా వారు సరిపోరు.” అనుకుని సంతోషించారు. అవునా?

వైదీ మెడిసిన్ చేసింది. అది మీ మనవరాలే అని తెలిసే సరికి దానికి రంకు అంట గట్టేస్తున్నారా? ‘మా మనవరాలు’ అని మీరు గొప్పగా చెప్పుకుంటారు అనుకుంది తను.

వైదీ, అపర్ణాకూడా మిమ్మల్ని కలుసుకున్నాక, ఇంటికి వచ్చి, మీ విషయాలు మాకు చెప్పేవాళ్ళు. అలాగ దీపక్ గారి గురించి కూడా! నిజంగా ఇంత హేయం గా ప్రవర్తించే మనుషులు కూడా ఉంటారా అని అనిపించేది నాకు. అపర్ణా వాళ్ళే కొంత అతిశయోక్తులు చెబుతున్నారేమో, వాళ్ళకి మీతో కలవడం ఇష్టం లేదేమో అని అనుకునేవాడిని.

కానీ ఈనాటి మీ సభ్య ప్రవర్తనా, భాషా స్వయంగా చూశాక, వాళ్ళు చెప్పినదాంట్లో ఏమాత్రం అతిశయోక్తులు లేవని తెలుస్తోంది. మీరు ఈవాళ...కాస్సేపు...కాస్సేపు మీ నోరూ, ప్రవర్తనా అదుపులో పెట్టుకుని ఉంటే, దీని పర్యవసానాలు ఎంతో ఆనందకరంగా ఉండేవి. అపర్ణా, వైదీలతోపాటు, ఇంకో డజనుమంది మనవలు మిమ్మల్ని మనఃస్ఫూర్తిగా తాతా అని పిలిచేవారు.

పెద్దపెద్ద హోదాల్లో ఉన్న మేమంతా ఈ తాతగారికి సరెండర్ అయిపోయుండేవాళ్ళం. వాళ్ళంతా కూడా నా దగ్గరనుంచి మెసేజ్ కోసం వైట్ చేస్తున్నారు. మనందరి కుటుంబాలూ కలిసిపోయి ఒక పే...ద్ధ సమిష్టి కుటుంబం గా తయారయ్యేది. దానికి మీరే పెద్ద గా ఉండేవారు. కానీ ఇవన్నీ అనుభవించే అదృష్టం మీకూ మాకూ కూడా రాసిపెట్టిలేదు అని అనుకుంటున్నాను.

రక్తసంబంధాల్ని అపహాస్యం చేసింది మీరు. మీకు జనార్ధన్ గారూ, సరస్వతమ్మ గారూ తోడయ్యారు. భాంధవ్యాలూ, బాధ్యతలూ కన్నా డబ్బే ముఖ్యమనీ, విలువలు అసలే అక్కరలేదనీ, ఋజువు చేస్తున్నది మీరు. మిమ్మల్ని ఎవడూ అడిగే వాడు లేడనుకుంటున్నారు.

రక్తసంబంధాలు లేకపోయినా, తోబుట్టువుల్లా...కాదు కాదు...అంతకన్నా ఎక్కువగా, మా నాన్నా, ప్రసాద్ మావయ్య, లక్ష్మణ్ బాబాయ్, మా అమ్మా, అత్తా, పిన్నీ, అందరూ కలిసి పోయారు. ఈ బంధాన్ని మైంటైన్ చెయ్యమని, మాకు చిన్నప్పటి నుంచీ నైతిక విలువలు నూరిపోశారు.

మా డాడీ, బాబాయ్, మావయ్యా, కూడా సకాలంలో, సరైన నిర్ణయం తీసుకున్నారు. ఇప్పుడు మిమ్మల్నీ, మీ ప్రవర్తననీ చూశాక, వాళ్ళు మిమ్మల్ని వదులు కోవడం అన్నది చాలా చక్కని నిర్ణయం అని, నేను గుర్తిస్తున్నాను.

పద మావయ్యా. వీళ్ళని ఇంకా ఈ పెళ్ళిళ్ళకి ఆధ్వర్యం వహించమని ఆహ్వానిద్దామనుకున్నావు. ఇప్పుడు వీళ్ళూ, నువ్వూ ఒప్పుకున్నా సరే, మేమెవ్వరమూ ఒప్పుకోం. డాడీ, నువ్వుకూడా లే.

నువ్వు లేట్ చేస్తే, లోపలినుంచి, మీ పిన్నిగారు రావచ్చు. అలాగే లక్ష్మణ్ బాబాయ్ అన్నగారు రావచ్చు. వాళ్ళని చూడగానే మీ మూడ్స్ మారిపోవచ్చు. కానీ మాకెవ్వరికీ వాళ్ళని చూడాలని కూడా లేదు. అందుకే హర్రీ అప్.

అమ్మా...పద. ఈరోజు నిజంగా మనందరికీ మంచి రోజుకిందే లెక్క. ఒక దరిద్రం...ఒక పనికిమాలిన బంధం తెగిపోయింది. వుయ్ ఆర్ ఆల్ ఫ్రీ. పద." అంటూ మిగతా వాళ్లని తనతో తీసుకుని వెళ్ళిపోయాడు శ్రీధర్.

50

మే *2005*, హైదరాబాదు

ఆ ఏడాది మే నెలలో, వారం రోజుల వ్యవధిలో, ఐదు పెళ్ళిళ్లూ తిరుపతిలో జరిగి పోయాయి. అమెరికా లోనూ, ఇండియాలోనూ కూడా పాత బోర్డ్ మెంబర్స్ మారిపోయారు. వారిస్థానం లో కొత్త మెంబర్స్ ... కొత్త ప్రణాళికలూ.

హైదరాబాద్ లో శ్రీనాధ్ ఇంట్లో కలుసుకున్నారు మిత్రులంతా. ముందస్తు రిటైర్ మెంట్ తీసుకుని, రాజీ, ప్రసాద్ లు కోటిపల్లి లో స్థిరపడతామన్నారు.

“అక్కడైతే ప్రశాంతంగా ఉంటుంది. పక్కనే గోదావరి. ఇంకోపక్కన గుడి. ఆర్ధిక ఇబ్బందులు లేవు. వైద్యపరమైనవి వస్తాయేమో అని, ఎప్పుడూ హాస్పిటల్ పక్కనే ఉండలేము కదా?” అన్నాడు ప్రసాద్.

ఏస్ వీ చెప్పాడు. “అయితే, మేమూ నీతో బాటే. హైదరాబాద్ ఏమన్నా మన స్వంత ఊరా? మాకు అవే పాయింట్స్ వర్తిస్తాయి కదా?”

లక్ష్మణ్ అన్నాడు. “ఒరేయ్ ఎస్వీ. నువ్వు ఇంతవరకూ చాలా కష్ట పడ్డావు. మమ్మల్నందర్నీ పరుగులెట్టించావ్. మనందరం ఇప్పుడు చెప్పుకోదగ్గ స్థానాల్లో ఉన్నాం. ఇప్పుడు మనందరి తరఫునా నేను డెసిషన్ తీసుకుంటాను. నువ్వు కాదనడానికి వీల్లేదు.” అంటూ పద్మ వదిన వైపు చూశాడు. సిగ్నల్ అందింది.

“ఎప్పటికైనా మన ముగ్గురం ఒకే కుటుంబం లా ఉండాలన్నదే కదా మన ఆశయం? ఇప్పుడు మనకి ఏమన్నా భూమి తగాదాలూ, ఆస్థి పాస్థుల కొట్లాటలూ వచ్చాయా? పిల్లలంతా కలిసే ఉంటున్నారు కదా? ఇలా నువ్వొక్కడివీ వేరేగా ఉంటానంటే, అదేమన్నా గో...ప్ప త్యాగం కింద లెక్కేసుకోవాలా? అదేం కుదరదు. అంతా కలిసే ఉంటాం. Till death do us part.

నువ్వు చెప్పిన సదుపాయాలు చాలు. ప్రశాంతమైన వాతావరణం లో గడిపేద్దాం. కోటిపల్లి లో నేనే ఓ ఎకరం భూమి కొని మనందరికీ సరిపోయే ఇల్లు కట్టిస్తాను. అందులో మనం ఆరుగురం ఉందాం.

ప్రకాష్ ఇప్పటికీ ఇండియాలోనూ, అమెరికాలోనూ కూడా మంచి ప్రాక్టీ స్ లో ఉన్నాడు. వాడి అవకాశాలని పాడు చెయ్యద్దు. అలాగే జయశంకర్, సుధాకర్, కొన్నాళ్ళు వీళ్ళకి గైడెన్స్ ఇచ్చి ఆ తరువాత మనల్ని కలుస్తారు. మనం మాత్రం ఎప్పటికీ కలిసే ఉంటున్నాం. ఇల్లు కట్టే భాధ్యత నాకొదిలెయ్. ఆర్నెలల్లో రెడీ.”

వాణి అడిగింది. "ఒప్పుకో ప్రసాద్. ఆఖరు దాకా కలిసే ఉందాం. ప్లీజ్...నువ్వు నాకు అన్నగా ఉంటావనే ధైర్యంతోనే పుట్టింటి వాళ్ళందరినీ వదిలేసుకుని, నువ్వు చెప్పినట్టుగా కట్టుబట్టలతో వచ్చాను. ఇప్పుడు నన్ను ఇలా వేరు చేస్తావా?" అప్పటికే కళ్ళమ్మట నీళ్ళొచ్చేస్తున్నాయ్ వాణికి.

"ఎస్ పీ! చాలా రోజుల తరువాత నిన్నిలా పిలుస్తున్నాను కదూ? నీకు ఏకైక అక్కగా ఉంటానని మాటిచ్చాను. అది ఇంతవరకూ నిలుపుకున్నాననే అనుకుంటున్నాను. మరి ఈ అక్కని ఇలా అర్ధాంతరంగా వదిలేసి, నీ జీవితం గురించి నువ్వు పట్టించుకోవడం ఏమిటి? నీకు అక్కచెల్లెల్ల బాధ్యత లేదా?" పద్మ ఆవేశంగా మాట్లాడుతున్నా, కన్నీళ్ళు ఆపుకోలేకపోతోంది.

"మేం కూడా నీతోనే ఉంటాం. ప్లీజ్." వాణి పద్మలిద్దరూ ఒక్కసారే అన్నారు.

తన అక్క చెల్లెల్ల మాట కాదనలేకపోయాడు ప్రసాద్. అందుకే ఒప్పుకున్నాడు.

రాజీ చెప్పింది. "జీవితాంతం మనందరం కలిసే ఉంటాం పద్మా. నిజమే వాణీ. మిమ్మల్ని నేను మాత్రం ఎలా వదులుకుంటాను? మన శ్రీపాల్స్ బంధం ఎప్పటికీ విడిపోదు."

"నేను మాత్రం మిమ్మల్ని వదిలేసుకుని ఎలా ఉండగలను రా? మిత్రులైనా, బంధువులైనా, మీరే కదరా నాకు?" ప్రసాద్ అంటూంటే ముగ్గురు స్నేహితులూ ఒకే కౌగిలిలో ఒదిగిపోయారు.

అలాగే రాజీ, పద్మా, వాణీ! ఆ సందర్భంలో వాళ్ళలో ఉన్న ఆర్తిని ఊహించుకోవలసిందే. మాటల్లో చెప్పలేం.

ఆర్నెల్ల తరువాత, కోటిపల్లిలో, ప్రశాంత నిలయం లో అందరూ గృహ ప్రవేశం చేశారు. వారం రోజుల తరువాత వీళ్ళ ఆరుగురినీ వదిలేసి, మిగతావాళ్ళంతా తమ తమ డ్యూటీస్ కి బయలు దేరారు.

51

డిసెంబరు 2006, హైదరాబాదు

అప్పట్లో ప్రశాంత్ బాబాయ్ కి కొత్తగా పెళ్లయిందని, బాబాయ్ ని పక్కకి పెట్టి, వైదీ అత్త అందర్నీ ఉరుకులూ పరుగులూ పెట్టించేసేది. తను వైస్ ఛైర్మన్ హోదాలో, హైదరాబాద్ లో ఓ సారి బోర్డ్ మీటింగ్ పెట్టింది.

“మేం అక్కడ డోనార్స్ గ్రాంట్స్ మీద ఆధార పడడం అన్నది చాలా తక్కువ విషయాల్లోనే. శ్రీకాంత్, ఇంజినీరింగ్ లో రిసెర్చ్ ఎంకరేజ్ చేస్తున్నాడు. ఎవరైనా కొత్త ఐడియా తో వస్తే చాలు, ఆ ఐడియా వాడికి నచ్చితే, వర్కౌట్ అవుతుందని అనుకుంటే, ఆ ప్రోడక్ట్ డిజైన్ చేసి పేటెంట్ తీసుకుంటాడు. వెంచర్ కాపిటల్ కూడా స్టార్ట్ చేశాడు. మన కంప్యూటర్ వింగ్ ఇన్ ఛార్జ్ ఆదిత్య అయితే, అమెరికా ప్రభుత్వం వారి ‘సూపర్ కంప్యూటర్’ డిజైనింగ్ కి టెక్నాలజీ సప్లైయర్ గా ఉన్నాడు.

ఇంకో అయిదేళ్ళలో, శ్రీపాల్స్ ఫౌండేషన్, బయటి డొనేషన్స్ మీద అస్సలు ఆధార పడదు. మరి ఇండియాలో మీరేం చేస్తున్నారు?”

శ్రీధర్ మావయ్య చెప్పాడు. “ఇక్కడి స్కూల్ కూడా చాలా అభివృద్ధి చెందింది వైదీ. ఇప్పుడు కాలేజ్ వింగ్ కూడా స్టార్ట్ అయ్యింది. నెక్స్ట్ ఇయర్ నుంచీ పీజీ కోర్సెస్ కూడా స్టార్ట్ చేస్తున్నాం. ఫండ్స్ బాగానే అందుతున్నాయి.”

“ఠర్! మీ వర్క్ బాగులేదు.ఇందులో మన ప్రాచీన సంస్కృతినీ, ప్రాచీన భాషల్నీ, నాగరికతనీ, సంరక్షించే విషయం ఏముంది? మన ముఖ్య ఆశయం నుంచీ పక్కకి వెళ్ళిపోతున్నాం. దట్ కెనాట్ బి అలౌడ్.”

“అయితే నీ సలహా ఏమిటి?”

“మన బ్రహ్మచారులకి ఉద్యోగ అవకాశాలు చూడండి. మనం కాంపిటీటివ్ ఎగ్జామ్స్ కి కూడా కోచింగ్ ఇవ్వచ్చు. దానికి ఖచ్చితంగా ఛార్జ్ చేద్దాం. మన స్టూడెంట్స్ కి మాత్రం ఫ్రీ. దీనివల్ల మనకి రాబడీ పెరుగుతుంది. మన టీచర్స్ యొక్క నైపుణ్యాలూ తెలుస్తాయి.

విజయత్తా, వింటున్నావా?

అలాగే మన దగ్గర వేదం చదువుకుంటున్న విద్యార్థులూ, బ్రహ్మణ్యం నెరపగల వటువులతో ఒక యజ్ఞం చేయించండి. దీంతో వీళ్ళందరి సత్తా ఏమిటో ఇతరులకి తెలిసొస్తుంది.

దైవ కార్యక్రమాలకీ, నిత్య పూజలకీ, ప్రత్యేక పూజలకీ, మనల్ని సంప్రదించమని చెప్పు. పురోహితుడితో బాటు, అవసరమైన అన్ని పదార్థాలు మనం ఏర్పాటు చెయ్యగలమని చెప్పు. వాళ్లకి ఉపాధి చూపించినట్టూ అవుతుంది. మనకి ఇన్ కం కూడా వస్తుంది. ఇందులో జీయర్ స్వాముల సలహాలు తీసుకోండి.

అమెరికాలో సెనేట్ సభలు మన స్వామీజీల ఆశీస్సులతో ప్రారంభం అవుతున్నాయి. ఇక్కడకూడా శాసన సభలూ, ఇతర సమావేశాలూ, అలా ఎందుకు ప్రారంభం కాకూడదు? ముందు మన స్కూల్ తోటే స్టార్ట్ చెయ్యండి. స్కూల్ లో రెగ్యులర్ ప్రేయర్ తో పాటు, ఈ ప్రేయర్ కూడా కంపల్సరీ అని చెప్పండి. ఎటువంటి లిటిగేషనూ రాదు. మనది హిందూ ధర్మ పరిరక్షణ కోసం స్థాపించిన పాఠశాల. హిందూ ధర్మాన్ని పాటిస్తాం.

అలాగే టీటీడీ వారిని కలుసుకోండి. స్వామి వారి సేవకి మన పిల్లల్ని నియోగించమని చెప్పండి. మన అమెరికన్ ఫౌండేషన్ లో సమాజ సేవ కంపల్సరీ చేస్తున్నాం. మరి ఇక్కడ అటువంటిదేమీ లేదా?

"మీకు ఎటువంటి కార్యక్రమానికైనా పురోహితులు కావాలంటే, మమ్మల్ని సంప్రదించండి." అని పబ్లిసిటీ ఇప్పించు. మన దగ్గర బ్రాహ్మణ్యం నేర్చుకున్న వాళ్లకి ఉపాధి దొరుకుతుంది. అప్పుడు వాళ్లని చూసి మరికొంతమంది నేర్చుకుంటారు.

అమెరికాలో TANA సభల్లోనూ, ATA సభల్లోనూ, వేంకటేశ్వర స్వామి వారి గుడిలో ఉత్సవాల సందర్భాలలోనూ, మేము కచేరీలు చేస్తున్నాం. లావణ్య, గౌతమి, అరుణ, శారద పిన్నీ, వీటిలో ముందుంటున్నారు. అవకాశం ఉంటే చాలు, శ్రీపాల్స్ వేదపాఠశాల అనే బేనర్ పెట్టుకుని, మేము సంగీత కచేరీలు చేస్తున్నాం. అంతకు ముందు మన 'పాల్స్ విల' లో స్టేజ్ ప్రదర్శనలు ఇచ్చాంకదా? అలాగ అక్కడ అమెరికా లో, ఇక్కడి శ్రీపాల్స్ గురించి మేము ప్రచారం చేస్తూంటే, ఇక్కడ కూడా ఇలాంటివి చెయ్యాలని మీరెందుకు ఆలోచించరు?

ఇక్కడ TTD వారి కార్యక్రమాల్లోనూ, ఇతర ఉత్సవాల్లోనూ, మన సంగీత నృత్య కళాశాల విద్యార్థుల చేత ప్రోగ్రామ్స్ ఇప్పించండి. శ్రీపాల్స్ పాఠశాల విద్యార్థుల పేరు మారుమోగి పోవాలి. అక్కా, ఇందుకు నీ ఇన్ఫ్లుయెన్స్ అంతా యూజ్ చెయ్యి.

మరి ప్రవీణ్ గారి మాటేమిటి? వాటీజ్ యవర్ కాంట్రిబ్యూషన్?" అందర్నీ గడగడలాడించేస్తోంది వైదీ.

"వైదీ, ఇక్కడ హైదరాబాద్ లోనూ, జైపూర్ లోనూ మెగా హాస్పిటల్స్, ప్రధాన్స్ శ్రీపాల్స్ హోటెల్స్, రెండూ చూస్తున్నాను. రెండు చోట్లా కూడా ఈ రెండూ డాడీ చెప్పినట్టు ఒకదాన్ని ఒకటి సపోర్ట్ చేసుకుంటూ అభివృద్ధి లోకి వచ్చాయి. అన్నిటి లోనూ కూడా ఆక్యుపెన్సీ ఈజ్ ఆల్ మోస్ట్ 100%. ఇకనుంచీ ఈ స్కూల్ గురించి కూడా పట్టించుకుంటాను."

"కమర్షియల్ వెంచర్స్ ని లాభాల బాట పట్టించడానికి, మీరు అక్కర లేదు. ఆ పని ప్రధాన్స్ చూసుకుంటారు. అమెరికా నుంచీ మెగా హాస్పిటల్స్ వారు, శ్రీ ఇంజినీరింగ్ టెక్నికల్ సపోర్ట్ ఇస్తారు. ఇవి కాదు ముఖ్యం.

ఎటువంటి వాణిజ్య కార్యక్రమాలూ చేపట్టని, మన ఫౌండేషన్ ని ప్రగతి బాటలోకి, దాని ఆశయాలకి అనుగుణంగా, అభివృద్ధి బాట లోకి తీసుకు రావడంలోనే ఉంది మీ గ్రేట్ నెస్.

అమెరికన్ హెడ్ క్వార్టర్స్ తో మీరు టచ్ లో ఉండడం లేదు. అందుకనే ఇలా వెనుక బడిపోతున్నారు. మరి శరత్ గారు ఈ మెగా హాస్పిటల్స్ ని చూసుకోవడం లేదా?"

"బాబోయ్. నేను అమెరికా లోని హాస్పిటల్లోనూ వర్క్ చేస్తున్నాను. ఇండియా లోని హాస్పిటల్స్ నీ సూపర్వైజ్ చేస్తున్నాను. అయామ్ డూయింగ్ మై బెస్ట్. ఇవి ఇప్పుడిప్పుడే స్టార్ట్ అయినవి. అమెరికాలోవి ఎప్పటినుంచో, అంటే నువ్వు పుట్టక ముందునుంచీ ఉన్నవి. అర్థం అయ్యిందా సీతమ్మగారూ?

అందరూ ఫక్కున నవ్వారు.

అపర్ణ చెప్పింది. "ఇలాగే ప్రోగ్రెస్ చూపిస్తే, మనకి UGC రికాగ్నిషన్ కుడా వస్తుంది. Very soon, it will be Sreepals University. We are on the job. May be another two years."

"Cheers" అంది వైదీ.

అందరూ బోర్డ్ మెంబర్స్ పాత్రల్లోంచి, మళ్లీ కుటుంబ సభ్యులుగా మారిపోయారు.

ఇదంతా చూస్తున్న పాత బోర్డ్ మెంబర్స్...ప్రసాద్, శ్రీనాధ్, లక్ష్మణ్, రాజేశ్వరీ, పద్మా, వాణి, ప్రకాష్, విజయా, సుధాకర్ శారదా, జయశంకర్, సరోజా కూడా "ఛీర్స్" చెప్పి వీళ్లతో చేతులు కలిపారు.

52

జనవరి-జూన్ 2007

I think it is around 2007. ఆ తరువాత రెండేళ్లలో మా సమిష్టి కుటుంబం లో చాలా మార్పులు వచ్చాయి.

2007 సంవత్సరం. మా వాళ్లందరికీ గుర్తుండి పోయే సంవత్సరం. ఆ ఏడాది జనవరి లోనే, మా ప్రసాద్ తాతగారు చనిపోయారు. అ సందర్భం లో, వాజ్, ధరణీ, ప్రధాన్స్ కూడా ప్రత్యేక విమానంలో రాజమండ్రీ వచ్చి, అక్కడినుంచి కోటిపల్లి వచ్చారు. మా మామ్మనీ, శ్రీనాధ్ తాతయ్యని, పద్మమ్మనీ ఓదారుస్తూ, వాజ్ ఏమన్నారో తెలుసా?

"వాడు నాకు పుత్రుడూ, మిత్రుడూ, సచివుడూ కూడా. సరియైన సమయంలో, నాకు సరియైన సలహాలిచ్చేవాడు. మా పార్టీకి పునర్వైభవం తేవడం లోనే కాదు, నేను వ్యక్తిగతంగా కూడా కీర్తిప్రతిష్టలు అందుకోడానికి వాడు తన సలహాల నిచ్చేవాడు. అమెరికాలో ఉన్నా, నా కోసం, తపన పడేవాడు. జీవితం లో నా కిష్టమైన ఆప్తుల్ని త్వరగా కోల్పోతున్నానేమో అనిపిస్తోంది. రాజ్ మాతా వైజయంతీ కూడా అలాంటివారే!

నాకు ఎంతో వాక్చాతుర్యం ఉంది అని నన్నెప్పుడూ అభినందించేవాడు. కానీ, ఇప్పుడు ...ఈ సందర్భంలో నాకు అసలు నోటమ్మట మాటే రావడం లేదు. మూగవాడిని కాదు కానీ, నాకు ఎందుకో మాటలు రావడం లేదు. అలాగే అన్నీ చూడగలిగిన వాడినైనా, ఈ సీన్ నేను చూసి తట్టుకో లేక పోతున్నాను... మిగిలిన మీరంతా ఈ దుఃఖాన్ని పంచుకోగలరు. నేను మొదటినుంచీ ఏకాకినే. నా కెవరున్నారు?" దుఃఖాన్ని దిగమింగుకుంటూ మాట్లాడారు వాజ్.

"ప్రసాద్ కేవలం మాకు పార్ట్నరే కాదు. ప్రసాద్ మాకు మంచి మిత్రుడూ, ఆప్తుడూ, మంచి సచివుడూ కూడా. ఎంత జటిలమైన సమస్యకైనా, ఓ పరిష్కారం చూపించేవాడు. Words fail me to correctly express my self. I miss him badly" అన్నాడు చరణ్ రాజ్ ప్రధాన్స్.

"BJS ఆఫీస్ లో పనిచేసే కుర్రాడు, చదువుకున్నాడు, చక్కగా ఆలోచిస్తాడు, సమాజానికి తాను ఏదో సేవ చెయ్యాలి అనుకుంటున్నాడు....ఇవే నాకు ప్రసాద్ గురించి నాకు మొదట తెలిసినవి. కానీ, ఒక్కసారి ప్రసాద్ ని కలుసుకోగానే, నా రాచరికపు హోదా పక్కన పెట్టెయ్యాలనిపించింది.

అలాగే జరిగింది. నన్ను 'ధరణీ' అని పిలిచేంతటి ఆప్తుడయ్యాడు నాకు. ఇక వీళ్ళందరూ సరేసరి. వీళ్ళవల్లే కొంచెం తెలుగు కూడా నేర్చుకున్నాను.

"మన సారధి, మన సచివుడు, మన వియ్యము, మన సఖుండు, మన బాంధవుడున్, మన విభుండు, గురుడు, దేవర, మనలను దిగనాడి చనియె మనుజాధీశా- అన్నపుడు అర్జునుడు ఎంతబాధ పడ్డాడో తెలియదు గానీ, నేనిప్పుడు అంతకన్నా ఎక్కువ బాధపడుతున్నాను.

డబ్బు సంపాదించడం కాదు ముఖ్యం. ఆ విధంగా చిత్తు కాగితాలు ఏరుకునే దశ నుంచీ, మిలియన్ డాలర్స్ ఆస్థులని సంపాదిచుకున్న వాళ్ళ కధలు చాలా చదివాం. అదికాదు ముఖ్యం. ఒకప్పుడు ఏమీలేని ఈ ప్రసాద్, అయిన వాళ్లచే నిరాకరింపబడ్డ ఈ ప్రసాద్, అదే సమాజాన్ని అసహ్యహించు కోకుండా, ఆ సమాజం లో తన లాగ ఇతరులు నిరాదరణకి గురికాకూడదని, శ్రీపాల్స్ ఫౌండేషన్ ని అమెరికాలో నూ, ఇండియా లోనూ కూడా స్థాపించడం, తన ఇతర కంపెనీల ఆదాయాన్ని, ఈ శ్రీ పాల్స్ కే మళ్ళించడం, మళ్ళీ తను ఇలా గోదావరి లంకల తీరాల్లో ప్రశాంతంగా వానప్రస్థ జీవితాన్ని గడపడం... ఆలోచనలని ఆచరణ లోకి తీసుకురావడం సాధ్యమే, అని నిరూపించాడు.

నాకు నిజంగా ఇంగ్లీష్ లోనూ, హిందీ లోనూ కూడా చాలా భాషా జ్ఞానం ఉందనుకునే దాన్ని. కానీ, ఇప్పటి నా పరిస్థితి చూస్తే, నా భావాల్ని తెలియజెప్పడానికి, నాకు తెలుసున్న భాష సరిపోదు అనిపిస్తోంది. I miss him so much." కంట తడి పెట్టుకూంటూ అంది ధరణీ అమ్మమ్మ.

మా తాతగారికి ఇంతకన్నా క్లుప్తంగా, ఘనమైన నివాళి ఇవ్వడం సాధ్యమేనా?

ఆయన కర్మకాండ ముగిసి ఇంకా నెల కూడా తిరక్కుండానే, శ్రీనాధ్ తాతగారు కూడా తన మిత్రుడిని కలుసుకున్నారు. రెండు నెలల వ్యవధిలో పద్మమ్మమ్మా, మా మామ్మ రాజేశ్వరీ కూడా వాళ్ళని చేరుకున్నారు. వీళ్లెవ్వరికీ ఎటువంటి అనారోగ్యమూ లేదు. హాయిగా నిద్రలో కన్నుమూశారు. లక్ష్మణ్ తాతగారు అప్పుడు మానాన్న ప్రవీణ్ తోటీ, అత్త వైదేహి తోటీ చెప్పారు.

"ప్రసాద్ కి శారీరకంగా అనారోగ్యం ఏమీ లేదు. కానీ గత నలభై ఏళ్ళనుంచీ, మా గురించి ఆలోచించీ, మేమెవ్వరమూ జీవితంలో వెనకబడకూడదని ప్రణాళికలు రచించీ, మానసికంగా ఎక్జాస్ట్ ఐపోయాడు. త్వరగా ప్రశాంత జీవనం కావాలని కోరుకున్నాడు. అందుకే భాధ్యతలన్నీ మీ కప్పగించాడు.

శ్రీనాధ్ నన్ను ఆట పట్టించేవాడు. అయినా వాడికి నేనంటే ప్రాణం. అలాగే నాకు ప్రసాద్ అంటే. అయితే మా పెళ్ళిళ్ళు అయ్యాక కూడా మేమంతా ఒకే కుటుంబం లాగా కొనసాగాం. అదే విశేషం.

అందుకు పద్మ వదినకి చాలా ఋణపడిఉన్నాం. మమ్మల్నీ మా మైత్రినీ అర్ధం చేసుకుంది. మా శ్రీపాల్స్ బంధం తెగిపోకుండా ఆఖరు వరకూ కాపాడింది. మాతోపాటు అవమానాల పాలయ్యింది.

మేం ఫెయిల్ అవుతామేమో అనే అనుమానం తనకి వచ్చి నప్పుడు, తనే ఆ విషయాన్ని డీల్ చేసేది. మమ్మల్ని కలగజేసుకోనిచ్చేది కాదు. అలాగే రాజీ కూడా. మాతో కుటుంబవ్యక్తి లా కలిసి పోయింది.

రాజీ అయితే, మాకు ఓ పిన్నినీ, తమ్ముడినీ, కుటుంబ సంబంధాల్నీ ఏర్పరిచింది. స్వంత చెల్లెలి లాగే వ్యవహరించింది. ప్రకాష్ చేతిలో కన్నా, మా చేతే ఎక్కువ మొట్టికాయలు తిందేమో తను.

తన ఇండియన్ వింగ్ ప్రాముఖ్యతని కూడా అందరూ తెలుసుకోవాలనే, దానికి రావలసిన గుర్తింపు దానికి దక్కాలనే, తిరుపతి లోని శ్రీపాల్స్ వేద విశ్వవిదాలయం నుంచే తన డాక్టరేట్ తీసుకుంటానన్నాడు ప్రసాద్. ప్రకాష్ దీ, విజయ దీ కూడా భాధ్యతగల హోదాలే అని వాళ్ళకి తెలియచెప్పాడన్నమాట.

అందరికన్నా చెప్పుకోవలసింది వాణి గురించి. మిగతా మా కందరికీ, విజయనగరం తో చిన్నప్పటి నుంచీ సంబంధాలు ఉన్నాయి. అదే మమ్మల్ని కలిపింది. కానీ, ఇవేమీ లేకుండానే, వాణి మాతో కలిసి పోయి, రాజీ మదర్ ని 'అత్తయ్యా' అని పిలిచింది. ప్రసాద్ నే తన అన్నయ్యగా భావించింది. అలాగే ప్రవర్తించింది. మేం ఎన్నోసార్లు డిల్లీ వచ్చాం. అయినా తనవాళ్లని కలుసుకోడానికి వాణి ఎన్నడూ ఆసక్తి చూపలేదు. అసలు ప్రయత్నించలేదు కూడా. మెగా హాస్పిటల్స్ ని పైకి తీసుకురావడం లో నాతోపాటూ శ్రమించింది. 'మేం అయిదుగురం అయినా ఒక్కరు కిందే లెఖ్క' అని కొత్తలో పద్మవదిన చెప్పింది. కానీ, ఆ తరువాత మేం ఆరుగురం అయ్యాక కూడా, 'అంతా ఒక్కరు' గానే బతకడానికి కారణం, వాణీయే!.

'పాల్స్ విల్లే' లో ఉన్నప్పుడు, మాకు బోర్ కొట్టినప్పుడల్లా, మాలో అలసట కనిపించినప్పుడల్లా, మమ్మల్ని మూడ్ లోకి తీసుకుని రావడానికి వీళ్లేం చేసేవారో తెలుసా? రాజీ విజిల్ వేసేది. వాణి మిమిక్రీ చేస్తూ పాటలు పాడేది. పద్మ వదిన జోక్స్ చెప్పి నవ్వించేది. వాణి పాటలకన్నా తన మిమిక్రీకీ, హావభావాలకే మాకు నవ్వు వచ్చేది. అలాగే, కావాలని మా చేత మొట్టికాయలు తినేది రాజీ.

పద్మ వదినవి అన్నీ పాత జోక్సే అయినా, అవేవో కొత్తవి అన్నట్టుగా చెప్పేది. ఆఖరున "ఇది మాకు తెలిసిన జోకే. దీనికి మేం నవ్వం" అని చెప్పి అందరం హాయిగా నవ్వేసే వాళ్ళం.

ఏవీ? ఆనాటి రోజులేవీ? ఏవి తల్లీ నిరుడు కురిసిన హిమ సమూహములు? ఎవరితో చెప్పుకోవాలి నా మనస్సులో బాధని?

మేమందరం కూడా మెంటల్ గానూ ఫిజికల్ గానూ కూడా ఎగ్జాస్ట్ అయిపోయాం. అందుకే, మాకింకా పని చెయ్యగలిగే శక్తి ఉన్నప్పుడే, మీకు అధికారాలనీ, భాధ్యతలని అప్పగించెయ్యడం జరిగింది. ఇవన్నీ మీకు ఇంకోసారి చెప్పి, మిమ్మల్ని ఊరడించమనే కాబోలు, వాళ్ళు నాకు తరచూ కలల్లోకి వస్తున్నారు. I think me and Vani are going to join them shortly.

మా మనవల సంగతి అంటారా? వాళ్ళని పైలోకంలోంచే చూసి ఆశీర్వదిస్తాం. ఇదే మీ అందరికీ మా ఫైనల్ గుడ్ బై." రెండు నెలలు కూడా తిరక్కుండానే, వాళ్ళిద్దరూ తమ మిత్రుల్ని చేరుకున్నారు.

53

జూన్ 2008

వీళ్ళ సంవత్సరీకాల సందర్భంలో... తన దుఃఖాన్ని ఆపుకోలేకపోయాడు ప్రకాష్. పిల్లలందరినీ దగ్గరికి తీసుకుని,

"కేవలం నా ఫ్రెండ్స్ మాత్రమే చనిపోయారు అనుకున్నా... మీ అందరూ కూడా...మీ మీ తండ్రుల్నీ... పెదనాన్నల్నీ, అమ్మల్నీ...అత్తలనీ....కోల్పోయారు. మీ పై తరం వాళ్ళు మిమ్మల్ని విడిచి వెళ్ళిపోయారు" అన్నాడు.

"అదేంటి మావయ్యా...వాళ్ళ బదులుగా నువ్వు పెద్ద దిక్కుగా ఉన్నావనుకుంటాం...వాళ్ళూ, నువ్వూ కూడా మాకూ కావలసిన వాళ్ళే. నువ్వు బాధ పడి మమ్మల్ని బాధ పెట్టకు" అంది అరుణ.

"లేదు అరూ... మీకున్న అనుబంధం వేరు. నాకున్నది వేరు. అలాగే విజయకి కూడా! మీరు ఎవ్వరూ కూడా కష్టాల్లో పుట్టాలేదూ...అలా పెరగనూ లేదు. కాబట్టి పెద్దలు చెప్పినట్టు వినడం... నైతిక విలువలు కాపాడుకుంటూ పెరగడం... లాంటివి, అంత కష్టపడకుండానే వచ్చాయి మీకు. కాని మేము? వాట్ అబౌట్ జై? మేమంతా మిడిల్ క్లాస్, లోయర్ మిడిల్ క్లాస్ ... ఫామిలోస్ లోంచి వచ్చిన వాళ్ళమే!

నేనైతే ఏరోజుకారోజు వెళ్ళదీసుకుంటూ...హమ్మయ్య... ఈరోజు గడిచిపోయింది... అని అనుకునేవాడిని.

కానీ ఇప్పుడు నేనిలా ఉన్నానూ అంటే... అదంతా ప్రసాద్ చలవే!"

ప్రకాష్ కి కళ్ళమ్మట నీళ్ళు ఆగడం లేదు. తన తండ్రిని ఓదారుద్దామని శ్రీదేవి ప్రకాష్ దగ్గరికి వచ్చింది. వెంటనే పక్కనే ఉన్న తన తల్లినీ గమనించింది. విజయ తన దుఃఖాన్ని కంట్రోల్ చేసుకోలేకపోతోంది. శారదా... సరోజా కూడా విజయని ఓదారుస్తున్నారు!

"వద్దు శ్రీ. వద్దు. నన్ను ఓదార్చే ప్రయత్నం చెయ్యద్దు. ఎన్నాళ్ళు నా మనసులో బాధని దాచుకుంటాను? ఎప్పటికైనా మీకూ తెలియాల్సిందే కదా?" ప్రకాష్ కళ్ళు తుడుచుకుంటూ చెప్పాడు.

"మాకు తెలిసిన ప్రసాద్, శ్రీనాధ్, లక్ష్మణ్ లు వేరు. వాళ్ళందరినీ కూడా మీరు ఉన్నత విద్యార్హతలు గల వాళ్ళగానూ, ఉన్నత పదవుల్లో ఉన్నవాళ్ళుగానూ చూశారు. కానీ వాళ్ళలో ఉన్న స్నేహం... స్నేహానికి ప్రాణం ఇవ్వడం... ఎటువంటి పొరపొచ్చాలూ లేకుండా జీవితాంతం కలిసి బతకడం... ఇవన్నీ మీరు గమనించలేదేమో!

ప్రసాద్ నా జీవితంలో ప్రవేశించక పోతే... నేనేమయ్యేవాడిని? అక్కడే... తిరుపతిలో... గోవిందరాజుల గుడిలో... అర్చకుడిగానో... లేకపోతే... ఏదో రియల్ ఎస్టేట్ కంట్రాక్టర్ గానో ఉండేవాడిని.

మా చెల్లి రాజీ? అది కూడా ఏ మధ్యతరగతి జీవినో పెళ్ళిచేసుకుని, అదే మధ్యతరగతి వాతావరణం లోనే పెరిగి... పిల్లల్నీ కనుండేది.

అసలు విజయ నా జీవితంలోకి వచ్చేదా? ఈ శ్రీపాల్స్ ఫౌండేషన్, వేద విద్యాలయం ... కాలేజీ... వాటికి ప్రిన్సిపాల్ హోదా... ఫౌండేషన్ లీగల్ ఎడ్వైజర్ హోదా... విదేశాల్లో ఇతర కంపెనీలకి కూడా లీగల్ ఎడ్వైజర్ గానూ... ఆర్బిట్రేటర్ గానూ అవకాశాలూ... ఇవన్నీ ఎలా వచ్చేవి? ఇవన్నీ నేనూ...విజయా కూడా ప్రసాద్ వల్ల సంపాదించుకున్నవే!

అయితే నేను ఈ భౌతిక సుఖాలగురించీ... సంపదల గురించీ...చెప్పడం లేదు. అలా మీరు అర్థం చేసుకుంటున్నారేమో!

సమాజంలోని తోటి మానవులకి మనం చెయ్యగలిగినంత సహాయం చెయ్యడం గురించి నేను చెబుతున్నాను. ప్రసాద్, పద్మా, శ్రీనాద్, లక్షణ్, వాణీ....వీరంతా నాకు పలు సందర్భాలలో సాయం చేసిన వారే. అంతెందుకు? మన జీయర్ స్వామి కూడా నాకు సాయం చేసినవారే!

చాలామంది అన్నదానం...సత్రవులూ...గుళ్ళూగోపురాలూ లాంటివి కట్టించడం...ఇలాంటి వాటినే ఎన్నుకుంటారు. కానీ ప్రసాద్ చేసింది విద్యాదానం.

తన ఫౌండేషన్ ద్వారా ఎంతోమందికి ఉన్నత విద్యని అందించాడు. వారంతా కూడా జీవితంలో ఉన్నత శిఖరాలకు చేరుకోవడం అన్న మాట అటుంచు....పద్మ అన్నా...ప్రసాద్ అన్నా...శ్రీనాధ్ అన్నా... ప్రాణం పెట్టే లెవెల్ కి వచ్చేశారు వాళ్ళు. అదీ...అటువంటి అభిమానాన్ని సంపాదించుకోగలగాలి.

అప్పూ... పైదీ... మీరు ఏదోలా శ్రీపాల్స్ ని నడిపించడం కాదు. పద్మా... ప్రసాద్... శ్రీనాధ్... లక్ష్మణ్... వీళ్ళకి తగిన వారసుల్లా దీనిని నడిపించాలి.

ఇందులో సెలెక్ట్ అయిన స్టూడెంట్స్ అందరూ కూడా... మిమ్మల్ని వ్యక్తిగతంగా కూడా అభిమానించగలగాలి. దీనికి మీరు వారందరినీ కూడా పేరు పేరునా గుర్తు పెట్టుకోగలగాలి.

అందుకే పద్మ వదిన ప్రతీ ఏడాది 'ఎట్ హోం' అని శ్రీపాల్స్ స్కాలర్స్ అందరికీ కలిపి పార్టీ ఇచ్చేది. ఎరేంజ్ మెంట్స్ అన్నీ ఆ స్టూడెంట్స్ వే! కేవలం ఖర్చు భరించడం మాత్రమే శ్రీపాల్స్ ది. దీనికి ఆ స్టూడెంట్స్ తల్లి తండ్రులూ, బంధువులూ కూడా హాజరయ్యేవారు. ఈ కార్యక్రమం ఎంత బాగా జరిగేదంటే... వాళ్ళే...ఆ స్టూడెంట్సే... మళ్ళీ ఏడాది వచ్చే కార్యక్రమానికి కూడా ఇప్పటినుంచీ ప్లాన్స్ వేసుకునేవాళ్ళు.

పాతికేళ్ళనుంచీ వస్తున్న బాచ్ లే మన శ్రీపాల్స్ కి ఎడ్వర్టైజ్ మెంట్. గాంధీగారు చెప్పినట్టుగా.... మన ఆదర్శాలని ఆచరణలో పెట్టడానికి, వాళ్ళే మనకి ఓ అవకాశం ఇచ్చారన్న మాట. వారంతా ఇప్పటికీ లాయల్ గా ఉంటూండబట్టే.... శ్రీపాల్స్ కి ఇంత పేరు వచ్చింది. ఇదంతా ఎవరూ డబ్బుతో కొనుక్కోలేరు. ఒకవేళ అలా కొన్నా...ఇన్నాళ్ళు నిలబడదు.

ప్రసాద్ చనిపోయినప్పుడు... వాజ్... ధరణీ... ప్రధాన్స్... వీళ్ళు ప్రత్యేక విమానం లో వచ్చారన్నదే మీకు గుర్తుంది కానీ... కానీ అప్పుడు శ్రీ ఇంజినీరింగ్ ఉన్నతాధికారులూ... శ్రీపాల్స్ ఉద్యోగులూ, స్టూడెంట్సూ కూడా...వచ్చారని మీకు గుర్తుందా? వాళ్ళందరూ కూడా అధిక ధరలకి విమాన టిక్కెట్లు బుక్ చేసుకుని వచ్చారు. ఇది వాళ్ళ తాహతుకి మించినదే.

అయినా వాళ్ళు కేవలం ప్రసాద్ మీద అభిమానం తో వచ్చారు. ప్రసాద్ కి ఈ సంస్థల్లో వేటితోనూ కూడా అఫీషియల్ గా అనుబంధం లేదు. అయినా వాళ్ళందరి ప్రేమనీ... అభిమానాన్నీ పొందాడు.

అదీ... అలాంటి అభిమానాన్ని మనం ఎలా పొందగలం? నిజంగా కీర్తిశేషులంటే వాళ్ళు. ఇప్పటికీ వాళ్ళ గురించి చెప్పుకుంటున్నామంటే.... వారిలో ఆ ఘనత ఉండబట్టే!

కేవలం స్నేహం... అది కూడా మూడేళ్ళకే పరిమితం... నా థర్డ్ ఫారం నుంచీ ఫిఫ్త్ ఫారం వరకూ... రాజీకి కూడా అంతే. కానీ ఈ మూడేళ్ళ స్నేహాన్నీ గౌరవించి... ప్రాణానికి ప్రాణంగా మాలో ఒకడు గా కలిసి పోయి... మా కష్ట సుఖాలని తెలుసుకుని... మమ్మల్నీ...మిమ్మల్నీ కూడా...ఈ రోజు ఇంతటి ఉన్నతస్థితి లోకి తీసుకు వచ్చాడు ప్రసాద్.

మరి శ్రీనాథ్, లక్ష్మణ్ లు? వాళ్ళకీ నాకూ ఎటువంటి రక్తసంబంధమూ లేదు. స్నేహం కూడా అంతంత మాత్రమే!... కేవలం ప్రసాద్ స్నేహితులు వాళ్ళు... అంతే.

అయితే మాత్రం? రాజీని స్వంత చెల్లెలిలాగా చూసుకున్నారు. ఈ విషయం మీకు తెలుసో లేదో... రాజీని కన్యాదానం చేసింది శ్రీనాథ్, పద్మొదినా! ఇంకో ఆశ్చర్యకరమైన విషయం ఏమంటే, అసలు మా రాజీ కూడా దీనికి అభ్యంతర పెట్టలేదు. అలాగే నాకూ వాళ్లేపెళ్ళిపీటల మీద కూర్చున్నారు. మా అమ్మని తమ అమ్మ గా ట్రీట్ చేశారు. అంతెందుకు? రాజీ వాళ్ళతో ఉందంటే... దానిక్కావలసినవన్నీ...ఏ లోటూ లేకుండా... పుట్టింటివాళ్ళకన్నా ఎక్కువగా... దానికి సమకూరుతున్నాయన్న ధైర్యం ఉండేది నాకు.

అలాగే పద్మొదిన కూడా... మా అమ్మని తన అత్తయ్య గా భావించింది. అలాగే ప్రవర్తించింది కూడా. తన పెళ్ళయిన రెండు రోజులకే...నాకూ పెళ్ళి ఫిక్స్ చేసేసింది. అదీ నాకు నచ్చిన వాళ్ళతో. ప్రసాద్ అభిప్రాయాలకీ...శ్రీనాథ్ చెప్పినదానికీ... పద్మొదిన ఎప్పుడూ అడ్డుచెప్పలేదు. అలాగే వాణొదిన కూడా. పెళ్ళికి ముందు తను ఎవరో మాకు అస్సలు తెలియదు. అయినా మా ఇంటి కోడలుగా తన భాధ్యతలు స్వీకరించింది. అలాగే మెలిగింది.

విజయ కూడా... నాతో ఎంతటి చనువూ, అనుబంధం ఉన్నా... లక్ష్మణ్ ని చాలా అభిమానించేది. తన పెళ్ళి కుదిర్చినవాడు లక్ష్మణ్ కదా? అలాగే పద్మొదిన్ని కూడా. అసలు పద్మొదిన లేకపోతే తనెక్కడుండేది? వీళ్ళందరికీ కూడా ప్రసాద్ దేముడే!... తనూ అలాగే ప్రవర్తించింది.

ఇటువంటి ఆప్యాయతల్నీ... అభిమానాల్నీ మళ్ళీ ఎక్కడ చూస్తాను?

నేనూ... రాజీ... మేం ఇద్దరమే అన్ని కష్ట సుఖాలూ అనుభవించాలీ...అని అనుకుంటున్న ఆ రోజుల్లో... మేం కూడా నీతో ఉన్నాం అంటూ... ఇంకో ఇద్దరు అన్నగార్లనీ... ఇంకో ఇద్దరు వదినల్నీ... నేను ప్రేమించిన అమ్మాయినీ...నాకిచ్చి, మా కష్టసుఖాల్లో భాగం పంచుకున్నాడు ప్రసాద్.

మా నాన్నగారు చనిపోయాక ఒక ఐదేళ్ళు కష్టపడ్డానేమో.... కానీ తన రాకతో... ఒక్కసారిగా మా జీవితాలు మారిపోయాయి. రాజీ పెళ్ళి... దానికి నచ్చినవాడితో... అదీ నాకు ఏమాత్రం ఖర్చు లేకుండా... ఆ పైన నా పెళ్ళి నిశ్చయం...అదీ నాకు నచ్చిన అమ్మాయితో... ఇదీకూడా నాకేమాత్రం ఖర్చు కాకుండా... నాకు ఓ ఉద్యోగం... ఉద్యోగం చేస్తూనే పై చదువులు చదువుకునే అవకాశం... అలాగే విజయకీ... ఇవన్నీ కొద్ది రోజుల వ్యవధి లోనే జరిగిపోయాయంటే మీరు నమ్మలేరు. ఒకప్పుడు మమ్మల్ని చూసి జాలిపడిన బంధువులే... ఇప్పుడు మమ్మల్ని చూసి అసూయ పడేంతగా అభివృద్ధి చెందాం.

దీనికంతా కారణం...పద్మా ప్రసాద్ లే! వీళ్ళిద్దరికీ ఎటువంటి రక్తసంబంధమూ లేదు. అయినా వాళ్ళు తోబుట్టువుల్లా కలిసిపోయి... జీవితాంతం ఆ బంధాన్ని కాపాడుకున్నారు.

వాణీ ఈజ్ గ్రేట్... వీళ్ళందరికీ ఇంతటి సింప్లిసిటీ...ఇంతటి మంచితనం...ఎలా వచ్చాయా అని నేను ఆశ్చర్యపడిన సందర్భాలూ ఉన్నాయ్."

ప్రకాష్ మాట్లాడుతూంటే, విజయ తనని అప్పుడు మాట్లాడనిమ్మని ప్రకాష్ తో అంది.

ఎందుకంటే, విజయ కూడా తన దుఃఖాన్ని ఆపుకోలేకపోతోంది.

"ఇప్పుడైనా నా తప్పుని ఒప్పుకుని, ప్రాయశ్చిత్తం చేసుకుంటాను" అంది.

అందరూ ఆశ్చర్యంగా చూస్తున్నారు.

అపర్ణ రెండు చేతులూ పట్టుకుని, "అప్పూ. నన్ను క్షమించు. మీ అమ్మ మాట కాదన్నాను. అప్పుడే తను అందరిలోనూ నా తప్పుని ఎత్తి చూపించగల అవకాశం ఉన్నా, ఓరిమి వహించింది. కానీ, ఇప్పుడు నన్ను ఆ బాధ అనుక్షణం పీడిస్తోంది."అంది విజయ.

అపర్ణ నిర్ఘాంతపోయింది.

"నిజమే అప్పూ. మా పాపాలకి ఈ విధంగా నైనా ప్రాయశ్చిత్తం చేసుకునే అవకాశం ఇయ్యి. ఇప్పుడు రాజీ పిల్లల్లో నువ్వే పెద్దదానివి. అందుకే నీ దగ్గరైనా మా తప్పు ఒప్పుకోనీ" అన్నాడు ప్రకాష్.

పిల్లలందరూ ప్రకాష్, విజయలనే చూస్తున్నారు.

"అవన్నీ ఇప్పుడు చెప్పడం కూడా అనవసరం విజయా" అంది శారద.

"అలాక్కాదు నన్ను చెప్పనీ" అంటూ మొదలెట్టింది విజయ.

"సత్యా, శ్రీదేవీ పుట్టిన కొత్తలో... ఒకసారి రాజీ నాతో మాటల్లో అంది. అప్పటికి వైదీ, ప్రశాంత్ ఇంకా పుట్టలేదులే!

"వదినా, నీ ఆడపిల్లల్లో ఒక్కరికైనా 'సుగుణ' అనే పేరు పెట్టు. నాకెందుకో ఆ పేరు చాలా నచ్చుతోంది. నాక్కూడా ఓ కూతురూ, ఓ కొడుకూ అని స్కానింగ్ లో తెలిసిపోయింది కదా?, నీ కూతుళ్లిద్దరూ ఎలాగూ నా కోడళ్లే అవుతారు. కాబట్టి, పెద్దదానికో, చిన్నదానికో ఈ పేరు పెట్టెయ్ ప్లీజ్" అంది.

నా పిల్లలకి నా ఇష్టమొచ్చిన పేరు పెట్టుకునే అధికారం నాకుంది కదా? అత్తగారి పోరు లేదు కానీ, ఆడపడుచు పోరు ఎక్కువవుతోందేం? కుదరదు. దీన్ని ఇక్కడే తుంచెయ్యాలి. వదిన అంటే ఏమిటో, రాజీ కి తెలియజెప్పాలి" అని అనుకున్నాను.

"సారీ రాజీ. ఆ పేరేదో నీ కూతురికే పెట్టుకోవచ్చు కదా? పిల్లలిద్దరికీ ఆ శ్రీకృష్ణుల వారి భార్యల పేర్లే పెడదామనుకుంటున్నాను. రుక్మిణీ, సత్యభామాల్లాంటివి కావచ్చు."

"అదికాదు వదినా. అపర్ణకి శ్రీనాథ్ పద్మలే పేరు సెలెక్ట్ చేశారు. అది వాళ్ల కాబోయే కోడలే కదా? అలాగే, నా పుట్టబోయే కూతురికి కూడా, లక్షణ్ వాణీలు వాళ్లకి నచ్చిన పేరే ఎంచుకునే అవకాశం ఉంటుంది కదా? అందుకనే నిన్ను బతిమాలుతున్నాననుకో" అంది రాజీ.

"కుదరదు రాజీ. వాళ్లకప్పుడే పేర్లు సెలెక్ట్ చేసేశాను. నీ పురుడు దాకా ఉండకుండానే, వెళ్ళిపోతున్నాను. అయామ్ సారీ. వీళ్ల నామకరణానికి నువ్వు రాలేకపోవచ్చు. ఒకవేళ ఆ ఫంక్షన్

వాయిదా పడితే, నువ్వు ఎలాగూ వస్తావు. అత్తయ్య గారి ఆరోగ్యం బాగులేదని నీకు తెలుసు కదా? అందుకే వచ్చే వారంలో మేము తిరుపతి వెళ్ళిపోతాం. నీ సజెషన్ కూడా కన్సిడర్ చేస్తాలే" అన్నాను నేను.

రాజీ మొహం లో నిరాశని గమనించలేనంతటి మూర్ఖురాలినేమీ కాదు నేను.

ఆరాత్రే ప్రకాష్ తో చెప్పాను. "మనం మొహమాటాలకి పోతూంటే, ఇది మన నెత్తిమీదకి వచ్చేలా ఉంది. నా పిల్లలకి తను చెప్పిన పేర్లే పెట్టాలట. రాబోయే కాలంలోఎప్పుడో, ఈవిడ గారు వీళ్ళిద్దరినీ తన కోడల్లుగా చేసుకుంటుంది కాబట్టి, ఇప్పటినుంచే ఆవిడ అడుగులకి మడుగులొత్తాలా? ఆవిడ అదే పంతం మీద ఉంటే, నా పిల్లలకి ఇంతకంటా మంచి సంబంధాలే తీసుకొచ్చి, వీళ్ల నోళ్ళు మూయిస్తాను" అన్నాను కోపంగా.

"నీ పిల్లలకి నీ ఇష్టమొచ్చిన పేర్లు పెట్టుకునే స్వేచ్ఛ నీకుంది విజయా" అన్నాడు ప్రకాష్. ఆ వారమే మే ఇద్దరం పిల్లలు ముగ్గురినీ తీసుకుని, తిరుపతి వచ్చేశాం.

పిల్లలిద్దరికీ సత్యా, శ్రీదేవీ అని పేర్లు పెట్టాను. ఒకళ్ళు శ్రీదేవి, మరొకళ్ళు భూదేవీ అన్నమాట. ఒకళ్ళు రుక్మిణీ, మరొకళ్ళు సత్యభామా అన్నమాట.

మా పిల్లల నామకరణాలకి అమెరికా నుంచి ఎవ్వరూ అటెండ్ కాలేదు. ఆ టైమ్ కే రాజీ కి పురుడొచ్చింది. అంతకు ముందే వాణీ, పద్మాలు కూడా బాలింత లయ్యారు.

కాబట్టి ఎవరికీ వచ్చే అవకాశం లేదు. శారద వీళ్ళందరికీ పురుళ్ళు పోసిందాయె. మిగతా పిల్లలందరినీ సరోజ మైంటైన్ చేసేది.

అమెరికా నుంచి గ్రీటింగ్స్ పంపారు అందరూ.

ఆ ఫంక్షన్ అయిపోయిన కొన్నాళ్లకు, మా అత్తయ్య గారికి కూడా ఈ విషయం ఎలాగో తెలిసింది. బహుశా మాటల సందర్భంలో నేనే ఎప్పుడైనా నోరుజారేనేమో?

"ప్రకాష్. నీ ఇద్దరి కూతుళ్లకీ కూడా దానికి నచ్చిన పేర్లు పెట్టుకునే అధికారం ఉంది కదా రాజీకి? దాని మాట నువ్వు కాదన్నావంటే, నేనే నమ్మ లేక పోతున్నాను. పెళ్ళయ్యాక అది నిన్ను కోరిన ఒకే ఒక్క కోరిక అనుకుంటాను? నీకు మీ చిన్నప్పటి విషయాలు జ్ఞాపకం లేవు కాబోలు.

ఇప్పటి నీ స్తోమతా, చదువూ చూసుకునే విర్రవీగుతున్నట్టు కనిపిస్తోంది. నేనైతే, అది ఏ పేరు పెట్టమంటే, అదే పెట్టేసేదాన్ని. ఇప్పటి నీ స్తోమతా, పరపతీ... ఇవన్నీదాని చలవే అని తెలుసుకో" గట్టిగానే చీవాట్లు పెట్టారు అత్తయ్యగారు.

ఇంతకంటే ఏం చేస్తారు? ఈ విషయం ఇంతటితో ముగిసినట్టే" అనుకున్నాం ఇద్దరమూ.

రాజీ డెలివరీ కూడా అయ్యింది. వైదీ, ప్రశాంత్ లు పుట్టారు.

వైదీకి 'సుగుణ' అనే పేరు పెట్టబోతోంటే, శ్రీనాధ్ వారించాడు.

"రాజీ. నువ్విలా 'సుగుణా' అని పేరు పెడితే, నువ్వు ఓడిపోయినట్టే మేం భావించవలసి వస్తుంది. మా రాజీ... మా ముద్దుల చెల్లెలు ఓడిపోకూడదు. లక్ష్మణ్ వాణీలు తమకి నచ్చిన పేరు పెట్టుకున్నారని చెప్పు. ఆ 'సుగుణ' హాంగోవర్ లోంచి బయట పడు. వుయ్ ఆర్ విత్ యూ" అన్నాడు శ్రీనాధ్.

"కావాలంటే, మా అమ్మాయికి 'సుగుణ' అని పేరు పెట్టేస్తాను. అది టిట్ ఫర్ టాట్ లా ఉంటుంది" అంది వాణి.

"అలావద్దు వాణీ. నువ్వు మొదట్నుంచీ ఏపేరు పెట్టాలనుకున్నావో, అదే పేరు పెట్టు. మన అహంకారాలకి పిల్లలు బలైపోకూడదు" అన్నాడు ప్రసాద్.

సుధాకర్ డిక్లేర్ చేశాడు. "మీరు ఏ పేరు పెట్టినా, లక్షణ్ వాణీల కూతురు మా కోడలే. అది మా భార్గవ భార్యే."

అలా అందరూ మాటాడుకుని, అందరికీ నామకరణాలు ఒక్కరోజే చేశారు. శ్రీకాంత్, లావణ్య, వైదీ, ప్రశాంత్ లన్నమాట.

దీనికి ఇండియా నుంచి సుధాకర్ పేరెంట్సూ, జయశంకర్ పేరెంట్సూ కూడా హాజరయ్యారు.

ఈ విషయాలన్నీ నాకు ఎప్పటికప్పుడు సరోజ ద్వారా తెలుస్తూండేవి.

రాజీ, కొన్నాళ్ళు తన కూతుళ్ళు అపర్ణా, వైదేహి లకి, చెప్పినమాట వింటే 'సుగుణా' అనే టైటిల్ తో పాటు, వేరే గిఫ్ట్స్ కూడా ఇస్తానని ఆశపెట్టేది. కాని వీళ్ళిద్దరూ కూడా, "ఆ గిఫ్ట్సూ వద్దూ, ఆ టైటిలూ వద్దు" అంటూ, మళ్లీ యధాప్రకారంగా అల్లరిచేస్తూ, తమ పద్మత్తతో ఈ విషయాలన్నీ చెప్పే వాళ్ళు.

ఒకసారి శ్రీనాధ్ గట్టిగా మందలించాడు రాజీని.

"రాజీ. ఆ 'సుగుణా' హేంగోవర్ తగ్గించుకో. నీ పిల్లలకే నీకిష్టమైన పేరు పెట్టుకోలేనప్పుడు, ఇతరుల పిల్లలకి నీ కిష్టమైన పేరు పెట్టమని ఎలా అడుగుతావు? ఈ విధంగా చేస్తూంటే నువ్వు చాలా చులకనైపోతావు. ఆ 'సుగుణా' అనే టైటిల్ ఇస్తాననే బదులు, 'గుడ్ గర్ల్' అనే టైటిల్ ఇస్తానను. లావణ్యా, గౌతమీ, అరుణ లలో అందరికీ ఈ టైటిల్ ఇచ్చెయ్. ఇంకో రెండు నెలల్లో జీయర్ స్వామి పర్యటనలో భాగంగా, విజయ కూడా ఇక్కడికి రావచ్చు. కాబట్టి ఇప్పటినుంచే ఈ 'గుడ్ గర్ల్' కాంపిటీషన్ అలవాటు చేసుకో" అన్నాడు.

ఈ విషయం కూడా నాకు తెలిసిపోయింది.

డిల్లీ మీదుగా వస్తూంటే, ధరణి నాతో అంది. "రాజీని బాధ పెట్టావూ అంటే, నేను కొద్దిగా టాలరేట్ చేస్తానేమో కానీ, ప్రసాద్ కూడా బాధ పడ్డాడని తెలిసిందో, ఇక్కడే నీ ప్రాణం తీసేస్తాను" అంది.

ఆ టూర్ లో శారదా, సరోజా కూడా నాతో ఎప్పట్లాగా సరదాగా గడపలేదు.

కానీ అప్పుడే తెలుసుకున్నాను, వీళ్ళంతా ఎందుకు అలా ముభావంగా ప్రవర్తిస్తున్నారో! ఈ 'గుడ్ గర్ల్ కాంపిటీషన్' లో సత్యా, శ్రీదేవీ కూడా పాల్గొనే వాళ్ళు.

వాళ్లకి ఆ ప్రైజ్ వస్తే ఒక బాధా, రాకపోతే ఇంకో బాధా లాగ ఉండేది నా పరిస్తితి. ఈ ప్రైజ్ లన్నీ, శ్రీనాధ్, పద్మలే ఇచ్చేవాళ్ళు కాబట్టి, వేరేలా అపార్ధం చేసుకోడానికి ప్రూఫ్ అంటూ లేకుండా పోయింది. కానీ నాకు మాత్రం అర్ధం అయ్యేది!

కానీ రాజీ ఏనాడూ ఈ విషయంలో బయటపడలేదు. మళ్లీ ఆ విషయాన్ని నావద్ద ప్రస్తావించనూలేదు. అనుకున్నట్టే, నా కూతుళ్లిద్దరూ తన కోడల్లయ్యారు. ఈ విషయం లో తను తన మాట నిలబెట్టుకుంది. నాకొడుక్కి మంచి చదువూ ఉద్యోగమూ లభించేలా చూశాడు శ్రీనాధ్. అంటే, ఇదీ రాజీ చలవే!

కాబట్టి, మీ అమ్మ మనసుని ఈ విషయంలో నొప్పించినందుకు నన్ను క్షమించు అప్పూ!" విజయ మొహంలో పశ్చాత్తాపం క్లియర్ గా కనిపిస్తోంది.

"అలాగనకు అత్తా. ఈ విషయాలు మాక్కూడా కొద్దిగా తెలుసు. అయితే మా అందరికీ కూడా, మా మమ్మీ మాట వినలేదనే సంతోషం, మా పద్మత్త తో ఇలాంటివన్నీ చెప్పేస్తున్నామనే తృప్తీ తప్ప, ఇతర విషయాలు తెలియవు. మా అమ్మే కాదు, పద్మత్తా, వాణత్తా, శారద పిన్నీ, సరోజ పిన్నీ కూడా ఇవి మాకెప్పుడూ చెప్పలేదు. కాబట్టి గతం గతః లాగే ఉండు. వుయ్ ఆర్ ఆల్ రైట్. నువ్వు కూడా అలాగే ఉండు" విజయత్తని కౌగలించుకుని అంది అపర్ణ.

ప్రకాష్ పిల్లలందరివైపూ చూశాడు. అందరూ కూడా శ్రద్ధగా విజయ మాటలని వింటున్నారు. అప్పూ ఈ విషయాన్ని ఇలా మధ్యలో ఆపినందుకు వారిలో కొంత అసహనం కూడా కనిపిస్తోంది.

వెంటనే 'పిల్లలని టీజ్ చేసే ప్రకాష్' లా మారిపోయాడు. ఆ వాతావరణం లోని సీరియస్ నెస్ తగ్గించాలంటే అదొక్కటే మార్గం అని తనకనిపించింది. సుధాకర్, జై శంకర్ లకి కనుసైగ చేశాడు.

"ఇవన్నీ ఎలా ఉన్నా, ప్రసాద్ కి ఓ అంటురోగం ఉండేది. అది క్రానిక్ డిసీజ్. ఈ విషయం మీకు తెలుసా?" అడిగాడు ప్రకాష్.

"మావయ్యా. మా నాన్నని అలా అనొద్దు. తన ఆరోగ్యం పర్ఫెక్ట్ గా ఉండేది. అందుకు నేనూ, శరత్, లక్ష్మణ్ మావయ్యా, వాణత్తా, సుధాకర్ బాబాయ్, శారద పిన్నీ... లావణ్యా... భార్గవా కూడా సాక్ష్యం. చనిపోయిన వాళ్ళగురించి అంత అవమానకరంగా మాట్లాడొద్దు. ప్లీజ్" అంది వైదీ ఆవేశంగా.

"అయితే సరే. ఇన్నాళ్ళ నుంచీ ఆ విషయాన్ని నువ్వు గమనించలేదంటే నాకూ ఆశ్చర్యంగా ఉంది. ఆ రోగం లక్షణాలు మీలోనూ నాకు కనిపిస్తున్నాయి. ఇది మీకందరికీ వంశపారంపర్య వ్యాధి ఏమో?" అన్నాడు ప్రకాష్.

పిల్లలందరికీ కూడా ఎదురుచెప్పాలని ఉన్నా, ప్రకాష్ పెద్దరికాన్ని గౌరవిస్తూ, మౌనంగా ఉండిపోయారు. అయినా వాళ్ళ మొహాల్లో ఆవేశం ...అసహనం... క్రోధం... కొట్టొచ్చినట్టు కనిపిస్తూనే ఉన్నాయి.

వీళ్ళందరినీ గమనించి విజయ మాట్లాడింది.

"వైదీ... అంత ఆవేశ పడిపోతావెందుకు? మీకంటే ముందునుంచీ కూడా ప్రసాద్ మాకు తెలుసు. మీకుమాత్రం తనకున్న ఈ అంటురోగం గురించి తెలియదు. మీ మామయ్య చెబుతున్నదాంట్లో తప్పేమీ లేదు."

"అత్తా... ప్రసాద్ పెదనాన్న నీకెంత క్లోజ్ గా తెలిసినా కూడా, ఆయన గురించి అలా మాట్లాడడం నీకు భావ్యంకాదు. ప్లీజ్...బీ పొలైట్" అంది అరుణ.

శారదా, సరోజా కూడా అరుణ మాటలకి ఒక్కసారిగా నవ్వేశారు. సుధాకర్, జయశంకర్ కూడా వీళ్లతో కలిశారు. పిల్లలంతా వీళ్ళని ఆశ్చర్యంగా చూస్తున్నారు.

జయశంకర్ చెప్పాడు. "వైదీ. నథింగ్ బాడ్ ఇంటెండెడ్. కొన్నేళ్ళక్రితం సుధాకర్ కూడా మీకు హైదరాబాద్ లో ఈ విషయాన్ని చెప్పాడు. మీరు అంతగా పట్టించుకోలేదు అనుకుంటాను."

"సుధాకర్ బాబాయ్ అటువంటిదేమీ నాకు చెప్పినట్టు జ్ఞాపకం లేదే?" వైదీ ఆలోచిస్తోంది.

"సుధాకర్ మీకు చెప్పినట్టుగా నాకు చెప్పాడు. పోన్లే, మీ నాన్న ఇప్పుడు ఎలాగూ లేడు కదా? దాని గురించి పట్టించుకుని మాత్రం ఏం లాభం? ఆ రోగం నయం కాకుండానే తను చనిపోయాడాయె" అన్నాడు జయశంకర్. కాస్సేపు ఆగి మళ్ళీ కంటిన్యూ చేశాడు.

"పోన్లే చెప్పేస్తాను వినండి. మీరైనా ఆ జబ్బు కి వెంటనే ట్రీట్ మెంట్ తీసుకోవడం మొదలెట్టచ్చు కదా? మీ నాన్నకి ఉన్న అంటురోగం, మీకందరికీ, మాకందరికీ కూడా అంటగట్టిన ఆ రోగం, ఏమిటో తెలుసా? Selflessness. నిస్వార్థపరత్వం. తనతోపాటు ఇంకొంతమందిని పైకి తీసుకు రావాలనే తపన. చక్కని ఆదర్శప్రాయమైన సమాజాన్ని నిర్మించాలనే కుతూహలం. మన ఆధ్యాత్మిక జ్ఞానాన్నీ, సాంస్కృతిక సంపదనీ, అందరికీ పంచుదామనే ఆత్రుత. ఇవన్నీ ఈ జన్మలోనే చేసేద్దామనే తొందర. వెరసి వీటన్నిపేరూ కలిపి... మంచితనం. మాకొచ్చిన రోగం పేరు...'ఎక్వైర్డ్ మాలఫైడ్ డెఫిషియెన్సీ.' అదే మీకందరికీ అంటగట్టాడు.

తనతో మాట్లాడిన... తనకి పరిచయం అయిన ప్రతీవ్యక్తికీ... వాళ్ళ స్నేహితుడుగా మారిపోయాడు. పద్మకి ఈ అంటురోగం పూర్తిగా సంక్రమించింది. అలాగే శ్రీనాథ్, లక్ష్మణ్ లకి కూడా... వాళ్ళు కూడా ఈ రోగానికి కారియర్స్ గా మారిపోయారు.

వాళ్ళు తమ తరువాతి తరాలకి కూడా ఈ జబ్బుని వారసత్వ పరంగా అంటగట్టేశారు. దీనికి, రాజీ కానీ, వాణీ కానీ... ప్రకాష్ కానీ... నేనూ సుధాక ర్ లు కానీ... సరోజా, శారదలు కానీ... ఏమీ మినహాయింపు కాదు. మేము కూడా, ఇదే దీర్ఘకాలిక అంటురోగం తో చనిపోవాలనుకుంటున్నాం. అర్థం అయ్యిందా?" మాట్లాడడం ఆపాడు జయశంకర్.

పిల్లలందరి మొహాల్లోనూ ఆనందం కొట్టొచ్చినట్టుగా కనిపిస్తోంది. ఒక రకమైన ట్రాన్స్ లో ఉన్నారు వాళ్ళు! ముందుగా వైదీ తేరుకుని,

"బాబాయ్. మిమ్మల్ని అపార్థం చేసుకున్నందుకు క్షమించు. మీరేకాదు...మేము కూడా అదే అంటురోగంతో బతుకుతున్నాం అని గర్వంగా చెప్పుకుంటున్నాం. దీనికి ఎటువంటి చికిత్సా కూడా తీసుకోం. తప్పకుండా మీ వారసులకీ... మా వారసులకీ... కూడా ఈ రోగాన్ని అంటగట్టేస్తాం. వుయ్ ఆర్ వెరీ హాపీ బాబాయ్. మానాన్న గురించి ఎంతటి చక్కని అభిప్రాయాన్ని చెప్పావు?" అంది వైదీ.

అంతే! వెంటనే శ్రీధర్, అపర్ణా, మిగతా పిల్లలూ... ప్రకాష్, సుధాకర్, జయశంకర్ దంపతులకి సాష్టాంగ పడిపోయారు.

సుధాకర్ చెప్పడం ఆరంభించాడు. "ఒరేయ్ శరత్! మీ తల్లితండ్రుల జీవిత విశేషాలన్నీ కూడా నీకు తెలుసుకదా? ప్రసాద్... శ్రీనాథ్... లక్ష్మణ్ ల చిన్నప్పటి జీవితాల గురించి కూడా తెలుసుకదా? అలాగే పద్మా, వాణీ, రాజీ...వీళ్ళ గురించి కూడా తెలుసుకదా?

మీ నాన్న తన తల్లితండ్రుల విషయంలో తన వదినని కలుసుకున్నప్పుడు కానీ, "ఆస్థి నీకేమీ రాదు. నువ్వు ఉద్యోగం చూసుకోవలసిందే" అని తన అన్న గారు తనతో చెప్పినప్పుడు గానీ, లక్ష్మణ్ నోరుజారాడా? కనీసం తన అసమ్మతిని తెలియజేశాడా? అవన్నీ తనమంచికే అనుకున్నాడు మీ నాన్న. విధి ఎలాఉంటే అలా జరుగుతుంది అనుకున్నాడు.

కానీ తన పెద్దవాళ్ళని, ఒక్కమాట... ఒక్కమాట కూడా... తిరస్కారంగా మాట్లాడలేదు. ఈ ఒక్క సంఘటననీ తీసుకుంటే చాలు. లక్ష్మణ్ వ్యక్తిత్వం ఎలాంటిదో తెలిసి పోతుంది. అండ్ హీ ఈజ్ యువర్ ఫాదర్."

వెంటనే జయశంకర్ చెప్పడం మొదలెట్టాడు.

"ఒరేయ్ శ్రీధర్... శ్రీకాంత్... మీరు కూడా తెలుసుకోండి. తన తల్లితండ్రుల గురించి తెలుసుకోడానికి, శ్రీనాధ్, పద్మా... భిలాయ్ వెళ్ళారు కదా? అప్పటి వాళ్ళ ప్రవర్తన ఎలా ఉంది? వాళ్ళ పిన్ని వాళ్ళతో ఎంత అవమానకరంగా మాట్లాడింది? అయినా వాళ్ళిద్దరూ కూడా నోరెత్తలేదే?

అంతెందుకు? పద్మని పెళ్ళిచేసుకునే ముందు, ఆ కాంతారావుని కూడా, "ఎందుకిలాంటి పుకార్లు పుట్టిస్తున్నావు? పద్మ గురించి నీకేం తెలుసు? పద్మ నీకంటే మంచి జీవితమే గడుపుతోంది" అని గద్దించవచ్చు. కానీ అలా చెయ్యలేదు. వాళ్ళు చేద్దామనుకున్న పనిని ఆచరణలో పెట్టి చూపించారు.

ఆ తరువాత నుంచీ వాళ్ళు విజయనగరం వెళ్ళనేలేదు! హైదరాబాదు లో కూడా ఆ కాంతారావునీ... రామకృష్ణనీ కలవలేదు.

కాబట్టి మీరు కూడా ఎప్పుడూ నోరుజారకండి. అనుకున్నవి ఆచరణలో పెట్టి చూపించండి. ఇవీ మీరు శ్రీనాధ్, పద్మలని చూసి తెలుసుకోవలసిన విషయాలు" అంటూముగించాడు జయశంకర్.

"తప్పకుండా మావయ్యా. మీ ఫ్రెండ్షిప్ అంటే...ఏదో పైపైనే అంటూ ఊహించుకున్నాను కానీ... ఇంతలోతుగా ఒకళ్ళనొకళ్ళు తెలుసుకుని... ఒకళ్ళకొకళ్ళు సపోర్ట్ గా నిలబడతారని ఊహించలేదు. అందుకనే హైదరాబాద్ లో తాతగారిళ్ళల్లో మాకు అంత చనువు వచ్చేసింది" అన్నాడు శ్రీకాంత్.

విజయ తన ఇమోషన్స్ ని ఆపుకోలేక పోయింది.

"మా అన్నయ్య ప్రసాద్ మాత్రం? తన చిన్నాన్నా, చిన్నమ్మలని ఎప్పుడైనా ఎదిరించాడా? మొన్నటి సంవత్సరం లో శ్రీధర్ తో కలిసి అందరూ తన చిన్నాన్నని కలుసుకున్నప్పుడు కూడా... తనేమీ ఎదిరించి మాట్లాడలేదే? శ్రీనాధ్ లక్ష్మణ్ లనీ...పద్మనీ... రాజీనీ... వైదీనీ... అపర్ణనీ కూడా... అవమానకరంగా నిందిస్తున్నా... శ్రీధర్ ఆవేశపడిపోయాడు గానీ, వీళ్ళెవ్వరూ నోరెత్తలేదే? అదే సంయమనం అంటే! ఈ సందర్భం ఒక చిన్న ఎగ్జాంపుల్ మాత్రమే. ప్రవీణ్ ... నువ్వుకూడా తెలుసుకో.

ఇలాంటి సందర్భాలూ... తన మంచితనం ఇతరుల చెడ్డతనాన్ని డామినేట్ చేసిన సందర్భాలూ... ఎన్నో ఉన్నాయ్. అవకాశాలని అందిపుచ్చుకోవడమే కాదు... కొత్త కొత్త అవకాశాలని సృష్టించుకున్నాడు కూడా! తనతోపాటు తన వాళ్ళందరూ కూడా సుఖంగా ఉండాలనే తాపత్రయ పడ్డాడు.

లేకపోతే, ప్రసాద్ కీ నాకూ ఏం సంబంధం? అయినా నన్ను తన స్వంత చెల్లెలిలా ఆదరించాడే? నాకూ బాధ్యతలూ... హోదా... ఇచ్చాడే? ఆ తరువాత నన్ను వాటికి అనుకూలంగా... వాటికి తగిన అర్హత కలిగిన దానిలా... నన్ను తీర్చిదిద్దాడే?

మొదట్లో, "మాకు ప్రభుత్వ గ్రాంట్స్ ఏమీ రావడం లేదు.ఇంకా అమెరికన్ హెడ్ క్వార్టర్స్ పైనే ఆధారపడి ఉన్నాం" అని నేను చెప్పినప్పుడు, వెంటనే శ్రీనాధ్ నీ, పద్మనీ రంగం లోకి దింపాడు. ప్రధానితోనే డైరెక్ట్ గా అపాయింట్ మెంట్ తీసుకున్నాడు. అంతేకానీ, "ఇన్నాళ్ళయినా మీకు స్వావలంబన రాకపోతే ఎలా? మీరు ఎన్నాళ్ళు ఇలా మామీద ఆధార పడతారు?" అని ఎప్పుడూ నోరుజారలేదు.

రాజీతో ఒక సందర్భంలో, "పద్మా, వాణీ, విజయలు నాకు దేవుడిచ్చిన అక్కచెల్లెళ్లు" అని చెప్పాడు గానీ, నేనూ, పద్మా, వాణీ కూడా... "ఈ ప్రసాద్ మా స్వంత అన్నగా ఎందుకు పుట్టలేదు? కనీసం వచ్చే జన్మలో అయినా మా కోరిక తీర్చు భగవాన్!" అని ఎన్నోసార్లు ఆ దేవుడికి మొక్కుకున్నాం.

ఆ మంచితనమే... ఆ అభిమానమే... తనకున్న హైలీ కంటాజియస్ డిసీజ్." ముగించింది విజయ.

"అత్తా. నువ్వు మాటిమాటికీ, ఆ మూడు జంటల గురించే గొప్పగా చెబుతున్నావు కానీ, నేను కూడా చెబుతున్నాను విను. ఎంతైనా మాలోనూ ఆ రక్తం... ఆ రోగం... ఉన్నాయి కదా? ఆ మూడు జంటలూ... మీ మూడు జంటలే కాదు... ఈ తరం వాళ్ళం... మా ఏడు జంటలం కూడా... ఒకేలా ఆలోచిస్తాం...ఆచరిస్తాం... ఈ జబ్బు మునుముందు ఇంకా పెరిగే లక్షణాలు ఉన్నాయే కానీ, ఈ జబ్బు తగ్గదు. తగ్గించుకునే ప్రయత్నం కూడా మేం చెయ్యం.

ఓసారి నీతో మాటల సందర్భంలో... "నేను బాంకాక్ లో ఫస్ట్ సెక్రెటరీని. తెలుసా?" అని అన్నాను. అయామ్ సారీ. ఈసారి నుంచీ... మా డిజిగ్నేషన్సూ... మా హోదాలూ... గొప్పగా చెప్పుకోం. మీ పిల్లలమని గర్వంగా చెప్పుకుంటాం.

ప్రశాంత్ సన్ ఆఫ్ ప్రసాద్ అండ్ రాజేశ్వరి... అలాగే శ్రీకాంత్ సన్ ఆఫ్ శ్రీనాధ్ అండ్ పద్మ.... అలాగే శరత్ సన్ ఆఫ్ లక్ష్మణ్ అండ్ వాణి... ఇలాగే చెప్పుకుంటాం. ఏమంటావు వైదీ? ఒరేయ్ శ్రీకాంత్ వాట్ డూ యూ సే? అరుణ్ ఎనీ అబ్జెక్షన్?" అని ప్రశ్నించాడు ప్రశాంత్.

"నో ... నాటెటాల్. ఆ హోదాలూ...డిజిగ్నేషన్సూ... కేవలం వృత్తి పరంగా డీల్ చేస్తున్నప్పుడు మాత్రమే వాడుకోవలసినవి. మిగతా సందర్భాలలో మాత్రం.... వుయ్ విల్ ప్రౌడ్ లీ ఇంట్రడ్యూస్ అవర్ సెల్ఫ్ స్ యాజ్ ఛిల్డ్రన్ ఆఫ్ దీజ్ పీపుల్" అంతే ఆవేశంగా సమాధానం చెప్పాడు శ్రీధర్.

"ఇంకో విషయం కూడా తెలుసుకోండి" శారద అంది.

"ఒకసారి నాదగ్గరికి ఇద్దరు స్టూడెంట్స్ వాళ్ళ పెద్దవాళ్ళతో కలిసివచ్చారు. శ్రీపాల్స్ స్కాలర్ షిప్ కి అప్లై చేసుకున్నారుట వాళ్ళు. నన్ను రికమెండ్ చెయ్యమని అడగడానికి వచ్చారు. వారు ఏవో చుట్టరికాలు కూడా చెప్పారు. ఆవిధంగా... వారు మా అమ్మ తరఫున దూరపు బంధువులు. అంతే!

అయితే నేను సుధాకర్ కీ... సుధాకర్ లక్ష్మణ్ కీ... లక్ష్మణ్ పద్మకీ...చెప్పాలన్నమాట. ఈ లింక్ వాళ్ళు ఎలా కనిపెట్టారో నాకు అర్ధం కాలేదు. కానీ ఆ తరువాత తెలిసింది. మా మెగా హాస్పిటల్ లోనే ఎవరో వీళ్ళకి చెప్పారుట... మేమంతా ఢిల్లీలోనే చదువుకున్నామనీ... క్లోజ్ ఫ్రెండ్స్ మీ అనీ. నేను చెబితే పద్మ కాదనదు అనీ... కాబట్టి నన్ను రికమెండ్ చెయ్యమని అడగడానికి వచ్చారు వీళ్ళు.

కానీ వెంటనే "సారీ" అని చెప్పేశాను. పద్మతో నాకు చనువూ... స్నేహం ఉన్నా కూడా... పద్మకి ఈ విషయం లో ఏమాత్రం స్వతంత్రం లేదనీ... అంతా కూడా ఆ సెలక్షన్ బోర్డ్ మెంబర్సే చూసుకుంటారనీ, ఈ విషయం లో పద్మ పూర్తిగా నిమిత్త మాత్రురాలనీ, ఇంకా వీలైతే పాట్రిక్ ని సంప్రదించమనీ సలహా ఇచ్చాను.

ఆయన చాలా పొలైట్ గా, "వుయ్ విల్ మీట్ ఎట్ ది ఇంటర్వ్యూ... డోంట్ వర్రీ" అని చెప్పి వాళ్ళని పంపేశాడు. ఆ తరువాత పద్మని శుభ్రంగా మందలించాడు.

"కావాలంటే, నువ్వే వాళ్ళని సెలెక్ట్ చెయ్యి. అంతేకానీ, నీ వాళ్ళని నేను సెలెక్ట్ చెయ్యడం ఏమిటి? ఇంతవరకూ సెలెక్షన్ ప్రాసెస్ అంతా చాలా ట్రాన్స్పరెంట్ గా జరుగుతోందని గొప్పగా అనుకుంటున్నాను. ఇకముందు అలా జరగదా? అలా అయితే ఇప్పుడే బోర్డ్ పదవినుంచి నేను రిజైన్ చేసేస్తాను" అన్నారుట.

దాని ఎఫెక్ట్ నామీద పడింది. "శారదా... అంతగా నువ్వు పట్టుబడితే... ఆ కుర్రాళ్ళకి మనం స్వంతంగా ఆర్ధిక సహాయం చేద్దాం. మన ఫౌండేషన్ నుంచి స్కాలర్ షిప్ పొందడానికి వాళ్ళకి అర్హతలు

లేనప్పుడు... మనం వాళ్ళకి కొన్ని మినహాయింపులు ఇవ్వడం అంత భావ్యం కాదు. ఫుల్లీ క్వాలిఫైడ్ స్టూడెంట్స్ ఇంకా వైట్ లిస్ట్ లో ఉంటున్నప్పుడు, ఇటువంటి అండర్ క్వాలిఫైడ్ స్టూడెంట్స్ ని మనం రికమెండ్ చెయ్యద్దు.

పద్మా ఫ్రెండ్ ఆఫ్ శారదా ఈజ్ డిఫరెంట్, ఫ్రం పద్మా ఛైర్మన్ ఆఫ్ శ్రీపాల్స్. నోట్ దట్" అంది. ఇది తెలిశాక సుధాకర్, వాణీలు కూడా నన్ను చీవాట్లు పెట్టారు.

సుధాకర్ అయితే, "నాకు తెలియని మీ అమ్మ చుట్టాలు ఎవరు? వాళ్ళు మానాన్నకీ చుట్టాలు అవుతారు కదా? ఇంతకాలం వీళ్ళేమయి పోయారు? ఇటువంటి బంధువులు మనకి అమెరికాలో ఉన్నట్టు, మా నాన్నగారు కానీ, మీ అమ్మ కానీ మనకి చెప్పినట్టు గుర్తులేదే?"అన్నాడు. తీరా చూస్తే, నన్ను కంటాక్ట్ చేసినవాళ్ళు, మా దూరపు బంధువులకి ఫ్రెండ్స్. ఈ మధ్యే అమెరికా వచ్చారు. ఫ్రీ గా స్కాలర్ షిప్స్ కొట్టెయ్యచ్చని... నన్ను మస్కా కొట్టుకోవాలని ట్రై చేశారు అన్నమాట.

దీన్నిబట్టే పద్మ వ్యక్తిత్వం గురించి మీకు ఓ అవగాహన రావడం లేదా? రాజీ, వాణీ, పద్మల వ్యక్తిత్వం... నిజాయితీ... వీటికి జీవితాంతం కట్టుబడి ఉండడం... అలాంటి వ్యక్తులకి నేను స్నేహితురాలిని కావడం...ఆ తరువాత ఆ స్నేహాన్ని బంధుత్వం గా మార్చుకోవడం... కాస్తోకూస్తో ఆ అంటురోగాన్ని నేను కూడా నా పిల్లలకి పాస్ ఆన్ చెయ్యడం...ఇవన్నీ తలచుకుంటే... నాకే ఎంతో గర్వంగా ఉంటుంది" అంది శారద. వెంటనే సరోజ కూడా... "ఇప్పుడు చెప్పకపోతే ఎలా?" అని అనుకున్నట్టుగా చెప్పడం మొదలెట్టింది.

"మనం మన పిల్లలకి... ఎంతటి బంగళాలూ, స్థిరాస్థులూ... బంగారాలూ... బాంక్ బాలన్సులూ... ఇచ్చామన్నది ముఖ్యంకాదు. వాళ్ళకి ఎటువంటి నైతిక విలువలు నేర్పాం.... ఎలా పెంచాం? వాళ్ళు ఈ సమాజంలో గౌరవప్రదంగా బతికేందుకు కావల్సిన విద్యార్హతలూ...జీవన శైలీ లాంటివి... వాళ్ళకి ఇచ్చామా లేదా?... ఇవే మనం పట్టించుకోవలసినవి.

మిగిలినవన్నీ కూడా ... మార్పులకి లోనయ్యేవే! ఇప్పుడు నేను చెప్పిన...ఈ గుణాలే పర్మనెంట్... అందుకే ఇప్పటికీ మీ అమ్మా వాళ్ళని తలచుకుంటున్నాం... నిజంగా కీర్తిశేషులన్నా... చిరంజీవులన్నా... వారే!" సరోజకి కన్నీళ్ళు ఆగడంలేదు.

"అవును. మాకూ అర్థం అయ్యింది. మాకు డబ్బులోటు లేకుండా పెంచారేకానీ, డబ్బు విలువ తెలియకుండా మాత్రం పెంచలేదు. ఈ శ్రీపాల్స్ ఆస్థులన్నిటిలోనూ... మా పెట్టుబడులూ ఉన్నా సరే... ఈ 'శ్రీపాల్స్' ప్రజల విరాళాలతోనూ, అభిమానంతోనూ రన్ అవుతున్నట్టుగా మాకు పూర్తిగా తెలుసు. మేం వాటికి ట్రస్టీలమి మాత్రమే. అందుకే మేమంతా శ్రీపాల్స్ పిల్లలం అని ఈ సారి నుంచీ గొప్పగా చెప్పుకుంటాం. అవునా శ్రీధర్?" అంది గౌతమి.

"యస్. మనమంతా ఈ 'శ్రీపాల్స్' పిల్లలమే. అదే మన అనుబంధం. ... దాన్ని ఎప్పుడూ కాపాడుకుందాం" అంది అరుణ.

ఆనాటికి ఆ మీటింగ్ ముగిసింది.

"అంతటి ప్రాణ స్నేహం...అంతటి మంచితనం...ఇవన్నీ మనకి వారసత్వం గా ఇచ్చిపోయారు మీ తాతగార్లు. మీరూ అదే వారసత్వాన్ని మీ పిల్లలకి పాస్ ఆన్ చేస్తారు కదూ?" ప్రణవ్ పిల్లల వంక చూశాడు.

54

2007–2060, *హైదరాబాదు*, *న్యూయార్క్*

ఆ తరువాత మా తరం భూమ్మీద పడ్డాం. జయశంకర్, ప్రకాశ్, సుధాకర్, తాతగార్లుగా తమ భాధ్యత తీసుకున్నారు.

ఇంకో ఏడేళ్లకి, అంటే 2015 లో, అమెరికా లోని మెగా హాస్పిటల్ కి మెడిసిన్ లో నోబెల్ ప్రైజ్ వచ్చింది. అలనాడు ఓ కొత్త ప్రక్రియని అందుబాటులోకి తెచ్చినందుకు. వైదీ అత్తే రిసీవ్ చేసుకుంది దాన్ని. అప్పటికే సుధాకర్ తాతయ్యా, శారద మామ్మా, జయశంకర్ తాతయ్యా, సరోజ మామ్మా కూడా చనిపోయారుకదా?

శ్రీకాంత్ మావయ్య ఆధ్వర్యంలో ని శ్రీ ఇంజినీరింగ్, నాసా కి డిజైన్ కన్సల్టెంట్ గా అపాయింట్ అయ్యారు. ఇంటర్ ప్లానెటరీ ట్రావెల్ కి సంబంధించినవీ, లూనార్ సర్ఫేస్ మీదా, మార్స్ సర్ఫేస్ మీదా, రెసిడెన్షియల్ ప్రోజెక్ట్, లాట్, వీటన్నిటికీ డిజైన్ భాధ్యత వీళ్లదే. యూ ఎస్ లోని టాప్ ఇంజినీరింగ్ ఫర్మ్స్ లో ఒకటయ్యింది.

అలాగే, శ్రీపాల్స్ అమెరికావాళ్ళు ఫాషన్ షో లూ, ఆర్ట్ షో లూ కండక్ట్ చేశారు. వాళ్ల స్టూడెంట్సే పార్టిసిపెంట్స్ అన్నమాట. ఆ ఇన్ కం అంతా ఛారిటీ కోసమే అని మళ్లీ చెప్పక్కరలేదుగా? పెద్దపెద్ద కన్వెన్షన్స్ లో, శ్రీపాల్స్ స్టూడెంట్స్ మాజిక్ షోలూ, మైమ్ ప్రదర్శనలూ ఇచ్చేవాళ్ళు. ఇది అదనపు ఇన్ కం, వాళ్ళకీ, ఫౌండేషన్ కీ కూడా.

ఇన్నేళ్ళయినా శ్రీపాల్స్ ఫౌండేషన్ కి క్రేజ్ తగ్గలేదు. ఇప్పుడు ఏడాది పొడుగునా అప్లికేషన్స్ తీసుకుంటున్నారు. సెలెక్షన్ కమిటీ ప్రతీ నెలా సమావేశం అవుతోంది. ప్రతీ నెలా రెండొందల మందికి గ్రాంట్స్ ఇస్తున్నారు. శ్రీపాల్స్ ఫౌండేషన్ గ్రాంట్స్ గత ఏడాది 900మిలియన్ డాలర్స్ దాటాయి. అయితే దాని ఇన్ కం కూడా కంఫర్టబుల్ గానే ఉంది.

ఇంకో విషయం తెలుసా? అప్పట్లో ముఖ్య ట్రస్టీస్ గానూ, మేనేజింగ్ కమిటీ సభ్యులు గానూ, సెలెక్షన్ కమిటీ మెంబర్స్ గానూ వ్యవహరించిన పాట్రిక్, ఫోర్డ్... వీళ్ల వారసులు ఇప్పటికీ అదే స్థానాల్లో కొనసాగుతున్నారు. వాళ్లకి కూడా ఇది వారసత్వపు ఆస్థి అయిపోయిందన్నమాట.

ఇంకో విషయం. ఇప్పుడు అమెరికాలో శ్రీపాల్స్ ఫౌండేషన్ ఎంతగా పేరు తెచ్చుకుందంటే, ఉద్యోగార్థులు తమ 'రెజూమీ' లో శ్రీపాల్స్ గ్రాంట్ తెచ్చుకున్నట్టు తెలపడం ఒక ముఖ్యమైన క్వాలిఫికేషన్ గా భావిస్తున్నారు.

ఉద్యోగాలిచ్చే కంపెనీలు కూడా, "శ్రీపాల్స్ ఫౌండేషన్ నుంచి స్కాలర్ షిప్ తెచ్చుకున్నారూ అంటే, వాళ్ళు తప్పకుండా మెరిట్ స్టూడెంట్స్ అయ్యుండాలి" అనే నిర్ణయానికి వచ్చేశాయి. వాళ్ళకి ఆటోమాటిక్ గా జాబ్స్ వచ్చేస్తున్నాయి.

ఇంక 3months service slot కి అయితే, ఇంకో రెండు మూడేళ్లవరకూ సరిపోయే వైట్ లిస్ట్ ఉంది. అది కూడా ఓ క్వాలిఫికేషన్ గా చెప్పుకుంటున్నారు వాళ్ళు. అమెరికా ప్రభుత్వం అయితే, ఈ '3 months service slot' లో వెళ్లేవాళ్లకి, పూర్తి లీవ్ శాంక్షన్ చేస్తోంది. అదీ విత్ ఫుల్ పే. వాళ్ల పర్సనల్ రికార్డ్స్ లో కూడా ఈ విషయం నమోదు చెయ్యబడుతోంది.

దీని క్రేజ్ ఎంతవరకూ పోయిందంటే, ఇప్పుడు ప్రైవేట్ కంపెనీలు కూడా తమ ఉద్యోగులు ఆ స్లాట్ లోగనక సెలెక్ట్ అయినట్టయితే, వాళ్లకి 'లీవ్ విత్ ఫుల్ పే' సౌకర్యాన్ని కలగ జేస్తున్నాయి. అ విధంగా 'సర్వీస్ టు ది సొసైటీ' అనే కాన్సెప్ట్ ని ఆచరణలోకి తీసుకొచ్చింది శ్రీపాల్స్.

అందుకే శ్రీపాల్స్ అమెరికా కి, నోబెల్ పీస్ ప్రైజ్ వచ్చింది 2030 లో.

ఇండియా లో శ్రీపాల్స్ కాలేజ్ 2030 లో యూ జీ సీ గుర్తింపు తెచ్చుకుని, యూనివర్సిటీ గా మారింది. రెగ్యులర్ కోర్సెస్ తో బాటు, వేదాధ్యయనం లో B A, MA డిగ్రీలు ఇచ్చేవిశ్వవిద్యాలయం ఇదొక్కటే!

శ్రీపాల్స్ యూనివర్సిటీ మొదటి గౌరవ వైస్ ఛాన్సలర్ గా మా విజయమ్మమ్మ భాధ్యతలు స్వీకరించింది. ఆ తరువాత రెండు నెలలకే గవర్నింగ్ బాడీ, శ్రీధర్ IAS, ని వైస్ ఛాన్సలర్ గా ఎన్నుకుంది. అప్పటికే శ్రీధర్ మావయ్య తన, 'ప్రిన్సిపాల్ సెక్రటరీ' పోస్ట్ కి రిజైన్ చేసేశాడు!

ఆ మధ్యకాలంలో అపర్ణత్తా, ప్రశాంత్ మావయ్యా, తమతమ దేశాల తరఫున, 'ఉభయదేశాల ద్వైపాక్షిక సంబంధాల సమావేశం' లో అధికారికంగా పాల్గొనడం, అప్పటికే మా అపర్ణత్త కెరీర్ లో శ్రీధర్ మావయ్యని మించిపోవడం, కేంద్ర ప్రభుత్వం లో విదేశాంగ శాఖ కార్యదర్శి హోదా తెచ్చుకోవడం, ఇలాంటి చిన్నచిన్న మార్పులు తప్ప, మరీ చెప్పుకోతగ్గ విశేషాలు ఏమీ లేవు.

దీని తర్వాత ఆర్నెల్లు కూడా తిరక్కుండానే, ప్రకాష్ తాతగారూ, విజయమ్మమ్మా కూడా, ఇక్కడ తమ పనులు సక్రమంగా పూర్తయ్యాయని రిపోర్ట్ ఇవ్వడానికి కాబోలు, తమ మిత్రుల దగ్గరికి వెళ్ళిపోయారు... 2035 లో మళ్ళీ పాత తరం మెంబర్స్ అందరూ మూకుమ్మడి గా రిజైన్ చేసి, మాకు భాధ్యతలని ఇచ్చారు. ఇండియా లో నేనూ ప్రశాంతీ ముఖ్య భాధ్యతలు తీసుకున్నాం. అలాగే యూ ఎస్ లో ప్రశాంత్ బాబాయ్ కూతురు స్వప్నా, శ్రీకాంత్ మావయ్య కొడుకు తేజా భాధ్యతలు తీసుకున్నారు.

వైదీ అత్త, అపర్ణత్త, శ్రీధర్ మావయ్యా, మా నాన్న ప్రవీణ్, భార్గవా, లావణ్యా, ప్రశాంత్, శ్రీకాంత్, శరత్ మావయ్యా...ఇలా అందరూ రిటైర్ మెంట్ ప్రకటించేశారు. అప్పటినుంచీ, మళ్లీ ఆ ఏడు జంటలూ, కోటిపల్లి లోని ప్రశాంత నిలయానికి మకాం మార్చేశారు. వాళ్ళందరూ వాళ్ల చిన్ననాటి కబుర్లు చెప్పుకుంటూ కాలం గడిపేస్తారుట. వయసు మళ్ళినా, వారికి ఇతర ఆరోగ్య సమస్య లేమీలేవు. కాకపోయినా వాళ్ళల్లోనూ డాక్టర్స్ ఉన్నారుగా?

వాళ్ళ వారసులం మేమూ పద్నాలుగు మంది మే. ఈ హోటెల్స్, యూనివర్సిటీ, హాస్పిటల్స్, వీటన్నిటీ ధ్యేయమూ ఒక్కటే. 'శ్రీపాల్స్' ని మరింత బలోపేతం చెయ్యడం. ఈ సమాజం లో అన్నార్తుల

ఆకలిని తీర్చి, విద్యార్థులకి విద్యని, రోగులకి ఆరోగ్యాన్నీ, అందించడమే శ్రీపాల్స్ ముఖ్య ఆశయం. ఆ ఆశయ సిద్ధి కోసమే, ఈ ఇతర కంపెనీలు అన్నీ.

ఈ ఫౌండేషన్ లో మొదట్నుంచీ డాక్టర్లూ, ఇంజినీర్లూ, ఛార్టర్డ్ అకౌంటెంట్లూ, లాయర్లూ, కూడా ఆ లక్ష్యాన్ని చేరుకోడానికే, కష్టపడుతున్నారు. అలాంటి వాళ్లే ఇప్పటికీ కొనసాగుతున్నారు.

అప్పట్లో మా శరత్ మావయ్య ఒక ప్రొపోజల్ తెచ్చాడు, అమెరికా లోని బోర్డ్ మెంబర్స్ ఇండియాలోనూ, ఇండియాలోని బోర్డ్ మెంబర్స్ అమెరికాలోనూ పనిచెయ్యాలని.

కానీ ఇప్పుడు ఇండియా ఈజ్ మోర్ డెవలప్ డ్ దేన్ అమెరికా. ఇండియన్స్ కి అమెరికాలో వీసా ప్రోబ్లెం లేదు. నేపాల్, భూటాన్ వెళ్ళివచ్చినట్టుగా, మన పాస్ పోర్ట్ పట్టుకుని వెళితే చాలు. 'ఆన్ అరైవల్ వీసా' కూడా అక్కరలేదు. అలాంటప్పుడు మేము అమెరికా వెళ్ళి ఎందుకు పనిచెయ్యాలి? ఇండియా లోంచే వీడియో కాన్ఫరెన్స్ లో పనులు చక్కబెట్టేస్తున్నాం.

పైదీ అత్త టైం లో అమెరికా లోని మెగా హాస్పటల్స్ కి నోబెల్ వచ్చింది. కానీ అంతకు చాలా సంవత్సరాల ముందే, ఇక్కడ 'ప్రధాన్స్-శ్రీపాల్స్' కి కూడా ఇంటర్నేషనల్ టూరిజం ఎవార్డ్ తో పాటు, ప్రధాన్స్ కి పద్మ విభూషణ్ కూడా వచ్చింది. ప్రధాన్స్ పిల్లలూ, ధరణీ రాజే వారసులూ, వాజ్ గారి వారసులూ ఇంకా మా బోర్డ్స్ లో కొనసాగుతున్నారు. వాళ్ళకీ ఇది వారసత్వమే అయిపోయింది.

నా హయాం లో మెగా హాస్పిటల్స్ ఇండియన్ వింగ్ కీ, శ్రీపాల్స్ ఫౌండేషన్ ఇండియన్ వింగ్ కీ కూడా నోబెల్స్ తీసుకు రావాలి. కనీసం 'మెగ్ సాసే' అయినా. అది కూడా, బోర్డ్ లోకి మీతరం వాళ్ళు ఇంకా రాకుండానే సాధించాలి. అదే నా లక్ష్యం" చెప్పడం ముగించాడు ప్రణవ్.

55

***05.05.2060*, హైదరాబాదు**

"అంతా విన్నావు కదా శ్రావణీ. ప్రమోద్ ని వెనకేసుకు రావడం కాదు. ఇప్పుడు చెప్పినంత వరకూ, మీ పై మూడు తరాల వాళ్లూ, ఈ 'లీగల్, మోరల్ అండ్ ఎథికల్' రూల్ కి కట్టుబడ్డారా లేదా? వారిలో తప్పు పట్టేది ఏదైనా కనిపిస్తే చెప్పు.

You inherited their genes. You have their blood flowing in you. You must uphold their ideology and principles. అలా ఉండడం లో తప్పేముంది? డబ్బుల్లేని సందర్భాల్లో కూడా, వారు నీతి తప్పలేదే? ఎవరినీ మోసం చేసి తమ పబ్బం గడుపుకోలేదే? దొంగతనాలూ చెయ్యలేదే? మీకు అన్ని సౌకర్యాలూ ఉన్నాయి. కేవలం బుద్ధిగా చదువుకోవడం. చక్కని పౌరులు గా పెరగడం. ... మెలగడం. అదికూడా చెయ్యలేరా?" అడిగాడు ప్రణవ్.

"అదిగో తాతా మామ్మ వచ్చారు." అంటూ ప్రణవ్ కి సమాధానం చెప్పకుండానే, అప్పుడే కోటిపల్లి నుంచి వచ్చిన ప్రవీణ్, సత్యలని రిసీవ్ చేసుకుంది శ్రావణి. ప్రమోద్ తన మామ్మ సత్య కి తండ్రి మీద కంప్లైంట్స్ కూడా ఇచ్చేశాడు.

"వీళ్ళిద్దరూ డాక్టరేట్స్ తెచ్చుకున్నా, వీళ్లు నా మనవలే. ఇంకా చిన్న పిల్లలే వీళ్ళు. కాబట్టి, ఇప్పటినుంచే వాళ్లని భయపెట్టెయ్యకు ప్రణవ్." అని ఎనభైఐదేళ్ళ ఏళ్ళ ప్రవీణ్ అంటూంటే, "ఇప్పటివరకూ వీళ్ళు ఈ రూల్ అతిక్రమించలేదు. నా మనవలే కాబట్టి, ఇకముందు కూడా అతిక్రమించరని నేను హామీ ఇవ్వగలను. ఐ ఏ ఎస్ లూ, డిగ్రీలూ తెచ్చుకున్నారని కాదు. మన సంస్థలకి సారథులుగా ఉద్యోగాల్లోకి వచ్చి వాళ్ళ నైపుణ్యాన్ని చూపనీ. తప్పకుండా వాళ్ళ తాతల పేరు నిలబెడతారులే." అని పూర్తిచేసింది సత్తెమ్మ మామ్మ.

పాతికేళ్ళ శ్రావణి తాతగారిని ముద్దుపెట్టుకుంది "మా మంచి తాతయ్య" అంటూ.

"అలా అయితే మా మామ్మ ఇంకా బెటర్. ఎంతో...ఎంతో...అన్నమాట." శ్రావణిని కవ్విస్తూ, మామ్మతో గారంగా అన్నాడు ప్రమోద్.

"బాబోయ్! ఈ తాతా మామ్మలు వచ్చారంటే అంతా అరాచకమే!. పిల్లలూ నామాట వినరు. మొగుడూ వినడు. కాబట్టి, నేను కూడా అత్తని మస్కా కొట్టుకోవడమే బెటర్." అనుకుని, "అత్తా. రా. నీ కోసమే, నీకిష్టమైన వంకాయ వేపుడు ఇంకా చెయ్యకుండా ఉంచాను. అది పూర్తి చేసేసి, పిల్లలకీ, మనవలకీ భోజనాలు పెట్టేసుకో" అంది ప్రశాంతి. ఇల్లంతా నవ్వులే నవ్వులు.

EPILOGUE

ముందుగా ఆ ఏడుకొండల వాడికి నా నమో వాకాలు. ఆయన ఆశీస్సులు లేనిదే ఈ రచన సఫలం కాదు కదా!

ఇందులోని సంఘటనలు చాలామట్టుకు నా జీవితం లో జరిగినవే. కొన్ని సంఘటనలు 'ఇలా జరిగితే బాగుణ్ను' అని నేను ఊహించుకున్నవి. మిగతావి కేవలం కల్పితం. నా ఊహ మాత్రమే. దీని రెండవభాగం పూర్తిగా కల్పితం.

ఇందులో 'కమర్షియల్' దృక్పధం ఏ మాత్రం లేదు. నా మనవలకి తెలుగు చదవడం వస్తే, వాళ్ళైనా ఇది చదివి ఇందులోని స్ఫూర్తిని గ్రహిస్తారని ఆశిస్తాను. ఆ పైన భగవదనుగ్రహమే!

కానీ ఇందులో చెప్పిన ప్రిన్సిపల్స్ కి నేను చాలావరకూ కట్టుబడి ఉన్నాననే అనుకుంటున్నాను. నా తదుపరి తరం వాళ్ళు కూడా అలాగే ఉండాలని నా కోరిక.

మిగిలింది అంతా ఆ భగవంతుడి దయ.

సర్వేజనాః సుఖినో భవంతు. సర్వం కృష్ణార్పణం.

-ప్రసాద్.

రచయిత గురుంచి

తల్లితండ్రులు : కీ||శే|| మైలవరపు వెంకటేశ్వర్లు, లక్ష్మి నరసమ్మ గార్లు

పేరు: దుర్గా ప్రసాద్ ఎం ఎస్ బి బి కె

కలంపేరు: ప్రవీణ్

వయస్సు: 67 సంవత్సరాలు.

వృత్తి: రిటైర్డ్ కంకరెంట్ ఆడిటర్, ఎస్ బి హెచ్.

వ్యాపకం: రచనలే, కానీ అన్నీ అముద్రితమే!

వ్యాసంగం: ఆధ్యాత్మిక రచనలు చదవడం, వీలైనంత వరకు వంటబట్టించుకోవడం. అవినీతికి కి వ్యతిరేకంగా పోరాడడం..ఇలాంటివే!

పిల్లలు: ఇద్దరు. బుజ్జి, బాబీ.(రికార్డ్స్ లో వేరే పేర్లున్నాయి)

ఇంతకన్నా చెప్పుకునేందుకు ఏమీ లేవు.

-Prasad

Made in the USA
Monee, IL
23 August 2025

24040616R00156